வெளிச்சத்தின் நிறம் கருப்பு

மர்மங்களின் சரித்திரம்

முகில்

சிக்ஸ்த்சென்ஸ்
பப்ளிகேஷன்ஸ்

உலக அறிவுச் சுரங்கங்கள் அனைத்தும் உங்களுக்காக தமிழில்

10/2 (8/2) போலீஸ் குவார்ட்டர்ஸ் சாலை
(தியாகராயநகர் பேருந்து நிலையத்திற்கும்
காவல் நிலையத்திற்கும் இடைப்பட்ட சாலை)
தியாகராயநகர் சென்னை - 600 017
தொலைபேசி : 2434 2771, 2986 0070

ஆசிரியர்
முகில்

முதற்பதிப்பு
டிசம்பர், 2012

இரண்டாம் பதிப்பு
ஜூன், 2013

மூன்றாம் பதிப்பு
பிப்ரவரி, 2014

நான்காம் பதிப்பு
ஜூலை, 2014

ஐந்தாம் பதிப்பு
ஏப்ரல், 2015

ஆறாம் பதிப்பு
ஆகஸ்ட், 2016

ஏழாம் பதிப்பு
ஜூலை, 2019

எட்டாம் பதிப்பு
நவம்பர், 2022

பக்கங்கள் : 320

விலை
ரூ. 477

உரிமை: © ஆசிரியருக்கு

சிக்ஸ்த்சென்ஸ் பப்ளிகேஷன்ஸ்
10/2 (8/2) போலீஸ் குவார்ட்டர்ஸ் சாலை
(தியாகராய நகர் பேருந்து நிலையத்திற்கும் காவல் நிலையத்திற்கும் இடைப்பட்ட சாலை)
தியாகராயநகர், சென்னை – 600 017
தொலைபேசி : 24342771, 29860070
கைபேசி: **72**000 **5**00**73**
மின்னஞ்சல்
sixthsensepub@yahoo.com

இந்தப் புத்தகத்திலுள்ள எந்த ஒரு பகுதியையும் பதிப்பாளர் மற்றும் ஆசிரியரின் அனுமதியை எழுத்து மூலம் பெறாமல் பதிப்பிக்கக் கூடாது

Velichchathin
Niram Karuppu

A3 ISBN: **978-93-82577-76-8**

வெளிச்சத்தின் நிறம் கருப்பு

Author:
Mugil
writtermugil@gmail.com

Publisher:
K.S. Pugalendi

Address:
Sixthsense Publications
10/2(8/2) Police Quarters Road,
(Between Thiyagaraya Nagar Bus Stop & Police Station)
Thiyagaraya Nagar, Chennai - 17
Phone: 24342771, 2986 0070
Cell: **72**000 **5**00**73**
Sixthsense Publications
6 th sense_karthi
e-mail : sixthsensepub@yahoo.com
Website: www.sixthsensepublications.com

Edition:
First : December, 2012
Second : June, 2013
Third : February, 2014
Fourth : July, 2014
Fifth : April, 2015
Sixth : August, 2016
Seventh : July, 2019
Eighth : November, 2022

No part of this book may be reproduced or transmitted in any form without permission in writing from the author or publisher

Layout:
M.Magesh

Pages:
320

Price:
Rs. 477

பதிப்புரை

நம்மைச் சுற்றியுள்ள உலகம் தன்னுள்ளே ஏராளமான இரகசியங்களை ஒளித்து வைத்திருக்கிறது. அந்த இரகசியங்களுக்காக விடைகளைக் கண்டறிய பல மர்ம முடிச்சுகளை நாம் கவனமாக அவிழ்க்க வேண்டியிருக்கிறது.

அந்தப் பயணத்தில் அது பதித்துச் சென்ற காலடிச் சுவடுகளைக் கவனமாகக் தொடர்ந்து செல்ல வேண்டியிருக்கிறது. ஆனால் நாம் எவ்வளவுதான் எச்சரிக்கையுடனும், ஆர்வத்துடனும், வேகமாகவும் செயல்பட்டாலும் எங்காவது ஓரிடத்தில் நம் தேடுதலின் கண்ணி அழிந்துபோய் அதற்கு மேல் நம்முடைய பயணத்தைத் தொடர முடியாமல் போகிறது.

எதைத் தேடிப் பயணித்தோமோ அந்தப் புதிருக்கான விடை கடைசிவரை நமக்கு கிடைக்காமலேயே கண்ணாமூச்சி காட்டுகிறது. நாம் கேள்விப்பட்ட அந்தச் செய்திகள் உண்மையானவையா, கற்பனையா, விஞ்ஞானத்தில் இது சாத்தியமா? மெய்ஞானத்தால் இந்த நிலையை எட்ட முடியுமா? என்று ஆயிரமாயிரம் கேள்விகள் நம் மனதில் கிளைவிட்டு நம்மை காலம் முழுவதும் அலைக்கழித்துக் கொண்டேயிருக்கின்றன.

ஆனால்... இந்தப் புத்தகத்தில் காணப்படும் செய்திகள் நடந்ததற்கான ஆதாரங்கள் இருக்கின்றன. இருப்பினும் அவற்றின் மர்ம முடிச்சுகள்தான் இன்னும் அவிழ்க்கப்படவே இல்லை.

இன்றைய இளைஞர்கள் பலர் தங்கள் எண்ணங்களை, தான் அறிந்த செய்திகளை, தான் படித்தவற்றை வாசகர்களிடம் கொண்டு சேர்க்கும் சிறந்த மொழி வளம் கொண்டவர்களாகவும், எழுத்து வன்மை கொண்டவர்களாக இருக்கிறார்கள்.

எடுத்த புத்தகத்தை படிக்காமல் கீழே வைக்க முடியாதபடி 35 தலைப்புகளில் தான் சொல்ல வந்ததை தன்னுடைய விறுவிறுப்பான நடையில் கொண்டு செல்கிறார் முகில்.

நாங்கள் வெளியிடும் எல்லாப் புத்தகங்களையும் படிப்பதுபோல் இந்தப் புத்தகத்தையும் ஒரு வரி விடாமல் ஒரே இரவில் படித்து முடித்தேன். அவரது எழுத்துக்கள் என்னை ஈர்த்தன.

திறமையாளர்களை என்றுமே சுவீகரித்துக் கொள்ளுவதில் தயக்கம் காட்டியதில்லை சிக்ஸ்த்சென்ஸ். அதனால் இதைப் படித்து முடித்ததும் முகிலின் எழுத்துகளை தொடர்ந்து எங்கள் நிறுவனத்தின் வாயிலாக வெளியிட முடிவு செய்தேன்.

படித்து முடிக்கும்வரை அடுத்து என்ன! அடுத்து என்ன! என்று பரபரத்த என் மனதில் படித்து முடித்தவுடன் இன்னும் இதுபோன்ற நிறைய தகவல்கள் இருந்திருக்குமே அவற்றையெல்லாம்கூட இவர் எழுதியிருந்தால் நன்றாயிருக்குமே என்ற நினைப்பு ஏற்பட்டதைத் தவிர்க்க முடியவில்லை. ஆனால்... எல்லாவற்றுக்கும் ஒரு எல்லை இருக்கத்தானே வேண்டும். அதனால் இந்தப் புத்தகம் இத்துடன் நிறைவு பெறுகிறது என்று என்னை நானே சமாதானப்படுத்திக் கொண்டேன்.

நீங்களும் நானும் படிக்க இன்னும் பல தலைப்புகளில் அவர் எழுத இருக்கிறார். நீங்களும் அவற்றை எல்லாம் படிக்கத்தான் போகிறீர்கள்.

உங்களை இதற்குமேல் காக்க வைக்க விரும்பவில்லை. உள்ளே நுழையுங்கள்....

கே.எஸ். புகழேந்தி
சிக்ஸ்த்சென்ஸ் பப்ளிகேஷன்ஸ்

மர்ம அட்டவணை

1.	உலகம் மர்மங்களால் ஆனது!	07
2.	போயிங் 727	13
3.	விதி சிரித்தது!	24
4.	நாய்களின் தற்கொலை முனை!	30
5.	முகமூடி	36
6.	டோரத்தி	43
7.	மர்ம முடிச்சு	54
8.	பேய்கள் C/o ஜப்பான்	61
9.	'நரகத்திலிருந்து... கொலைகாரன்!'	67
10.	மெக்ஸிகோ மங்காத்தா	74
11.	மைனஸ் 20 டிகிரி	81
12.	மந்திரவாதியும், மாய இளவரசியும்!	93
13.	13	99
14.	தொலைந்தவர்கள்	106
15.	ஒன்பது விரல் சூனியக்காரி!	118
16.	ஸோம்பி!	126
17.	கலங்கரை கலக்கம்!	143
18.	புதையல் காக்கும் யானை!	149
19.	நமக்குள் ஒரு நாஸ்ராடாமஸ்	156

20.	கிளியோபாட்ராவின் கல்லறை	166
21.	ஆவி அரிகோ ஆபரேஷன்	173
22.	டைட்டானிக்கைக் கவிழ்த்த மம்மி	189
23.	ஒற்றைத் தீவு! உறங்கும் மர்மங்கள்!	196
24.	புத்தரே துன்பத்திற்குக் காரணம்	203
25.	டைட்டனோபோவா	219
26.	கல்லறைக் கொள்ளையர்கள்	226
27.	மர்மயோகி	234
28.	கருப்பு தாஜ்மஹால்	247
29.	என்னைப் போல் ஒருவன்!	255
30.	செத்து விளையாடலாம், வா!	262
31.	நீல வைரம்! நீளும் மர்மம்!	268
32.	மர்மம் பற! பற!	275
33.	கோஸ்டா ரிகா கோளங்கள்	287
34.	மீண்டும் உலகம் அழியப் போகிறது	293
35.	சயனைடின் சுவை	304
	பின்னிணைப்பு	312

01

உலகம் மர்மங்களால் ஆனது!

பூ ஒன்று செடியிலிருந்து உதிர்ந்த ஒரு சமயத்திலோ, நீர்க்குமிழ் ஒன்றை காற்று மோதி உடைத்த சமயத்திலோ, வண்ணத்துப் பூச்சி ஒன்று தன் சிறகை இழந்த சமயத்திலோ அந்தக் காதல், அவர்கள் உறவு முறிந்திருக்க வேண்டும்.

ஹென்றி ஸீக்லேண்ட் என்ற காதலன், தனது நீண்ட நாள் காதலியை விட்டு நிரந்தரமாகப் பிரிந்தான். உறவு முறிய ஓரிரு சுடுசொற்கள்கூட போதுமே. இருவரும் திருமணம் செய்துகொண்டு, ஏழெட்டு குழந்தைகள் பெற்று, பேரன் பேத்தி எடுத்து... ஹென்றியின் காதலிக்கு ஏராளமான கனவுகள். அவை எல்லாம் வெறும் கனவுகள் மட்டுமே என்று அவள் உணர்ந்த நொடியில் விரக்தியின் உச்சத்தைத் தொட்டாள். தனது நிகழ்காலத்தை, 'இறந்த'காலம் ஆக்கினாள்.

அவள் தற்கொலை செய்துகொண்டதுகூட ஹென்றியை எந்த விதத்திலும் பெரிதாகப் பாதிக்கவில்லை. அந்தக் காதலிக்கு ஓர் அண்ணன் இருந்தான். பாசமலர் சிவாஜி வகையறா பிரதர். தங்கையின் கோர முடிவு அவனை ஏராளமாக உலுக்கியிருந்தது. துப்பாக்கியைத் தூக்கிக் கொண்டு ஹென்றியைப் பழிவாங்கக் கிளம்பினான்.

அப்போது ஹென்றி தன் வீட்டுத் தோட்டத்தில் வேலை செய்து கொண்டிருந்தான். அங்கே திடீரென உதித்த அண்ணன், சற்று தொலைவிலிருந்து கைகள் நடுநடுங்க, ஹென்றியின் தலைக்குக் குறிபார்த்தான்.

அண்ணன், அப்போது கெட்ட வார்த்தைகள் கலந்த ஆங்கிலத்தில் ஏதாவது டயலாக் விட்டிருக்கலாம். அவனது துப்பாக்கி தோட்டா ஒன்றை வெளியே விட்டது.

ஹென்றி சுருண்டு விழுந்தான்.

'அய்யோ... கொலை செய்துவிட்டேனா?' - சில நொடிகளில் அண்ணனை பயம் கவ்விக் கொண்டது. அந்த பயம், உடனே உருமாற்றமும் அடைந்தது. 'நினைத்தபடியே பழிவாங்கிவிட்டேன். இனி எனது பாசமலரின் ஆத்மா சாந்தியடையும்.' அண்ணன், தன் நெற்றியில் துப்பாக்கியை வைத்து விசையை அழுத்தினான். இன்னொரு தோட்டா அவனது உயிரைக் குடித்தது.

சில நிமிடங்கள் கடந்திருக்கும். ஹென்றி மயக்கம் தெளிந்து எழுந்தான். 'நான் உயிரோடுதான் இருக்கிறேனா!' - அவனாலேயே நம்ப முடியவில்லை. தோட்டா, அவனது நெற்றியைத்தான் உரசிக் கொண்டு சென்றிருந்தது. உயிருக்குச் சேதாரமில்லை. அவன் அருகிலிருந்த மரத்தைப் பார்த்தான். அதைத் துளைத்திருந்த தோட்டா, உள்ளே பத்திரமாகத் தஞ்சமடைந்திருந்தது. இன்னொருபுறம் அண்ணன் செத்துக் கிடந்தான்.

இந்தச் சம்பவம் நடந்தது 1893ல். நடந்த இடம் அமெரிக்காவின் டெக்ஸாஸ் மாகாணத்திலுள்ள ஹனி குரோவ் நகரில்.

இந்த இடத்தில் பாஸ்ட் பார்வேர்ட் பட்டனை அழுத்தி, 1913க்கு வந்துவிடலாம்.

ஹென்றி அதே வீட்டில்தான் சுபிட்சமாக வாழ்ந்து கொண்டிருந்தான். ஆனால் என்ன, தோட்டத்தில் அந்தத் 'தோட்டா மரம்' கண்ணில் படும்போதெல்லாம் பழைய காதலியின் நினைவு அநாவசியமாக வந்து தொலைத்தது. இந்த மரத்தை எதற்கு விட்டு வைத்திருக்க வேண்டும் என்ற எண்ணம் ஒருநாள் வலுப்பெற்றது.

ஹென்றி, கோடாரியுடன் அந்த மரத்தை நோக்கிச் சென்றான். கோடாரி வேலைக்கு ஆகவில்லை. மரம் புஜபலம் காட்ட, ஹென்றிக்கு கோபம் வந்தது. மரத்தைத் தகர்த்தெறிய முடிவு செய்தான். மரத்தில் சில டைனமைட்டுகள் கட்டப்பட்டன. ஹென்றி பாதுகாப்பான தொலைவுக்குச் சென்று கொண்டான். பலத்த சப்தம். மரம் நாலாபக்கமும் சிதறியது. பறவைகள் அலறிக் கொண்டிருந்தன.

ஹென்றி அதை உணரும் நிலையில் இல்லை. இறந்து கிடந்தான். உடலில் வேறெங்கும் காயங்களில்லை, ஆனால் அவன் தலையில்

இருந்து மட்டும் ரத்தம் வடிந்து கொண்டிருந்தது. அந்தப் பழைய தோட்டா, அச்சமயம் ஹென்றியின் தலையில் தஞ்சமடைந்திருந்தது.

‘அந்தத் தோட்டாவால்தான் அவன் உயிர்போக வேண்டுமென்பது விதி. அதனால்தான் இருபது வருடங்கள் கழித்து அதே தோட்டாவால் செத்திருக்கிறான்.’ ‘அந்த மரத்தைப் பார்த்திருக்கிறாயா? பேய் மரம். அந்த அண்ணனின் ஆவி அதில்தான் காத்திருந்தது. சமயம் வாய்த்தபோது கொன்றுவிட்டது.’, ‘ஹென்றி ஏமாற்றிய அந்தக் காதலியின் ஆவிதான் தோட்டாவுக்கும் புகுந்து அவனைப் பழி தீர்த்துவிட்டது.’

பலருக்கும் பல கருத்துகள். விதவிதமாகப் பேசிப் பேசி மாய்ந்துபோனார்கள். பழைய தோட்டா தலையில் பாய்ந்துதான் ஹென்றி இறந்துபோனான் என்பதில் மாற்றமில்லை. இருந்தாலும், என்றோ மரத்துள் புதைந்துபோன தோட்டா, மீண்டும் குறிபார்த்துப் பாய்ந்து வந்து உயிரைப் பறித்திருக்கிறது எனில், அதன் பின் உள்ள மர்மம் என்ன?

விடை இல்லை.

1657, மார்ச் 4 அன்று டோக்கியோ என்ற நகரமே சுடுகாடு ஆகிப் போனதன் பின்னணியில் உள்ள மர்மத்துக்குக்கூட விடை கிடையாது.

இன்றைய டோக்கியோவின் அன்றைய பெயர் இடோ (Edo), ஜப்பானின் மிகப்பெரிய வணிக நகரம். சுமார் மூன்று லட்சம் பேர் வசித்தார்கள். நெருக்கமாக அமைந்த வீடுகள் (மரத்தால், காகிதக் கூழினால் ஆனவை), குறுகலாக அமைந்த தெருக்கள், நீளமான சந்தைகள், நிறைய கோயில்கள், பாலங்கள் கொண்ட நகரம் அது.

கனத்த சாரீரமுடைய ஒருவர் பலமாகத் தும்மினால்கூட ‘நில அதிர்வு’ ஏற்படும் சபிக்கப்பட்ட தேசம்தானே ஜப்பான். 1657, மார்ச் 2 அன்று நண்பகலில் ஏதோ ஓரிடத்தில் சிறிய அளவில் நெருப்பு பரவ ஆரம்பித்தது. எங்கிருந்தோ கிளம்பிவந்த சூறாவளிக் காற்று அந்த நெருப்பின் இருப்பை பல மடங்காக்கியது. அந்தக் காலத்திலேயே இடோ நகரில் தீயணைப்புப் படை இருந்தது. ஆனால் அளவில் மிகச் சிறியது. அவர்கள் நெருப்பிடம் தோற்றுப் போனார்கள். மார்ச் இரண்டாம் தேதி இன்முகத்துடன் தன் சேவையைத் தொடங்கிய தீ, மூன்றாம் தேதி முழுவதும் மும்முரமாக வேலை பார்த்துவிட்டு, நான்காம் தேதி நண்பகலுக்குப் பின்னரே ஓய்வெடுக்கச் சென்றது.

இடோ நகரில் பரவிய தீ

புகைமூட்டத்தினுள் புதைந்திருந்த இடோ நகரில், கால்வைத்த இடமெல்லாம் கருகிய உடல்கள். அந்தப் 'பேரழிவு நெருப்பு' பரவக் காரணம் என்ன?

நில அதிர்வாகத்தான் இருக்கும் என்பது பொதுவான கருத்து. ஆனால் இன்றைக்கும் ஜப்பானியர்களைக் கேட்டால், இடுங்கிய கண்களில் பயம் பரவ, நடுங்கும் குரலுடன் அந்தச் சம்பவத்தைச் சொல்வார்கள்.

ஜப்பானிய இளம்பெண் ஒருத்தி விலையுயர்ந்த, பகட்டான கிமோனோ (Kimono, ஜப்பானியப் பெண்கள் அணியும் முழுநீள கவுன்) ஒன்றை வாங்கி ஆசையுடன் அணிந்தாள். ஏனோ, அடுத்த சில நாள்களிலேயே நோய்வாய்ப்பட்டு படுக்கையில் விழுந்தாள். என்ன நோயென்று பிறர் அறியும் முன்பே செத்துப் போனாள்.

அவள் ஆசையுடன் வாங்கி வைத்திருந்த கிமோனோ, இன்னொரு இளம்பெண்ணுக்கு விற்கப்பட்டது. அவளும் அணிந்துகொண்டு அழகு பார்த்தாள். சில நாள்களிலேயே மர்ம நோயொன்று அவளை அணிந்துகொண்டு அழகு பார்த்தது. இரண்டாமவளும் இறந்து போனாள். மூன்றாவதாக கிமோனோ, இன்னொரு இளம்பெண்ணிடம் சென்று சேர்ந்தது. அவளுக்கும் அதே கதி. அதோ கதி.

இடோ நகரமெங்கும் விஷயம் பரவியது. 'அந்த கிமோனோவில் துர்சக்தி ஏதோ புகுந்துள்ளது. அதுதான் மூன்று இளம்பெண்களின்

உயிரை எடுத்துள்ளது.' மதகுரு ஒருவரிடம் அந்த மர்ம கிமோனோ ஒப்படைக்கப்பட்டது. ஊரே கூடி நிற்க, மதகுருவும் அந்த கவுனைப் பரப்பி வைத்து மந்திரமெல்லாம் ஓதி, சடங்குகள் செய்து, எரிகின்ற கட்டை ஒன்றை எடுத்து அந்த கிமோனோவுக்குக் கொள்ளி வைக்க...

அச்சுறுத்தும் ஊளைச் சத்தத்துடன் சூறாவளிக் காற்று ஒன்று எங்கிருந்தோ கிளம்பி வர... உயரமாகக் கிளம்பிய தீ, திகுதிகுவென வேகமாகப் பரவ...

அந்தச் சம்பவத்தால் ஏற்பட்ட இழப்பு சுமார் ஒரு லட்சம் மனித உயிர்கள். பல்லாயிரக்கணக்கான கால்நடைகள். முந்நூறு கோயில்கள். அறுபது பாலங்கள். அநேக கட்டடங்கள். 60-70 சதவிகித இடோ நகரமே தீக்கிரையாகியிருந்தது. இதுவரை ஜப்பான் சந்தித்தப் பேரழிவுகளில் இதுவும் ஒன்று.

★

உலகின் முதல் மனிதனுக்கு சூரியன், சந்திரன், வானம், கடல், மலை உள்பட தன்னைச் சுற்றியிருந்த ஒவ்வொன்றுமே விநோதமாகவும் மர்மமாகவும்தான் இருந்தன. ஒவ்வொன்றையும் கண்டு பயந்தான். இயற்கையில் அவன் பயந்த விஷயங்களை இறைவனாகப் பார்க்க ஆரம்பித்தான்.

எப்போது மனிதன் அறிவு சார்ந்தும், அறிவியல் சார்ந்தும் உலகைப் பார்க்க ஆரம்பித்தானோ, அப்போதிருந்தே இயற்கை மீதான வீண்பயம் விலகியது. எவையெல்லாம் விநோதமாகத் தெரிந்தனவோ, பின் அவையே அறிவியலை வளர்க்க உரமாக ஆயின. பகுத்தறிவு வளர மூடநம்பிக்கைகள் பலவும் தகர்ந்தன.

இருந்தாலும் 'உலகம் மர்மங்களால் ஆனது' என்று பறை சாற்றும்படியாக, மனித அறிவுக்கும் அறிவியலுக்கும் பிடிபடாத, விடைதெரியாத மர்மங்கள் காலம்தோறும் பெருகிக் கொண்டேதான் செல்கின்றன. மேலே பார்த்தபடி தோட்டாவாக, கிமோனோவாக விநோத விபரீதங்கள் நிகழ்ந்துகொண்டேதான் இருக்கின்றன.

இந்தப் புத்தகம் எதைப் பற்றியெல்லாம் பேசப்போகிறது என்று பட்டியலிடுவது சற்று கடினம். ஆனால் குண்டலினி வித்தையால் பறக்க வைக்கும் சாமியார், சிவலிங்கத்தைக் கக்கும் ஆன்மிகவாதி, கூனர்களையும் குருடர்களையும் குணமாக்கும் மதகுரு போன்ற டுபாக்கூர்களை நாம் சீண்டப் போவதில்லை. ஸ்பை கேமரா வைக்கப்படாத அறையில் அவர்கள் சுபிட்சமாக வாழ்ந்துவிட்டுப் போகட்டும். தவிர ஆவி, பேய், பிசாசு, பில்லி, சூனியம், கண்கட்டு

வித்தை என்ற மிகக் குறுகிய வட்டத்துக்குள் மட்டும் நாம் சுற்றி வரப்போவதில்லை.

நமக்கான தளம் மிக மிகப் பெரியது. நாம் ஏற்கப் போகும் பாத்திரங்கள் (தசாவதாரம் கமல்ஹாசனைக் காட்டிலும்) ஏராளம். ஓர் அத்தியாயத்தில் நாம் அறிவியல் ஆராய்ச்சியாளராக மாற வேண்டியதிருக்கும். அடுத்ததில் உளவியல் மருத்துவராக. அதற் கடுத்த அத்தியாயங்களில் தொல்லியல் வல்லுநர், வரலாற்று ஆய்வாளர், வானியல் அறிஞர், துப்பறியும் அதிகாரி, விலங்கியல் நிபுணர், இயற்கை ஆர்வலர், அவசியப்பட்டால் பேய் ஓட்டும் மந்திரவாதியாகவும் மாற வேண்டியது வரலாம்.

பகுத்தறிவைப் பக்கத்துத் தெரு சேட்டிடம் அடகு வைத்துவிட்டு இந்தப் புத்தகத்தைப் படிக்கத் தேவையில்லை. உலகில் பலராலும் விடைகாண முடியாத மர்மங்களைத் தமிழ் வாசகர்களுக்கு அறிமுகப்படுத்தவே இந்தப் புத்தகம். நம் அறிவுக்கும் அறிவியலுக்கும் அப்பாற்பட்ட மர்மங்கள், விநோதங்கள், விசித்திரங்கள் மீது வெளிச்சம் பாய்ச்சுவதே இந்தப் புத்தகத்தின் நோக்கம்.

எனில், அந்தத் தீராத புதிர்களுக்கு இதில் விடை கிடைக்குமா என்றால், என் பதில் - அந்த வெளிச்சத்தின் நிறம் கருப்பு!

போயிங் 757

அமெரிக்க வரலாற்றில் விநோதமான விமானக் கடத்தல் சம்பவம் என்றால் அது, நாம் பார்க்கப் போகும் இந்தச் சம்பவம் மட்டுமே. கடத்தியவன், விமானத்தைத் திரும்பக் கொடுத்துவிட்டான். ஆனால் அவன் கடத்திச் சென்ற Federal Bureau of Investigation எனப்படும் FBI-ன் மானத்தை இன்றுவரை மீட்க முடியவில்லை.

1971, நவம்பர் 24. அமெரிக்கர்கள் நன்றி நவிலும் தினத்தைக் (Thanks Giving Day, நம்ம ஊர் உழவர் திருநாள் மாதிரி) கொண்டாடி முடித்த நவம்பர் நான்காவது வியாழனுக்கு மறுதினம். போர்ட்லேண்ட் சர்வதேச விமான நிலையம். மதியம் மணி 2.15. வாஷிங்டன் மாகாணத்தின் சியாட்டெல் நகரத்துக்குக் கிளம்ப, நார்த்வெஸ்ட் ஓரியண்ட் ஏர்லைன்ஸ் (NWA) விமானம் தயாராகிக் கொண்டிருந்தது (விமான எண்: 305, போயிங் 727 ரகம்).

டான் கூப்பர் (Dan Cooper) என்ற பெயரில் டிக்கெட் வாங்கியிருந்த நபரும் அதில் ஏறினான். கூப்பர்தான் இந்த அத்தியாயத்தின் மர்ம ஹீரோ என்பதாலும், அன்னார் நம்மை ஏகத்துக்கும் தவிக்க வைக்கப் போகிறார் என்பதாலும் அவனது தோற்ற வருணிப்பு இங்கே அவசியமாகிறது. சுமார் ஆறடி உயரம். ஏறத்தாழ 80 கிலோ எடை. நாற்பதையொட்டிய வயது. வெள்ளைத் தோல். கருமைக்கு நெருக்கமான நிறத்தில் தலைமுடி. ப்ரௌன் நிறக் கண்கள்.

02

சட்டை மட்டும் வெள்ளை. மற்றபடி பேண்ட், கோட், ஓவர்கோட், கழுத்து டை எல்லாமே கருப்பு. ப்ரௌன் ஷூ. கையில் ஒரு சிறிய கருப்புப் பெட்டி. அவன் 18C என்ற எண் கொண்ட இருக்கையில் சென்று அமர்ந்தான். அது விமானத்தின் பின் பகுதியில் அமைந்துள்ள இருக்கை.

'தண்ணீர். கொஞ்சம் விஸ்கி...' - அவன் கேட்கவும் பரிவுடன் பரிமாறினாள் விமானப் பணிப்பெண் ஸ்காஃப்னர். அவனது உதடுகளுக்கிடையில் சிகரெட் புகைந்து கொண்டிருந்தது.

மதியம் மணி 2.50. விமானம், தளத்தில் ஊர்ந்து செல்ல ஆரம்பித்தது. மூன்றில் ஒரு பகுதி பயணிகளே உள்ளே இருந்தார்கள் (கூப்பரைச் சேர்த்து மொத்தம் 37 பயணிகள்). அடுத்த முப்பதே நிமிடங்களில் சியாட்டிலை அடைந்துவிடலாம். ஆனால் அதற்கு கூப்பர் மனது வைக்க வேண்டுமே.

ஸ்காஃப்னர், கூப்பருக்கு அருகில் இருந்த பணியாளர்களுக்கான இருக்கையில் அமர்ந்திருந்தாள். 'எக்ஸ்க்யூஸ் மீ...' என சிறு புன்னகையுடன் சிறு கார்டு ஒன்றை அவளிடம் நீட்டினான் கூப்பர். அவளும் ரெடிமேட் புன்னகையுடன் அதை வாங்கி, பாராமல் தன் பர்ஸுக்குள் திணித்துக் கொண்டாள். விமானத்தில் வரும் வசதி படைத்த ஆண்கள், இதுபோல தமது விசிட்டிங் கார்ட் கொடுத்து அழகான பெண்களுக்கு ரூட் விடுவது சகஜம்.

'மிஸ்... நீங்கள் அந்த கார்டை வாசிப்பது நல்லது. என்னிடம் வெடிகுண்டு உள்ளது' - கூப்பர் தாழ்ந்த குரலில் அலட்டிக் கொள்ளாமல் சொன்னான். அவள் சட்டென கார்டை எடுத்துப் பார்த்தாள். 'எனது பெட்டியில் வெடிகுண்டு இருக்கிறது. தேவைப்பட்டால் அதை உபயோகப்படுத்த வேண்டியதிருக்கும். நீ என் அருகில் வந்து உட்கார வேண்டும். உங்கள் விமானம் கடத்தப்பட்டிருக்கிறது' - அதில் வாசகங்கள் மிரட்டின.

ஒரு சில நொடிகள் யோசித்த ஸ்காஃப்னர், கூப்பரின் அருகிலிருந்த இருக்கையில் கொஞ்சம் தயக்கத்துடன் அமர்ந்தாள். 'வெடிகுண்டைப் பார்க்க முடியுமா?' என்றாள் பணிவுடன். கூப்பர், தன் மடியிலிருந்த பெட்டியைத் திறந்து காட்டினான். எட்டு சிறிய சிலிண்டர்கள், கொசகொசவென வயர்கள், பேட்டரி, எல்லாம் சிவப்பு டேப் சுற்றப்பட்டு... நிஜமாகவே வெடிகுண்டுதான். கூப்பர் பெட்டியை மூடிய சமயம், ஸ்காஃப்னரின் உதடுகள் பயத்தில் ஒட்டிக் கொண்டன. விமானம் சலனமின்றி பறந்து கொண்டிருந்தது.

'உடனே இரண்டு லட்சம் டாலர்களை தயார் செய்யுங்கள். அத்தனையும் இருபது டாலர் கட்டுகளாக இருக்க வேண்டும். புழக்கத்துக்கு விடப்படாத புதிய நோட்டுகள். முன்பக்கம் கட்டுவதுபோல பாராசூட்கள் இரண்டும், பின்பக்கம் கட்டுவதுபோல பாராசூட்கள் இரண்டும் வேண்டும். சியாட்டெலில் விமானம் இறங்கும்போது, எரிபொருளை நிரப்புவதற்கு டேங்கர் தயாராக இருக்க வேண்டும். எனக்கு எதுவும் வேடிக்கை காட்ட நினைக்காதீர்கள். நான் என் வேலையைக் காட்டி விடுவேன்.'

கூப்பர் உத்தேச உருவம்

கூப்பர், அதிராத குரலில் அடுக்கடுக்காகத் தன் தேவைகளைச் சொல்லி முடிக்க, ஸ்காஃப்னர் வெளிறிய முகத்துடன் காக்பிட் (விமானி அறை) நோக்கி விரைந்தாள். அவள் மீண்டும் கூப்பரிடம் வரும்போது, அவன் சன்-கிளாஸ் அணிந்திருந்தான்.

'சொல்லிவிட்டேன். ஏற்பாடு செய்கிறார்கள்.'

பைலட் ஸ்காட்டிடமிருந்து, சியாட்டெல் - டகோமா விமான நிலைய கட்டுப்பாட்டு அறைக்கு அழைப்பு சென்றது. தகவல் உரியவர்களுக்கு வேகவேகமாகச் சொல்லப்பட்டது. நார்த்வெஸ்ட் ஓரியண்டல் விமான கம்பெனி பிரசிடெண்ட் டொனால்டுக்கு ரத்தம் அழுத்தம் எகிறியிருக்க வேண்டும். பணத்தை உடனடியாக ஏற்பாடு செய்யச் சொல்லி அவரிடமிருந்து உத்தரவு பறந்தது. திருவாளர் கடத்தல்காரருக்கு முழு ஒத்துழைப்பு கொடுக்குமாறு தம் பணியாளர்களையும் கேட்டுக் கொண்டார். காக்பிட்டிலிருந்து பயணிகளுக்கு ஓர் அறிவிப்பு கொடுக்கப்பட்டது. 'விமானத்தில் சிறிய அளவில் எந்திரக் கோளாறு. பயப்படுவதற்கு ஒன்றுமில்லை. சியாட்டெல் நகரத்தில் தரையிறங்கச் சற்று தாமதமாகும்.'

கூப்பர், யாருக்கும் எந்த மிரட்டலும் விடவில்லை. அநாவசியமாக ஓர் அசைவுகூட அவனிடத்தில் இல்லை. இன்னொரு முறை விஸ்கி வாங்கி அருந்தினான். பரிமாறிய ஸ்காஃப்னருக்கு டிப்ஸ் வைத்தான், கூடவே இன்னொரு புதிய கோரிக்கையையும். 'சியாட்டெல் விமான நிலையத்தில் விமானப் பணியாளர்களுக்கு மட்டும் தேவையான உணவை வாங்கி வைத்துக் கொள்ளுங்கள்.'

கூப்பரின் தேவைகளை எல்லாம் தயார் செய்ய அவகாசம் வேண்டுமே. அதற்காக விமானம் சியாட்டெல் நகருக்கு அருகே வானில் வட்டமடித்துக் கொண்டிருந்தது. இரண்டு லட்சம் தயார் செய்ய வேண்டும், அதுவும் 20 டாலர் நோட்டாக, அதுவும் புத்தம் புது நோட்டுகளாக. FBI ஏஜெண்டுகள் பல வங்கிகளுக்கு ஓடினார்கள். பணம் தயாரானது. அந்த நோட்டுகளின் சீரியல் நம்பர்களைக் குறித்து வைத்துக் கொண்டார்கள். எதற்கும் தேவைப்படும் என்று அந்த நோட்டுகள் ஒவ்வொன்றையும் மின்னல் வேகத்தில் மைக்ரோஃபிலிம் எடுத்து வைத்துக் கொண்டார்கள்.

பறந்து கொண்டிருந்த விமானத்தில் கூப்பருக்குத் தகவல் தெரிவிக்கப்பட்டது. 'பணயத்தொகை தயார். மிலிட்டரி பாராசூட்கள் தயாராக இருக்கின்றன.' விமானத்திலிருந்து குதிக்கும்போது மிலிட்டரி பாராசூட்டைத் திறப்பதென்பது பயிற்சி பெற்றவர்களால் மட்டுமே இயலும். அந்தரத்தில் பாராசூட்டை விரிக்க உதவும் 'ரிப்கார்ட்' என்ற பாகம் சொதப்பினால் அய்யகோ! கூப்பர் யோசித்தான். 'பொதுமக்கள் உபயோகப்படுத்தும்படியான சாதாரண பாராசூட்களை ஏற்பாடு செய்யுங்கள்.'

கூப்பரின் கட்டளையை நிறைவேற்ற, சியாட்டெல் போலீஸ், பாராசூட் தேடித் தவித்துக் கொண்டிருந்தது. இறுதியில் 'ஸ்கை டைவிங் ஸ்கூல்' ஒன்றில் பாராசூட்கள் பெறப்பட்டன. நேரம் செல்லச் செல்லதான் பயணிகளுக்கு விமானம் கடத்தப்பட்டிருப்பது தெரிய வந்தது. கூப்பர் அமைதியாகவே இருந்தான். சன்-கிளாஸைக் கழற்றவில்லை.

மாலை மணி 5.39.

'எல்லாம் தயார்' - கூப்பருக்குத் தகவல் தெரிவிக்கப்பட்டது.

'இறங்கலாம்' - கூப்பர் அனுமதி கொடுத்தான்.

மாலை மணி 5.45க்கு விமானம் சியாட்டெலில் தரையிறங்கியது. கூப்பர், விமானத்தினுள் எரியும் விளக்குகளையும், விமானத்தை நோக்கி பாய்ச்சப்படும் ஒளியையும் அணைக்கச் சொன்னான். யாரும் எதையும் அநாவசியமாக கவனித்துவிடக் கூடாது அல்லது போலீஸ் துப்பாக்கிகள் தூரத்திலிருந்து குறிபார்க்க வசதியாக இருக்கக்கூடாதல்லவா.

விமான நிலையத்தின் உயரதிகாரிகளில் ஒருவரான லீ, சாதாரண உடையில் ஒரு பெட்டியில் அடுக்கப்பட்ட இருபது லட்சம் டாலருடன் விமானம் நோக்கிச் சென்றார். அவர், தனக்குரிய

சீருடையில் சென்றால், கடத்தல்காரன் போலீஸ் என நினைத்து சுட்டுவிடக் கூடாதே. போயிங் 727 ரக விமானத்தில் வால்பகுதியில், அடியிலிருந்து கீழ்நோக்கி திறக்குமாறு படிக்கட்டு வசதி உண்டு. விமானம் பறக்கும்போது மேலிருந்து கீழே ஏதாவது பொருள்களைப் போடுவதற்காக, பாராசூட்டோடு ஆள்கள் குதிப்பதற்காக அந்த வசதி. அதன் வழியே விமானப் பணிப்பெண் மக்லோ, லீயிடமிருந்து பணப்பெட்டியையும் பாராசூட்களையும் வாங்கிக் கொண்டார். அவை கூப்பரிடம் ஒப்படைக்கப்பட்டன.

சில நிமிடங்களில் பயணிகள் 36 பேரும் விடுவிக்கப்பட்டனர். பின்னர் ஸ்காஃப்னரையும், இன்னொரு சீனியர் பணிப்பெண்ணையும் கூப்பர் விடுவித்தான். அடுத்ததாக விமானத்தில் எரிபொருளை நிரப்பச் சொல்லி கூப்பரிடமிருந்து உத்தரவு வந்தது. தவிர காக்பிட்டிலிருக்கும் விமானிகளுக்கும் அடுத்தடுத்த கட்டளைகளை இட்டுக் கொண்டிருந்தான்.

'அடுத்ததாக விமானத்தைத் தென்கிழக்குத் திசையில் மெக்ஸிகோ நோக்கிச் செலுத்த வேண்டும். 10000 அடி உயரத்தில், 120 மைல்கள் வேகத்தில், இறக்கைகள் 15 டிகிரி சாய்வில் பறக்க வேண்டும்.'

அவர்தான் தற்போது கடவுள். அவர் சொல்வதே வேதவாக்கு. விமானிகள் ஒப்புக் கொண்டார்கள். சக விமானியான வில்லியம் மட்டும் ஒரு கோரிக்கையை வைத்தார். 'விமானத்தில் எரிபொருள் டேங்க் கொள்ளளவு குறைவுதான். மெக்ஸிகோ வரை செல்ல வேண்டுமென்றால் இடையே வேறெங்காவது மீண்டும் எரிபொருள் நிரப்ப வேண்டும்.'

ரெனோ நகரில் (நெவேடா மாகாணம், அமெரிக்கா) தரையிறங்கி அங்கே மீண்டும் எரிபொருள் நிரப்பிக் கொள்ள கூப்பர் அனுமதி கொடுத்தான். அதே சமயம் சியாட்டெலில் விமானத்துக்கு எரிபொருள் நிரப்ப வந்த டேங்கர் லாரியில் ஏதோ கோளாறு என்பதால் தாமதம் ஏற்பட்டது. அப்போது கூப்பர், பணம் சரியாக இருக்கிறதா, பாராசூட்கள் நல்ல நிலையில் இருக்கின்றனவா என சரி பார்த்துக் கொண்டான்.

விமான நிலைய உயரதிகாரிகள் சிலர் நேருக்கு நேர் சந்தித்துப் பேச விரும்புகிறார்கள் என்று காக்பிட்டிலிருந்து தகவல் வந்தது. 'சொல்வதை மட்டும் செய்யுங்கள். எரிபொருள் நிரப்புவதற்கு இவ்வளவு நேரமெல்லாம் ஆகக்கூடாது' என்று கூப்பரிடமிருந்து மிரட்டல் தொனியில் பதில் வந்தது.

எரிபொருள் நிரப்பப்பட்ட செய்தி வந்தது. 'கிளம்பலாம். விமானத்தின் வால்பகுதி கதவின் கண்ட்ரோல் என் கையில் இருக்க வேண்டும். காக்பிட்டிலிருந்து நீங்கள் அதை மூடக்கூடாது' - என்றான் கூப்பர். விமானிகள் ஆடிப் போனார்கள். அது ஆபத்து, பறக்கும்போது கதவு திறந்துகொண்டால் காற்றழுத்தத்தால் கோளாறு ஏற்படும், விமானத்தை ஓட்ட முடியாது என்றெல்லாம் என்னென்னமோ சொல்லிப் பார்த்தார்கள். 'ஒரு ஆபத்தும் கிடையாது. எல்லாம் எனக்குத் தெரியும். கிளம்பலாம்.' கூப்பர் அத்தோடு முடித்துக் கொண்டான்.

விமானி ஸ்காட், சக விமானி வில்லியம், பணிப்பெண் மக்லோ, என்ஜினியர் ஆண்டர்சன் உடன் விமானம், சியாட்டலிலிருந்து நகர ஆரம்பிக்கும்போது இரவு மணி 7.40.

ஒருவன் தனியாளாக பயணிகள் விமானத்தைக் கடத்துகிறான் என்றால் அவனுக்கு எவ்வளவு துணிச்சல் இருக்க வேண்டும்! அவனது நோக்கம் என்னவாக இருக்கும்? அவன் தனியாள்தானா அல்லது அவனுக்குப் பின் ஒரு தீவிரவாதக் குழு இருக்கிறதா? அல்லது பணத்தாசை பிடித்த கொள்ளைக்காரனா? அவன் அமெரிக்கன்தானா அல்லது கியூபாகாரனா? அமெரிக்க அதிகாரிகள் குழப்பத்தில் மூழ்க ஆரம்பித்தனர்.

இரவு மணி 7.50. விமானம் டேக் - ஆஃப் ஆகியிருந்தது. மப்பும் மயக்கமுமாகத் தோன்றிய வானிலை பயணத்துக்கு உகந்ததல்லதான். என்ன செய்ய முடியும்? மிஸ்டர் கடத்தல்காரர் சொல்லிவிட்டார். மறுத்துப் பேசினால் வெடிகுண்டு சிரிக்கலாம். விமானி ஸ்காட் விமானத்தை இயக்கிக் கொண்டிருந்தார். அவரோடு காக்பிட்டிலிருந்த சக விமானி வில்லியமுக்கும், என்ஜினியர் ஆண்டர்சனுக்கும் கை, கால்கள் நடுங்கிக் கொண்டுதான் இருந்தன. உள்ளே பயணிகள் கேபினுக்குள் விமானப் பணிப்பெண் மக்லோ மட்டும் கையைப் பிசைந்தபடி உட்கார்ந்திருந்தார்.

விமானத்தின் வால் பக்கத்தில், அடிப்பகுதியிலிருந்து கீழ்நோக்கி இறங்கும் வகையில் திறக்கும் கதவின் கண்ட்ரோல் மட்டும், கூப்பர் வசம் இருந்தது. விமானம் 10000 அடி உயரத்தை நோக்கி முன்னேறிக் கொண்டிருந்தது. அத்தனை அடி உயரத்தில் வெளியில் உள்ள காற்றழுத்தமும், விமானத்தினுள் காற்றழுத்தமும் மாறுபடும். அதை ஈடுகட்டுவதற்காக விமான கேபினுள் காற்றழுத்தத்தை கட்டுப்பாட்டில் வைத்திருக்கும் சிஸ்டத்தை இயக்குவார்கள். அதுவும் கூடாது என்பது கூப்பரின் உத்தரவு.

இத்தனை விவகாரமான விஷயங்கள் நடந்து கொண்டிருக்க, கைகட்டி வேடிக்கை பார்த்துக் கொண்டிருந்தால் FBI-ன் கெத்து என்ன ஆவது? கூப்பரது போயிங் 727, சியாட்டெலில் இருந்து கிளம்பிய சில நிமிடங்களில், இரண்டு எஃப்106 ரக போர் விமானங்கள் அதனைப் பின் தொடர ஆரம்பித்திருந்தன. பாதுகாப்பான தூரத்தில், மேலொன்றும் கீழொன்றுமாக, கூப்பர் அறியாதவாறு.

கூப்பர், தன்னையே பயத்துடன் பார்த்துக் கொண்டிருந்த பணிப்பெண் மக்லோவைப் பார்த்தான். 'நீங்கள் காக்பிட்டுக்குச் செல்லுங்கள். கதவை அடைத்துக் கொள்ளுங்கள்.

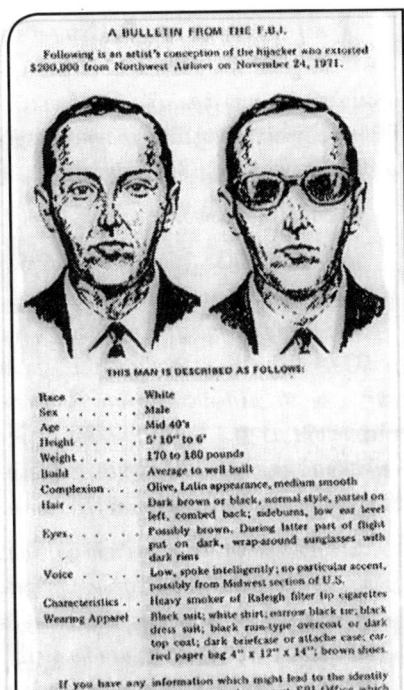

கூப்பர் குறித்த FBI-ன் போஸ்டர்

திறக்க வேண்டிய அவசியமில்லை.' மறுநொடியே மக்னோ, காக்பிட்டுக்குள் தன்னைத் திணித்துக் கொண்டார். 'எதையோ தன் இடுப்பில் கட்டிக் கொண்டிருக்கிறான்' என்றார் பதட்டத்துடன்.

பைலட்களுக்கு விமானத்தைச் செலுத்துவதென்பது சற்று கடினமாகத்தான் இருந்தது. மழை மேகங்கள். மின்னல். இடி. இரவு மணி 8.00. காக்பிட்டில் எச்சரிக்கை அலாரம் ஒலித்தது. அதாவது விமானம் பறந்துகொண்டிருக்கும்போது, வால்பகுதி அடிப்பக்கக் கதவு திறக்கப்படுகிறது என்பதை உணர்த்தும் ஒலி அது. அங்கிருந்தபடியே இண்டர்காமில் அழைத்தார்கள். பதிலில்லை. விமானம் சற்றே நிலைதடுமாறியது. பின்பக்க படிக்கட்டுகள் வெளியில் இறக்கப்பட்டுள்ளதை உணர்ந்தார்கள்.

இரவு மணி 8.13. காக்பிட்டிலுள்ளவர்கள் விமானத்தின் வால் பகுதியில் ஓர் சிறிய ஆட்டத்தை உணர்ந்தார்கள். பின் எந்தச் சலனமும் இல்லை.

இரவு மணி 10.15. ரெனோ நகரில் போயிங் 727 ஒருவழியாகப் பத்திரமாகத் தரையிறக்கப்பட்டது. வால்பகுதி அடிக்கதவு திறந்த நிலையில், படிக்கட்டு இறக்கப்பட்ட நிலையில். போலீஸாரும், FBI- ஏஜெண்டுகளும் விமானத்தைத் துப்பாக்கிகளுடன் சூழ்ந்தார்கள். சுற்றி வளைத்துத் தேடினார்கள்.

கூப்பர் இல்லை.

அவன் அங்கே விட்டுச் சென்றிருந்தவை - தன் கழுத்து டையில் குத்தியிருந்த பின், இரண்டு பாராசூட்கள், கைரேகைகள். கூப்பரை நேரில் பார்த்தவர்கள் சொன்ன அடையாளங்களை வைத்து அவனது உத்தேச உருவம் வரையப்பட்டது. அந்த வரைபடத்தைக் கொண்டும், பிற அடையாளங்களைச் சொல்லியும் FBI ஓர் அறிவிப்பை வெளியிட்டது. அன்பர்களே! மேற்படி நபரைக் கண்டாலோ, அன்னார் குறித்த ஏதேனும் தகவல் அறிந்தாலோ அருகிலுள்ள FBI அலுவலகத்தை அணுகுவீர்!

செய்தித்தாள்களில் கூப்பர் ஹீரோ ஆனான். ஆனால் முதன்முதலில் இதுகுறித்து செய்தி பதிவு செய்த ஓர் அவசரக்குடுக்கை ரிப்போர்ட்டர் ‘டான் கூப்பர்’ என்பதற்குப் பதிலாக ‘D.B.கூப்பர்’ என பதிவு செய்துவிட, மற்ற மீடியாக்களும் அதையே வழிமொழிய, பின் மக்கள் மனத்தில் D.B.கூப்பர் என்பதே நிலைத்துப் போனது.

சரி, கூப்பர் குதித்ததை யாரும் பார்த்தார்களா? போயிங் 727 விமானத்தில் இருந்த நால்வரும் அதுபோன்ற அசைவுகளை உணர்ந்தார்களே தவிர ஒருவராலும் உருப்படியாக ஒன்றும் சொல்ல இயலவில்லை. பின் தொடர்ந்து வந்த போர் விமான பைலட்கள் கண்ணிலும் கூப்பர் படவில்லை. ‘மின்னல்கள் இருந்தன. மழையும். கூப்பரின் உடையும் முழுக்க கருப்பு. அவன் குதித்தது எங்கள் கண்ணில்படவில்லை. பாராசூட் போன்ற எதையும் நாங்கள் பார்க்கவில்லை.’

தவிர, ரேடாரிலும் எதுவும் சிக்கவில்லை என்பது FBI-ன் மண்டையைச் சூடாக்கியது. மீண்டும் அதே போயிங் 727, அதே பைலட் ஸ்காட், அதே நேரம், அதே ரூட், அதே வேகத்தில் பறக்க வைத்தார்கள். அதேபோல அந்தரத்தில் படிக்கட்டைத் திறந்து 200 பவுண்ட் எடையை பாராசூட் கட்டி, தள்ளியும் விட்டார்கள். அப்போது விமானம் வாஷிங்டனின் தென்மேற்கிலுள்ள லூயிஸ் நதிமேல் பறந்து கொண்டிருந்தது. ஆக அச்சமயத்தில் கூப்பர் குதித்து, பாராசூட்டை விரித்திருந்தால் லூயிஸ் நதிக்கு அருகிலுள்ள

செயிண்ட் ஹெலன்ஸ் மலைப்பகுதியிலோ அல்லது மெர்வின் ஏரிக்கு அருகிலோ தரையிறங்கியிருக்கலாம்.

காடு, மலை, நதி, ஏரி என்று அப்பகுதி முழுவதும் சல்லடை போட்டுத் தேடினார்கள். வீடு வீடாகச் சென்று 'இப்படி ஒருத்தனை பார்த்தீங்களா?' என்று வாய் வலிக்கக் கேட்டார்கள். ஹெலிகாப்டர்களும் இறக்கைகள் நோகத் தேடிக் களைத்துத் தரையிறங்கின. படகுகளும் நீர்நிலைகளில் அலைந்தலைந்து சக்தியிழந்து கரை சேர்ந்தன. கூப்பரல்ல, அவனது மண்டைக்கு மேலிருப்பதுகூட கிடைக்கவில்லை.

தன் முயற்சியில் சற்றும் மனம் தளராத FBI-ம் ராணுவமும் சியாட்டெல் முதல் ரெனோ வரை அதே வழித்தடத்தில் ஹெலிகாப்டர், சிறு விமானங்கள் கொண்டு 'பருந்துப் பார்வை' தேடலை மேற்கொண்டது. எங்கேயாவது பாராசூட் கிழிந்து தொங்குகிறதா, ஏதாவது பெட்டி கண்ணில் படுகிறதா, எவனாவது செத்துக் கிடக்கிறானா, மரக்கிளை ஏதும் முறிந்து கிடக்கிறதா, நோட்டுகள் சிதறிக்கிடக்கின்றனவா இப்படி. அதுவும் புஸ்ஸ்ஸ்!

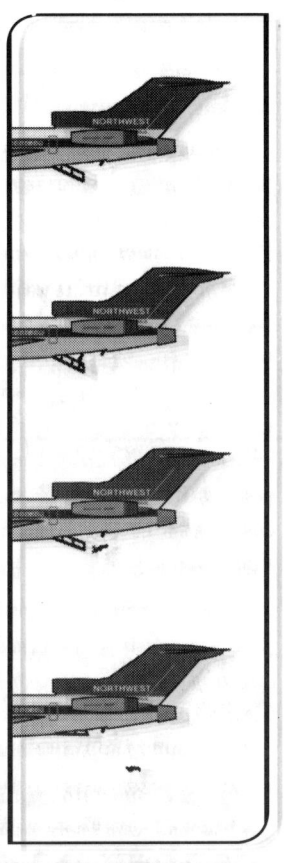

கூப்பர் இப்படிக் குதித்திருக்கலாம்

FBI, பணயத் தொகையாக வழங்கப்பட்ட நோட்டுகளின் சீரியல் நம்பர்களை வங்கிகளிடம், நிதி, வணிக நிறுவனங்களிடம், பெரிய ஹோட்டல்களிடம் மட்டும் கொடுத்தது. பின் அந்த சீரியல் நம்பர்கள் 'பொதுவில்' வெளியிடப்பட்டன. 'இன்னென்ன நம்பர் கொண்ட நோட்டு உங்க கையில சிக்குனா, தயவுசெஞ்சு பெரிய மனசு பண்ணி எங்களாண்ட வந்து ஒப்படைச்சுருங்க! - இப்படிக்கு FBI.'

பிரயோசனப்படவில்லை.

1972. மார்ச், ஏப்ரலில் FBI தரைவழியில் மீண்டும் மாபெரும் தேடல் ஒன்றை நடத்தி இன்னொரு முறை ஏமாந்துபோனது.

தவிர நீர்நிலைத் தேடல்களிலும் எதுவும் சிக்கவில்லை. அதுவரை அமெரிக்க வரலாற்றில் மிகப்பெரிய பரப்பளவில், அதிக செலவில் நடத்தப்பட்ட தேடுதல் வேட்டை இதுவே.

பிரையன் என்ற சிறுவன் தன் பெற்றோரோடு, வான்கூவர் நகரிலிருந்து ஒன்பது மைல் தொலைவில், கொலம்பியா நதிக்கரைக்குச் சுற்றுலா போனான். மாலை வேளையில் குளிருக்குத் தீமூட்ட, ஓரிடத்தில் மணலை நோண்டும்போது அவன் கையில் மூன்று பணக்கட்டுகள் கிடைத்தன. அரிக்கப்பட்ட நிலையில், ஆனால் அடுக்கிவைக்கப்பட்ட வரிசைமாறாமல், ரப்பர்-பேண்ட்கூட விலகாமல். அது 1980, பிப்ரவரி. கூப்பருக்கு அளிக்கப்பட்ட பணயத் தொகைதான் அது. இரண்டு கட்டுகளில் இருபது டாலர் நோட்டுகள் தலா நூறு உள்ளன, ஒன்றில் தொன்னூறு மட்டும் உள்ளன என்றது FBI. எனில் மீதி பத்து நோட்டுகள்? தவிர மீதி பணம்? பணப்பெட்டி? எதற்கும் விடை கிடைக்கவில்லை. (2008ல் பிரையன் தன் வசமிருந்த 14 நோட்டுகளை ஏலம் விட்டு டாலர் 37000 சம்பாதித்தது தனிக்கதை.)

1981ல் FBI வயிற்றில் ஒயின் வார்ப்பதாக அதே கொலம்பியா நதிக்கரையில் ஒரு தடயம் கிடைத்தது. ஒரு மண்டை ஓடு. ஆனால் ஆராய்ந்ததில் அது ஒரு பெண்ணினுடைய மண்டை ஓடு என்று தெரிந்ததும்... வேறென்ன, அவர்கள் அந்த நாலெழுத்து ஆங்கிலக் கெட்ட வார்த்தையை உபயோகித்திருப்பார்கள்!

இந்த விவகாரம் ஆரம்பித்ததிலிருந்து ஆயிரத்துக்கும் மேற்பட்ட நபர்களைச் சந்தேகத்தின் பேரில் விசாரித்து வெறும் ஏமாற்றத்தை மட்டுமே சந்தித்துக் கொண்டிருக்கிறது FBI. கூப்பர் நடத்திய இந்தத் திருவிளையாடலுக்குப் பிறகுதான் அமெரிக்க விமான நிலையங்களில் மெட்டல் டிடெக்டர்கள் அறிமுகப்படுத்தப்பட்டன. பயணிகளின் உடைமைகள் சோதனைக்கு உள்ளாயின. விமானங்களில் காக்பிட் டிலிருந்து பயணிகள் கேபினில் நடப்பவற்றைக் கண்காணிப்பதற்கான வசதிகள் உருவாக்கபட்டன. அடிப்பகுதி கதவுகள் பயணிகள் விமானங்களில் தவிர்க்கப்பட்டன. ஏற்கெனவே இருந்த கதவுகள் ‘வெல்ட்’ செய்யப்பட்டன.

1970ல் ஐரோப்பிய நாடுகளில் ‘டான் கூப்பர்’ என்ற பைலட்டைக் கதாநாயகனாகக் கொண்டு பிரெஞ்சு காமிக்ஸ் புத்தகங்கள் வெளிவந்தன. அது, பாராசூட்டோடு குதித்து சாகசங்கள் செய்யும் கற்பனைக் கதாபாத்திரத்திரம். அதனால் ஈர்க்கப்பட்ட ஒருவன், செய்த

வேலையாக இருக்குமோ? ஆனால் அந்த காமிக்ஸ் அமெரிக்காவுக்கு ஏற்றுமதி செய்யப்படவில்லை, தவிர பிரெஞ்சிலிருந்து வேறு மொழிகளுக்கு மாற்றமும் செய்யப்படவில்லை. எனில் இந்தக் கூப்பர், பிரெஞ்சு அறிந்த ஐரோப்பியனா?

'கூப்பர், ஸ்கை டைவிங்கிலும் பயிற்சி பெற்றவனாக இருக்க முடியாது. பயிற்சி பெற்ற யாருமே மோசமான வானிலையில், மழை அதிகம் பெய்யும்போது குதிக்க மாட்டார்கள்' என்பது சிலரது வாதம். அவசரத்துக்கு பாராசூட்களை வழங்கிய அந்த ஸ்கை டைவிங் ஸ்கூல் நடத்துபவர் திகிலாக இன்னொரு விஷயத்தையும் வெளியிட்டார். 'அவசரமாக வந்து பாராசூட் கேட்டார்கள். சும்மா பயிற்சிக்கு வைத்திருப்பவற்றை எடுத்துக் கொடுத்தேன். ஸ்கை டைவர் யாருமே அப்படிப்பட்ட பாராசூட்டைப் பார்த்தாலே புறக்கணித்துவிடுவார்கள். தவிர அவனிடம் ஹெல்மெட் வேறு இல்லை என்றே தெரிகிறது.'

ஒன்றை மட்டும் உறுதியாகச் சொல்லலாம். நமது மர்ம ஹீரோ நிஜமாகவே குதித்திருப்பாரேயானால், அவர் கையில் எடுத்துச் சென்றது வெறும் பணப்பெட்டியையோ பாராசூட்டையோ மட்டுமல்ல, அமெரிக்காவின் மானத்தையும்.

விதி சிரித்தது!

03

தனது பதினெட்டாவது வயதில் ஜோசப் ஏய்னெர் தற்கொலை செய்துகொள்ள முடிவெடுத்தார். துப்பாக்கியோ, விஷமோ, உயரமான இடமோ கிடைக்கவில்லைபோல. கையில் கயிறை எடுத்துக் கொண்டார். அதைக் கழுத்தில் மாட்டிக் கொண்டு, இவ்வுலகைக் கடைசியாக ஒரு பார்வை பார்க்கும் சமயத்தில், 'எங்கிருந்தோ வந்தான்' என ஒரு துறவி வந்து நின்றார். ஏய்னெர் அத்துறவியை அதற்கு முன்பு சந்தித்ததில்லை.

துறவி, ஏய்னெரைப் பார்த்து அன்புடன் சிரித்தார். ஆறுதலாக அரவணைத்தார். நம்பிக்கை அளிக்கும் விதத்தில் பேசினார். ஏய்னெரின் மனம் மாறியது. சரி, தொடர்ந்து வாழ்ந்துதான் பார்ப்போமே என்று தோன்றியது. ஏய்னெர், பெயர்கூட கேட்கவில்லை, அதற்குள் துறவி அங்கிருந்து காணாமல் போய்விட்டார்.

ஜோசப் ஏய்னெர் (Joseph Aigner) - பத்தொன்பதாம் நூற்றாண்டில் வாழ்ந்த ஆஸ்திரியாவின் புகழ்பெற்ற ஓவியர். அச்சமயத்தில் அங்கு வாழ்ந்த அரசர், அரசி உள்ளிட்ட முக்கியஸ்தர்களின் ஓவியத்தை வரைந்தவர். எளிதில் உணர்ச்சிவசப்படக்கூடியவர். அதனாலேயே அவருக்கு அடிக்கடி தற்கொலை எண்ணம் வந்து வந்து போனது.

ஜோசப் ஏய்னெர்

இருபத்தியிரண்டாவது வயதில் ஏய்னெருக்கு மீண்டும் தூக்கில் தொங்க ஆசை வந்தது. எவன் வந்து என்னைத் தடுக்கிறான் பார்ப்போம் என்றே கயிற்றைக் கட்டினார். முடிச்சு போட்டார். கழுத்தை உள்ளே நுழைக்கச் சென்றார். அச்சமயத்தில் அவரே வந்தார். அதே துறவி. இந்த முறையும் அவர் பேசிய ஆறுதல் வார்த்தைகள், ஏய்னெரை ரீசார்ஜ் செய்தன. இப்போதும் தன்னைப்பற்றி எதுவும் சொல்லாமல் துறவி காணாமல் போய்விட்டார்.

*1848*ல் வியன்னாவில் அரசுக்கு எதிராக நடந்த புரட்சியில் தளபதியாகப் பங்கேற்ற ஏய்னெர் சிறைபிடிக்கப்பட்டார். அவருக்கு மரண தண்டனை விதிக்கப்பட்டது. பின்னர் இளவரசர் முதலாம் ஆல்பிரட், ஏய்னெரை மன்னித்து விடுவித்தார். அதன் பின்னணியில் ஒரு துறவிதான், தமக்காகப் பரிந்து பேசியதாக அறிந்துகொண்டார் ஏய்னெர்.

1886, பிப்ரவரி *19*. அறுபத்தெட்டு வயது எய்னெர், துப்பாக்கியைத் தன் நெற்றியில் வைத்தார். சுற்றும் முற்றும் பார்த்தார். துறவி வரவில்லை. சுட்டுக் கொண்டு வெற்றிகரமாகச் செத்துப்போனார். ஏய்னெரின் இறுதிச் சடங்குகளை நடத்தி வைக்க ஒரு வயதானவர் வந்தார். வேறு யாருமல்ல, அதே துறவிதான்.

ஏய்னெரின் விதிக்குள்ளும், விதி முடிந்த பின்பும் சுற்றிச் சுற்றி வந்த அந்த மர்மத் துறவி யார்? அல்லது இவையனைத்துமே தற்செயல் நிகழ்வுகள்தானா? சில விஷயங்களை ஆராயாமல் அனுபவித்துவிட வேண்டும். தலைவிதியும் அப்படிப்பட்டதுதான். யாராலும் மாற்ற முடியாது என்று மனத்தைத் தேற்றிக் கொண்டு இருந்துவிட வேண்டியதுதானா? அப்படித்தான் இருந்தார் ஃப்ரேன் ஸெலாக்.

இவர், உலகின் மிகவும் துரதிர்ஷ்டமான மனிதரா அல்லது மிகவும் அதிர்ஷ்டமான மனிதரா என்பதற்கு யாருமே உறுதியான பதிலைச்

சொல்ல முடியாது. 1929ல் பிறந்த ஃபிரேன் ஸெலாக் (Frane Selak), குரோஷியாவைச் சேர்ந்தவர். இசைதான் தொழில். ஆனால் இவர் வாழ்க்கையில் கோர விபத்துகள் மீட்டிய நாராச மியூசிக்தான் அதிகம்.

1962 ஜனவரியில், ஸெலாக்கின் முப்பத்து நாலாவது வயதில் அவருக்கும் விபத்துக்கும் உறவு ஏற்பட்டது. டப்ரோவ்னிக் நகருக்கு ஒரு ரயிலில் சென்று கொண்டிருந்தார். இவர் சென்று கொண்டிருந்த பெட்டி, தடம்புரண்டு உறைந்துகிடந்த நதியில் விழுந்தது. உடன் பயணம் செய்த பதினேழு பேர் காலி. ஸெலாக் கை உடைந்து, ஏகப்பட்ட சிராய்ப்புகளுடனும் உள்காயங்களுடனும் கரையேறினார்.

'இனி ரயில் பயணமே வேண்டாம் சாமி' என்று முடிவெடுத்த ஸெலாக், அடுத்த வருடம் குரோஷியாவின் தலைநகரான ஸாப்ரெபிலிருந்து சிறிய விமானம் ஒன்றில் ஏறினார். மேலேறிய விமானத்தின் கதவு திடீரெனக் கழன்று விழுந்தது. விமானம் நிலைதடுமாற, ஸெலாக் வேறு வழியின்றி கீழே குதித்தார். அந்த விபத்தில் விமானத்தில் இருந்த பத்தொன்பது பேர் மரணம் பார்த்தார்கள். ஸெலாக் மட்டும் வைக்கப்போர் ஒன்றின் மேல் காயங்களுடன் குப்புற விழுந்துகிடந்தார்.

'அய்யய்யோ, விமானமா? ஆளை விடுங்கடா!' என 1966ல் பேருந்தில் ஏறினார். அதுவும் ஆற்றில் பாய்ந்தது. சக பயணிகள் நால்வர் இறந்துபோக, ஸெலாக் அங்கொன்றும் இங்கொன்றுமாக அடிபட்டு கரைசேர்ந்தார். 'இனி அடுத்தவனை நம்பப்போவதில்லை. தன் காரே தனக்கு உதவி' என்று முடிவெடுத்தார். 1970ல் காருக்கு பெட்ரோல் போட்டபோது, அது நிரம்பிவழிந்து சட்டென தீப்பிடிக்க, சென்டிமீட்டர் கேப்பில் உடல் கருகாமல் உயிர் தப்பினார்.

1973. ஸெலாக் கார் ஓட்டிக் கொண்டிருந்தபோது, காரின் Air Vent எதிர்பாராவிதமாகத் தீயைக் கக்க, சட்டென காரை நிறுத்தி கீழே குதித்தார். ஸெலாக்கின் பேரழகு கேசத்தைத் துவம்சம் செய்திருந்தது தீ. அடுத்த 22 வருடங்கள் விபத்துக்கே போரடித்திருக்கும்போல. 1995ல் சாலையில் பிளாட்பாரத்தில் தேமேவென நடந்துபோய்க் கொண்டிருந்த ஸெலாக்கை, டவுன் பஸ் ஒன்று இடித்துத் தள்ளியது. உயிருக்கு ஆபத்தில்லை. பழகிப் போன காயங்கள்.

அடுத்த வருடம். இத்தனை பார்த்த பிறகும் ஸெலாக், மலைப்பாதை ஒன்றில் விசிலடித்தபடியே காரில் சென்று கொண்டிருந்தார். எதிரில் வளைவில் பெரிய டிரக் ஒன்று வேகமாக வர, அதன்மீது மோதாமலிருக்க, ஸெலாக் ஸ்டியரிங்கை ஒடிக்க,

கார் பள்ளத்துக்குள் பாய... புன்னகை மன்னன் கமல்ஹாசனாக, ஸெலாக் மரம் ஒன்றில் தொங்கிக் கொண்டிருக்க, அவர் கண்முன்னே கார், முந்நூறு அடி பள்ளத்துக்குள் உருண்டு மோதி வெடித்து எரிந்து கொண்டிருந்தது.

வாழ்க்கையில் இவ்வளவு விபத்துகளைச் சந்தித்தும் உயிர்பிழைத்த ஸெலாக், தனது எழுபது வயதுக்குள் நான்கு திருமணங்கள் செய்திருந்தார். கூடவே விவாகரத்துகளும். 2003ல் ஐந்தாவது காதல் திருமணம். அந்த பேரிளம்பெண்ணின் பெயர் காத்ரீனா. எத்தனை நாள்கள்தான் துரதிர்ஷடத்தை மட்டுமே துரத்திக் கொண்டிருப்பது. நமக்கும் அதிர்ஷ்டம் இருக்கிறதா என்று பார்ப்போமே என வாழ்க்கையில் முதன் முறையாக லாட்டரிச் சீட்டு ஒன்றை வாங்கினார். அதிர்ஷ்டம் அகலமாகச் சிரித்தது. ஒரு மில்லியன் டாலர் பரிசு.

'இத்தனைக் காலமாக கடவுள் என்னைப் பரிதாபத்துடன் பார்த்துக் கொண்டுதானே இருக்கிறார்' என சிரித்தார் ஸெலாக். பரிசுத் தொகையுடன் ஆஸ்திரேலிய சுற்றுப் பயணத்துக்குக்கான விமான டிக்கெட்டையும் வழங்கினார்கள். 'என் அதிர்ஷடத்தை நான் இன்னொரு முறை சோதித்துப் பார்க்க மாட்டேன்' என டிக்கெட்டை மறுத்துவிட்டார்.

'இவரைப்போல அதிர்ஷ்டம் கொண்ட மனிதர் யாருமில்லை. இத்தனை முறை உயிர் பிழைத்திருக்கிறார். எழுபத்தாறு வயதில் லாட்டரியும் ஜெயித்திருக்கிறார்' என மீடியாக்கள் புகழ ஆரம்பித்தன. ஸெலாக் அவசர அவசரமாகத் தலையாட்டி மறுத்தார்.

'பணத்தை வைத்து மகிழ்ச்சியை வாங்க முடியாது. உயிர் பிழைத்ததெல்லாம் அதிர்ஷ்டம் கிடையாது. இத்தனை விபத்துகள் என்னைத் துரத்தியதும், அதில் காயங்களோடும் வலிகளோடும் நான் உயிர் மீண்டதும் எவ்வளவு துரதிர்ஷ்டம். இருந்தாலும் நான் செய்துகொண்ட முதல் நான்கு திருமணங்களைத்தான் மிகப்பெரிய விபத்துகளாக எண்ணுகிறேன்.'

தலைவிதி என்றெல்லாம் ஒன்று கிடையவே கிடையாது. ஒரே மனிதரை இத்தனை விபத்துகள் துரத்தியதுகூட தற்செயல் நிகழ்வுகள்தான் என்று அறிவித்துவிடலாமா? இல்லை, 'நல்லவங்களை ஆண்டவன் நிறைய சோதிப்பான், ஆனா கைவிட மாட்டான்' என்ற ரஜினி பன்ச்சை ஸெலாக்கின் வாழ்க்கையில் அப்ளை பண்ணிக் கொள்ளலாமா?

ஆலன் போ

முதல் உலக யுத்தத்தின் இறுதிக் கட்டம் (1918). இங்கிலாந்தின் மேஜரான சம்மர்ஃபோர்ட் (Summerford), வடக்கு ஐரோப்பாவிலுள்ள ஃப்ளாண்டர்ஸில் களத்தில் இருந்தபோது, அவரை மின்னல் தாக்கியது. குதிரையிலிருந்து கீழே விழுந்து துடிதுடித்தார். சக வீரர்கள் உயிரைக் காப்பாற்றினர். ஆனால் இடுப்புக் கீழே எதுவுமே இயங்காமல் போய் விட்டது.

நீண்ட சிகிச்சைக்குப் பின் இயல்பு நிலைக்குத் திரும்பினார். ஆறு வருடங்கள் கழித்து, கனடாவின் வான்கூவர் நகரில் சம்மர்ஃபோர்ட் ஒரு பகல் பொழுதில் மீன்பிடிக்கச் சென்றார். திடீரென மழை மேகங்கள் சூழ, இம்முறையும் அவரைத் தேடிவந்து மின்னல் தாக்கியது. உயிர் பிழைத்தாலும் உடலில் வலப்பக்கம் மொத்தமும் இயங்காமல் போனது.

மீண்டும் உடல் சீராக மாதங்கள் பிடித்தன. இரண்டு வருடங்கள் கழிந்திருக்கும். கோடைகாலம். வானம் தெளிவாகத்தான் இருக்கிறது என்ற நம்பிக்கையில் சம்மர்ஃபோர்ட், வீட்டுக்கு அருகிலுள்ள பூங்காவுக்குச் செல்ல, திடீரென கோடை மழை ஆரம்பித்தது. மின்னல் மீண்டும் சம்மர்ஃபோர்ட் மேல் இறங்கியது. இந்த முறையும் உயிர் பிழைத்துக் கொண்டார். ஆனால் மீளவே முடியாதபடி உடல் முற்றிலும் செயலிழந்து போனது. இரண்டு வருடங்கள் படுத்த படுக்கையாகக் கிடந்து இறந்துபோனார்.

நான்கு வருடங்கள் கழிந்திருக்கும். கல்லறை ஒன்று மின்னல் தாக்கியதில் பலத்த சேதமடைந்தது. கல்லறைக்கான கல்வெட்டு அங்கே சிதறிக் கிடந்தது. அந்தக் கல்வெட்டில் பொறிக்கப்பட்டிருந்த பெயர்... வேறென்ன, 'மேஜர் சம்மர்ஃபோர்ட்.'

மின்னலுக்கும் மேஜருக்கும் பூர்வ ஜென்ம பகை இருந்தது. அதனால்தான் இப்படியெல்லாம் என்று கதைவிட முடியுமா என்ன? இவற்றை எல்லாம் கடவுள் நம்பிக்கை இருப்பவர்கள் 'விதி' என்றும்,

இல்லாதவர்கள் 'தற்செயல் நிகழ்வு' என்றும் சொல்லிக் கொள்ளலாம். ஆனால் கொடூரமான கற்பனை ஒன்று நிஜமாகும்போது அதையும் வெறும் தற்செயல் நிகழ்வாக எடுத்துக் கொள்ள முடியுமா?

அந்த நாவல்

எட்ஜெர் அலன் போ (Edger Allan Poe). பத்தொன்பதாம் நூற்றாண்டில் வாழ்ந்த அமெரிக்க எழுத்தாளர். மர்மக் கதை வல்லுனர். 1838ல் அலன் போ எழுதி வெளியான The Narrative of Arthur Gordon Pym of Nantucket என்ற மர்ம நாவல், அதில் விவரிக்கப்பட்டிருந்த ஒரு கற்பனைச் சம்பவத்தால் பயங்கர சர்ச்சைக் குள்ளானது.

கிராம்பஸ் என்ற சிறிய கப்பலில் நான்கு பேர், திமிங்கல வேட்டைக்காகச் செல்கிறார்கள். புயல். கப்பல் தடுமாறி, திசைமாறி நடுக்கடலில் எங்கேயோ மாட்டிக் கொள்கிறது. நாள்கள் கரைகின்றன. உணவில்லை. உயிரைத் தின்னும் பசி. நால்வரில் துடிப்பான இளைஞனான ரிச்சர்ட் பார்கர், ஒரு யோசனை சொல்கிறான். அதன்படி சீட்டு குலுக்கிப் போடுகிறார்கள். பார்கரின் பெயர் வருகிறது. மற்ற மூவரும் சேர்ந்து பார்கரைக் கொல்கிறார்கள். உண்பதற்காக.

இது நாவலில் அலன் போவின் கற்பனை.

1884. Mignonette என்ற கப்பல் புயலில் சிக்கிக் கவிழ்கிறது. அதில் இருந்த நான்குபேர் உயிர்காக்கும் சிறிய படகு ஒன்றில் ஏறி தப்பிக்கின்றனர். நாள்கள் நகருகின்றன. கரை கண்ணில்படவில்லை. கொடூரப் பசியால், படகிலிருந்த மூன்று பேர் சேர்ந்து அந்தக் கொடூர முடிவை எடுக்கின்றனர். கப்பல் உதவியாளனாக வந்த அந்த பதினேழு வயது இளைஞனைக் கொல்கிறார்கள். உண்பதற்காக.

இது நிஜத்தில் நடந்த சம்பவம். பிரிட்டனில் இது குறித்து நடந்த வழக்கு (R V Dudley and Stephens Case) மிகவும் பரபரப்பானது. இங்கே சொல்லப்பட வேண்டிய இன்னொரு விஷயம் - நிஜத்தில் கொல்லப்பட்ட அந்தப் பதினேழு வயது இளைஞனின் பெயரும் ரிச்சர்ட் பார்கர்.

நாய்களின் தற்கொலை முனை!

இதை நீங்கள் படிக்க ஆரம்பிக்கும் நேரத்தில், அங்கே அந்தப் பாலத்தில் ஏதோ ஒரு நாய் தற்கொலை செய்துகொள்ளலாம். அதன் ஆத்மா சாந்தியடைய ஆண்டவனை வேண்டிக் கொண்டு மேற்கொண்டு தொடருங்கள்.

ஒரு நாய் எதற்காகத் தற்கொலை செய்துகொள்ள வேண்டும்?

தேர்வுத் தோல்வி, காதல் தோல்வி, பிஸினஸ் தோல்வி, தேர்தல் தோல்வி உள்ளிட்ட மனிதனுக்கான காரணங்கள் எதுவும் நாய்களுக்கு இருக்கப் போவதில்லை. தனது பாசத்துக்குரிய எஜமானரை இழந்து வாடும் சில நாய்கள், நாள்கணக்கில் எதுவும் உண்ணாமல் செத்துப் போன சம்பவங்கள் உண்டு. ஆனால் தற்கொலை எல்லாம் செய்துகொள்ளாது என்கிறீர்களா. எதையும் உறுதியாகச் சொல்வதற்குமுன் ஒருமுறை ஸ்காட்லாந்து வரை சென்று பார்த்துவிட்டு வந்துவிடுவோம். அதுவும் அங்கேயுள்ள மேற்கு டன்பர்ட்டன்ஷைர் நகரத்திலுள்ள ஓவர்டவுன் (Overtoun) எஸ்டேட்டுக்கு. அதிலும் முக்கியமாக எஸ்டேட்டில் அமைந்துள்ள மர்மமான அந்தப் பாலத்துக்கு. வாருங்கள்.

04

ஓவர்டவுன் எஸ்டேட்டுக்கும், அதில் அமைந்திருக்கும் மேன்சனுக்கும், சுற்றியிருக்கும் அழகான தோட்டத்துக்கும் நூற்றாண்டு கால வரலாறு உண்டு.

1893ல் அந்த எஸ்டேட்டை வாங்கிய முதலாளியான லார்ட் ஓவர்டவுன், அதனை கிழக்கு, மேற்கு என பிரித்து விரிவுபடுத்தினார். இடைப்பட்ட பகுதியில் ஓர் அருவி விழுந்து நீரோடையாக ஓடியது. பாறைகளால் நிரம்பிய அந்தப் பகுதியில், நீரோடையைக் கடக்கும் விதமாக பாலம் ஒன்றையும் கட்டினார்.

கருங்கற்களாலும் கிரானைட்டாலும் உருவாக்கப்பட்ட இந்தப் பாலம் அதிக அகலமோ, பெரும் நீளமோ கிடையாது. சுமார் இரண்டடி உயர, தடிமனான கைப்பிடிச் சுவர். சுவரின் குறிப்பிட்ட இடைவெளிகளில் பாலத்திலிருந்து வெளியே நீட்டிக் கொண்டிருப்பதாக அரைவட்ட வளைவுகள். இருபக்கமும் சேர்த்து மொத்தம் எட்டு வளைவுகள். பாலத்தைக் கடந்தால் அந்தப் பக்கம் மேன்சன். ஒரு நாய் தன் பின்னங்கால்களைத் தரையில் ஊன்றி, முன்னங்கால்களை பாலத்தின் கட்டைச் சுவர் மேலே வைத்துக்கொண்டு, கீழே ஓடும் நீரோட்டத்தை ரசிக்கலாம். சுற்றியிருக்கும் இயற்கையில் திளைக்கலாம். அப்படியே பின்னங்கால்களால் உந்தித் தாவி, சுமார் 50 அடி பள்ளத்தில் குதித்து, பாறைகளில் மோதி தற்கொலையும் செய்து கொள்ளலாம்.

அப்படித்தான் குதித்து விட்டது பென், அக்டோபர் 2005ல். நீண்ட மூக்கும் புசுபுசு முடியும் கொண்ட Collie ரக பெண் நாய் அது. அந்த ஊருக்கு வந்திருந்த டோனா என்ற பெண் தன் கணவருடனும், இரண்டு வயது மகனுடனும் செல்ல நாய் பென்னுடனும் வாக்கிங் சென்றாள். அன்று சூரியன் முழுமுகம் காட்டிச் சிரித்தது.

ஓவர்டவுன் பாலத்துக்கு அருகில் வந்தார்கள். பென் துள்ளலோடு பாலத்தின் மீது ஓடியது. பாதி பாலத்தைத் தாண்டி வலதுபுறமுள்ள கடைசி இரு வளைவுகளுக்கு இடையே வந்த பென், சட்டென கைப்பிடிச் சுவர் தாண்டி கீழே குதித்துவிட்டது.

'ஓ மை காட்!' அலறலோடு அவர்கள், பாலத்தின் கீழே பார்க்க, பாறைகளின் மேல் விழுந்து அலங்கோலமாகக் கிடந்தது பென். தூக்கிக் கொண்டு மருத்துவமனைக்கு ஓடினார்கள். அதன் கால்கள் முறிந்திருந்தன. தாடை எலும்புகள், பின்பக்க எலும்புகள் என பல்வேறு முறிவுகள். வலியில் பென், கதறிக் கொண்டிருந்தது. 'அதனைச் சாக அனுமதிப்பதே உத்தமம்' என்றார் டாக்டர்.

பென் உயிரைவிட்டது. டோனாவின் குடும்பத்துக்கு ஆறுதல் சொல்ல கென்னத் என்பவர் வந்திருந்தார், அதுவும் தனது செல்ல நாயுடன். அது நீண்ட மூக்கும் தகதக முடியும் கொண்ட Golden

Retriever ரகம். கென்னத்தும் தன் நாய் பற்றிய சம்பவத்தை அப்போது சொன்னார். ‘இவன்கூட இப்படித்தான். போன வருடம் ஒருநாள் அந்தப் பாலத்தின் மீதிருந்து குதித்துவிட்டான். நீங்கள் சொன்ன அதே இடத்தில்தான். நல்லவேளை. பாறைமேல் விழவில்லை. மிகவும் பாதுகாப்பாக ஒரு புதர்மேல் விழுந்திருந்தான். அடி பலமில்லை. ஓரிரு நாள்கள் பயந்ததுபோல இருந்தான். எதுவும் சாப்பிடவில்லை. பிறகு கொஞ்சம் கொஞ்சமாகச் சரியாகிவிட்டான். என்ன, நாங்கள் இப்போது இவனை அழைத்துக் கொண்டு அந்தப் பாலத்தின்மீது செல்வதில்லை.’

கென்னத் சொல்லச் சொல்ல, டோனாவுக்கு அதிர்ச்சி. ‘நிஜமாகத் தான் சொல்கிறீர்களா?’

‘நீங்கள் மட்டுமல்ல, இந்நகரில் வசிக்கும் பலரும் தங்கள் செல்ல நாய்களை அங்கே பறிகொடுத்திருக்கிறார்கள். நாய்களோடு அங்கே செல்லவே எல்லோரும் பயப்படுகிறார்கள். அதை நாய்கள் தற்கொலை செய்துகொள்ளும் இடம் என்றுதான் அறிவித்திருக்கிறார்கள்.’

டோனா வாயடைத்துப் போனாள்.

சென்ற நூற்றாண்டிலிருந்து இன்றைய தேதி வரை நூற்றுக்கணக்கான நாய்கள், ஓவர்டவுன் பாலத்தில் இருந்து குதித்து தற்கொலை செய்திருக்கின்றன. அதுவும் குறிப்பாக வலதுபக்கத்தில். கடைசி இரு அரைவட்ட வளைவுகளுக்கு இடையில். இன்ன வருடம், மாதம், தேதியில் இந்த ரக நாய் ஒன்று, முதல் முறையாகக் குதித்து இந்த அமங்கள காரியத்தை ஆரம்பித்து வைத்தது என்று பக்காவான புள்ளிவிவரத்தை யாராலும் சொல்ல முடியவில்லை. 1950-லிருந்து வருடத்துக்கு குறைந்தது டஜன் நாய்களாவது இவ்விடம் தற்கொலை செய்து கொள்கின்றன. ஒருமுறை குதித்து உயிர் பிழைத்த சில நாய்கள், உடல்நிலை சீராகிய பின், மீண்டும் இதே பாலத்துக்கு முன்பு அட்டெம்ப்ட் செய்த அதே இடத்துக்கு வந்து இன்னொரு முறை குதித்து ஆனந்தமாகத் தம் உயிரை விட்ட அதிர்ச்சியான சம்பவங்கள் நடந்திருக்கின்றன.

ஏன்? பாலத்தில் அப்படி என்னதான் மர்மம் இருக்கிறது? அதுவும் அந்தக் குறிப்பிட்ட இடத்தில் அமானுஷ்ய சக்தி ஏதேனும் இருக்கிறதா? அந்த சக்திதான் நாய்களைச் ‘செத்து செத்து விளையாடக்’ கூப்பிடுகிறதா?

சென்ற நூற்றாண்டின் மத்தியில் உலகத்தின் கவனம் இந்தப் பாலத்தின் மேல் குவிந்தது. நாய்நேசர்கள் இதற்கான விடையைக்

வெளிச்சத்தின் நிறம் கருப்பு / 33

மர்மப் பாலம்

கண்டுபிடித்தே தீர வேண்டுமென்பதில் ஆர்வமானார்கள். விதவிதமான ஆராய்ச்சிகள் ஆரம்பித்தன.

நாய்கள், பாலத்தில் மேன்சனை நோக்கிச் செல்லும் வலதுபுறத்தில், கடைசி இரு வளைவுகளுக்கு இடையில் மட்டுமே குதிக்கின்றன. நாய்கள் குதிக்கும் நாள்களில் வானம் தெளிவாக இருக்கிறது. வெயில் அடிக்கிறது. இரவுகளில் நாய்கள் குதித்ததாகத் தெரியவில்லை. Labradors, Collies, Retrievers போன்ற நீண்ட மூக்குகள் கொண்ட நாய்கள் மட்டுமே குதிக்கின்றன. நாய்களை இழந்தவர்கள் சொன்ன தகவல்கள் மூலம் இப்படிப்பட்ட பொதுவான ஒற்றுமைகள் தெரிய வந்தன.

எந்த மர்மத்துக்கும் மத சம்பந்தமான கோணம் ஒன்று உருவாக்கப்படுமே. ஒரு கதை பரவியது. 1994ல் கெவின் என்ற தீவிர கிறித்துவன் தனது ஆண் குழந்தையோடு, இந்தப் பாலத்துக்கு ஓடிவந்தான். கைப்பிடிச் சுவர் மேல் ஏறி நின்றபடி, 'இந்தக் குழந்தை கிறித்துவத்துக்கு எதிரானது. பின்னாளில் கிறித்துவத்தையே அழித்துவிடும். வேண்டாம் இந்தக் குழந்தை...' என்று குழந்தையைக் கீழே வீசிக் கொன்றான். பின் அவனும் அங்கிருந்து குதித்தான். அவனது தற்கொலை முயற்சி தோல்வியில் முடிந்தது.

அந்தக் குழந்தைதான் இப்போது ஆவியாக ஓவர்டவுன் மேன்சனை, அந்தப் பாலத்தைச் சுற்றிச் சுற்றி வருவதாகவும், அந்த ஆவி நாய்களின் கண்களுக்குத் தெரிய அவை மிரண்டு போய் பாலத்திலிருந்து குதிப்பதாகவும் ஊருக்குள் செய்தி பரப்பப்பட்டது. அப்படியொரு சம்பவம் நடந்ததற்கான ஆதாரம் இல்லாததாலும், 1994க்கு முன்பும் நாய்கள் அங்கிருந்து குதித்திருக்கின்றன என்பதாலும் அந்த வதந்தி செத்துப் போனது.

ஆதி ஐரோப்பியர்களின் ஓர் இனமான செல்ட் மக்களின் நம்பிக்கைப்படி, ஓவர்டவுன் எஸ்டேட்டில் அந்தப் பாலம் அமைந்துள்ள இடமானது மிகவும் உணர்வுபூர்வமானது. அந்த இடத்தில்தான் உலகத்தின் சொர்க்கமும் நரகமும் சந்திக்கின்றன. இது பழம் பெருச்சாளிகள் சிலர் மார்தட்டி முன் வைத்த கருத்து. இருக்கட்டுமே. அந்த உணர்வுபூர்வமான புள்ளியில் நாய்கள் மட்டும் சாக வேண்டும்? பன்றிகள், குதிரைகள், மாடுகள், மனித ஜென்மங்கள்கூட அப்பாலத்தைக் கடக்கின்றன. அவை ஏன் குதிப்பதில்லை என்ற கேள்வி எழுந்ததும், பெருச்சாளிகள் பேச மறுத்துவிட்டன.

இருந்தாலும் ஏதோ அமானுஷ்ய சக்தி, அந்தப் பாலத்தில் இருக்கிறது. அதுவே நாய்களைத் தூண்டி விடுகிறது அல்லது மிரளச் செய்கிறது என்ற கருத்து புஷ்டியாகிக் கொண்டே போனது. வெயில் நாள்களில் மனநல நிபுணர்கள் நாய்களோடு பாலத்தில் நடந்து பார்த்தார்கள். அந்தக் குறிப்பிட்ட இடம் வந்ததும் நாய்கள் மிரளுவதை, குதிக்க நினைப்பதை உணர்ந்தார்கள்.

மனநல மருத்துவரான டேவிட் சான்ஸும் தனது பத்தொன்பது வயது கிழட்டு நாய் ஹென்றிக்ஸை வைத்து சோதனை செய்தார். 'நான் அதைப் பிடிக்கவில்லை. அது சுதந்தரமாக ஆனந்தமாக பாலத்தின் மேல் நடந்துபோனது. வலதுபுறத்தின் அந்த இடம் வந்ததும் ஒருமாதிரி ஆகிவிட்டது. கட்டைச் சுவரின் மேல் கால்களால் பிராண்ட ஆரம்பித்துவிட்டது. வயதான காரணத்தினால் அதனால் எம்பிக் குதிக்க முடியவில்லை.'

சான்ஸ், அந்த இடத்தில் தன் நாய் ஏதையோ கண்டு, அல்லது கேட்டு, அல்லது ஏதோ வாசனையால் ஈர்க்கப்பட்டதால் அப்படிச் செய்துள்ளது. அது எதனால் என்று தெளிவாகக் கண்டறிய வேண்டும் என்றார். பின் டேவிட் செக்ஸ்டன் என்ற விலங்கியல் சிறப்பு நிபுணர் அந்த ஆராய்ச்சியில் இறங்கினார்.

நாய்களைப் பயமுறுத்தும் விதமாக தோற்றத்தைக் கொண்ட எந்தப் பொருளும் அங்கில்லை. நாய்களை மிரளச் செய்யும் விதமான ஒலிகளும் அங்கே கேட்பதில்லை. எனவே ஏதோ வாசனைதான் காரணம் என்ற முடிவுக்கு வந்தார். பாலத்தின் கீழ் எலிகள் நிறைய இருந்தன, கூடவே மிங்க் என்ற பிராணிகளும். (மிங்க் - குளிர் பிரதேசங்களில் வாழும் பாலூட்டி விலங்கு. அதன் ரோமத்துக்காக (Fur) வேட்டையாடப்படுவது.) எலிகளைவிட, மிங்குகளின் மணம் நாய்களைத் தூண்டி இழுப்பவையே.

இதனைக் கண்டறிந்த டேவிட், பத்து வேறு வேறு நாய்களை பாலத்தில் நடக்க விட்டு ஆராய்ச்சி செய்தார். அவற்றில் ஏழு நாய்கள் மிங்குகளினால் ஈர்க்கப்பட்டன. 'மிங்குகளை வேட்டையாடுவதற்காக நாய்கள் பாலத்திலிருந்து குதிக்கின்றன. இதுவே மர்மத்துக்கான விடை' என்றார் டேவிட்.

விஷயம் தீர்ந்துவிடவில்லை. மிங்குகள் சென்ற நூற்றாண்டில் பாதியில்தான் பிரிட்டனுக்கு அமெரிக்காவில் இருந்து கொண்டு வரப்பட்டன. பின்பே அவை பல்கிப் பெருகின. ஸ்காட்லாந்தில் பல பாலங்களுக்கு அடியில் மிங்குகள் ஆயிரக்கணக்கில் வாழ்கின்றன. இருந்தும் ஏன் இந்தப் பாலத்திலிருந்து மட்டும் நாய்கள், மிங்குகளுக்காக, அதுவும் வலதுபுறத்திலிருந்து மட்டும் குதிக்க வேண்டும்?

நாய்களை அழைத்து வருபவர்கள் மன அழுத்தத்தில், தற்கொலை எண்ணத்துடன் இருந்தால் அந்த உள்ளுணர்வு நாய்களுக்கும் பரவும் என்றொரு மேலோட்டமான கருத்தும் உண்டு. ஆனால் நாய் ஓனர்கள் எல்லோருக்குமே அப்படிப்பட்ட எண்ணம் இருக்க வாய்ப்பில்லையே. தவிர, தானே வந்து தனியே செத்துப் போகும் நாய்களை என்ன சொல்ல?

இப்போது வரை ஓவர்டவுன் பாலத்தின் நாய் மர்மம் தொடர்ந்து கொண்டேதான் இருக்கிறது. அது தீர வேண்டுமென்றால் இரண்டு விஷயங்கள் நடக்க வேண்டும். ஒன்று ஏதாவது ஒரு நாய் தற்கொலை செய்வதற்கு முன்பாக 'என் சாவுக்குக் காரணம்...' என கடிதம் எழுதி வைத்துவிட்டுச் சாக வேண்டும். அல்லது நாமே நாயாக மாறி, ஓவர்டவுன் பாலத்துக்குச் சென்று...

முகமூடி

05

இங்கே இன்று திஹார் சிறை எப்படியோ பிரான்ஸில் அன்று பைன்ரோலோ நகரச் சிறை விவிஐபி அரசியல் கைதிகளுக்காகப் பிரசித்தி பெற்றது. பெரிய கோட்டைக்குள் அமைக்கப்பட்ட பாதுகாப்பான சிறை. 1669, ஜூலை. சிறையின் கவர்னரான செய்ன்ட்-மார்ஸுக்கு அரசாங்க முத்திரையிடப்பட்ட ஒரு கடிதம் வந்தது. அனுப்பியிருந்தவர் மார்க்விஸ் டி லோவாய்ஸ் (பிரான்ஸின் மன்னரான பதினான்காம் லூயிஸின் அமைச்சர்).

'பைன்ரோலோ சிறைக்கு அடுத்த மாதம் ஒரு கைதியை அனுப்பி வைக்கிறேன். பெயர் எஸ்டேக் டாகர். இரண்டு வலிமையான கதவுகள் போடப்பட்ட பாதுகாப்பான சிறை அறை ஒன்றைத் தயார் செய்து வைக்கவும். கைதியைச் சிறை அறையிலிருந்து எக்காரணத்தைக் கொண்டு வெளியில் அனுப்பக்கூடாது. கைதியின் முகத்தை வேறு யாரும் பார்க்கக் கூடாது. நீங்களே கைதியைத் தனிப்பட்ட முறையில் கவனித்துக் கொள்ளுங்கள். கைதியின் அறைக்கு தினமும் ஒருமுறை மட்டும் சென்று, அவனது தினசரித் தேவைகளைப் பூர்த்தி செய்யுங்கள். வேறு எதுவும் அவனிடம் பேசக் கூடாது. கேட்கக்கூடாது. அவனும் உங்களிடம் அநாவசியமாகப் பேச நினைத்தால் 'கொன்று விடுவேன்' என்று மிரட்டுங்கள். அதிக மரியாதையுடன் நடத்தத் தேவையில்லை. இந்தக் கைதி ஒரு சாதாரண வேலைக்காரன்தான்.'

முகமூடிக் கைதியும் கவர்னர் மார்ஸும்

செய்ன்ட்-மார்ஸுக்கு ஒன்றும் புரியவில்லை. சாதாரண வேலைக்காரன் ஒருவனைக் கைதியாக அனுப்புகிறார்கள் என்றால் எதற்கு இத்தனைக் கட்டுப்பாடுகளைப் பிறப்பிக்க வேண்டும்?

அந்த ஆகஸ்டில் எஸ்டேக் டாகர் என்று கடிதத்தில் குறிப்பிடப்பட்ட நபர், பைன்ரோலோ சிறைக்கு அதிக பாதுகாப்புடன் கொண்டு வரப்பட்டான். பிரான்ஸ் - ஸ்பெயின் எல்லையில் சந்தேகப்படும்படி திரிந்து கொண்டிருந்ததால் கைது செய்யப்பட்டதாக சிறை ஆவணங்களில் அவன்மேல் குற்றம் பதியப்பட்டது. இரட்டைக் கதவு போடப்பட்ட சிறை அறையில் அடைக்கப்பட்டான். அமைச்சரின் உத்தரவுப்படியே டாகரைக் கவனித்துக் கொண்டார் மார்ஸ். இளைஞன். உயரமானவன். கம்பீரத் தோற்றம். தன் முகம் தெரியாதவண்ணம், கருப்பு வெல்வெட் துணியினாலான முகமூடியை பெரும்பாலும் அணிந்திருந்தான். மார்ஸோ, கைதியோ ஒருவருக்கொருவர் அநாவசியமாகப் பேசிக் கொள்ளவில்லை. அவன் எந்தத் தொந்தரவும் கொடுக்கவில்லை. எப்போதாவது கிட்டார் இசைத்தான். அதன் வழியே அவன் பேசியது யாருக்கும் பிடிபடவில்லை.

1681ல் சிறை கவர்னர் மார்ஸ், எக்ஸைல் நகரத்திலுள்ள இன்னொரு சிறைக்கு இடமாற்றம் செய்யப்பட்டார். போனவர், தன்னுடன் டாகரையும் மறைத்து மறைத்தே அழைத்துச் சென்றார். அங்கும் டாகருக்கு அதேபோல முகமூடிச் சிறைவாசம். 1687ல் மார்ஸ், கேன்ஸ் நகரத்துக்கு அருகில் இன்னொரு சிறைக்கு மாற்றப்பட்டார். கூடவே டாகரும், முகமூடியுடன். 1698. இம்முறை மார்ஸும் அவரது செல்லக் கைதி டாகரும் டிரான்ஸ்பரான இடம், பாரிஸின் பாஸ்டில் சிறை.

1703, நவம்பர் 19 அன்று டாகர் இயற்கை மரணம் அடைந்தான். 'மார்சியோலி' என்ற பெயரில் அவனது இறப்பு பாஸ்டில் சிறை ஆவணங்களில் பதிவு செய்யப்பட்டது. ஓரிடத்தில் ரகசியமாகப் புதைக்கப்பட்டான். அவன் சிறையில் பயன்படுத்திய பொருள்கள் எல்லாமே மொத்தமாக எரிக்கப்பட்டன.

ஏறக்குறைய 35 வருடங்கள் சிறைவாசம். அதுவும் முகமூடி யுடன். பேச்சுரிமைகூட கிடையாது. அவன் யார்? எதற்காகச் சிறையிலடைக்கப்பட்டான்? அவனும் அத்தனை வருடங்கள் எந்த எதிர்ப்பும் காட்டாமல் சிறையில் இருந்து, இறந்துபோயிருக்கிறானே. ஏன்? அந்தக் கைதியை பொத்திப் பொத்திப் பாதுகாத்த கவர்னர் மார்ஸ்கூட அவன் செத்தபிறகும் எந்தவிதமான விவரங்களையும் வெளியிடவில்லை. ஒருவேளை அவருக்கே எதுவும் தெரியாதா? அவன் எதிரியா? துரோகியா? அல்லது வஞ்சிக்கப்பட்ட அப்பாவியா?

விடை தேடும் படலம் பதினேழாம் நூற்றாண்டிலேயே ஆரம்பித்து விட்டது. ஆரம்பித்து வைத்தவர்கள், முகமூடிக் கைதியுடன் சிறைவாசம் அனுபவித்து விடுதலையாகி வந்த சக கைதிகள். அவர்கள் கிளப்பிவிட்ட அனுமானங்களும் கதைகளும் கேள்விகளும், பிரான்ஸ் மன்னரின் பரம்பரையையே கேலிக்குள்ளாக்கின.

முதன்முதலில் முகமூடிக் கைதி குறித்த அதிகபட்ச ஆர்வத்தைக் கிளப்பியவர் பிரெஞ்சு தத்துவஞானியான வால்டேர் (Voltaire). மன்னரை எதிர்த்தோ, அரசாங்கத்தை எதிர்த்தோ அல்லது மதத்துக்கு விரோதமாகவோ ஏடாகூட கருத்துகளைச் சொல்லி அடிக்கடி ஜெயிலுக்குச் சென்று வருவது வால்டேரின் பொழுதுபோக்கு. அந்த விதத்தில் 1717ல் பாஸ்டில் சிறையில் சிலகாலம் இருந்த வால்டேர், அங்கே முகமூடிக் கைதி காலத்தில் இருந்த சிலரோடு பேசி பல விஷயங்களைச் சேகரித்துக் கொண்டார். வெளியில் வந்த பின்பு முகமூடிக் கைதியின் ரகசியங்களென பல யூகங்களைப் பரப்பிவிட்டார்.

அந்தக் கைதி, மன்னர் பதினான்காம் லூயிஸின் தாயார் அனிக்கும், பிரான்ஸின் முதலமைச்சர் மாஸரினுக்கும் இருந்த முறைகேடான உறவில் பிறந்த மகன். இந்த முறையற்ற சகோதரன், அரியணைக்குப் போட்டியாக வந்துவிடக்கூடாதென, மன்னர் அவனைச் சிறையில் ஒளித்து வைத்திருந்தார். கைதி எப்போதும் இரும்பினாலான முகமூடியை அணிந்திருந்தான்.

ஒருமுறை முகமூடிக் கைதி, தனது வெள்ளித் தட்டின் பின்புறத்தில் சிறிய கத்தி ஒன்றால் கீறிக் கீறி எதையோ எழுதி, சிறைக்கு வெளியே வீசிவிட்டான். அந்தத் தட்டு படிப்பறிவில்லாத ஒரு மீனவர் கையில் கிடைத்துவிட்டது. அந்த மீனவர் அது என்னவென்று புரியாமல் சிறைவாசல் காவலனிடம் கொடுத்துவிட, கைதியின் திட்டம் பலிக்காமல் போய்விட்டது. யாராவது படிக்கத் தெரிந்த நபரிடம் மட்டும் தட்டு கிடைத்திருந்தால் அந்த மாபெரும் ரகசியம் வெளிப்பட்டிருக்கும். இவை எல்லாம் வால்டேரின் யூகங்கள்.

வால்டைர்

1711ல் மன்னர் பதினான்காம் லூயிஸின் மருமகளான இளவரசி பாலென்டைன், தன் உறவுப்பெண் ஒருத்திக்கு எழுதிய கடிதத்தில் இந்த முகமூடிக் கைதியைப் பற்றிக் குறிப்பிட்டுள்ளார். ‘முகமூடி மனிதனைச் சிறையில் நல்லவிதமாகப் பார்த்துக் கொண்டார்களாம். அவன் முகமூடியைக் கழட்டாமல் கண்காணிப்பதற்கென்றே அவன் அருகில் எப்போது இரண்டு காவலர்கள் இருந்துள்ளனர். எனவே அவன் முகமூடியுடன் சாப்பிட்டுள்ளான், உறங்கியுள்ளான். அதைக் கழட்டாமல்தான் இறந்தும் போயுள்ளான்.’

இளவரசியும்கூட, அரச சபையில் அவள் காதில் அரசல் புரசலாக விழுந்த விஷயங்களைத்தான் கூறியிருக்கிறாரே தவிர, யார் அவன் என்ற விவரங்கள் அவருக்கும் தெரியவில்லை. தவிர,

பதினான்காம் லூயிஸ்

மன்னர் பதினான்காம் லூயிஸின் குடும்பத்தைச் சார்ந்தவர்கள், உற்றார், உறவினர், ஒண்ணுவிட்ட பங்காளிகள்கூட அந்தக் கைதியைப் பற்றி எதையுமே பதிவுசெய்து வைக்கவில்லை.

1768ல் சிறை கவர்னர் மார்ஸின் பரம்பரையில் வந்த ஒருவர் வெளியிட்ட விஷயங்கள் குட்டையை மேலும் குழப்பின. 'மார்ஸ், அவரை மரியாதையாக 'இளவரசர்' என்றுதான் அழைத்தார். வீரர்கள் அவர் முன் தம் தொப்பியைக் கழட்டி விட்டு பணிவுடன்தான் நின்றிருக்கின்றனர். மார்ஸ், தனது சொந்தச் செலவில் அவருக்குச் சிறை அறையில் பல வசதிகள் செய்து கொடுத்தார். உயரமாக இருந்த அவருக்கு வீரர்கள் வைத்திருந்த செல்லப் பெயர், 'டவர்.' அவர் எப்போதும் முகமூடி அணிந்திருக்கவில்லை. சிறை அறையில் பலரும் அவரது முகத்தைப் பார்த்திருக்கின்றனர்.'

பத்தொன்பதாம் நூற்றாண்டில் வாழ்ந்த பிரெஞ்சு எழுத்தாளர் அலெக்ஸாண்டர் டூமாஸ், கைதியின் கதைக்குப் புதிய கோணம் கொடுத்தார். 'அந்தக் கைதி பதினான்காம் லூயிஸோடு ஒட்டிப் பிறந்த இரட்டை. லூயிஸைப் போலவே முகம் கொண்டவன். அவனை அரண்மனையில் வளர்க்காமல் யாரிடமோ கொடுத்து ரகசியமாக வளர்த்தார்கள். அவனுக்கு தான் ராஜகுடும்பத்தைச் சேர்ந்தவன் என்ற உண்மை தெரியவந்ததும் கொந்தளித்தான். எனவே மன்னராக இருந்த பதினான்காம் லூயிஸ் அவனைச் சிறையில்

அடைத்துவிட்டார். தன்னைப் போலவே தோற்றம் கொண்டவனை யாரும் பார்த்துவிடக்கூடாது என்பதற்காகத்தான் முகமூடி.'

ராஸ் வில்லியம்சன் என்ற ஆய்வாளர் சொல்லும் கதை, மகாபாரத குந்தி - கர்ணன் கதைக்கு ஒப்பானது. முந்தைய மன்னர் பதிமூன்றாம் லூயிஸுக்கும் ராணி அனிக்கும் திருமணமாகி இருபத்து மூன்று வருடங்களாக குழந்தை பாக்கியம் இல்லை. தவிர மன்னருக்கும் ராணிக்கும் ஏதோ மனஸ்தாபத்தில் பல வருடங்களாக பேச்சு வார்த்தைகூட இல்லை. ஆனால் ராணி அனி, தன் முப்பத்தெட்டாவது வயதில் திடீரெனக் கர்ப்பமடைந்தார். சூரியக் கடவுளின் அருளால் இந்தக் கரு உருவானது என்று மக்கள் பேசி மகிழ்ந்தார்கள். (இதனால்தான் பதினான்காம் லூயிஸுக்கு 'சூரிய அரசர்' என்ற பட்டப்பெயரும் உண்டு.) அந்த கர்ப்பத்துக்குக் காரணமானவன், ராணியின் மர்மக் காதலன். மன்னரான பின் பதினான்காம் லூயிஸ் அந்த மர்மக் காதலனைத்தான், அதாவது தனது தந்தையைத்தான் முகமூடியுடன் சிறையிலடைத்து விட்டார்.

இப்படியாக முகமூடிக் கைதி குறித்த இன்னும் நூற்றுக்கணக்கான யூகங்கள், கதைகள் உள்ளன. 'மர்மக்கைதி பிரிட்டன் அரசர் இரண்டாம் சார்லஸுக்குப் பிறந்த முறையில்லாத மகன்.' 'அரசுக்கு எதிராகப் புரட்சியில் ஈடுபட நினைத்த ஒரு தளபதி.' '1669ல் போரில் கொல்லப்பட்டதாகச் சொல்லப்பட்ட பிரான்ஸின் முதன்மைத் தளபதி பியாபோர்ட்.' 'சிறையிலிருந்தது ஆணே கிடையாது. அது ஒரு பெண். இளவரசி.'

பாஸ்டில் சிறை

ஆளுக்கொரு கற்பனை. அழகழகான அனுமானங்கள். நிஜம் என்ன? இன்ன தேதியிலிருந்து இன்ன தேதி வரை இந்தந்தச் சிறைகளில் இன்னாரின் கண்காணிப்பில் இப்படி ஒரு மனிதன் முகமூடியோடு வாழ்ந்து இறந்து போயிருக்கிறான் என்பது மட்டுமே உண்மை. தவிர 'எஸ்டேக் டாகர்' என்ற அவனது பெயர் உள்பட வரலாற்றில் உலவிக் கொண்டிருக்கும் பல விஷயங்கள் இன்னும் நிரூபிக்கப்படவில்லை.

ஒரு சாதா வேலைக்காரனையோ, அரசியல் எதிரியையோ, அரியணைக்கு ஆபத்தாக இருப்பவனையோ இத்தனை வருடங்கள் சிறையில் உயிரோடு விட்டு வைக்கவோ, மரியாதையுடன் நடத்தவோ அவசியம் இல்லையே. இந்த ஒரு கருத்துதான் பல யூகங்களைத் தகர்த்தெறிந்து கொண்டிருக்கிறது, மூன்று நூற்றாண்டுகளுக்கும் மேலாக.

பதினெட்டாம் நூற்றாண்டின் மத்தியில் ஒரு வதந்திகூட பரவியது. பாஸ்டிலில் சிலர், மர்ம சமாதியைக் கண்டுபிடித்தார்கள். அதைத் தோண்டிப் பார்த்தபோது கிடைத்த எலும்புக்கூட்டில் மண்டைஓடு இரும்பு முகமூடியுடன் இருந்தது.

இதற்கும் ஆதாரம் கிடையாது.· எதற்கும் ஆதாரம் கிடையாது. எனில் அந்த முகமூடிக் கைதி யாராக இருக்கக்கூடும்? - இந்த ஒற்றைக் கேள்விக்கான விடையைத் தேடும் விதமாக இன்றுவரை பலரும் தம் கேசத்தைப் பிய்த்துக் கொண்டிருக்கிறார்கள். இப்படி இருக்கலாம், அப்படி இருக்கலாம் என்ற வகையில் ஏகப்பட்ட புத்தகங்கள், ஆய்வறிக்கைகள் வந்துள்ளன. இதை வைத்துக் கதை பின்னப்பட்ட ஹாலிவுட் திரைப்படங்களும் பாக்ஸ் ஆபிஸில் கல்லா கட்டியுள்ளன. இருந்தாலும், வரலாற்றில் பதியப்படாத அந்த முகமூடிக்குப் பின் புதைந்திருக்கும் நிஜம் என்றைக்குமே வெளிப்படப்போவதில்லை.

சரி, முப்பத்தைந்து வருடங்கள் சிறைக்குள் புழுங்கித் தவித்த அந்த ஆத்மாவுக்காக ஒரு நிமிடம் அஞ்சலி செலுத்திவிட்டு கடைசியாக 1801ல் நெருப்பெனப் பரவிய ஓர் உச்சபட்ச அனுமானத்தையும் பார்த்துவிடுவோம்.

முகமூடிக் கைதிக்கு ஒரு காதலி இருந்தாள். அவள் அவனைச் சந்திக்க சிறைக்கு வந்தாள். அவனோடு இருந்தாள். பின் பிரான்ஸின் ஆளுகைக்குள்பட்ட கோர்சிகா என்ற தீவுக்குச் சென்றுவிட்டாள். பின் அவளுக்குக் குழந்தை பிறந்தது. அந்த வம்சாவளியில் வந்த ஒருவர் 1805ல் பிரான்ஸின் மன்னர் ஆனார். அவர் பெயர் நெப்போலியன் ஃபோனபார்ட்.

06

டோரத்தி

அடுத்தடுத்து என்ன நடக்கப்போகிறது என்று தெரிந்துவிட்டால் பார்க்கும் சினிமாவில்கூட சுவாரசியம் இருக்காது. அடுத்த நொடி என்ன நடக்கப்போகிறது என்று தெரியாமல் வாழ்வதுதானே வாழ்க்கையின் த்ரில். அடுத்த வருடம் இன்ன தேதியில் ஓர் அழகான பெண்ணுடன் திருமணம் நடக்கும் என்று முன்பே தெரிந்துவிட்டால் கொள்ளை மகிழ்ச்சி. ஆனால் அடுத்த மாதம் கடைசி வெள்ளிக்கிழமையில் ஒரு லாரி மோதி... என்றோ எதிர்கொள்ளபோகும் இன்னலை இந்த நொடி அறிந்துகொண்டவனால் அடுத்த நொடி இயல்பாக வாழ முடியுமா?

நியு ஜெர்ஸியின் Nutley நகரைச் சேர்ந்த டோரத்தி அலிஸன் (Dorothy Allison) என்ற பெண்ணுக்கு அப்படிப்பட்ட ஒரு சக்தி இருந்தது. வருங்காலத்தை அறிந்துகொள்ளும் அரிய சக்தி. பின்னால் நடக்கப்போவது இவள் மனத்தில் காட்சிகளாக, அதே சூழ்நிலையுடன், சம்பந்தப்பட்ட நபர்களது உருவங்களுடன் ஓடும். முன்பின் அறியாத யாரோ ஒருவருக்கு நிகழப்போவதைக் கூட டோரத்தியால் உணர முடிந்தது. அதேபோல யாரோ அந்நிய நபருக்கு என்ன நடந்திருக்கும் என்பதைக் கூட இவளால் மனத்திரையில் 'உணர்ந்து' சொல்ல முடிந்தது. இந்த அபூர்வ சக்தியை வரம் என்று சொல்வதா அல்லது சுமை என்றா?

டோரத்தி, டிசம்பர் 29, 1924ல் பிறந்தவள். சிறுவயதிலேயே சராசரிக் குழந்தையாக டோரத்தியால் வளர முடியவில்லை. அப்போதே டோரத்தியின் பேச்சுகள் ஒரு குழந்தைக்குரியதாக இல்லாமல், இஷ்டத்துக்குக் கட்டியம் கூறுவதாக, மற்றவர்களை அச்சுறுத்துவதாக இருந்தன. அக்கம்பக்கத்தினர் பயத்தில் தம் குழந்தைகளை டோரத்தியுடன் சேர விடவில்லை. 'இவள் சாதாரண சிறுமியல்ல; இவளுக்குள் ஒரு சூனியக்காரி ஒளிந்திருக்கிறாள்.'

டோரத்திக்கு பதினான்கு வயதிருக்கும். திடீரென ஒருநாள் தன் தாய் ஸீரிடம் சென்று சோகத்துடன் சொன்னாள். 'தந்தை சீக்கிரம் இறந்துவிடுவார்.' ஸீர் பெரிதாக எடுத்துக் கொள்ளவில்லை. காரணம் அவளது கணவர் திடகாத்திரமாக, எந்தவித நோயுமின்றி நன்றாகத்தான் இருந்தார். சில வாரங்கள் கழிந்த நிலையில் தந்தை நிமோனியாவால் பாதிக்கப்பட்டு இறந்துபோனார். ஸீருக்குப் பேரதிர்ச்சி. அதனை முன்னரே உணர்ந்திருந்த டோரத்தி, இழப்பை ஏற்றுக்கொள்ளும் மனநிலை பெற்றிருந்தாள்.

ஸீர், தன் மகள் டோரத்தியை அழைத்தாள். 'மகளே, உனக்குள் இருப்பது அபூர்வ சக்தி. அதைக் கொண்டு நீ மற்றவர்களுக்கு உதவ மட்டுமே வேண்டும். ஒருபோதும் லாபம் சம்பாதிக்க நினைக்கக்கூடாது.'

டோரத்திக்கு மனத்தில் ஆழமாகப் பதிந்த வார்த்தைகள் அவை. அதற்குக் கட்டுப்பட்டு நடப்பதாகச் சத்தியம் செய்தாள். டோரத்தி, மனோதத்துவம் படித்தாள். அதில் நிபுணர் ஆனார். திருமணம். குழந்தைகள் பிறந்தன. குழந்தைகள் வளர்ந்து அவர்களுக்குத் திருமணம். பேரன், பேத்திகள் எடுத்தாள். அதுவரை அந்த அபூர்வ சக்தியால் டோரத்திக்கு எந்தவிதமான தொந்தரவும் ஏற்படவில்லை.

...அய்யோ பாவம் அந்தச் சிறுவன். இந்த நதிக்குள் எப்படி விழுந்திருப்பான்? குழாய்க்குள் சிக்கிக் கொண்டானே. கடவுளே... சிறுவன் இறந்துவிட்டான்...

டிசம்பர் 3, 1967. காலை ஆறு மணி. இப்படி சில காட்சிகள் ஒரு கனவாக விரிய, பதறிப் படுக்கையில் இருந்து எழுந்தாள் டோரத்தி. விழித்த பிறகும் அந்தச் சிறுவனின் முகம் தெளிவாகவே அவள் நினைவில் இருந்தது. இரண்டு, மூன்று நாள்கள் கடந்திருக்கும். டோரத்தியால் அந்தக் கனவிலிருந்து மீளமுடியவில்லை. நிஜமாகவே அப்படி ஒரு சம்பவம் நடந்திருக்குமோ?

அருகிலிருக்கும் போலீஸ் ஸ்டேஷனுக்குச் சென்றாள். தன் கனவை விவரித்தாள். போலீஸ் அதிர்ச்சியுடன் அவளைப் பார்த்தது. காரணம், அவள் கனவு கண்ட நேரத்திலிருந்து இரு மணி நேரம் கழித்து (சுமார் காலை 8 மணியளவில்) மைக்கேல் என்ற ஐந்து வயதுச் சிறுவன் காணாமல் போனதாக வழக்கு ஒன்று பதிவாகியிருந்தது. நதிப் பகுதியில் தன் சகோதரனுடன் விளையாடிக் கொண்டிருந்தவன் திடீரென மாயமாகிவிட்டான். நதியில் மூழ்கியிருப்பான் என்று நம்பப்பட்டது. ஆனால் உடல் அதுவரை கிடைக்கவில்லை.

டோரத்தி அலிஸன்

போலீஸ், டோரத்தியைச் சந்தேகத்தோடு பார்க்க ஆரம்பித்தது. ‘என்னால் அந்தச் சிறுவனின் உடல் இருக்கும் இடத்தை ஓரளவு உணர முடிகிறது. அடிப்படையில் நான் ஒரு மனோதத்துவ நிபுணர். உங்களுக்கு உதவத் தயார்’ என்றாள். போலீஸ், நியுயார்க்கைச் சேர்ந்த மனநல டாக்டர் ரிச்சர்டை வரவழைத்தார்கள். அரைமயக்க நிலைக்கு டோரத்தியைக் கொண்டு சென்ற ரிச்சர்ட், அவளிடம் கேள்விகள் கேட்க ஆரம்பித்தார்.

‘அது ஒரு பைப்... கைகளைக் கட்டிக் கொண்டிருக்கிறான். கோடுகள் போட்ட போலோ சட்டை, பச்சை பேண்ட். அவன் ஷூக்களை கால்கள் மாற்றி அணிந்திருக்கிறான். 120 என்ற எண் சம்பந்தப்பட்டிருக்கிறது. எண் எட்டும் தொடர்புடையது. அவன் உடல் ஒரு பள்ளிக்கூடத்துக்கு அருகில்... ஒரு தொழிற்சாலை கூட இருக்கிறது. தங்க நிறத்தால் பொறிக்கப்பட்ட எழுத்துகள் கொண்ட ஓர் இடம். அறுக்கப்பட்ட மரக்கட்டைகள் அடுக்கி வைக்கப்பட்டிருக்கின்றன. பிப்ரவரி 7ல் அவன் உடல் கிடைக்கும்...’

டோரத்தி அந்த அரைமயக்க நிலையில பல குறிப்புகளைக் கொட்டினாள். சிறுவன் அணிந்திருந்த உடை குறித்தெல்லாம் மிகச் சரியாகச் சொன்னதில் போலீஸ் ஆடிப்போனது. டோரத்தியை முழுதாகச் சந்தேகப்படவும் முடியவில்லை. அவள் சொன்ன குறிப்புகளின்படி தேட ஆரம்பித்தது. ஒவ்வொரு நாளும்

சிரமங்களுடன்தான் நகர்ந்தன. டோரத்தி சொன்ன அடையாளங்கள் கொண்ட இடத்தைக் கண்டுபிடிப்பதிலே வாரங்கள் கரைந்தன. அந்த இடத்தில் உடல் கிடைக்காமல்போக டோரத்தி வார்த்தைகள் மேல் சந்தேகம் படர்ந்தது. பிப்ரவரி பிறந்தது. டோரத்தியின் வார்த்தைகள் பொய்யாகிப் போக வேண்டுமென்று அந்தப் பெற்றோர் கவலையுடன் வேண்டிக் கொண்டிருந்தனர்.

பிப்ரவரி 7. மதியம் 1:20 மணி அளவில் நதியின் கரையில் சிறுவன் உடல் ஒதுங்கியிருந்ததைக் கண்டுபிடித்தார்கள். டோரத்தி சொன்னதுபோல குழாயில் சிக்கியிருக்கவில்லை. ஆனால் கரையில் குழாய்கள் அடுக்கி வைக்கப்பட்டிருந்தன. 8 என்ற எண்கொண்ட ஒரு ஆரம்பப் பள்ளிக்கூடத்துக்கு பின்னால்தான் அந்த இடம் அமைந்திருந்தது. அந்தத் தெருவில் மரக்கடையும் தொழிற்சாலையும் இருந்தன. பள்ளிக்கூடத்துக்கு அருகில் இருந்த ஒரு நிறுவனத்தின் பெயர், தங்க எழுத்துகளால் பொறிக்கப்பட்டிருந்தது. சிறுவனின் கால்களில் ஷூக்கள் இடம் மாறியிருந்தன.

டோரத்தி சொன்ன பல விஷயங்கள் அப்படியே இருந்தன. 'எப்படி உங்களுக்குத் தெரியும்?' என்றது நியு ஜெர்ஸி போலீஸ். 'உணர்ந்ததைச் சொல்கிறேன். எப்போது உதவி வேண்டுமானாலும் அழையுங்கள்' என்று அமைதியாகச் சொல்லிவிட்டு சிறுவனுக்காக மௌன அஞ்சலி செலுத்திவிட்டு கிளம்பினாள் டோரத்தி.

அப்போது முதல் யாராவது காணாமல் போனால், கண்டுபிடிப்பதில் சிக்கல் இருந்தால் நியு ஜெர்ஸி போலீஸுக்கு டோரத்தியின் நினைவு வர ஆரம்பித்தது. குழந்தைகள் காணாமல் போனால் பெற்றோர்கள் படபடப்புடன் டோரத்தியைத் தேடி வர ஆரம்பித்தனர். டோரத்தி, அதைப் பயன்படுத்திக் கொண்டு காசு சம்பாதிக்க நினைக்கவில்லை. தன்னிடம் வந்த வழக்குகளில் தன்னால் உணர முடிந்த விஷயங்களை மட்டும் சொன்னாள். பணத்தை மறுத்துவிட்டாள்.

1975 நவம்பர். சார்லஸ் ஈகிள் என்ற மனிதர் டோரத்தியைத் தேடி வந்தார். அவரது முகத்தில் கவலையும் அச்சமும். டோரத்தி என்ன, ஏதுவென்று விசாரிக்க ஆரம்பித்த கணத்திலேயே உடைந்து அழ ஆரம்பித்துவிட்டார். அவரது 18 வயது மகள் அந்த மாதத்தில் ஆறாவது நாளில் காணாமல் போய்விட்டாள். போலீஸில் வழக்கு பதிவு செய்துவிட்டார். சொல்லிக் கொள்ளும்படியாக ஒரு தகவலும் கிடைக்கவில்லை.

டோரத்தி அவரது மகளின் புகைப்படத்தை வாங்கி சில நொடிகள் அமைதியாகப் பார்த்தாள். 'பதட்டப்படாதீர்கள். உங்கள் மகள் உயிருக்கு எந்தவிதமான ஆபத்துமில்லை. அவள் நல்லபடியாகத் திரும்பி வருவாள்.'

சார்லஸுக்கு அந்த வார்த்தைகள் ஒத்தடம் கொடுத்தன. போலீஸ், டோரத்தியைத் தேடிவந்தது. குறிப்புகள் கொடுத்தாள். 'அது மிகவும் அழுக்கான வீடு. சிவப்புக் கதவு போடப்பட்டிருக்கும். கதவு எண்கூட 106 ஆக இருக்கலாம். அல்லது 168. இல்லையெனில் 186. அடுத்த வருடம் ஜனவரி 21 தேதிக்குள் அந்தப் பெண்ணைக் கண்டுபிடித்துவிடலாம். இன்னொரு விஷயம், மிஸ்டர். சார்லஸ் ஈகிள் சீக்கிரமே தாத்தாவாகப் போகிறார்.'

போலீஸுக்கு இந்தக் குறிப்புகள் போதவில்லை. ஆனால் சார்லஸ், டோரத்தி சொன்ன இறுதி வார்த்தைகளுக்குள் விழுந்தார். தாத்தாவாகப் போகிறேனா? என் மகளின் கணவன் யாராக இருக்கும்? அவள் உயிரோடு இருக்கிறாளே. அதுவே போதும்.

தனியார் துப்பறியும் நிபுணர் ஒருவரை தேடுதல் பணிக்கு அமர்த்தினார் சார்லஸ். அவரது வேண்டிக் கேட்டுக் கொண்டதால் டோரத்தியும், துப்பறியும் நிபுணரோடு சேர்ந்து தேடினாள். நியு யார்க் வீதிகளில் காரின் டயர் தேய்ந்தது. பின் புரூக்ளின் சாலைகளில். அப்போது டோரத்திக்கு ஏதோ தோன்றியது. சொன்னாள். 'இதே நகரில்தான் அந்தப் பெண் இருக்க வேண்டும். டாக்ஸியோடு சம்பந்தப்பட்ட ஏதோ ஓர் இடம். அந்தத் தெருவின் பெயரில்கூட அமெரிக்க அதிபர் சம்பந்தப்பட்டிருப்பார்.'

அமெரிக்காவின் ஐந்தாவது அதிபரான ஜேம்ஸ் மன்றோவின் பெயரில் அமைந்த தெருவுக்குள் கார் நுழைந்தது. அந்தத் தெருவின் ஒரு முனையில் திரும்பச் சொன்னாள் டோரத்தி. அங்கே '186' என்று இலக்கமிடப்பட்ட ஓரிடத்தில் நிற்கச் சொன்னாள். அது 'டாக்ஸி சர்வீஸ்' நடத்தும் ஓரிடம். ஓடோடிச் சென்று விசாரித்தார்கள். அதற்குப் பின்னால் இருந்த அழுக்கடைந்த, சிவப்புக் கதவுடைய சிறு வீட்டில் தஞ்சமடைந்திருந்தாள் அந்த 18 வயதுப் பெண்.

தந்தையும் மகளும் கட்டிக் கொண்டு அழுதனர். ஆசுவாசப்படுத்திக் கொண்டபின் பேசிக் கொண்டார்கள். தந்தை மகளிடம் தன் மனத்தை உறுத்திக் கொண்டிருந்த அந்தக் கேள்வியைக் கேட்டார். மகளும் தயக்கத்துடன் ஒப்புக் கொண்டாள். கர்ப்பம்.

தொலைந்து போனவளை உயிரோடு மீட்டுக் கொடுத்ததில் டோரத்திக்கு ஏக திருப்தி. அதுவும் சொன்னதுபோலவே ஜனவரி 21க்கு முன்பாக. அன்றைக்கு தேதி ஜனவரி 20.

மறுநாள். சார்லஸ் அங்கிருந்து தன் மகளுடன் கிளம்பினார். டோரத்தி, 'இன்றைக்கு வேண்டாம். விபத்து நடக்கும். நாளைக்கு நான் உங்களுடன்தான் வருவேன்' என்றாள். அந்த வார்த்தைகள் சார்லஸுக்கு எரிச்சல் மூட்டின. மகளோடு கிளம்பினார். அவர்கள் சென்ற கார், பனியில் சறுக்கி சிறு விபத்துக்குள்ளாகி சேதாரமடைந்தது. ஆள்களுக்குப் பாதிப்பில்லை. திரும்பி வந்தார்கள். சார்லஸ், டோரத்தியிடம் மன்னிப்பு கேட்டார். 'நாளைய பயணம் இனிதாக அமையும்' என்றாள் அவள் சிறு புன்னகையுடன்.

டோரத்தி, பலருடைய வாழ்க்கையில் புன்னகையை மீட்டுக் கொடுப்பதை ஒரு சேவைபோல தொடர்ந்து செய்து கொண்டிருந்தாள். நியு ஜெர்ஸி போலீஸுக்கு மட்டுமன்றி, அமெரிக்காவின் காவல் துறைக்கே அவளது அரும்பணி தேவைப்பட்டது.

அந்தச் சமயத்தில் காவல் துறையினருக்கு ஒரு கொலைகாரன் டன் கணக்கில் டிமிக்கி கொடுத்துக் கொண்டிருந்தான். என்ன செய்வதென்று தெரியாமல் தவித்துக் கொண்டிருந்தது போலீஸ். வேறு வழியின்றி டோரத்தியைத்தான் தேடி வந்தார்கள். அவளுக்கு இந்த ரக வழக்கு புதியது. அந்த சீரியல் கில்லரின் பெயர் - 'சன் ஆஃப் சாம்.'

★

அந்த 44 ரக கைத்துப்பாக்கி இரண்டு முறை வெடித்தது. ஓர் இளம்பெண் அந்த இடத்திலேயே காலி. குறி தவறியதில் இன்னொருத்தி உயிர் பிழைத்தாள். அந்தப் பதட்டமான சூழலில் கொலைகாரனை நேரில் பார்த்த அவளால் அவனது சாமுத்ரிகா லட்சணத்தைத் தெளிவாக விவரிக்க முடியவில்லை. அவள் சொன்னதை வைத்து போலீஸ் குத்துமதிப்பாக ஓர் உருவத்தை வரைந்தது.

மேற்படி சம்பவம் நியு யார்கில் 1976 ஜூலை 26ல் நடந்தது. அந்த அக்டோபரில் குயின்ஸ் மாவட்டத்தில் .44 ரக கைத்துப்பாக்கி மேலும் ஒருவரது உயிரைக் குடித்தது. நவம்பரில் மேலும் இரு பெண்கள் குறி பார்க்கப்பட்டனர். ஆனால் படுகாயங்களுடன் உயிர் பிழைத்தனர். கொலைகாரன் குறித்த அடையாளங்களை அடுக்கினர். இப்போது

வரைந்து பார்த்ததில் வேறு உருவம் கிடைத்தது. ஒருவேளை இவன் வேறு கொலைகாரனாக இருக்குமோ?

ஆறுமாத இடைவெளியில் மேலும் இரண்டு பெண்கள் சுட்டுக் கொல்லப்பட்டனர். அதே .44 ரக கைத்துப்பாக்கிதான். இந்த முறை சாட்சிகள் சொன்ன அடையாளங்கள், கொலைகாரனுக்கு வேறொரு புதிய உருவத்தைக் கொடுத்தது. முதல் இளம்பெண் கொலை செய்யப்பட்ட அதே இடத்துக்கு அருகில் இன்னொரு கொலையும் நடந்தது. குழம்பித் தவித்துக் கொண்டிருந்த போலீஸுக்கு கருணை காட்டும்விதமாக இந்த முறை கொலைகாரன் கடிதம் ஒன்றை வைத்துவிட்டுப் போயிருந்தான்.

'நானொரு ராட்சஸன். சன் ஆஃப் சாம். சாத்தானின் வாரிசு...'

நியு யார்க் போலீஸுக்கு மண்டை சூடானது. கொலைகாரன் ஒருவன்தானா? இல்லை, பலரா? எதற்காக இந்தக் கொலைகள்? இளம்பெண்கள் குறி வைக்கப்படுவதன் காரணம் என்ன? ஒரு சின்ன க்ளூகூட கிடைக்காத நிலையில், போலீஸ் டோரத்தியை நாடி வந்தது.

அதுவரை நடந்த சம்பவங்களை எல்லாம் போலீஸ் வரிசைப் படுத்திச் சொல்ல, டோரத்தி ஆழ்ந்த சிந்தனைக்குள் சென்றாள். அவளால் இந்தப் பிரச்னையில் பட் பட்டென்று 'குறிப்பு'களை அள்ளிவிட முடியவில்லை. ஒரே ஒரு விஷயத்தை மட்டும் சொன்னாள். 'அந்தக் கொலைகாரன் கார் பார்க்கிங் டிக்கெட்டால் சிக்குவான்.'

இந்த ஒற்றைக் குறிப்பை வைத்து என்ன செய்ய முடியும்? நம்ம ஊர் ஆசாமிகள் என்றால் வெத்தலையில் மை போட்டோ, மாவிலையில் நெய் போட்டோ 'படம்' காட்டுவார்கள். டோரத்தி, காவல்துறையைச் சேர்ந்த ஓவியரை அழைத்தாள். குறிப்புகள் சொல்லி வரையச் சொன்னாள். காகிதத்தில் ஒரு முகம் படர்ந்தது. போலீஸிடம் சொன்னாள் - 'கொலைகாரன் இப்படி இருக்கலாம்.'

ஜூலை 31, 1977. ப்ரூக்ளினில் அடுத்த சம்பவம் நடந்தது. ஸ்டேஸி என்ற பெண் சுட்டுக் கொல்லப்பட்டாள். அவள் காதலனுக்குக் குண்டடிபட்டதில் பார்வை பறிபோனது. சம்பவம் நடந்த இடத்தில் இருந்தவர்களை விசாரித்ததை வைத்து போலீஸால் எந்த ஒரு முடிவுக்கும் வர முடியவில்லை. அப்போது பதட்டத்துடன் இன்னொரு பெண் போலீஸிடம் வந்தாள். 'நீண்ட நேரமாக இங்கே ஒருவன் சந்தேகத்துக்குரிய முறையில் திரிந்து கொண்டிருந்தான். அப்புறம், ஃபோர்டு கேலக்ஸி மஞ்சள் நிற கார் ஒன்றை எடுத்துக்

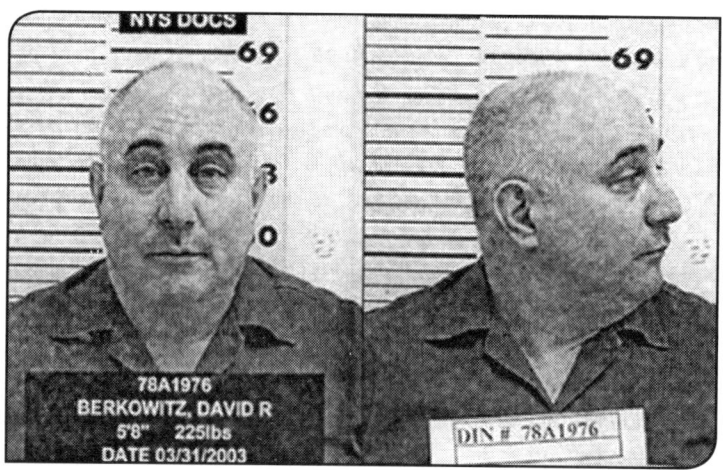

சன் ஆஃப் சாம்

கொண்டு போனான். அவன் தனது பார்க்கிங் டிக்கெட்டைக் கூட கீழே தூக்கி எறிந்தான்.'

'பார்க்கிங் டிக்கெட்' என்ற வார்த்தையைக் கேட்டதும் போலீஸ் சுறுசுறுப்பானது. பார்க்கிங் டிக்கெட் கொடுக்கும் அலுவலகம் சென்று, அந்த மஞ்சள் கார் குறித்த விவரங்களைச் சேகரித்தனர். அதன் வழியே கார் சொந்தக்காரரின் முகவரியையும் கண்டுபிடித்தனர். டேவிட் பெர்கோவிட்ஸ் என்ற அந்த நபரது முகவரிக்குச் சென்றார்கள். மஞ்சள் கார் கண்ணில்பட்டது. அதனை ரகசியமாகச் சோதனையிட்டபோது காரினுள் 'சன் ஆஃப் சாம்' என்று கையெழுத்திடப்பட்ட இன்னொரு கடிதம் சிக்கியது. மறுநாள் 'சன் ஆஃப் சாம்' என்ற டேவிட் பெர்கோவிஸ் (David Berkowitz) போலீஸிடம் சிக்கினான். அவனது முகம் அந்த ஓவியத்தை ஒத்திருந்தது.

டேவிட்டை போலீஸ் லாடம் கட்ட அவசியமே ஏற்படவில்லை. கேட்ட கேள்விகளுக்கும் மேலாக அவனே பல விஷயங்களைக் கொட்டினான்.

'கிறித்துவம் எனக்குப் பிடிக்காது. நான் சாத்தானை வழிபடும் அமைப்பைச் சேர்ந்தவன். என் பக்கத்து வீட்டிலிருக்கும் நாயின் உடம்பில் ஆதி சாத்தானின் ஆவி ஒன்று புகுந்து எனக்குக் கட்டளை இட்டது. சாத்தானைக் குளிர்விக்க இளம்பெண்களின் ரத்தம் தேவை என்று. அதனால்தான் சுட்டுக் கொல்ல ஆரம்பித்தேன். அந்த நாய்க்குச்

சொந்தக்காரரின் பெயர் சாம். அதனால்தான் என் பெயர் 'சன் ஆஃப் சாம்' ஆனது.'

ஆறு பேரையும் கொன்றது டேவிட்தானா அல்லது அவன் குழுவில் உள்ளவர்களுக்கும் இதில் தொடர்பு இருக்கிறதா என்றெல்லாம் சரியான சாட்சிகள் கொண்டு போலீஸால் நீதிமன்றத்தில் நிரூபிக்க முடியவில்லை. ஆனால் டேவிட் தன் குற்றங்களை மறுக்கவில்லை. தீர்ப்பில் 'ஆறு ஆயுள் தண்டனைகள்' அவனுக்கு வழங்கப்பட்டன. அதாவது 365 வருட சிறைவாசம். இன்றைக்கும் சன் ஆஃப் சாம், கம்பி எண்ணிக் கொண்டுதான் இருக்கிறான். ஆனால் இப்போது அவன் அடிக்கடி சொல்லும் வார்த்தைகள் 'ஓ மை ஜீஸஸ்!'

★

ஒன்றும் சொல்லாமல் கொள்ளாமல் ஒருவர் மாயமாக மறைந்துவிட்டார் எனில் என்னென்னமோ நினைக்கத் தோன்றுமே. 1974, டிசம்பர் 20 அன்று ரயிலில் ஏறிய அமெரிக்க பிஸினஸ் மேன் ஒருவர், தான் இறங்க வேண்டிய ஸ்டேஷனின் இறங்கவில்லை. ரயிலுக்குள்ளும் ஆளைக் காணோம்!

அவர் ஒரு ஏமாற்றுக்காரர். வியாபாரத்தில் ஏமாற்றுவதற்காக தகிடுதத்தம் செய்கிறார். இல்லையில்லை, அவர் தன் கள்ளக்காதலியுடன் எங்கோ ஓடிப்போய்விட்டார். இப்படிப் பல அனுமானங்கள். வழக்கு பதிவானது. போலீஸுக்கு எந்தவிதத் துப்பும் கிடைக்கவில்லை. டோரத்தியே சரணம்.

'ரயிலிலிருந்து தவறி விழுந்துவிட்டார். ஒரு ஏரிக்குள். நீருக்குள்தான் இருக்கிறார். அங்கே நிறைய டயர்கள் அடுக்கி வைக்கப்பட்டிருக்கும். வில்லும் அம்பும் அடையாளம். குழந்தைகள் விளையாடும் பார்க் அருகில்... எண் 2-2-2 சம்பந்தப்பட்டுள்ளது' - வழக்கம்போல ஒரு புதிராக டோரத்தி குறிப்புகளை அடுக்கினாள்.

'கைநடுக்கம் கூடாது. கவனத்தை அந்த மையப்புள்ளியில் வை. ம்... இப்போது அம்பை எய்!' - பார்க் ஒன்றில் தந்தை ஒருவர், தன் மகனுக்கு அம்பெய்யக் கற்றுக் கொடுத்துக் கொண்டிருந்தார். அம்பு, குறி தவறியது. அதனைத் தேடிச் சென்ற தந்தையும் மகனும் திகைத்து நின்றார்கள். அது ஏரிக்கரையோரமாகக் கரை ஒதுங்கியிருந்த ஒரு பிணத்தில் குத்தி நின்றது.

போலீஸ் விரைந்து வந்தது. அடையாளம் கண்டுபிடித்தார்கள். காணாமல் போன பிஸினஸ்மேன்தான். பார்க்கில் சிறுவர்கள் கார்கள்

ஓட்டிப் பழகுவதற்காக சாலையின் பக்கவாட்டில் டயர்கள் அடுக்கி வைக்கப்பட்டிருந்தன. அன்றைக்கு தேதி 22.2.1975.

அதற்கு அடுத்த ஆண்டு மே 15ல் நியு ஜெர்ஸியைச் சார்ந்த ஓர் இளம்பெண் வீட்டை விட்டு ஓடிப்போனாள். பெற்றோர், போலீஸிடம் சென்று நின்றனர். சரியான ஒத்துழைப்பு கிடைக்காததால், டோரத்தியிடம் வந்து அழுது புலம்பினர்.

'2562, 405 என்ற எண்களுக்கும் உங்கள் மகளுக்கும் ஏதாவது சம்பந்தம் இருக்கிறதா?'

'பிப்ரவரி 5, 1962ல் அதிகாலை 4.05க்குத்தான் அவள் பிறந்தாள்.'

டோரத்திக்கு சட் சட்டென பல விஷயங்கள் மனத்தில் தோன்றின. கொட்டினாள்.

'உங்கள் மகளது பாய்பிரண்ட், அவளைக் கொலை செய்துவிட்டான். ஒரு பழுதான கார்... பழைய ஆயில் டின்... எண் 222... இரட்டைக் கோபுரம் கொண்ட ஒரு சர்ச்... இரட்டை புகைபோக்கி... பெரிய பாறையில் MAR என்ற எழுத்துகள் சிவப்பு நிறத்தில் எழுதப்பட்டிருக்கும். தண்ணீர் தேங்கிக் கிடக்கும் புதர்கள் நிறைந்த ஒரு பகுதியில் அவள் உடல் கிடக்கும்.'

பெற்றோர்கள் நொறுங்கிப் போயினர். அந்தத் தந்தை தானே முயற்சி எடுத்து அப்படிப்பட்ட ஓரிடத்தைத் தேடிப் போனார். பக்கத்து நகரத்தில் இரட்டைக் கோபுரம் கொண்ட ஒரு சர்ச் கண்ணில்பட்டது. சுற்றும் முற்றும் பார்த்தார். இரட்டைப் புகைபோக்கி தெரிந்தது. அருகில் காடுபோலத் தெரிந்த ஓரிடத்துக்கு விரைந்தார். பாறையில் சிவப்பெழுத்தில் MAR தெரிந்தது. ஒரு பழுதான காரும் நின்று கொண்டிருந்தது. புதர்கள் மண்டிக் கிடந்தன. நீரும் தேங்கிக் கிடந்தது. பதைபதைப்புடன் தேடினார். எதுவும் கிடைக்கவில்லை.

டோரத்தி சொன்ன அடையாளங்கள் பலவும் அப்படியே இருக்கின்றன. ஆனால் உடல்? சில நாள்கள் கடந்திருக்கும். அதே பகுதியில் 222 என்ற எண் கொண்ட ஒரு ஆயில் டிரம்மில் காணாமல் போன இளம்பெண்ணின் உடலை சிலர் கண்டெடுத்தனர்.

பின் கொலையைச் செய்த அவளது காதலன் கைது செய்யப்பட்டான்.

'எப்படி உங்களால் இதை உணர முடிகிறது?' - டோரத்தியை பலர் பல சமயங்களில் குறுக்கு விசாரணை செய்திருக்கின்றனர். அரை மயக்க நிலையில் டோரத்தியைக் கொண்டு சென்று

சோதனைகளும் செய்திருக்கின்றனர். எப்போதும் டோரத்தியின் பதில் ஒன்றுதான். 'என்னால் உணர முடிந்ததைச் சொல்கிறேன்.'

1990ல் ஒரு பேட்டியில் டோரத்தி ஒரு தகவலைச் சொன்னார். 'இதுவரை சுமார் 5000 வழக்குகளில் உதவி செய்துள்ளேன். என் குறிப்புகளின்படி 250 உடல்கள் கண்டெடுக்கப்பட்டுள்ளன.' அதே ஆண்டில் டோரத்தி இன்னொரு விஷயத்தையும் சொன்னார். 'எனது 75வது பிறந்தநாள் நெருங்கும் சமயத்தில் இறந்துவிடுவேன் என நினைக்கிறேன். இதயநோய் காரணமாக இருக்கலாம்.'

சில வழக்குகளில் டோரத்தியின் வார்த்தைகள் முற்றிலும் தவறாகிப் போயிருக்கின்றன. 1991ல் ஓர் இளம்பெண்ணைக் காணவில்லை என்று டோரத்தியை நாடி வந்தார்கள். அவள் குறிப்புகள் கொடுத்தாள். இதுபோலொரு இடத்தில் ஓர் ஏரியின் அருகில் உடல் கிடைக்கும். சிமெண்டில் பாதி புதைந்து, ஒரு கால் மட்டும் வெளியே நீட்டிக் கொண்டிருக்கும். அந்தக் குறிப்புகளின்படி தேடிப் போனார்கள். எந்த உடலும் கிடைக்கவில்லை. ஆனால் சில மாதங்கள் கழித்து அதே பகுதியில் வேறொரு இளம்பெண்ணின் உடல் கிடைத்தது, துண்டு துண்டாக.

'டோரத்தி ஒரு பித்தலாட்டக்காரி. துப்பறியும் நிபுணர்களுக்கும், போலீஸ் அதிகாரிகளுக்கும் அவள் எக்கச்சக்கமாக லஞ்சம் கொடுத்து தகவல்களைக் கறந்து கொள்கிறாள். பின் ஏதோ அபூர்வ சக்தி கொண்டவளாக நடித்து, புகழைத் தேடிக் கொள்கிறாள்.', 'வழக்கைப் பற்றி அரைகுறையாகத் தெரிந்துகொண்டு குத்துமதிப்பாக ஏராளமான குறிப்புகளை உளறிக் கொட்டுவாள். அதில் ஏதாவது நாலைந்து விஷயங்கள் பொருந்திப் போகும். அதைவைத்து 'அபூர்வ சக்தி' கொண்டவளாக நாடகம் ஆடுகிறாள்.' இப்படி டோரத்திக்கு எதிரான கருத்துகள் உண்டு. இயற்கையாகவே அவளுக்கு அப்படிப்பட்ட சக்தி இருந்தது என்றும், இல்லையில்லை எல்லாம் செயற்கையாக உருவாக்கப்பட்ட பிம்பங்கள்தாம் என்றும் சர்ச்சைகள் இன்றுவரை தொடர்கின்றன.

1999. டிசம்பர் 29 வந்தால் டோரத்திக்கு வயது 75. ஆனால் அந்த டிசம்பர் 1 பொழுது புலரும்போதே டோரத்தியால் தன் மரணத்தை உணர முடிந்தது. அவள் எதிர்பார்த்ததுபோலவே அன்றைக்கு அவளுக்கு நெஞ்சு வலித்தது.

மர்ம முடிச்சு

‘நான் நிரபராதி! எனக்குத் தவறான தீர்ப்பளித்து விட்டீர்கள்! உங்களால் என்னை ஒருபோதும் கொல்ல முடியாது. நீங்கள் ஒவ்வொருவரும் இறந்த பிறகே மரணத்தால் என்னை வெல்ல முடியும்!’

அதிகம் உணர்ச்சிவசப்பட்ட நிலையில், ஆவேசத்துடனும் கண்ணீருடனும் வில் பர்விஸ் (Will Purvis) என்ற பத்தொன்பது வயது இளைஞன், நீதிபதிகளைப் பார்த்துச் சொன்ன வார்த்தைகள் இவை. ‘பராசக்தி’யில் கணேசன், குற்றவாளிக் கூண்டில் நின்றபடி கொதிகொதித்தாரோ, அதே சூட்டோடுதான் பர்விஸும் நின்று கொண்டிருந்தான்.

இந்த நிலையை அவன் அடைய என்ன காரணம்?

அமெரிக்காவில் பத்தொன்பதாம் நூற்றாண்டில் இறுதியில் ‘ஒயிட் கேப்ஸ்’ (White Caps) என்ற ரகசிய அமைப்பு வெகுதீவிரமாக இயங்கியது. அமைப்பின் நோக்கம் நீக்ரோக்களை அடக்கி ஒடுக்கி வைப்பது மட்டுமே. வெள்ளையர்கள், கருப்பர்களுக்கெதிராக கட்டப்பஞ்சாயத்துகள் செய்தனர். ஒரு பகுதியைச் சேர்ந்த உறுப்பினர்கள் நடத்தும் ‘அட்டாக்’, இன்னொரு பகுதி உறுப்பினர்களுக்குத் தெரியாது என்ற அளவுக்கு அமைப்பில் ரகசியம் காக்கப்பட்டது. தவிர, அமைப்புக்குள்ளேயே உட்பூசல்களும் நிறைய இருந்தன.

07

வில்லியம் பக்லே என்ற மிஸிஸிபிகாரரும் ஒயிட் கேப்பில் இருந்தார். ஒருமுறை அவரது பண்ணையில் வேலைபார்த்த ஒரு கருப்பரை, சில ஒயிட் கேப் ஆசாமிகள் பொளபொளவென பொளந்துவிட்டனர். கருப்பர், ஏதோ வெள்ளைக்கார பெண்மணியிடம் பிரச்னை செய்ததாகக் குற்றச்சாட்டு. அமைப்பிலிருந்த வில்லியமுக்கே தெரியாமல் 1893ன் ஆரம்பத்தில் நடந்த சம்பவம் இது. கொலம்பியாவில் ஒயிட் கேப்ஸ் அமைப்பின் கூட்டம் நடந்தபோது வில்லியம் அதில் தம் வேலையாளுக்கு ஆதரவாக, அவரைத் தாக்கியவர்களை எதிர்த்து பிராது கொடுத்தார்.

இதனால் சம்பந்தப்பட்ட மூன்று ஒயிட் கேப்காரர்களுக்குக் கடும்கோபம். கொலம்பியாவிலிருந்து மிஸிஸிபிக்குத் திரும்பும் வழியில் வில்லியமுக்குக் குறிவைத்தனர். ஒரு ஒயிட் கேப்காரன் வில்லியமைச் சுட்டான். குறி தப்பவில்லை. அவர் குதிரையிலிருந்து கீழே விழுந்து இறந்தார். வில்லியமுடன் வந்த அவரது சகோதரர் ஜிம்மும், வேலையாளும் தத்தம் குதிரைகளில் தப்பி ஓடினர்.

வில்லியமின் உடல் கிடந்த இடம், அந்தப் பாதை - வில் பர்விஸின் வீட்டை நோக்கிச் செல்வது. பர்விஸின் வாழ்க்கையில் விதி வீறுகொண்டு விளையாட ஆரம்பித்தது அப்போதிருந்துதான். பர்விஸும் ஒயிட் கேப்பைச் சேர்ந்தவனே. பர்விஸின் குடும்பத்துக்கு ஒரு வீடு, கொஞ்சம் நிலம் இருந்தது. பர்விஸின் பக்கத்து வீட்டுக்காரருக்கு அந்நிலத்தின் மீது ஒரு கண் இருந்தது. போலீஸ் விசாரிக்க வர, பக்கத்து வீட்டுக்காரர் வலியச் சென்று பேசினார். 'பர்விஸு மேல எனக்குச் சந்தேகமா இருக்குங்க. அவன் ஒயிட் கேப்ஸ்ல வேற இருக்கான்.'

போலீஸ், பர்விஸைக் கைது செய்தார்கள். விசாரித்தார்கள். பர்விஸின் கெஞ்சல், கதறல் எதுவும் எடுபடவில்லை. சிறையிலடைத்தார்கள். இந்தச் சம்பவம் குறித்த செய்திகள் மக்களிடையே வேகமாகப் பரவியிருந்தன.

மிஸிஸிபியின் மரியான் கவுண்டி கோர்ட்டில், வில்லியம் கொலை வழக்கு விசாரணைக்கு வந்தது (ஆகஸ்ட் 5, 1893). என்ன தீர்ப்பு வழங்கப்படும் என்ற எதிர்பார்ப்பு ஏகத்துக்கும் அதிகரித்திருந்தது. நிராதரவாகக் கூண்டில் நின்று கொண்டிருந்தாலும் பர்விஸ், அழுத்தமாகப் பேசினான். 'கொலைக்கும் எனக்கும் சம்பந்தமே இல்லை. கொலை நடந்ததாகச் சொல்லப்படும் சமயத்தில் நான் எனது உறவினர் லூயிஸுடன் பிக்னிக் செல்வதற்கான ஏற்பாடுகளைச் செய்து கொண்டிருந்தேன். இதுதான் உண்மை.'

கொல்லப்பட்ட வில்லியமின் சகோதரர், ஜிம் வந்து சாட்சி சொன்னார். 'பர்விஸ்தான் சுட்டான். நான் கண்ணால் பார்த்தேன். வில்லியமைச் சுட்டதும் இவனைப் பிடிக்க முயற்சி செய்தேன். தப்பி ஓடிவிட்டான்.' கருப்பின வேலையாளும் வந்தார். பர்விஸைக் கைகாட்டினார். அந்த இரு சாட்சிகளே போதுமானதாக இருந்தன.

நீதிபதி தீர்ப்பை அறிவித்தார். 'பர்விஸ்தான் கொலையைச் செய்துள்ளார் என்பதற்கான அனைத்து ஆதாரங்களும் நிரூபிக்கப்பட்டுள்ளன. எனவே இந்த நீதிமன்றம், கொலைகாரர் பர்விஸ் சாகும் வரை தூக்கில் இட வேண்டும் என்று உத்தரவிடுகிறது. தூக்கு தண்டனைக்கான தேதி, பிப்ரவரி 7, 1894.'

பர்விஸ் இடிந்து போனான். தீர்ப்பைப் பலரும் வரவேற்றனர். பர்விஸின் குடும்பத்தினரும் நண்பர்களும் மிஸிஸிபி உச்ச நீதிமன்றத்துக்கு வழக்கைக் கொண்டு சென்றனர். அக்டோபர், 1893ல் பன்னிரண்டு நீதிபதிகள் கொண்ட பெஞ்சும் பர்விஸைக் கொலைகாரனாக அறிவித்தது. தூக்குத் தண்டனையை அதே தேதியில் நிறைவேற்றச் சொல்லி வழிமொழிய, பர்விஸ் கோபத்தின் உச்சிக்குப் போனான். கண்கள் சிவக்க, குரல் நடுநடுங்க,- அத்தியாயத்தின் ஆரம்பத்தில் குறிப்பிடப்பட்டுள்ள அந்தச் சவாலை விட்டான்.

பர்விஸ், நீதிமன்றத்தில் விட்ட சவால், அவனை ஹீரோவாக மாற்றின. ஒருவன் இவ்வளவு நம்பிக்கையுடன் பேச முடியுமா என்ன! இள ரத்தம். சும்மா உதார் விடுகிறானோ? அப்பாவி என்றால் இப்படியெல்லாம் பேசமாட்டான். தூக்குத் தண்டனையிலிருந்து எப்படித் தப்பிக்கிறான் பார்ப்போம்!

பலத்த பாதுகாப்புடன் பர்விஸ் சிறையில் வைக்கப்பட்டிருந்தான். தப்பித்துவிடக் கூடாதல்லவா. 1894 பிப்ரவரி 7க்காக எல்லோரும் ஆவலுடன் காத்திருந்தனர். அப்போதெல்லாம் குற்றவாளிகளை பொதுமக்கள் முன்னிலையில் தூக்கிலிடுவது வழக்கம். அன்றைய தினத்தில் ஆயிரக்கணக்கானோர் கொலம்பியாவுக்கு வண்டி கட்டி வந்திருந்தனர். தூக்கு மேடை தயாராக இருந்தது. கயிறும் கட்டப்பட்டது. முடிச்சு சரிபார்க்கப்பட்டது. பர்விஸ் மேடைக்கு அழைத்து வரப்பட்டான்.

அவன் உடலளவில் சோர்ந்து காணப்பட்டாலும் கண்களில் மட்டும் ஏதோ ஒரு நம்பிக்கை. அவனுக்கு எதிராகவும் ஆதரவாகவும் கோஷங்கள். குற்றவாளி கடைசியாக மக்களுக்கு ஏதாவது சொல்ல அனுமதி உண்டு. பர்விஸ் பேசினான். 'வில்லியமைக்

கொலை செய்தவர்கள் இங்கே இந்தக் கூட்டத்தில்கூட நிற்கலாம். இப்போதுகூட அவர்கள் வந்து உண்மையை ஒப்புக் கொள்ளலாம். செய்வீர்களா?' - பர்விஸின் கண்களில் ஓர் எதிர்பார்ப்பு.

கூட்டத்தில் பதிலில்லை. பர்விஸின் முகம், துணியால் மூடப்பட்டது. கழுத்தில் கயிறு மாட்டப்பட்டது. அவனது காலடியில் இருக்கும் கதவைத் திறக்க வேண்டியது மட்டுமே பாக்கி...

நிசப்தம். ஏதாவது அதிசயம் நடக்காதா என்றும், அவன் ஆத்மா சாந்தியடைய வேண்டுமென்றும் நூற்றுக்கணக்கான பிரார்த்தனைகள். தலைமை ஷெரிஃப், 'ஆகட்டும்' என உத்தரவு கொடுக்க, தண்டனையை நிறைவேற்றுபவர் கதவைத் திறப்பதற்கான விசையை அழுத்த...

பர்விஸின் உடல் தொங்கியது... சின்னதாகத் துள்ளியது... கழுத்தை இறுக்கி, எலும்பை நொறுக்கி, உயிரைப் பிரிக்க வேண்டிய கயிற்றின் முடிச்சு, பட்டென அவிழ்ந்துபோக...

பர்விஸ் கீழே விழுந்தான்.

கூட்டத்தினருக்கு அதிர்ச்சி. ஆச்சரியம். சிறு காயம்கூட இல்லாமல் எழுந்து நின்ற பர்விஸ், துணியை விலக்கி மக்களைப் பார்க்க, பேரதிசயம் நிகழ்ந்ததாக பிரம்மித்துப் போனார்கள் மக்கள். பர்விஸுக்கு எதிராக இருந்தவர்கள்கூட நிகழ்ந்த சம்பவத்தால் அவனுக்கு ஆதரவாக கோஷங்கள் எழுப்ப ஆரம்பித்திருந்தனர்.

ஷெரிஃப் கடுப்புடன் அந்தக் கயிற்றைப் பிடித்து இழுத்து தொங்கியெல்லாம் பார்த்தார். முடிச்சு அவிழ வாய்ப்பே இல்லையென தண்டனையை நிறைவேற்றுபவர் பரிதாபமாகச் சொன்னார். சரி போனது போகட்டும். தம்பி, மேலே வா! இந்த முறை நீ தப்பிக்க முடியாது.

எல்லாம் மீண்டும் தயாராயின. பர்விஸ் மீண்டும் மேடையில். இம்முறை மக்கள் ஆதரவு அலை பல்கிப் பெருகியிருந்தது. 'எல்லாம் கடவுளின் செயல். நீ பிழைத்தே தீருவாய்' என அவனை வாழ்த்திப் பாடினார்கள். 'அவன் சொன்னதுபோலவே தப்பிவிட்டான். அவனைக் கொல்ல முடியாது' என்று சவால் விட்டார்கள். அப்போதும் 'தூக்கிலிடு' என்ற கோஷங்களும் கேட்கவே செய்தன.

இந்நிலையில் ஊரின் மரியாதைக்குரிய பாதிரியாரான சிப்லே என்பவர், தூக்குமேடையில் ஏறினார். 'மீண்டும் தூக்கிலிட வேண்டும் என்பவர்களெல்லாம் கைகளை உயர்த்துங்கள்'

வில் பர்விஸ்
முதியவராக

என்றார். ஒரு சில கைகளே தயக்கத்துடன் உயர்ந்தன. 'வேண்டாம் என்று சொல்பவர்களெல்லாம்...' - கிட்டத்தட்ட எல்லோருமே உயர்த்தியிருந்தார்கள்.

பாதிரியார், அங்கிருந்த ஒரு நீதிபதியை அர்த்தத்துடன் பார்த்தார். 'சாகும்வரை தூக்கிலிட வேண்டும் என்பதே தீர்ப்பு. அதை மீற முடியாது' என்றார் அவர். பர்விஸின் முகத்தில் துணி போடப்பட்டது. இச் சமயத்தில் ஒயிட் கேப்ஸ் அமைப்பையே விரும்பாத ஃபோர்டு என்பவர் களத்தில் இறங்கினார். 'தூக்கிலிடக் கூடாது என்று இப்போதே முந்நூறு பேரிடம் கையெழுத்து வாங்கித் தருகிறேன். அப்போதாவது தண்டனையை நிறுத்துவீர்களா?' என்று கேட்க, கூட்டமும் அதே ஆவேசத்துடன் கொந்தளித்தது. அதற்கு மேலும் அன்றைக்கு தூக்கு தண்டனையை நிறைவேற்றினால் நிலைமை கலவரமாகிவிடும் என்பதால் பர்விஸைச் சிறைக்கு அழைத்துச் சென்றனர்.

மீண்டும் விவகாரம் உச்சநீதிமன்றம் சென்றது. 'தண்டனையை நிறைவேற்றுபவர்களின் அஜாக்கிரதையால் இது நிகழ்ந்துள்ளதே தவிர, இதனால் குற்றவாளி நிரபராதியாகி விடமாட்டார். 1895, ஜூலை 31ல் தண்டனையை மீண்டும் நிறைவேற்றுங்கள்' என்று புதிய தேதியை அறிவித்தது.

இந்தத் தீர்ப்புக்கும் ஏகப்பட்ட எதிர்ப்புகள். 'பர்விஸைக் கொல்ல முடியாது. மீண்டும் அவன் தப்பிப்பான்' என அவனை சூப்பர் ஹீரோவாக மக்கள் பேச ஆரம்பித்திருந்தனர். அந்த ஜூலையில், பர்விஸ் சிறையிலிருந்து நண்பர்கள் சிலரது உதவியுடன் தப்பித்தான். தலைமறைவாக இருந்தான்.

அப்போது அங்கே கவர்னர் தேர்தல் நடைபெற இருந்ததால், பர்விஸைத் தேடும் பணி தீவிரப்படுத்தப்படவில்லை. தவிர, பர்விஸின் விடுதலைகூட தேர்தல் வாக்குறுதியில் முக்கிய அங்கம் வகித்தது. மெக்லாரென் என்பவர் புதிய கவர்னராக வென்றார். அவர் தன் வாக்குறுதியில் பர்விஸுக்கு ஆதரவாகப் பேசியிருந்தார்.

1896 மார்ச்சில், பர்விஸ் அவரிடம் சரணடைந்தான். நீதிமன்றத்தில் பர்விஸுக்காகப் போராடிய மெக்லாரென், அவனுக்கான தூக்குத் தண்டனையை ஆயுள் தண்டனையாக மாற்ற வைத்தார்.

பர்விஸ் மீண்டும் சிறையில். அவனை விடுதலை செய்யச் சொல்லி ஆயிரக்கணக்கான மனுக்கள் குவிந்த வண்ணம் இருந்தன.

இரண்டு வருடங்கள் கழிந்த நிலையில் அடுத்த அதிசயம் நிகழ்ந்தது. முக்கிய சாட்சியான ஜிம் பக்லேவுக்கு திடீரென ஒரு ஞானோதயம். 'என்னை மன்னிச்சுருங்க. என் சகோதரனைக் கொன்னது பர்விஸா இருக்காது. அப்போ நான் பார்த்தது வேற ஆளுன்னு தோணுது.'

உச்ச நீதிமன்றம் பர்விஸை எந்த நிபந்தனையுமின்றி விடுதலை செய்தது (டிசம்பர் 19, 1899). மக்களின் வாழ்த்து முழக்கங்களுடன் விடுதலையானான் ஹீரோ பர்விஸ். 'அவனுக்குள்ள ஏதோ சக்தி இருக்குதுய்யா! அதான் தப்பிச்சுட்டே இருக்கான். ஜெயில்ல இருந்துகிட்டே அவனோட மன சக்தியால ஜிம்மை இப்படிப் சொல்ல வைச்சு வெளில வந்துட்டாம்ல!' - பலவிதமாகப் பேசினார்கள்.

பர்விஸ், எதுவும் பேசவில்லை. தனது குழந்தைப் பருவ தோழி ஒருத்தியை மணந்துகொண்டு, விவசாயம் செய்தபடி அமைதியாக வாழ ஆரம்பித்தான். ஏழு குவாகுவாக்கள்.

1917. ஜோ பியர்ட் என்ற முன்னாள் ஒயிட் கேப்காரர், சர்ச் ஒன்றில் 'பாவ மன்னிப்பு' கோருவதாக ஒரு விஷயத்தை வெளியிட்டார். '1893ல் வில்லியம் பக்லேவைக் கொல்ல நானும் மேலும் இருவரும்தான் திட்டமிட்டோம். நான்காவதாக எங்களுடன் இருந்த பர்விஸுக்கு அதில் உடன்பாடில்லாததால் பிரிந்து சென்றுவிட்டான். கொன்றது தோர்ன்ஹில் என்பவர். நானும் அங்கிருந்தேன். பர்விஸ் நிரபராதி.'

இதையெல்லாம் நீதிமன்றத்தில் வந்து சொல்வதற்கு முன்பாகவே பியர்ட், டயர்ட் ஆகி இறந்துபோனார். உச்சநீதிமன்றம் 'உச் உச்' கொட்டியது. சாஷ்டாங்கமாக பர்விஸின் காலில் விழுந்து மன்னிப்பு கேட்டது. பர்விஸ் சிறையில் இருந்த காலத்துக்கு நஷ்ட ஈடாக 5000 டாலர் வழங்கி அசடு வழிந்தது.

அன்றைக்கு மட்டும் தூக்குக் கயிறின் முடிச்சு அவிழாமல் இருந்திருந்தால், இத்தனை மர்ம முடிச்சுகள் அவிழ்ந்திருக்கவே

செய்யாது. சரி, அன்றைக்கு பலமாகப் பரிசோதிக்கப்பட்டும் முடிச்சு எப்படி அவிழ்ந்தது. பர்விஸ் அந்த ரகசியத்தை வெளியில் சொல்லவே இல்லை. தனது சவாலை முழுமையாக நிறைவேற்ற அமைதியாக வாழ்ந்து கொண்டிருந்தான்.

1938, அக்டோபர் 13ல் வில் பர்விஸ் நிம்மதியாக தேவனடி சேர்ந்தார். இயற்கை மரணம். அதற்கு மூன்று நாள்கள் முன்பாகத்தான் பர்விஸின் காதுகளுக்கு அந்தச் செய்தி வந்து சேர்ந்தது. 'உச்ச நீதிமன்றத்தில் அன்று தவறாகத் தீர்ப்பு சொன்ன பன்னிரண்டாவது நீதிபதியும் இறந்துவிட்டார்.'

பேய்கள் C/o ஜப்பான்

‘மொழுக்குனு தலை... ஒத்த மசிருகூட கெடையாது. கன்னங்கரேல்னு மூஞ்சி பெருசா இருக்கும். ரெண்டு முட்டைக் கண்ணு வெள்ள வெளேர்னு பிரகாசமா ஜொலிக்கும். ஆக்டோபஸு தெரியுமா, அப்படித்தான் இருக்கும் அதோட ஒடம்பு. அந்தப் பேய் இருக்கே ஒரு காலத்துல புத்தத் துறவியா இருந்துச்சாம். திடீர்னு நடுக்கடல்ல இருந்து முளைச்சு வரும். அப்போ கடல்ல சூறாவளி பயங்கரமா வீசும். பெருசு பெருசா அலை அடிக்கும். கப்பலு தடுமாறும். ஆனா கப்பல்ல இருக்கறவங்க, சூறாவளியைப் பாத்தோ, அந்தப் பேயைப் பாத்தோ பயப்படாம இருக்கணும். பயம் கண்ணுல தெரிஞ்சுதுன்னு வையி... அந்தப் பேய் அப்படியே கப்பலைச் சுத்தி வளைச்சு மூழ்கடிச்சு, அதுல இருக்கறவங்களையெல்லாம் கொல்லாம விடாது...’

ஜப்பானியப் பாட்டிகளும் தாத்தாக்களும், தம் பேரன், பேத்திகளுக்குக் கதை சொன்னால் இந்தப் பேய்க்கதை நிச்சயம் இடம்பெறும். மொழுக் தலையுடன் கூடிய அந்தப் புத்தத்துறவி பேயின் பெயர் - உமிபோஸு. பேய்களுக்கும் ப்ளாஷ்பேக் உண்டல்லவா. இந்தப் பேயின் பயங்கரத்துக்குப் பின் உள்ள கதை இதோ.

08

ஜப்பானிய மீனவ கிராமம் ஒன்றில் புத்தரின் போதனைகளை எடுத்துரைக்க வந்தார் ஒரு துறவி. மீனவர்களுக்கு அவரது போதனைகளைக் கேட்டு அமைதி வரவில்லை, ஆவேசம் வந்தது. அந்தத்

துறவியைக் குண்டுக்கட்டாகத் தூக்கிக் கொண்டு படகில் ஏறினார்கள். நடுக்கடலுக்குச் சென்றார்கள். அவரை ஒரு பேரலில் போட்டார்கள். பேரலில் அடிப்பாகம் கிடையாது. அவர் கதறலைக் கொஞ்சம்கூட பொருட்படுத்தாமல், கடலில் தூக்கிப் போட்டு, மூழ்கடித்துக் கொன்றார்கள்.

சில நாள்கள் கழிந்திருக்கும். அந்த மீனவர்கள் அதே கடல் பகுதிக்கு மீன்பிடிக்க வந்தபோது, அந்தத் துறவி ஆக்டோபஸ் பேயாக கடலில் தோன்றினார். ஆவேசமாக அவர்களது படகைப் புரட்டிப்போட்டு மீனவர்களைக் கொன்று ரத்தம் குடித்து பழிவாங்கினார். ஆக, புத்த துறவியை ரத்தக் காட்டேரியாக மாற்றிய பெருமை அந்த ஜப்பானிய மீனவர்களுக்குக் கிடைத்தது. இன்றைக்கும் ஜப்பான் கடல் பயணிகளுக்கு உமிபோஸு குறித்த பயம் அகலவில்லை என்பதே நிஜம்.

‘...அன்னிக்கு ராத்திரி மணி பன்னெண்டு, பன்னெண்டரை இருக்கும். காட்டுப்பாதைல தனியா வீட்டுக்கு வந்துக்கிட்டிருந்தேன். மனசு பூரா பயம். அது வந்துருமோன்னு... நான் பயந்த மாதிரியே ஆயிருச்சு. திடீர்னு எம்பாதையில் வெள்ளைக் கலருல ஒரு சுவரு வளர்ந்து நிக்குது. அந்தப் பேய்தான். பயந்து தள்ளிப் போறேன். அப்படியே எம்மேல தொபுக்கடீர்னு வுழுந்து கொல்லப் பாக்குது. எடுறா ஓட்டம்னு ஓடுனா மறுதிசைல சுவரா மறிச்சுக்கிட்டு நிக்குது. என்ன பண்ணறுதுன்னே தெரில. அப்பத்தான் எங்க தாத்தா சொன்னது நினைவுல வந்துச்சு. ‘சுவருப்பேயி மறிச்சுதுன்னா, பயப்படக்கூடாது. ஒரு கட்டையால அதை அடிக்கணும், இல்லேன்னா செருப்புக்காலால அதை உதைக்கணும். அப்படி செஞ்சா அது வழிய விட்டு விலகிரும்’னு. ஒரு கட்டையை எடுத்து அதை அடிக்கப் போனேன். பயந்து விலகிச்சா, தப்பிச்சு ஓடி வந்துட்டேன்...’

பல ஜப்பானியக் கிழவர்கள், கண்களில் பயம் வழிய ‘வெள்ளைச் சுவர்ப்பேய்’ குறித்த விஷயங்களை இன்றைக்கும் பகிர்ந்து கொண்டுதான் இருக்கிறார்கள். யாரும் தாங்கள் செல்ல நினைத்த இடத்துக்குச் செல்லவே முடியாது. எல்லா வழிகளிலும் தோன்றி, பயமுறுத்தி குழம்ப வைத்து கொன்றுவிடும் அந்தப் பேய். அதற்கு ஜப்பானிய முன்னோர்கள் வைத்துள்ள பெயர், நுரிகபே. (இன்றைக்கு ஜப்பானிய காமிக்ஸ்களிலும், விடீயோ கேம்ஸிலும் நுரிகபே என்பது ஒரு புகழ்பெற்ற கதாபாத்திரம்.)

இன்னும் பலவிதமான பேய்கள் ஜப்பான் மக்களின் நம்பிக்கையில் உயிர்ப்புடன் உலவுகின்றன. அதில் அதிபயங்கரமானது குபிகஜிரி. மயானங்களில் இரவு ஆட்சி நடத்தும் இந்தப் பேய், இறந்து புதைக்கப்பட்டவர்களின் தலையை மட்டும் விரும்பி உண்ணுமாம். உயிருடன் யாராவது கிடைத்தாலும் அவர்களை 'முண்டம்' ஆக்காமல் விடாதாம். மயானப் பகுதிகளில் இரவு செல்லும்போது ரத்த வாடை அடித்தால், ஒரு கணம்கூட நிற்கக்கூடாதாம். இல்லையேல், குபிகஜிரி நம்மிடம் குசலம் விசாரிக்காமல் விடாதாம்.

குபிகஜிரியைப் போன்றதுதான் 'புருபுரு'வும். மயானங்களிலும், அடர்ந்த காடுகளிலும் செல்வாக்கு கொண்டது. தனியாக வரும் நபர்களைக் குறிவைக்கும். கண்முன் ஒரு வயதான கிழவனாகவோ அல்லது கிழவியாகவோ படாரெனத் தோன்றும். சுருக்கம் விழுந்த முகத்தில் ஒரே ஒரு கண் மட்டும்தான் காணக்கிடைக்கும். அதைக் காணும் நபருக்கு பயத்திலேயே உடல் குளிர ஆரம்பிக்கும். தண்டுவடத்திலிருந்து ஒருவிதமான பய உணர்வு பரவ ஆரம்பிக்கும். புருபுரு எதுவும் செய்யாது. பயமே உயிரைத் தின்றுவிடும்.

முதலில் பார்த்த உமிபோஸு போன்றே கடல் சார்ந்த வேறு பேய்களும் உள்ளன. இஸோஹைம் - என்பது கடல்கன்னி வடிவிலான அதிஅசிங்கமான பேய். நடுக்கடலில் செல்லும் கப்பல்களைக் குறிவைத்துப் பாயும் இந்தக் கடல்கன்னி, கப்பல்களைப் பயங்கரமாக உலுக்கும். அப்போது தவறி கடலில் விழுபவர்களை இழுத்துக் கொண்டு கடலில் அடிமட்டத்துக்குக் கொண்டு செல்லும். பின் என்ன, கருமாதி சமையல் சாதம்! ரத்த சூப் பிரமாதம்! இந்த அகோரிப் பிரசாதம்! இதுவே எனக்குப் போதும்!

ஸோஜோ என்பது மிகவும் சமர்த்தான பேய். அளவில் சிறியது. சிவப்பு நிற தலைமுடி கொண்டது. சாப்பாட்டுக்கு அலையும் பிச்சைக்காரப் பேய் இது. கடலில் கப்பல்களையும் படகுகளையும் மறித்து உணவையும் மதுவையும் மட்டும் பிடுங்கிக் கொண்டு செல்லும். கப்பலில் ஏதாவது 'விருந்து' நடந்தால் எந்தவிதச் சேட்டையும் செய்யாமல் கலந்துகொண்டு வயிற்றை நிரப்பிக் கொண்டு சென்றுவிடும்.

வறுமைக்கு வாக்கப்பட்ட பேயும் இருக்கிறது. அதன் பெயர் கேஸ்டோகுரோ. உண்ண உணவின்றி பட்டினியால் செத்துப் போனவர்கள், இதுபோன்ற பேயாக அலைகிறார்கள் என்பது ஜப்பானியர்களின் நம்பிக்கை. மனிதனின் எலும்புக்கூட்டைப் போல்

பதினைந்து மடங்கு பெரிதாக, சிவப்பு முட்டைக் கண்களுடன் திரியும் இந்தப் பேய்களும் மற்ற பேய்களைப்போல 'நைட் வாட்ச்மேன்' வேலைதான் பார்க்கிறது.

காட்டுக் குழந்தைப் பேய், அரிக்கேன் விளக்குப் பேய், பழைய துடைப்பம் பேய், சுத்தியல் அருவாள் பேய், பேரழகுப் பேய் என பலவிதமான ஜப்பானியப் பேய்கள் மக்கள் மனத்தில் கால்களுடனோ, கால்களின்றியோ உலவிக் கொண்டுதான் இருக்கின்றன. அறிவியலிலும் தொழில்நுட்பத்திலும் எட்ட முடியாத உயரத்தைத் தொட்டு நின்றாலும் இன்றைக்கும் ஜப்பானியர்கள் பேய்களை நினைத்து மனதார நடுங்கிக் கொண்டுதான் இருக்கிறார்கள். தம் வீட்டு வாசலில் துர்சக்திகளை அண்டவிடாமல் விரட்டியடிக்கும் 'ஷோகி'யின் படத்தை மாட்டி வைத்திருக்கிறார்கள். யார் அந்த ஷோகி?

ஷோகி, ஏழாம் நூற்றாண்டில் ஸாங் பேரரசில் சென்ஷி என்ற ஊரில் வாழ்ந்தவர் (Zhong Kui என்பது அவரது சீனப் பெயர்). முறைப்படி மருத்துவம் பயின்றார். அரண்மனையில் மருத்துவராகப் பணிபுரிய வேண்டுமென்பது அவரது வாழ்நாள் லட்சியம். அதற்காக, அரண்மனைக்குச் சென்றார். அங்கே வைக்கப்பட்ட தேர்வுகளிலும் சோதனைகளிலும் தேர்ச்சி பெற்றார். பேரரசர் பார்த்து அங்கீகரித்துவிட்டால் அரண்மனை மருத்துவர் பணி கிடைத்துவிடும் என்ற சூழல்.

'யார் இவனா? வேண்டாம் வேண்டாம். பார்ப்பதற்கே சகிக்கவில்லை' என்று பேரரசர், ஷோகி 'அழகைக்' குறை சொல்லி நிராகரித்துவிட்டார். ஷோகியால் அந்த ஏமாற்றத்தைத் தாங்க முடியவில்லை. அரண்மனை வாசலில் வந்து உட்கார்ந்து கதறிக் கதறி அழுதார். ஒரு கட்டத்தில் நிலைப்படியில் முட்டி முட்டி, ரத்தம் வழியத் தன் உயிரை மாய்த்துக் கொண்டார்.

விஷயமறிந்த பேரரசர் நொறுங்கிப் போனார். தன் தவறுக்குப் பிராயச்சித்தமாக ஷோகியின் இறுதிச்சடங்குகளை ராஜ மரியாதையுடன் நடத்தினார். ஆன்மா சாந்தியடைந்து இறந்துபோனவர்களின் உலகத்துக்குச் சென்ற ஷோகி, அங்கே தீய சக்திகளை எதிர்க்கும் அரசனாகப் பதவியேற்றார். வாசலில் உயிரைவிட்ட ஷோகியின் உருவப்படத்தை நம் வாசலில் மாட்டிவைத்தால் போதும். 80000 விதமான துர்சக்திகள் விலகி ஓடிவிடும் என்பது சீனர்களின், ஜப்பானியர்களின் அசைக்க முடியாத நம்பிக்கை. அதுதான் இந்த

இருபத்தொன்றாம் நூற்றாண்டிலும் சீன, ஜப்பானிய வீடுகளில், பெரிய கட்டடங் களில், நிறுவனங்களின் வாசல்களில் ஷோகி தன் வாளுடன் பேய் விரட்டிக் கொண்டிருக்கிறார்.

ஆனால், இந்த அசகாய ஷோகிக்கும் அடங்காத அழுமூஞ்சிப் பேய் ஒன்று இருக்கிறது. அதன் பெயர் ஒகிகு. பதினான்காம் நூற்றாண்டில் வாழ்ந்ததாகக் கருதப்படுகிற ஜப்பானிய சாமுராய் அயோமா. ஆள் கொஞ்சம் சபலிஸ்ட். தன் வீட்டில் வேலைபார்த்த அழகு வேலைக்காரி ஒகிகு மேல் அவருக்கு ஆசை. ஜாடைமாடையாகச் சொல்லிப் பார்த்தார். அவள் கண்டுகொள்ளவில்லை. நேரடியாகவும் கேட்டுப் பார்த்தார். பயந்து மறுத்தாள். 'எனக்கு இணங்கினால் நீ என் ஆசைநாயகியாக காலமெல்லாம் சுகமாக வாழலாம் டார்லிங் என்று ஆசை காட்டியும் பார்த்தார். ஒகிகு மசியவில்லை.

ஒகிகு, வீட்டில் இல்லாத சமயத்தில் சமையலறைக்குள் சென்றார் அயோமா. அங்கே, விலையுயர்ந்த டச்சு தட்டுகள் பத்து இருந்தன. அவற்றை எடுத்துக் கொண்டு சென்று கிணற்றில் போட்டுவிட்டார். ஒகிகு, இரவில் அயோமாவுக்கு உணவு பரிமாறினாள். 'டச்சு தட்டு எங்கே? அதில் உணவைக் கொண்டு வா' என்றார். சமையலறைக்குச் சென்ற ஒகிகு, அதிர்ந்து நின்றாள். படபடப்புடன் தட்டுகளைத் தேடினாள். கண்ணீருடன் அயோமா முன்வந்து நின்றாள். 'என் விருப்பத்துக்குச் சம்மதம் சொன்னால் உன்னை மன்னிக்கிறேன்' என்று ஒகிகுவை மிரட்ட ஆரம்பித்தார். அவள் உறுதியாக

ஷோகி

அழும் பேய் ஒகிகு

நின்றாள். அயோமா, அவளைக் கட்டி வைத்து துன்புறுத்திக் கொன்றார். அதே கிணற்றில் அவளது உடலையும் தூக்கிப் போட்டார்.

சில நாள்கள் கடந் திருக்கும். இரவில் அந்தக் கிணற்றில் இருந்து அகோரமான ஓசைகள் கேட்க ஆரம் பித்தன. 'ஒன்று, இரண்டு, மூன்று...' என்று தட்டுகளை எண்ணும் ஒகிகுவின் குரல் அயோமாவின் காதுகளில் விழுந்தன. ஒன்பது வரை எண்ணிய அந்தக் குரல் அதன் பின் பெருங்குரலெடுத்து அழ ஆரம்பித்தது. தினமும் நள்ளிரவில் ஒகிகுவின் இந்தக் குரலைக் கேட்டுக் கேட்டே பைத்தியமாகிப் போனார் அயோமா.

வேண்டுமானால் டோக்கியா நகரத்துக்குச் செல்லுங்கள். அங்கே அயோமா டோரி (Aoyoma Dori) என்ற பெயரில் ஒரு நெடுஞ் சாலை இருக்கிறது. அதில் பயணம் செய்துகொண்டே போனால், அகாசகா என்ற பகுதியை அடையலாம். அங்கேதான் ஜப்பானுக்கான கனடாவின் தூதரகம் இருக்கிறது. அதனுள் சென்றால், அந்த இடத்துக்குச் சம்பந்தமே இல்லாதவாறு ஒரு பழங்கிணறு இருக்கும். ஒகிகு 'வாழும்' கிணறுதான். முடிந்தால் நள்ளிரவு வரை காத்திருங்கள். ஒகிகு அழுதுகொண்டே 'ஒன்று, இரண்டு...' எண்ணுவதற்காக வெளியே வரலாம்.

‘நரகத்திலிருந்து... கொலைகாரன்!’

லண்டனின் ஒயிட்சேப்பல் பகுதி. பத்தொன்பதாம் நூற்றாண்டில் இறுதி இருபந்தைந்து வருடங்களில் நிகழ்ந்த ஐரிஷ் குடியேற்றங்களாலும், கூட்டம் கூட்டமாக வந்து தஞ்சமடைந்த யூதர்களாலும், ஏற்கெனவே அங்கு காலம் காலமாக வசித்துவந்த லண்டன்வாழ் ஏழைகளாலும் மிகுந்த நெருக்கடி நிறைந்த பகுதியாக மாறியது. வறுமை - முதல்வராக ஆட்சிப் பொறுப்பேற்க, குற்றம் - துணைமுதல்வராகச் செயல்பட்டது. எங்கு பார்த்தாலும் வன்முறை, திருட்டு, கொலை, கொள்ளை. தவிர பார்களும், விபசார விடுதிகளும் சுயாட்சி நடத்தின.

1888. ஆகஸ்ட் *31*, வெள்ளி. அதிகாலை மணி *3.40*. ஒயிட்சேப்பலின் பக்ஸ் ரோ என்ற இடத்தில் ஒரு பெண்ணின் பிணத்தை சிலர் பார்த்தனர். கொலை செய்யப்பட்டு சில நிமிடங்கள்தான் இருக்கும் என்பதை உடல் சூடு சொன்னது. கழுத்தில் ஆழமாக இரண்டு வெட்டுகள். அடிவயிற்றைக் கிழித்த கத்தி, உள்ளிறங்கியும் விளையாடியிருந்தது. முகத்திலும் உடம்பிலும் சில கத்திக் குத்துகள். அந்தப் பெண்ணின் பெயர் மேரி அன் நிக்கோலஸ். வயது 42. பாலியல் தொழிலாளி.

09

கொலைகள் நடப்பது அந்தப் பகுதியில் சகஜம் என்பதால் இந்தக் கொலை பெரும் பரபரப்பை ஏற்படுத்தவில்லை. ஆனால் கொலை செய்யப்பட்ட

விதம் கொஞ்சம் சலசலப்பை ஏற்படுத்தியது. அடுத்த வார இறுதி (செப்டெம்பர் 8, சனி). ஒயிட் சேப்பலின் ஹான்பெரி தெரு. காலை 6.00 மணியளவில் அனி சேப்மேன் என்ற 47 வயது பெண்ணின் உடல் கண்டெடுக்கப்பட்டது. நிக்கோலிஸுன் உடல்போலவே இந்த உடலும் சிதைக்கப்பட்டு, கழுத்தில், அடிவயிற்றில் வெட்டுப்பட்டு... கர்ப்பப்பையையும் காணவில்லை. அனி செய்து வந்ததும் பாலியல் தொழில்தான்.

செப்டெம்பர் 30. ஞாயிறு. நள்ளிரவு 1 மணி. பெர்னெர் தெருவில் கழுத்தறுபட்ட நிலையில் மீண்டும் ஒரு பெண் பிணம். எலிசபெத் ஸ்டிரைட். வயது 45. உடலில் சில காயங்கள். அடிவயிறு அறுக்கப்படவில்லை. பாலியல் தொழிலாளிதான். கொலையாளி, ஸ்டிரைடின் உடலைச் சிதைக்கும் முன்பே குதிரை வண்டிச் சத்தம் கேட்க, தப்பித்துப் போய்விட்டான். அந்தப் பக்கம் வந்த சிலர், கொலையாளியைப் பார்த்ததாகச் சொன்னார்கள்.

அதே தினத்தில் அதிகாலையில் மிட்ரே சதுக்கம் அருகில் மேலும் ஒரு பெண் பிணம். காத்ரின் எட்டோவ்ஸ். வயது 46. பாலியல் தொழிலாளியான அவளது உடலிலும் கழுத்தில் வெட்டு. சிதைக்கப்பட்ட முகம். ஆழமாகப் பிளக்கப்பட்டிருந்த அடிவயிற்றிலிருந்து கர்ப்பப்பை உருவப்பட்டிருந்தது, கூடவே இடதுபக்கச் சிறுநீரகமும்.

ஐந்தாவது கொலைக்கு கொலையாளி குறித்த நாள், நவம்பர் 9, வெள்ளிக்கிழமை. மில்லர்ஸ் கோர்ட் பகுதியில் தான் வசித்த அறையின் கட்டிலிலேயே மேரி கெல்லி என்ற இருபத்தாறு வயது இளம்பெண் கொடூரமாகக் கொலை செய்யப்பட்டுக் கிடந்தாள். முகத்திலும் உடலிலும் கத்தி விளையாண்டிருந்தது. வயிற்றிலிருந்து பெரும்பாலான உறுப்புகள் உருவப்பட்டிருந்தன. பிளக்கப்பட்ட நெஞ்சிலிருந்து இதயத்தைக் காணவில்லை. ம்... இவளும் பாலியல் தொழிலாளிதான்.

1888ன் இரண்டரை மாதங்களுக்குள் ஐந்து கொலைகள். கொல்லப்பட்ட விதம் ஒன்றே. அனைவரும் பெண்கள். பாலியல் தொழிலாளிகள். ஐந்தும் நள்ளிரவில் அல்லது அதிகாலையில் வார அல்லது மாத இறுதியில் நடைபெற்றவை. உபயோகப்படுத்தப்பட்டதுகூட ஒரே வகை ஆயுதம்தான். ஐந்தையும் ஒரே ஆள்தான் செய்திருக்க வாய்ப்புள்ளது. யார் அவன்? இம்மாதிரி ஒருவனே பல கொலைகள் தொடர்ந்து செய்வது கொலைகாரனுக்குப்

பழகியதாக இருந்திருக்கலாம். ஆனால் லண்டன் போலீஸுக்குப் புதிதாக இருந்தது. விழிபிதுங்கி நின்றார்கள்.

அந்த வருடத்தில் மட்டும் சுமார் 35 கொலைகள் ஒயிட் சேப்பல் பகுதியில் நடந்துள்ளன. அவற்றில் சில கொலைகளுக்கான குற்றவாளிகள் கைது செய்யப்பட்டிருந்தனர். பிற கொலைகள் நடந்த விதம் வேறுமாதிரியாக இருந்தது. இந்த ஐந்து மட்டுமே தனித்துவமான 'பாணி'யில் நடந்திருந்தன. *விசாரணையில் சிஐடி-யும்* (Criminal Investigation Department) சேர்ந்துகொண்டது. எந்தக் கோணத்தில் இந்த வழக்கை அணுகுவது என்று அவர்கள் திணறிக் கொண்டிருந்த போது, நாளிதழ்கள் கிட்டத்தட்ட கொலைகாரனை ஹீரோவாக்கி தினம் ஒரு கோணத்தில் செய்திகள் வெளியிட்டு விற்றுத் தீர்ந்தன.

அன்றைக்கு சாட்சிகள் சொல்லும் அடையாளங்களை வைத்து கொலைகாரனின் உத்தேச உருவத்தை வரையும் கலைகூட வளரவில்லை. சாட்சிகள் ஒவ்வொருவரும் சொன்ன விதவிதமான அடையாளங்கள் அநியாயத்துக்கு குழம்ப வைத்தன. கொலைகாரன் குட்டையா, நெட்டையா, ஒடிசலானவனா, தடித்தவனா, ஐரோப்பியன்தானா, லண்டன்காரனா என எந்தவொரு உறுதியான முடிவையும் எடுக்க முடியவில்லை.

ஒயிட்சேப்பல், அதன் சுற்றுவட்டாரப் பகுதிகளில் ஒரு வீடு, ஓர் அறை விடாமல் போலீஸார் ஏறி இறங்கினார்கள். சுமார் 2000 பேரிடம் பேசினார்கள். அதில் 300 பேரிடம் அழுத்தமான விசாரணை நடத்தப்பட்டது. அதில் 80 பேர் சந்தேகத்தின் பெயரில் கைது செய்யப்பட்டார்கள். போலீஸின் விசாரணைகளிலும் பாதுகாப்பிலும்

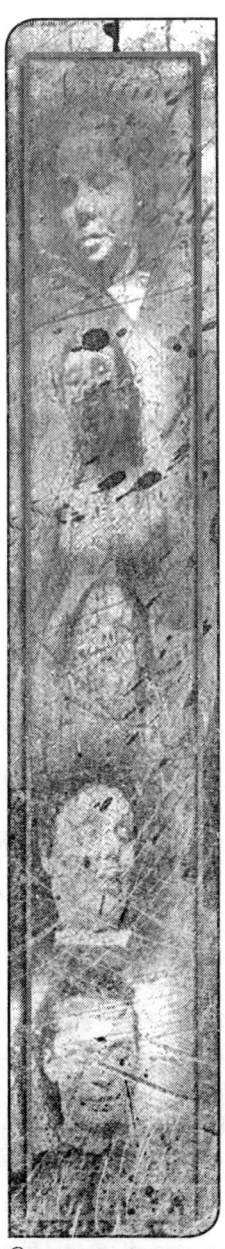

கொலையான ஐவர்

நம்பிக்கையில்லாத மக்கள் குழு ஒன்று கொலைகாரனைப் பிடிக்க சுயேட்சையாகக் களமிறங்கியது. தவிர, தனியார் துப்பறியும் புலிகள் ஒருபக்கம் தங்கள் லென்ஸைத் துடைத்துக் கொண்டிருந்தார்கள்.

கொலைகாரன் ஸ்தீரிலோலனாக இருக்குமோ? எனில் இந்தத் தொழிலில் ஈடுபடும் பெண்களைக் கொல்ல வேண்டிய அவசிய மில்லையே. தவிர, கொலை செய்யப்பட்ட ஐந்து பெண்களும் பாலியல் ரீதியாகத் துன்புறுத்தப்படவும் இல்லை. அவன் மனநிலை பாதிக்கப்பட்டவனாக இருக்கலாம். ஆனால் சிக்கிக் கொள்ளாதபடி, தெளிவாகத் திட்டமிட்டு, தேர்ந்தெடுத்து பெண்களைக் கொல்கிறானே. குழப்பம் வளர்ந்துகொண்டே போனது.

இந்நிலையில் காவல் நிலையங்களுக்கு ஏகப்பட்ட கடிதங்கள் வந்து குவிந்தன. அவற்றில் பல, 'கொலையாளியை எப்படிப் பிடிக்கலாம்' என்று போலீஸுக்கு அறிவுரை சொல்லின. போலீஸை மிரட்டுவதாக சில மொட்டைக் கடிதங்கள். அதில் ஒரு சில கடிதங்கள் மட்டும் நிஜ கொலையாளி எழுதியதாக நம்பப்படுகிறது. அதில் ஒன்று - Dear Boss... என்று ஆரம்பிக்கப்பட்டு சிவப்பு மையால் எழுதப்பட்ட கடிதம் (27 செப். 1888ல் முத்திரையிடப்பட்டது).

'...என் வேலை எனக்கு மிகவும் பிடித்திருக்கிறது. மீண்டும் செய்ய ஆசைப்படுகிறேன். சேகரித்து வைத்த பெண்ணின் ரத்தம் கொண்டுதான் கடிதமெழுத நினைத்தேன். அது உறைந்துவிட்டது. இன்னும் கொஞ்சம் வேடிக்கை காட்டவிருக்கிறேன். அடுத்ததாகக் கொலை செய்யும் பெண்ணின் காது மடலை அனுப்பிவைக்கிறேன்.

தங்கள் உண்மையுள்ள
Jack - The Ripper

இந்தக் கடிதத்தை முதலில் எவனோ விளையாட்டாக எழுதியிருக்கிறான் என்றுதான் போலீஸ் நினைத்தது. ஆனால் செப். 30ல் கொல்லப்பட்ட காத்ரீன் எட்டோவ்ஸின் வலதுபக்க காதுமடல் அறுக்கப்பட்டிருந்ததைக் கண்டதும் போலீஸ் பதறியது. Jack - The Ripper என்ற பெயரில் கடிதம் எழுதுபவனே நிஜ கொலைகாரன் என்றும், அது புனைப்பெயராக இருக்கலாம் என்ற முடிவுக்கும் வந்தது.

அக்டோபர் 16 அன்று ஒரு பெட்டியோடு அடுத்த கடிதம் வந்து சேர்ந்தது. அதன் சுருக்கம்...

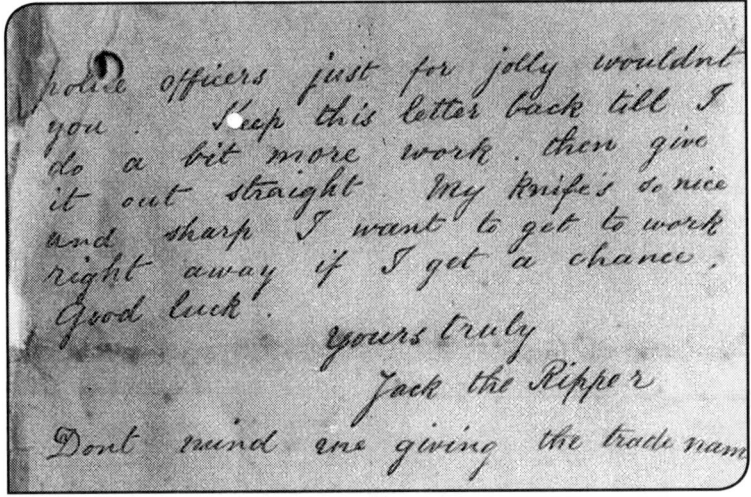

police officers just for jolly wouldnt
you. Keep this letter back till I
do a bit more work. then give
it out straight My knife's so nice
and sharp I want to get to work
right away if I get a chance.
Good luck.
yours truly
Jack the Ripper
Dont mind me giving the trade nam

கடிதத்தில் ஒரு பகுதி

‘நரகத்திலிருந்து... கொலைகாரன் எழுதிக்கொள்வது,

கொலை செய்த பெண்ணின் உடலிலிருந்து எடுத்த கிட்னியில் பாதியை அனுப்பியுள்ளேன். எப்போது முடியுமோ அப்போது என்னைப் பிடியுங்கள்!

இப்படிக்கு
Jack - The Ripper

நிஜமாகவே பெட்டியில் பாதி கிட்னி இருந்தது. கேத்ரீன் எட்டோவ்ஸ் உடையதாக இருக்கலாம். எத்தனாலில் ஊறவைத்து அதை அனுப்பியிருந்த ஜேக், மீதியை வறுத்துச் சாப்பிட்டுவிட்டதாகக் கடிதத்தில் சிரித்திருந்தான். ஆனால் இரண்டு கடிதங்களின் கையெழுத்தும் மாறுபட்டிருந்தது.

கொலைகாரன் உடலைக் கீறி உறுப்புகளை எடுத்திருக்கிறான் என்றால் அவன் அறுவை சிகிச்சை நிபுணராக அல்லது குறைந்தபட்சம் மருத்துவ அறிவு கொண்டவனாக இருக்க வேண்டும் என்றொரு கோணத்தில் விசாரணை ஆரம்பிக்கப்பட்டது. ‘கசாப்புக் கடைக்காரனாகக்கூட இருக்கலாம்’ என்று அந்தக் கோணத்துக்கு எதிர்க் கருத்தும் வெளிவந்தது. லண்டன் வாழ் அறுவை சிகிச்சை நிபுணர்கள், மருத்துவர்கள், கசாப்புக்கடைக்காரர்கள் மீது சந்தேக ஒளி பாய்ந்தது. விசாரணைகள் நடந்தன.

இளவரசர் விக்டர்

ஐந்து உடல்களையும் பிரேதப் பரிசோதனை செய்த அறுவை சிகிச்சை நிபுணர் தாமஸ் பாண்டிடம் இதுகுறித்து கருத்து கேட்கப் பட்டது. 'அவர்களாக இருக்கவேண்டும் என்ற அவசியம் இல்லை. இப்படிக் கொலை செய்வதில் அதிக அனுபவம் உடையவனாக அல்லது விலங்குகளின் உடலை அறுத்துப் பார்த்து பயிற்சி பெற்றவனாகக் கூட இருக்கலாம். பெண்ணைத் தாக்கி தரையில் தள்ளி, முதலில் கழுத்தைத்தான் வெட்டியிருக்கிறான். ஒரே மாதிரியான கத்திதான். எந்தப் பெண்ணையும் அவன் பாலியல் ரீதியாகத் துன்புறுத்தவில்லை.'

தாமஸ் பாண்டின் இந்தக் கருத்துக்குப் பிறகு அறுவை சிகிச்சை நிபுணர்களும், கசாப்புக்காரர்களும் கொஞ்சம் நிம்மதியுடன் சிரித்தார்கள். சந்தேகத்துக்குரிய குற்றவாளிகள் பட்டியல் கிட்டத்தட்ட நூறைத் தொட்டது. ஹெட் கான்ஸ்டபிளாக இருந்த மேக்நாக்டென், தன் உடுப்பைக் கழற்றி வைத்துவிட்டு, தனி ஆவர்த்தன விசாரணையில் ஈடுபட்டார். 1894ல் அவர் வெளியிட்ட பல பக்கங்கள் கொண்ட விசாரணை அறிக்கை குற்றவாளிகளாக இருக்கலாம் என்று மூன்று பேர்களுடைய பெயரைப் பரிந்துரைத்தது. ஆனால் எதற்குமே வலுவான ஆதாரம் இல்லாத நிலையில் எந்த முடிவுக்கும் வர இயலவில்லை.

பிரிட்டிஷ் ராஜ குடும்பத்துக்கும் இந்தக் கொலைகாரனுக்கு தொடர்பு உண்டு என்ற ஒரு கருத்து வெகு அழுத்தமாகப் பரவியது. கொலை செய்யப்பட்ட பெண்களுக்கும் ராஜ குடும்பத்திலிலுள்ளவர்களுக்கும் தொடர்பு உண்டு. ராஜ குடும்ப ரகசியங்கள் வெளிப்படாமல் இருக்கவே 'ஆள்' வைத்து கொலை செய்திருக்கிறார்கள் என்ற கோணத்திலும் செய்திகள் பரவின.

குயின் விக்டோரியா சொல்லித்தான் கொலைகாரனைப் போலீஸ் விட்டுவைத்திருப்பதாகவும் பேசினார்கள்.

விக்டோரியாவின் பேரனான இளவரசர் அல்பர்ட் விக்டரும் 'ஜேக்'காகப் பார்க்கப்பட்டார். அப்போது அவர் ஒரு மாதிரியாக, எவ்வித இலக்குமின்றித்தான் திரிந்தார். யாருக்கும் அடங்காமல், ஊர் வம்பை விலைக்கு வாங்கியபடி. இருபத்தெட்டு வயதிலேயே நோய்வாய்ப்பட்டு இறந்தும் போனார் (1892).

1970ல் டாக்டர் தாமஸ் ஸ்டோவல், ஜேக் தி ரிப்பர் குறித்து ஒரு நீண்ட கட்டுரையை வெளியிட்டார். அதில் ராஜ குடும்பத்தின் மருத்துவரான சர் வில்லியம் குல் கொடுத்துள்ள ஆதாரங்களையும் குறிப்பிட்டிருந்தார். அதாவது இளவரசர் விக்டர், பால்வினை நோயால் பாதிக்கப்பட்டுத்தான் இறந்துபோனார் என்று. 'இளவரசர் ஒயிட்சேப்பல் பகுதியில் கொலைகளைச் செய்தபோது நோய் பரவியிருக்கலாம். அவர்தான் ஜேக் தி ரிப்பர்' என்று டாக்டர் தாமஸ் கட்டுரையில் குறிப்பிட்டிருந்தார்.

கட்டுரை வெளியான சில காலத்திலேயே டாக்டர் தாமஸ் செத்துப் போனார். வில்லியம் குல்லின் ஆதாரங்கள் எதுவும் யார் கையிலும் கிடைக்கவில்லை. 'இதெல்லாம் பொய். சில கொலைகள் நடந்த சமயத்தில் இளவரசர் ஸ்காட்லாந்தில் இருந்தார்' என்று அரண்மனையிலிருந்து மறுப்பு வந்தாலும், ராஜ குடும்பம் மீதான சந்தேகப் பார்வை இதுவரை முற்றிலும் விலகவில்லைதான்.

ஜேக் தி ரிப்பரைக் கொண்டு பல நாவல்கள், புத்தகங்கள், ஆராய்ச்சிக் கட்டுரைகள் இன்றைய தேதி வரை வந்துகொண்டேதான் இருக்கின்றன. எல்லாவற்றையும் 'நரகத்திலிருந்து' ஜேக் ரசித்துச் சிரித்துக் கொண்டிருக்கலாம். இன்றைக்கு வரை லண்டன் மம்மிக்களும் டாடிக்களும் தொந்தரவு செய்யும் தம் குழந்தைகளை மிரட்ட உச்சபட்சமாக இந்த வாசகத்தை உபயோகிக்கிறார்கள் - 'ரொம்பப் படுத்துன, ஜேக் பூச்சாண்டிகிட்ட புடிச்சு கொடுத்துருவேன்...'

10

மெக்ஸிகோ மங்காத்தா

உலகின் வல்லரசு என மார்தட்டிக்கொள்ளும் அமெரிக்காவின் பொருளாதார டிரவுசர் 'டர்'ரெனக் கிழிவது சில வருடங்களுக்கு ஒருமுறை வாடிக்கையாக நடப்பதுதானே. இதோ இப்போதுகூட கிழிந்து கொண்டிருக்கிறது. 1929-லும் டர்ரானது. பங்குச் சந்தை படுத்த படுக்கையானது. சுமார் 4300 வங்கிகள் திருவோடு ஏந்தி தெருவுக்கு வந்தன. அடி மேல் அடி. அடுத்த நான்கு வருடங்களுக்கு எழவே முடியவில்லை.

1933ல் அமெரிக்க அதிபர் ரூஸ்வெல்ட், கிழிந்த டிரவுசருக்கு ஒட்டுப் போடும் ஒரு முயற்சியாக சட்டம் ஒன்றை நிறைவேற்ற போராடிக் கொண்டிருந்தார். அதாவது அமெரிக்காவில் யாரும் தங்கத்தை அதிக அளவில் கையிருப்பாக வைத்திருக்கக் கூடாது. தங்கத்தைப் பதுக்குதல் சட்ட விரோதம். தங்கத்தை நிதி அமைச்சகத்திடம் கொடுத்துவிட்டு பணமாகப் பெற்றுக் கொள்ளலாம். United States Gold Reserve Act என்பதே சட்டத்தின் பெயர்.

அமெரிக்காவின் பொருளாதாரம் புகைவிட்டு எரிந்துகொண்டிருக்க, அதில் குளிர்காய்வதற்கான வாய்ப்பைத் தேடிக்கொண்டிருந்தார் லியோன் டிரபுகோ (Leon Trabuco). இவர் மெக்ஸிகோவின் பியுப்லா நகரத்தைச் சார்ந்த பெரிய பண்ணையார். சுரங்கத் தொழில் செய்தார். செழிப்பாகவே வாழ்ந்தார்.

எதுவும் இல்லாதவனுக்கு வயிற்றில் பசியெடுக்கும். எல்லாம் இருப்பவனுக்கு எங்கெங்கோ பசியெடுக்குமே.

டிரபுகோ, தனது நண்பரும் பொருளாதார நிபுணருமான கஸ்மேன் மொரடாவை அழைத்தார். கூடவே நிதித்துறை ஆலோசகர் ரஃபேல், பண்ணையார்களான ரிச்சர்டோ மற்றும் கார்லோஸ் ஆகிய மூவரையும் அழைத்தார். எல்லோருமே மெக்ஸிகோகாரர்கள். 'குளிர் காயத்' திட்டம் போட்டார்கள்.

'பண்ணையாருங்களா, யுஎஸ் டாலரு மதிப்பு தரை டிக்கெட்டு ரேட்டுக்கு போவப் போவுது. தங்கம் ரேட்டு, டாப் டக்கரா எகிறப் போவுது. இப்ப மட்டும் நீங்க தங்கத்தை கொத்துக் கொத்தா பதுக்கி வெச்சீங்கன்னா, பின்னால அம்சமான வெலை வர்றப்போ எடுத்து வெளில வுடலாம். பெருசா லாபம் கெடைக்கும். என்ன வெளையாண்டு பாக்குறீங்களா?'

மொரடாவின் வார்த்தைகள், நால்வரையும் மயக்கின. அமெரிக்காவுக்குச் சென்று தங்கம் வாங்க முடியாது. மெக்ஸிகோவில்தான் வாங்க வேண்டும். இங்கேயே வாங்கி, இங்கேயே பதுக்கி வைத்து, தகுந்த சூழ்நிலை கனியும்போது அமெரிக்காவுக்கு அதைக் கடத்திச் செல்ல முடியுமா? இரு நாட்டின் எல்லையில் பிரச்னை வராதா?

'அதெல்லாம் பிஸ்கோத்து மேட்டரு. ரோட்டுல கொண்டு போனாத்தான பிரச்னை. நாம பறக்க வெச்சிருவோம்' - மொரடா அதற்கும் ஆலோசனை சொன்னார். தங்கத்தைப் பதுக்கி 'உள்ளே' வை! விலையேறும்போது 'வெளியே' விடு! தங்கம் வைத்து மங்காத்தா ஆட அந்த மெக்ஸிகோகாரர்கள் தயாரானார்கள்.

1933ல் மேற்குலகச் சந்தையில் ஒரு அவுன்ஸ் தங்கத்தின் விலை இருபதிலிருந்து இருபத்தொரு டாலர் வரை இருந்தது. மேற்படி சட்டம் நிறைவேற்றப்பட்டால் விலை, முப்பதிலிருந்து நாற்பது டாலர் வரை உயரும் என்பது மொரடாவின் கணிப்பு. டிரபுகோ, மற்ற மூவருடன் சேர்ந்து தங்கத்தைத் திரட்ட ஆரம்பித்தார், டன் டன்னாக.

டிரபுகோவின் பங்குதான் அதிகம். கிட்டத்தட்ட 12 டன். ரஃபேலுக்கு சுரங்கத் தொழில் அதிபர்களிடம் நல்ல பழக்கமிருந்தது. மேலும் 5 டன் தங்கத்துக்கு வழி செய்தார். அதற்குப் பணம் போட்டவர்கள் ரிச்சர்டோவும் கார்லோஸும். நாணயங்களாக, நகைகளாக, பிற வடிவில் மொத்தம் 17 டன் தங்கம் சேகரிக்கப்பட்டது.

எல்லாவற்றையும் உருக்கி தங்கக் கட்டிகளாக மாற்றி கொண்டனர். அதனை அமெரிக்காவுக்குக் கடத்திச் சென்று உரிய நேரத்தில் விற்றுக் காசாக்கும் வரையிலான முழுப்பொறுப்பையும் டிரபுகோ எடுத்துக் கொண்டார். டிரபுகோவின் பண்ணைவீடு ஒன்றில், ஆயுதமேந்திய ஆள்கள் பாதுகாக்க தங்கக் கட்டிகள் சிரித்தன. அந்தக் குளிர்காலத்தில் தங்கக் கட்டிகளை அமெரிக்காவுக்குக் கடத்திச் செல்வது திட்டம்.

வில்லியம் எலியாட், அமெரிக்காவின் யூடா மாநிலத்தில் சிறு விமானங்கள் மூலம் பண்ணை நிலங்களில் விதை, உரம், பூச்சிக்கொல்லி தூவும் தொழில் செய்துவந்தவர். அவருக்கு டிரபுகோவிடமிருந்து செய்தி சென்றது. நியு மெக்ஸிகோவின் (இன்னொரு அமெரிக்க மாநிலம்) கிர்ட்லேண்டில் குறிப்பிட்ட ஹோட்டலுக்கு வரவேண்டும். வந்து செல்ல 2500 டாலர் வழங்கப்படும். மற்றவை நேரில்.

என்னது 2500 டாலரா! பிளந்த வாயை மூடாமலேயே எலியாட், டிரபுகோவைச் சந்திக்கச் சென்றார். மெக்ஸிகோவிலிருந்து, நியு மெக்ஸிகோவின் 'நாலு மூலை மலைப்பகுதி'க்குப் பறப்பதற்கான வரைபடம் அவருக்கு கொடுக்கப்பட்டது. (அமெரிக்க மாநிலங்களான நியு மெக்ஸிகோ, அரிஸோனா, யூடா, கொலரடோ ஆகிய நான்கும் இணையும் பகுதியை Four Corners Area என்பார்கள். அங்கே 'மெஸா' என்ற வகை மலைகள் அதிகமுண்டு. மலையின் உச்சி குவிந்து இல்லாமல், சமதளப்பரப்புடன் காணப்படுவதே மெஸா.)

டிரபுகோ, எலியாட்டிடம் மேப்பை வைத்துக் கொண்டு பேசினார். மொத்தம் 17 டன் சரக்கு. தங்கக் கட்டிகள். ஒரு சில வாரங்களில் இரவோடு இரவாகப் பறந்து இந்த இடத்துக்குக் கொண்டு வந்து சேர்க்க வேண்டும். இடையில் எங்கும் நிறுத்தக் கூடாது. மொத்தம் எத்தனை முறை பறக்க வேண்டியது இருக்கும்?

எலியாட், கூட்டிக் கழித்துப் பார்த்து 23 முறை என்றார். ஒரு ட்ரிப்புக்கு 2500 டாலர் என சம்பளம் பேசினார் டிரபுகோ. மகிழ்ச்சியில் எலியாட் விமானம் இன்றியே பறந்தார். அடுத்த சில நாள்களில் எலியாட், 'தங்கப் பயண'த்தை ஆரம்பித்தார். மெக்ஸிகோவில் டிரபுகோவின் பண்ணை நிலத்திலிருந்து மிஷின்கன் ஏந்திய ஆள்களின் பாதுகாப்புடன் எலியாட்டின் சிறு விமானத்தில் தங்கக் கட்டிகள் பாதுகாப்பாகப் பொட்டலம் கட்டப்பட்டு ஏற்றப்பட்டன. நியு மெக்ஸிகோவை ஒட்டிய நாலு மூலை மலைப்பகுதியில் குறிப்பிட்ட இடத்தில் விமானத்தை இறக்கினார். டிரக் ஒன்று காத்திருந்தது.

அந்த மலைப்பகுதி

அதில் கடப்பாரை, மண்வெட்டிகள் சகிதமாக 'வேட்டைக்காரன்' காஸ்ட்யூமில் உட்கார்ந்திருந்தார் டிரபுகோ. ஆள்கள், சரக்கை விமானத்திலிருந்து டிரக்குக்கு இடம் மாற்றினர்.

டிரபுகோ, எலியாட்டுக்கு டாடா காண்பித்து அனுப்பிவிட்டு, பின் தானே தனியாக டிரக்கை ஓட்டிக் கொண்டு கிளம்பினார், மலைமேலே. யாரும் பின் தொடரக்கூடாது என்று உத்தரவு. மனித வாசமற்ற மலைப்பகுதி. சுற்று வட்டாரத்தில் குடியிருப்புகளே கிடையாது. பத்திரமாக பேக் செய்யப்பட்ட சரக்கை, படு பத்திரமாகப் புதைத்துவைத்தார். யாருக்கும் எந்தவித அடையாளங்களும் தெரியாதபடி இடத்தை இயல்புநிலைக்கு மாற்றிவிட்டுக் கிளம்பினார்.

எலியாட் அங்குமிங்கும் மொத்தம் 23 டிரிப் பறந்தார். 1933 ஜூலை 14ல் தனது கடைசி டிரிப்பை முடித்தார். டிரபுகோவும் 23 டிரிப் டிரக் ஓட்டினார். 17 டன் தங்கமும் புதைக்கப்பட்டது.

ஒருமுறை சரக்கை இறக்கிவிட்டு திரும்பும்போது எலியாட், விமானத்தை மெஸா ஒன்றின் உச்சியில் இறக்கினார். எஞ்ஜினை அணைத்தார். மனம் குறுகுறுக்க அத்தனை உயரத்திலிருந்து நோட்டம் விட்டார். தூரத்தில் டிரக் ஒன்று மலைப்பாதையில் ஏறிக் கொண்டிருப்பது தெரிந்தது. டிரபுகோவாகாத்தான் இருக்க

வேண்டும். சிறிது நேரத்தில் பார்வையிலிருந்து மறைந்துபோனது. 'அடச்சே! இந்த மனுசன் எங்கதான் புதைச்சு வெக்குறானோ?'

டிரபுகோ வாக்கு தவறவில்லை. ஹோட்டலில் எலியாட்டைச் சந்தித்து பேசியபடியே பணத்தைக் கொடுத்தார். 'இந்தத் தங்கத்தை நான் விற்கும்போது நல்ல லாபம் வந்தால் அதில் ஒரு பங்கு கொடுக்கிறேன்' என்று கூடுதல் ஆச்சரியம் கொடுத்து சில டாகுமெண்ட்களில் கையெழுத்து வாங்கிக் கொண்டார். எலியாட் முகத்தில் அணையாத புன்னகை.

1934, ஜனவரி 30ல் அமெரிக்க அரசு Gold Reserve Act-ஐ நிறைவேற்றியது. தங்கத்தின் விலை ஒரு அவுன்ஸுக்கு 35 டாலர் நிர்ணயிக்கப்பட்டது. தங்கத்தைக் கொடுத்து டாலராக மாற்றிக்கொள்ள ஐந்து வருட அவகாசம் வழங்கப்பட்டது.

டிரபுகோ, மொரடாவிடம் ஆலோசனை கேட்டார். 'இப்ப இன்னா அவசரம்? ரேட்டு இன்னும் எகிறும். அப்ப பாத்துக்கலாம்' என்று அவர் சொல்ல, அந்த மர்ம இடத்தில் தங்கக் கட்டிகள் தம் தூக்கத்தைத் தொடர்ந்தன. அப்போதே அவர்கள் விற்றிருந்தால்கூட சுமார் ஏழு மில்லியன் டாலர் லாபம் கிடைத்திருக்கும். ஆனால் அடுத்த ஐந்தாண்டுகளுக்கு அந்த விலை உயரவே இல்லை. இடைப்பட்ட காலத்தில் டிரபுகோவின் பங்காளிகளான ரிச்சர்டோவும் ரஃபேலும் இறந்துபோயிருந்தனர். கார்லோஸ், கார் விபத்து ஒன்றில் சந்தேகத்துக்குரிய விதத்தில் செத்துக் கிடந்தார்.

விமானி எலியாட், டிரபுகோ கொடுத்த பணத்தைக் கொண்டு தன் தொழிலை விருத்தி செய்தார். இரண்டாம் உலகப் போரில் அமெரிக்க விமான வீரராக கலந்துகொண்டார். 1944ல் ஜெர்மனியில் கொல்லப்பட்டார். பாக்கியிருந்தது டிரபுகோ மட்டுமே.

உலகப்போர் சமயத்தில் இருந்த கெடுபிடிகளால் டிரபுகோவால் தங்கத்தை விற்க எந்தவித முயற்சியையும் எடுக்க முடியவில்லை. அதற்குப் பின் தனி நபர்களிடம் கள்ளச் சந்தையில் விற்க பேசிப் பார்த்தார். எல்லோருமே பின் வாங்கினார்கள். யாரோ ஒரு புண்ணியவான் நிதி அமைச்சகத்திடம் போட்டுக் கொடுக்க, விஷயம் அம்பலமானது. 'இது சட்ட விரோதம். டிரபுகோ தானே முன்வந்து தங்கத்தை வெளிக் கொண்டுவர வேண்டும். பின் சட்டப்படி தனக்கான உரிமைக்காக மனு செய்ய வேண்டும்' என்று அப்போதைய அமெரிக்க அதிபர் ட்ரூமேன் அழுத்தம் கொடுத்தார்.

டிரபுகோ, 'போயா சரிதான்' என அமெரிக்காவுக்குள் காலடி எடுத்து வைக்கவே இல்லை. 1952ல் மேலும் ஒருமுறை தன் வக்கீல் மூலம் அமெரிக்க அரசுக்கு நூல் விட்டுப் பார்த்தார். சரிவரவில்லை. அதே நேரத்தில் நியு மெக்ஸிகோவில் டிரபுகோவின் தங்கம் புதைக்கப்பட்ட ஃபார்மிங்டன் மலைப்பகுதிகளில் 'தேடுதல் வேட்டை'யும் ஆரம்பமாகியிருந்தது.

அதிபர் ரூஸ்வெல்ட்

எதைப்பற்றியும் கவலைப்படாத டிரபுகோ, 1958ல் மெக்ஸிகோவிலுள்ள தன் சொத்துகளை விற்றுவிட்டு ஐரோப்பாவுக்குச் சென்றுவிட்டார். அதற்குப் பின் ஓரிரு முறை மெக்ஸிகோ வந்துபோனார். அமெரிக்க அரசாங்கத்தாலோ, தனிப்பட்ட நபர்களாலோ டிரபுகோவின் தங்கத்தைக் கண்டுபிடிக்கவே முடியவில்லை. 1974ல் டிரபுகோவை ஐரோப்பாவில் தேடும் பணிகளில் அமெரிக்க அதிகாரிகள் இறங்கினர். அப்போது அவருக்கு 86 வயது இருக்கும். ஆனால் அவர் உயிரோடு இருப்பாரா என்றுகூடத் தெரியாத நிலை. ஐரோப்பியக் கண்டத்தில் எங்கே அவரைத் தேடுவது?

டிரபுகோவின் புதையல் மேப், டைரிக் குறிப்புகள் என்று எதுவும் கிடையாது. எந்த இடத்தில் புதைத்தார் என்பது அவரது பங்காளிகளுக்குக் கூட தெரியாத தங்க மலை ரகசியம். அதென்ன பெரிய விஷயமா, ஃபார்மிங்டன் மலைப் பகுதிகளில் ஆங்காங்கே தோண்டிப் பார்த்து தங்கத்தைச் சுலபமாகக் கண்டுபிடித்துவிடலாம் என்றெல்லாம் தப்புக்கணக்கு போடாதீர்கள். 17 டன் தங்கக் கட்டிகளைப் புதைத்துவைக்க வெறும் 27 கன சதுர அடி நிலம் போதுமானது.

டிரபுகோவின் தங்கத்தைத் தேடி முப்பது வருடங்களுக்கும் மேல் முயற்சி எடுத்தவர் எட் பாஸ்டர் (Ed Foster). அவர், டிரபுகோவின் ஆள்கள் நியு மெக்ஸிகோவில் தங்கிய இடம், டிரபுகோ டிரக் ஓட்டிச் செல்வதைப் பார்த்தவர்கள், அவர்களுக்கு உணவு சப்ளை

செய்தவர்கள், '1933, 17 ton' என ஒரு பாறையில் செதுக்கப்பட்ட க்ளூ உள்பட சில விஷயங்களைக் கண்டுபிடித்தார். தங்கம் அவருக்கும் சிக்கவில்லை. இன்றுவரை டிரபுகோவின் தங்கத்தைக் கண்டுபிடித்துவிட்டதாக யாரும் அறிவிக்கவில்லை. தேடுபவர்கள் தேடிக் கொண்டேதான் இருக்கிறார்கள். அவர் எங்கே புதைத்தார்? இன்னும் புதைத்து வைக்கப்பட்ட அதே இடத்தில்தான் இருக்கிறதா? அல்லது யாராவது மர்ம நபர்கள் யாருக்கும் தெரியாமல் லவட்டிக் கொண்டார்களா? எதற்கும் விடையில்லை.

ஒருவேளை அந்தத் தங்கத்தை யாராவது கண்டுபிடித்து கள்ளத்தனமாக விற்றிருந்தால், அது அங்குமிங்கும் கிராமம் கிராமாகப் பரவி, நீங்கள் உடலில் அணிந்திருக்கும் நகையில்கூட கலந்திருக்கலாம். யார் கண்டது?

மைனஸ் 20 டிகிரி

11

பொலபொலவென உதிர்ந்து, சரிந்து, உருண்டு, திரண்டு விழும் பனி, சடுதியில் சமாதியாக்கிச் சென்றுவிடும் அபாயம் நிறைந்த மலைப்பகுதி அது. தட்பவெப்பநிலை பெரும்பாலும் மைனஸில்தான் மிளிரும். பனிப்புயல் வீச ஆரம்பித்துவிட்டால் அவசர அவசரமாக உயில் எழுதி வைத்துவிட்டு கூடாரத்துக்குள் முடங்கிக் கிடக்க வேண்டியதுதான். செங்குத்தான பாறைகளும் உண்டு. அடர்ந்த காடுகளும் உண்டு. உலகின் மோசமான மலைப்பகுதியில் ஒன்றாக அதனைச் சொல்வார்கள். ரஷ்யாவின் ஓடோர்டென் (Otorten) சிகரம். அதை அப்போது 'மூன்றாம் எண்' கொண்டு தரம் பிரிந்திருந்தார்கள் (1959). மூன்று என்றால் மிக மிக ஆபத்தான மலைப்பகுதி.

அந்த மலைமேல் ஏறுவதற்காகத்தான் அந்த மாணவர் குழுவினர் திட்டம் போட்டுக் கொண்டிருந்தார்கள். குழுவின் தலைவர் இகோர் டயட்லோவ் (Igor Dyatlov). குழுவில் அவர் தவிர இருந்த ஆண்கள் - கோல்மோகோரோவா, அலெக்ஸாண்டர் கோலெவாடோவ், ஸ்லோபோடின், கிரிவோனிஸென்கோ, டோரோஸென்கோ, பிரிக்நோலே. இரண்டு பெண்கள் - துபினினா, யூரி யூடின். (உச்சரிக்கக் கஷ்டமான ரஷ்யப் பெயர்கள்தாம். ரஷ்யர்களுக்கும் நம் தமிழ்ப்பெயர்களான கோப் பெருந்தேவி, தொண்டைமான், குழல்வாய்மொழி போன்றவை எல்லாம் நாக்கில் நிற்காது என்று

சந்தோஷப்பட்டுக் கொள்வோம்.) எல்லோருக்கும் வயது 21லிருந்து 24க்குள்தான்.

ஒன்பது பேருமே யெகாடெரின்பர்க் நகரத்திலுள்ள Ural Polytechnical Institute-ல் படிப்பவர்கள் / படித்து முடித்தவர்கள். (அதன் இன்றைய பெயர் Ural State Technical University.) சோவியத் ரஷ்யாவில் (இப்போதைய ரஷ்யாவிலும்கூட) மாணவர்கள் தங்கள் படிப்புபோக 'கூடுதல் விஷயம்' ஒன்றில் கவனம் செலுத்த வேண்டும். அது விளையாட்டு அல்லது சாகசம் எதுவாக வேண்டுமானாலும் இருக்கலாம்.

டயட்லோவுக்கும் மற்றவர்களுக்கும் மலையேற்றத்தில் ஆர்வம் இருந்தது. ஐரோப்பாவையும் ஆசியாவையும் பிரிக்கும் யூரல் மலைத்தொடர்களில் ஏறுவதில் அவர்கள் ஏற்கெனவே பயிற்சி பெற்றிருந்தார்கள். நாள்கணக்கில் பனிப்பரப்பில் கூடாரமிட்டுத் தங்கி மலையேறுவதிலும் அவர்களுக்கு அனுபவம் இருந்தது. ரஷ்யாவின் தென்பகுதி, வடபகுதியின் ஊடாக, மேற்கு வரை பரந்திருக்கும் யூரல் மலைத்தொடரிலுள்ள ஒரு சிகரம்தான் ஓடோர்டென். உயிரைத் தின்னும் குளிர் நிறைந்த பகுதி. அதன் உச்சியில் பாதம் பதிப்பதே டயட்லோவின் நோக்கம். இதுபோன்ற இடங்களுக்குச் சென்று வந்தால் பிற்காலத்தில் துருவப் பகுதிகளான ஆர்டிக், அண்டார்டிக் செல்வதற்கு உபயோகமாக இருக்கும் என்று நினைத்து இந்தப் பயணத்துக்கு ஏற்பாடு செய்திருந்தார்.

அலெக்ஸாண்டர் ஸோலோடரவ் என்ற 37 வயதுக்காரரும் குழுவில் பத்தாவது ஆளாக சேர்ந்து கொண்டார். அவர் மலையேற்றப் பயிற்சியாளர், வழிகாட்டி. தன் தொழிலில் 'மாஸ்டர்' டிகிரி வாங்க, இதுபோன்ற ஒரு குழுவுடன் சென்று வழிகாட்டி 'ப்ராஜெக்ட்' செய்ய வேண்டிய தேவையிருந்தது. எனவே இணைந்துகொண்டார்.

டயட்லோவும் குழுவினரும் இவ்டெல் என்ற நகரத்துக்கு ரயில் வந்து இறங்கிய தேதி - ஜனவரி 25, 1959. யூரல் மலையடிவாரத்திலுள்ள சிறு நகரமான Vizhai- க்கு செல்ல ஒரு வாகனத்தைப் பிடித்தார்கள். வடக்கின் எல்லையில் அமைந்துள்ள கடைசி ஊர் அதுவே. அதற்குப் பிறகு மனித நடமாட்டமே கிடையாது.

ஜனவரி 27. உற்சாகமாக ஒருவருக்கொருவர் வாழ்த்து சொல்லிவிட்டு மலையேற ஆரம்பித்தார்கள். Vizhai-லிருந்து ஓடோர் டென் சிகரம் நோக்கி. அன்றைய தினம் எந்தப் பிரச்னையும் இல்லை. மலையேறும் பாதையிலேயே சிறு விலங்குகள் வேட்டையாடக்

யூரி யூடின் (முதுகுப் பை உள்ளவர்) குழுவை விட்டுக் கிளம்பும்போது. தள்ளி நிற்பவர் டயட்லோவ்.

கிடைத்தன. அருமையாக ஒரு கூடாரம் அமைத்தார்கள். நல்ல உணவு. சுவையான மது. ஆடல், பாடல், நிம்மதியான உறக்கம்.

மறுநாள் விடிந்ததிலிருந்தே யூரி யூடினுக்கு உடல்நிலை மக்கர் செய்தது. மேற்கொண்டு பயணத்தைத் தொடர முடியாது என்று யூரி மனத்தளவில் முடிவு செய்திருந்தாள். தனது பொருள்களை மூட்டை கட்டினாள். தன் நண்பர்களுடன் புகைப்படம் எடுத்துக் கொண்டாள். அவர்களுக்கு всего хорошего' சொல்லிவிட்டு (ரஷ்ய மொழியில் ஆல் தி பெஸ்ட்) பிரியாவிடை பெற்றாள். 'நீங்கள் பத்திரமாக சாதித்துவிட்டுத் திரும்புங்கள்.'

ஒன்பது பேர் கொண்ட குழுவினர், ஜனவரி 31ல் ஓடோர்டெனின் பனிநிறைந்த ஒரு பகுதியை அடைந்திருந்தார்கள். இனி, பயணம் இன்னும் கடினமானதாக இருக்கும். உயரமான சிகரத்தில் ஏற வேண்டும். பனிப்பரப்பில் கால் வைத்தால் கால்கள் ஏழெட்டு இன்ச்சுக்கு உள்ளே இறங்கின. அங்கே ஒரு பகுதியில் கூடாரம் அமைத்து அடுத்தகட்ட பயணத்துக்கான தயாரிப்புகளை மேற்கொண்டார்கள். நெருப்பில் மக்காச்சோளங்கள் வாட்டப்பட்டுக் கொண்டிருந்தன.

அடுத்த நாள். பிப்ரவரி 1. குழுவின் பயணம், கணவாய் ஒன்றின் வழியே தொடர்ந்தது. அதன் வழியே சென்று சிகரத்தின் மறுபக்கத்தை அடைய வேண்டுமென்பது அன்றைய திட்டம். ஆனால் மிக மிக

பிப்ரவரி 1ல் கூடாரம் அமைக்கத் தோண்டுகிறார்கள்.

மோசமான பருவநிலை. ஆபத்தான காற்று. பனிப்பொழிவும் ஆரம்பித்திருந்தது. அருகில் நிற்கும் நபர்கூட பார்வைக்குத் தெரியவில்லை. காட்டுவழியில் சென்று கொண்டிருந்ததால் ஏதோ மரங்களின் உதவியால் கொஞ்சம் கொஞ்சமாக முன்னேறினார்கள். இருந்தும் திசை மாறியிருந்தார்கள்.

மேற்கு திசையில் Kholat Syakhl என்ற சிகரத்துக்குச் செல்லும் பாதைக்கு வந்திருந்தார்கள். அதை அவர்கள் உணரும்போதே வெளிச்சத்தை இருள் கொஞ்சம் கொஞ்சமாக விழுங்கிக் கொண்டிருந்தது. மணி மாலை நான்கு. அவர்கள் செல்ல வேண்டிய ஓடோர்டென் சிகரம் அங்கிருந்து 10 மைல்கள் தள்ளியிருந்தது. தற்போது இருக்குமிடம் அவ்வளவு பாதுகாப்பானதாகத் தோன்றவில்லை. வேறு வழியில்லை. கூடாரமடிக்க ஆரம்பித்தார்கள். குழுவில் ஒருவர் கேமராவைக் கையில் எடுத்தார். இருள் முழுமையாக ஆட்சிக்கு வருவதற்குள் சில புகைப்படங்களை எடுத்துக் கொண்டார். பனிப்புயலின் ஆலாபனை தொடர்ந்தது. குளிர் மைனஸ் பத்து டிகிரியை நெருங்கிக் கொண்டிருந்தது. மணி ஆறரைத் தாண்டியபோது எல்லோரும் சாப்பிட ஆரம்பித்தார்கள்.

இனி, கூடாரத்தின் கயிறுகளை உள்பக்கமாக இழுத்துக் கட்டிக் கொண்டு பதுங்கிக் கொள்ள வேண்டியதுதான். நாளைக்காவது

வானிலை கருணை காட்ட வேண்டும். ஓடோர்டென்னை நோக்கி சரியான திசையில் செல்ல வேண்டும். சிலர் பேசிக் கொண்டிருந்தார்கள். சிலர் படுத்துக் கொண்டார்கள். சிலர் டைரி எழுதிக் கொண்டிருந்தார்கள். சிலர் சிந்தனையில் மூழ்கியிருந்தார்கள். குளிர் மைனஸ் இருபதை நோக்கி வெகுவேகமாக முன்னேறிக் கொண்டிருந்தது.

மறுநாள் உலகத்துக்கு விடிந்தது.

பிப்ரவரி 12. ஓடோர்டென் சிகரத்தைத் தொட்டுவிட்டு மீண்டும் Vizhai நகரத்துக்கு குழுவினர் திரும்ப வேண்டிய தினம். அங்கு வந்து சேர்ந்தபின் யெகாடெரின்பர்க் நகரத்துக்குத் தந்தி அனுப்புவதாக டயட்லோவ் சொல்லியிருந்தார். அன்று எந்தத் தந்தியும் வரவில்லை. இம்மாதிரியான பயணங்களில் ஒரு சில நாள்கள் தாமதம் என்பது சாதாரணம். எனவே நண்பர்களும் உறவினர்களும் அதனைப் பெரிதாக எடுத்துக் கொள்ளவில்லை. ஆனால் அடுத்த நாலைந்து நாள்களும் தந்தி வராமல் போக, குடும்பத்தினர் மத்தியில் பதட்டம் மெதுமெதுவாகப் பரவ ஆரம்பித்தது.

பிப்ரவரி 21. குழுவினரது குடும்பத்தினர் யூரல் பாலிடெக்னிக் இன்ஸ்ட்டியூட்டைச் சூழ்ந்தார்கள். என்ன ஆகியிருக்குமோ என்ற படபடப்பு. இன்ஸ்ட்டியூட்டைச் சேர்ந்தவர்களுக்கும் எந்தத் தகவலும் வரவில்லை. மலையேற்றத்தில் கொஞ்சம் அனுபவம் கொண்ட ஆசிரியர்களும் மாணவர்களும் சேர்ந்து ஒரு 'குழு'வை அமைத்தார்கள். தேடக் கிளம்பினார்கள்.

கடுமையான பனிப்பொழிவு. நடந்தும் மலையேறியும் தேடுதல் என்பது சாத்தியமில்லாத சூழல். பறந்துதான் தேட வேண்டும். அதற்கு ராணுவம்தான் சரிப்படும். அரசின் உதவியை நாடினார்கள். ஓடோர்டென் மலைப்பகுதிமேல் ராணுவத்தின் ஹெலிகாப்டர்களும், சிறு விமானங்களும் ஒன்பது பேரைத் தேடி பறக்க ஆரம்பித்தன. பிப்ரவரி 25 வரை சின்ன துப்புகூட கிடைக்கவில்லை. டயட்லோவ் குழுவினரிடமிருந்தும் எந்தத் தகவலும் இல்லை.

வழி தவறி வேறெங்காவது மாட்டிக் கொண்டிருப்பார்களோ? அய்யோ, அவர்கள் கிளம்பி இருபத்தைந்து நாள்களுக்கு மேலாகிவிட்டதே. கையில் உணவு வைத்திருப்பார்களா? அந்த மலைப்பகுதியில் கடுமையான பனிச்சரிவு ஏதும் ஏற்பட்டதா? அதில் சிக்கியிருப்பார்களோ? கடவுளே, அவர்கள் உயிருக்கு

மட்டும் எந்த ஆபத்தும் ஏற்பட்டிருக்கக்கூடாது. நாள்கள் நகர நகர, குடும்பத்தினரும் நண்பர்களும் நரக வேதனையில் உழன்றார்கள்.

பிப்ரவரி 26. Kholat Syakhl சிகரத்துக்குச் செல்லும் பாதையில் ராணுவ விமானம் ஒன்று, டயட்லோவ் குழுவினரின் கூடாரத்தைக் கண்டுபிடித்தது. அதுவே அவர்கள் பிப்ரவரி 1 அன்று இறுதியாக அமைத்த கூடாரம். சிதைந்து கிடந்தது. கூடாரத் துணி கிழிந்து கிடந்தது. கயிறுகள் அறுபட்டிருந்தன. வேகவேகமாகத் துணியை விலக்கித் தேடினார்கள். உள்ளே யாருமில்லை. ஆனால் குழுவினரின் பல பொருள்கள் அங்கேயே கிடந்தன.

சுற்றுவட்டாரத்தில் பார்வையைச் சுழல விட்டார்கள். யாரும் தென்படவில்லை. குரல் கொடுத்தார்கள். குளிர்காற்றில் அந்தச் சத்தம் உறைந்துபோனது. கூடாரத்திலிருந்து நபர்கள் வெளியே சென்றதைப் புலப்படுத்துவதாக பல ஜோடி காலடித் தடங்கள் தென்பட்டன. அவை வடகிழக்குத் திசை நோக்கிச் சென்றன. அந்தக் காலடித் தடங்களைச் சிதைக்காமல் அவற்றைப் பின் தொடர்ந்து சென்றார்கள். அவை செல்லும் திசையில் ஒன்றரைக் கிலோ மீட்டருக்கு அந்தப் பக்கத்தில் பைன் மரக் காடு ஒன்று தென்பட்டது. பல ஜோடிக் காலடித் தடங்கள் சில ஜோடிகளாகக் குறைந்து கொண்டே வந்தன. சுமார் 500 மீட்டருக்குப் பின் எந்தவிதத் தடங்களும் தடயங்களும் தென்படவில்லை. அவை பனியால் நிரம்பி அழிந்து போயிருந்தன.

கூடாரத்தினுள் கிடைத்த சிலரது டைரிக் குறிப்புகள் பிப்ரவரி 1 இரவு வரையிலான அவர்களது நடவடிக்கைகளைச் சொல்லின. ஆபத்தான விஷயமாக எதுவும் படவில்லை. வழி தவறி வந்ததையும் குறிப்பிட்டிருந்தார்கள். அந்த தேதிக்குப் பின் குறிப்புகள் இல்லை. எனில் அந்த நள்ளிரவிலோ அல்லது அதிகாலையிலோதான் ஏதோ நடந்திருக்க வேண்டும்.

கூடாரத் துணி கிழிந்திருப்பதைப் பார்த்தால் அவர்கள் அதனுள்ளிருந்து ஏதோ அவசரமாக வெளியே தப்பிச் சென்றிருப்பார்கள் எனத் தோன்றியது. நள்ளிரவில், மைனஸ் இருபது டிகிரி குளிரில் கூடாரத்தை விட்டு வெளியேற வேண்டிய அவசியம் என்ன? என்ன ஆபத்து நேர்ந்திருக்கும்? ஒருவேளை விளையாட்டுப் போக்கில் ஏதோ சேட்டை செய்ய, அது விபரீதத்தில் முடிந்திருக்குமா?

அந்த பைன் மரக் காட்டை நெருங்கிய ராணுவ வீரர் ஒருவர், பழைய பைன் மரத்தின் கிளை ஒன்று ஒடிந்திருப்பதைக் கண்டு அதன் அருகில் சென்றார். ஒருவேளை யாராவது அதில் ஏற முயற்சி

வெளிச்சத்தின் நிறம் கருப்பு / 87

கிழிந்த கூடாரம்

செய்திருப்பார்களோ? குளிருக்காக எரியூட்டப்பட்ட கட்டைகள் அங்கே தென்பட்டன. அந்தப் பழைய பைன் மரத்தடியில் தீவிரமாகத் தேடினார்கள். பனிப்பரப்பினுள் ஏதோ தட்டுப்பட்டது. வேகவேகமாகப் பனியை விலக்கினார்கள்.

குழுவைச் சேர்ந்த இருவரான கிரிவோனிஸென்கோவும் டோரோஸென்கோவும் பிணமாகக் கிடைத்தார்கள். அதுவும் முக்கால் நிர்வாணமாக, வெறும் உள்ளாடைகளுடன், வெற்றுக் கால்களுடன்.

மற்ற ஏழுபேரின் கதி என்ன? இவர்கள் இருவரும் செத்துக் கிடக்கிறார்களா அல்லது கொலை செய்யப்பட்டா? மைனஸ் இருபது டிகிரி குளிரில் ஆடைகளின்றி கிடக்கிறார்கள் எனில் என்ன நேர்ந்திருக்கும்?

அச்சூழ்நிலையையும் தடயங்களையும் ஆராய்ந்து பார்த்ததில் சில விஷயங்கள் யூகிக்கப்பட்டன. குழுவினர் இருந்த கூடாரம் சிதைக்கப்பட்டிருக்கிறது. நள்ளிரவில் கூடாரத்தை உள்ளிருந்தபடி கிழித்துக் கொண்டு உயிர் பிழைக்க வெளியே ஓடி வந்திருக்கின்றனர். எல்லோருமே பைன் காட்டை நோக்கி ஓடியிருக்கிறார்கள்.

ஆபத்திலிருந்து தப்பிக்க மரத்தின் மேல் யாரோ ஒருவர் ஏற முயற்சி செய்திருக்கிறார். கிளை உடைந்து கீழே விழுந்திருக்கிறார். இந்த இருவரும் இந்த இடத்தில் கொல்லப்பட்டிருக்கின்றனர் அல்லது உயிரை விட்டிருக்கின்றனர். இந்த இருவரின் சாவுக்கு மற்றவர்கள் காரணமாக இருக்குமோ?

சந்தேகம் கிளம்பிய நொடியில் அடுத்த பிணம் கிடைத்தது. பைன் மரத்திலிருந்து சுமார் 300 மீட்டர் தொலைவில். பிணமாகக் கிடந்தவர் டயட்லோவ். குழுவின் தலைவர். அவரது கைப்பிடியில் உடைந்த மரக்கிளையின் சிறு பகுதி. பனியில் புதைந்துகிடந்த டயட்லோவின் உடலை முழுதாக மீட்பதற்குள் அங்கிருந்து 180 மீட்டர் தொலைவில் இன்னொரு உடல் கிடைத்தது. அது கோல்மோகோரோவா. அடுத்த ஆணின் உடல் அங்கிருந்து சுமார் 150 மீட்டர் தொலைவில் கண்டெடுக்கப்பட்டது. அது ஸ்லோபோடின். மூவரும் பைன் மரக்காட்டிலிருந்து தப்பி, மீண்டும் கூடாரத்தை நோக்கி ஓடும்போது கொலை செய்யப்பட்டிருக்கலாம் அல்லது இறந்து போயிருக்கலாம் என்பதை உடல்கள் கிடந்த விதம் உணர்த்தின.

தேடும் குழுவினர், மீதி நால்வராவது உயிருடன் கிடைப்பார்களா என்று தீவிரமாகத் தேட ஆரம்பித்தார்கள். நாள்கள் நகர்ந்தன. வாரங்கள் வளர்ந்தன. நம்பிக்கையை முற்றிலும் இழந்து, பனிப்பரப்பைத் தோண்ட ஆரம்பித்தார்கள், உடல்களைத் தேடி.

1959, பிப்ரவரி 1 நள்ளிரவில் தொலைந்து போனவர்கள், மே 4 அன்றுதான் கண்டெடுக்கப்பட்டார்கள். அந்த பைன் மரக் காட்டுக்குள் பனியில் நான்கு மீட்டருக்குக் கீழ். நான்கு உடல்களுமே ஒன்றாகப் புதைந்திருந்தன அல்லது புதைக்கப்பட்டிருந்தன. நால்வருமே முழுக்க உடையணிந்தார்கள். ஆனால் ஒருவர் உடை இன்னொருவருக்கு இடம் மாறியிருந்தது.

முதல் ஐந்து உடல்கள் கிடைத்ததுமே விசாரணை வேறு வேறு கோணங்களில் நடந்தது. பிரேதப் பரிசோதனையில் அந்த ஐந்து உடல்களை ஆராய்ந்து பார்த்ததில் வெளிப்புறத்தில் பெரிய காயங்கள் எதுவும் இல்லை. ஆனால் ஸ்லோபோடினின் உடலில் மட்டும் மண்டை ஓட்டில் கீறல் விழுந்திருப்பது தெரிய வந்தது. மே மாதத்தில் கிடைத்த நான்கு உடல்களை ஆராய்ந்தபோது பதைபதைப்பு அதிகமானது. அலெக்ஸாண்டர் கோலெவாடோவின் உடலில் மரணம் நேர்ந்ததற்கான எந்தவித அடையாளங்களும் தென்படவில்லை. பிரிக்நோலேவின் தலையில் யாரும் பலமாகத்

ஒன்பது பேரின் நினைவிடம்

தாக்கிய காயமோ, ரத்தக்கறையோ இல்லை. ஆனால் மண்டை ஓடு சிதைந்திருந்தது. மலையேற்றப் பயிற்சியாளராகக் குழுவில் சென்ற ஸோலோடரவின் நெஞ்செலும்புகள் நொறுங்கியிருந்தன. குழுவில் இருந்த பெண்ணான துபினினாவின் 'கோட்'டும் தொப்பியும் இவர் உடலில் அணிவிக்கப்பட்டிருந்தன. பைன் மரத்தடியில் முக்கால் நிர்வாணமாகக் கிடந்த கிரிவோனிஸென்கோவின் உடைகள், துபினினாவின் உடலில் அணிவிக்கப்பட்டிருந்தன. உறைந்த ரத்தத்துடன் அவளது வாய் திறந்து கிடந்தது. நாக்கைக் காணவில்லை.

உடல்களையெல்லாம் ஆராய்ந்துவிட்டு மருத்துவர் குழுவினர் பொதுவான ஒரு காரணத்தைச் சொன்னார்கள். இந்த மரணங்கள் - ஹைபோதெர்மியா (Hypothermia) என்ற பாதிப்பால் நிகழ்ந்தவை. அதாவது மனிதன் உடல் சீராக இயங்கத் தேவையான வெப்பநிலை (35 டிகிரி செல்சியஸ்) குறையும்போது ஏற்படும் பாதிப்பு இது. அதிலும் ஒருவகை Paradoxical Undressing. உடல் வெப்பநிலையைக் கட்டுப்படுத்தும் மூளையின் ஒரு பகுதி செயலிழக்கும்போது மனிதன்

தன்னிலை இழக்கிறான். அதீதக் குழப்பத்தில், பதட்டத்தில் மைனஸ் குளிரிலும் உடைகளை, காலணிகளை எல்லாம் கழற்றி எறிகிறான். உடல் மேலும் வெப்பத்தை இழக்க, தாங்க முடியாமல் அங்குமிங்கும் பைத்தியக்காரனாக ஓடுகிறான். கோமா நிலையை அடைகிறான். உறைபனியில் உயிரை விடுகிறான். ஹைபோதெர்மியாவால் ஏற்படும் மரணங்களில் பாதி இவ்விதத்தில் நேர்பவைதான்.

மலையேறுபவர்களுக்குப் பொதுவாக 'ஹைபோதெர்மியா' தாக்காமல் உடல் வெப்பநிலையைச் சீராக வைத்திருப்பதற்கான பயிற்சிகள் பெற்றிருப்பர். இருந்தாலும் மைனஸ் இருபதுக்கும் அதிகமான அன்றைய குளிர், டயட்லோவ் குழுவினரை ஹைபோதெர்மியாவில் தள்ளியிருக்கலாம். அதனால்தான் மூளை செயலிழந்து, கூடாரத்துக்குள்ளிருந்து கிழித்துக் கொண்டு வெளியே பனிப்பரப்பில் உடைகளைக் களைந்து ஓடி, களைத்து விழுந்து, கோமா நிலையில் உயிரை விட்டிருக்கிறார்கள். இது மருத்துவர்களின் அறிக்கை. இந்த ஒன்பது பேரின் காலடித் தடங்கள் தவிர, அந்நியமான வேறு காலடித் தடங்கள் இல்லாததும் இந்தக் கணிப்பைப் பலப்படுத்தியது.

அவர்களில் சிலர் வேண்டுமானால் ஹைபோதெர்மியாவால் பாதிக்கப்பட்டு இறந்திருக்கலாம். ஆனால் ஒன்பது பேரும் ஒரே சமயத்தில் அதனால் தாக்கப்படும் சாத்தியம் குறைவே. தவிர மண்டை ஓடு உடைய, நெஞ்செலும்புகள் நொறுங்க ஹைபோதெர்மியா காரணமாக இருக்க முடியாது. துபினினாவின் நாக்கு பிடுங்கப்பட்டதன் மர்மமும் ஹைபோதெர்மியாவை கேள்விக்குள்ளாக்கியது.

அடுத்ததாக சந்தேகம், 'மான்ஸி' என்ற பழங்குடியினர் மீது படர்ந்தது. அவர்கள் யூரல் மலைவாழ் பழங்குடியினர். கொஞ்சம் கரடு முரடானவர்களே. திடீரெனத் தங்கள் பகுதியில் முளைத்த கூடாரத்தைக் கண்டு, தாங்கள் அந்நியர்களால் ஆக்கிரமிக்கப்படுவதாக நினைத்து, டயட்லோவ் குழுவினரைத் தாக்கிக் கொன்றிருக்கலாம் என்றொரு கோணம் முன்வைக்கப்பட்டது. ஆனால் மான்ஸி மக்கள் அப்பகுதிக்கு வந்து சென்றதற்கான ஒரு துப்புகூட கிடைக்கவில்லை. தாக்குதலோ, மோதலோ நடந்த அடையாளங்களும் கிடைக்கவில்லை. தவிர நெஞ்செலும்புகள் நொறுங்க வேண்டுமானால் ஒரு கார் வெகு வேகமாக வந்து மோதுமளவுக்கான விசை தேவைப்படும். மான்ஸி மக்கள் அந்த அளவுக்கு வலிமையானவர்கள் இல்லை.

மனித சக்திக்கு அப்பாற்பட்ட ஓர் அதீத சக்தி இவர்களைக் கொன்றிருக்கிறது என்ற அடுத்த பரிமாணத்தில் யோசிக்க ஆரம்பித்தார்கள். அந்த 'மர்ம சக்தி' எதுவாக இருக்கும்?

'நாங்கள் அன்றிரவு வானத்தில் ஒரு விநோத ஒளியைப் பார்த்தோம். ஆரஞ்சு நிறத்தில் பறக்கும் கோளம் ஒன்று, அந்த மலைப்பகுதியின் வடக்கு திசையில் வந்து இறங்கியதுபோல இருந்தது' - யூரல் மலைப்பகுதியின் இன்னொரு பக்கம் மலையேற்றத்தில் ஈடுபட்டிருந்த வேறொரு குழுவினர் சொன்ன தகவல் இது. 1959ன் பிப்ரவரியிலும் மார்ச்சிலும் யூரல் மலைப் பகுதியின் பல்வேறு இடங்களில் ஆரஞ்சு நிறத்தில் ஒளி பாய்ச்சியபடி பறந்து சென்ற கோளத்தைப் பார்த்ததாக வேறு சிலரும் சொன்னார்கள். மலைப்பகுதிகளில் முகாம் அமைத்திருந்த ராணுவத்தினர் ஒரு சிலரும் ஆமோதித்தார்கள்.

விண்வெளியிலிருந்து பறந்து வந்த பறக்கும் தட்டிலிருந்து இறங்கிய வேற்றுக்கிரகவாசிகள் ஒன்பது பேரைக் கொன்றிருக்கிறார்கள் என்ற கோணத்தில் விதவிதமான கற்பனைகளுடன் செய்திகள் வெளிவந்தன. இந்தக் கற்பனைகளுக்குத் தீனி போட்டு புஷ்டியாக்கும் விதத்தில் இன்னொரு விஷயமும் தெரியவந்தது. உடல்களுக்கான இறுதிச் சடங்குகளைச் செய்த உறவினர்கள், இறந்தவர்களின் தலைமுடியெல்லாம் பழுப்பு நிறத்தில் மாறியிருந்ததையும், தோல் ப்ரௌன் நிறமாகிவிட்டதையும் சொன்னார்கள்.

இறந்தவர்களின் உடைகளை கதிரியக்கத்தை அளவிடும் டோஸிமீட்டர் உபகரணம் கொண்டு சோதனை செய்தபோது, சிலரது உடைகளில் கதிர்வீச்சு இருப்பது கண்டறியப்பட்டது. இந்த விஷயம் டயட்லோவ் குழுவினரின் மர்ம மரணத்துக்குப் புதிய கோணத்தைக் கொடுத்தது. ஒருவேளை இவையெல்லாம் ராணுவத்தினரின் சதியாக இருக்குமோ?

சோவியத் ரஷ்யாவில் பனிப்போர் நடைபெற்று வந்த காலம் அது. அந்த மலைத் தொடர்களில் ராணுவத்தினரின் பல முகாம்கள் இருந்தன. அங்கே பனிப்பரப்பில் பயிற்சி முதல் ஆயுதச் சோதனைகள் வரை பல நடப்பதுண்டு. ஆனால் சம்பவம் நடந்த பகுதியில் கதிரியக்கம் சம்பந்தப்பட்ட பொருள்கள் எதுவும் கண்டறியப்படவில்லை. ஆனால் அப்பகுதியில் சில உலோகத் துண்டுகள் கிடைத்தன.

ராணுவத்தினர் அங்கே ரகசிய ஆயுதச் சோதனை நடத்தியிருக்கலாம். அதனால் பாதிக்கப்பட்டு ஒன்பது பேரும் இறந்திருக்கலாம். அல்லது ஒன்பது பேரும் அந்த ஆயுதச் சோதனைக்கு 'எலி'யாகப்

பயன்படுத்தப்பட்டிருக்கலாம் என்ற கோணத்திலும் செய்திகள் வெளிவந்தன. ஒன்பது உடல்களும் கண்டுபிடிக்கப்பட்ட அந்த இடம் விசாரணைக்காக 'பாதுகாக்கப்பட்ட பகுதி'யாக அறிவிக்கப்பட்டது. மற்றவர்கள் மலையேறுவதற்கான தடை சுமார் மூன்று ஆண்டுகள் வரை நீடித்தது. மரணங்கள் குறித்த மர்மம் மட்டும் விதவிதமான பரிமாணங்களில் வளர்ந்துகொண்டே சென்றது.

1967ல் டயட்லோவ் மர்மத்தை வைத்து Of the highest rank of complexity என்ற நாவல் வெளிவந்தது. எழுதியவர் பத்திரிகையாளரான யூரி. அவர் இச்சம்பவத்தின் விசாரணைகளின்போது அந்தக் களத்தில் புகைப்படக்காரராகப் பணியாற்றியவர். சோவியத் ரஷ்ய அரசின் ரகசிய தணிக்கைக்குப் பின் வெளியான நாவலில் நிஜம் பூசி மெழுகப்பட்டிருந்தது. 1980ல் யூரி இறந்துபோனார். அப்போது அவரது நண்பர்கள் சிலர் வாய் திறந்தனர். 'வெளிவந்த நாவல் முழுமையானதல்ல. தான் எழுதிய அத்தனை உண்மைகளும் அடங்கிய ஒரிஜினலை அவர் பத்திரமாக வைத்திருந்தார். ஆனால் அந்த ஒரிஜினல், அது சார்ந்த குறிப்புகள், டைரிகள், எதையுமே இப்போது கண்டுபிடிக்க முடியவில்லை. காணாமல் போய்விட்டன.'

1990ல் குஸ்ச்சின் என்ற ஆராய்ச்சியாளர், டயட்லோவ் மர்மம் குறித்த விசாரணை ஆவணங்களை எல்லாம் பார்வையிட அரசாங்கத்திடம் விசேஷ அனுமதி பெற்றார். ஆனால் அவரது பார்வைக்குக் கிடைத்த ஆவணங்களில் பாதிக்கும் மேற்பட்ட பக்கங்கள் உருவப்பட்டிருந்தன. குஸ்ச்சின் பின்னர், Soviet Secret Weapon Experiment என்ற தனது ஆராய்ச்சிக் கட்டுரையை வெளியிட்டார். அதில், சோவியத் ராணுவம் நடத்திய ரகசிய அணு ஆயுதச் சோதனைகளால் பாதிக்கப்பட்டுத்தான் அந்த ஒன்பது பேரும் இறந்திருக்கிறார்கள் என்று அழுத்தமாகத் தெரிவித்திருந்தார். ஆனால் அங்கே அணு ஆயுதச் சோதனை நடந்ததற்கான ஆதாரம் இதுவரை வெளிவரவில்லை. ஒன்பது பேரும் எப்படி இறந்தார்கள் என்ற மர்மம் விலகவில்லை.

இன்றைக்கு ஓடோர்டென் சிகரத்தை நோக்கிச் செல்லும் அந்தப் பகுதி Dyatlov Pass என்ற பெயரில்தான் அழைக்கப்படுகிறது. டயட்லோவின் மலையேற்றக் குழுவில் இருந்து, பின் உடல்நிலை ஒத்துழைக்காத காரணத்தினால் ஊர் திரும்பியதால் உயிர் பிழைத்த யூரி யூடின் ஒருமுறை பேட்டி கொடுத்தார்.

'கடவுளிடம் ஒரே ஒரு கேள்வி கேட்கும் வாய்ப்பு கிடைத்தால் நான் இதைத்தான் கேட்பேன். அந்த இரவில் என் நண்பர்களுக்கு என்ன நடந்தது?'

மந்திரவாதியும், மாய இளவரசியும்!

ஆகச் சிறந்த அழகிகளெல்லாம் இளவரசிகளாக இருப்பதில்லை. இளவரசிகளெல்லாம் ஆகச் சிறந்த அழகிகளாக இருப்பதில்லை. ரத்னாவதிக்கு இரண்டும் வாய்த்திருந்தன. பதினேழாம் நூற்றாண்டின் இந்தியப் பேரழகி. ராஜஸ்தானின் பான்கர் (Bhangarh) கோட்டையில் வாழ்ந்த ராஜபுத்திர இளவரசி. (பான்கர், ஜெய்ப்பூருக்கும் அல்வாருக்கும் இடையில் அமைந்த நகரம்.) போர்க்கலைகள் பலவும் கற்றுத் தெளிந்த வீரப் பெண். மக்களை நேசித்த நல்ல மனசுக்காரி. அவள் மனத்தில் தாங்கள் இடம்பெற மாட்டோமா என ராஜபுத்திர ராஜாக்கள், இளவரசர்கள் முதல் சாதா இளைஞர்கள் வரை ஏங்கித் தவித்தனர்.

ரத்னாவதிக்கு மாந்தரீகத்தில் ஆர்வம் இருந்தது. திறம்படக் கற்றுக் கொண்டாள். பிறரை மகிழ்விப்பதற்காக மட்டும் மாயவித்தைகள் செய்தாள். இல்லாத பொருளை வரவழைப்பது. இருக்கின்ற பொருளை மறைய வைப்பது. தொடாமலே பொருளை நகர்த்துவது, பறக்க வைப்பது - இப்படியாக அந்தப்புரத்தில் இளவரசி மாயாஜாலம் காட்டக் காட்ட, தோழிகள், ஆச்சரியத்தில் வாய்பிளந்து நிற்பர்.

'மகா அழகியாம்! மாய வித்தைகளும் தெரிந்தவளாம்!' - இளவரசியின் மகத்துவங்கள் பற்றி சிங்கியா சேவ்ரா என்பவன் கேள்விப்பட்டான். அவன் சாதாரணமானவன் அல்ல; மாந்திரீக,

தாந்திரீகங்களில் கரை கண்டவன். தக்க தருணமொன்றில், இளவ ரசியை மறைவிடத்திலிருந்து பார்த்தான். ம்ஹூம்... தரிசித்தான். அவளழகில் தன்னிலை மறந்து நின்றான்.

'இவள் எனக்குத்தான்!' - மோகம் மந்திரவாதியினுள் தீவிரமாக மையம் கொண்டது. இருக்கவே இருக்கிறது மாந்தரீகம். அவளை மயக்கி என் மடி மீது வந்து விழ வைக்கிறேன்!

ரத்னாவதியை வசியம் செய்வதற்கென்றே மாயப்பொடி ஒன்றைத் தயார் செய்த சிங்கியா, அதனை எடுத்துக் கொண்டு சந்தைக்குச் சென்றான். அங்கே அரண்மனைப் பணிப்பெண் ஒருத்தி, இளவரசிக் காக வாசனைத் திரவியங்கள் வாங்கினாள். மந்திரவாதி, அவளைப் பின் தொடர ஆரம்பித்தான். பணிப்பெண் அசந்த சமயத்தில், அவளிடம் இருந்த வாசனைத் திரவக் குடுவையில் மாயப்பொடியைக் கலக்கி வைத்துவிட்டான்.

அந்த வாசனைத் திரவியத்தில் ஒரு துளியை ரத்னாவதி தொட்டால் போதும். தன்னை மறந்து மந்திரவாதியைத் தேடி வந்துவிடுவாள். ரத்னாவதி மட்டுமல்ல, யார் மீது அந்தத் திரவம் படுகிறதோ, அவர்கள் மந்திரவாதியிடம் வந்துவிடுவார்கள். பேரழகியின் வருகைக்காகக் காத்துக் கிடந்தான் சிங்கியா.

மாயக்காரனின் வித்தையை இன்னொரு மாயக்காரி உணர முடியாதா என்ன. அந்தக் குடுவையைக் கையில் வாங்கியதுமே ரத்னாவதியால் அதில் ஏதோ ஆபத்து இருப்பதை உணர முடிந்தது. அதே சமயத்தில் அவளுக்குத் தகவலும் வந்து சேர்ந்தது. 'ஐயோ இளவரசி... ஒரு மந்திரவாதி அந்த வாசனைத் திரவியத்தில் தங்களை வசியப்படுத்த சூழ்ச்சி செய்திருக்கிறானாம்... சந்தையில் அவனது கள்ளத்தனத்தைக் கண்ணால் கண்டவர்கள் சொன்னார்கள்.'

ரத்னாவதிக்குக் கோபம் உச்சந்தலைக்கு ஏறியது. கையில் குடுவையுடன், கன்னி மாடத்தை நோக்கி வேகமாகச் சென்றாள். குடுவையை வெளியே வீசி எறிந்தாள். அது மலைமேல் அமைந்த கோட்டை. குடுவை, பாறை ஒன்றின் மேல் விழுந்து சிதறியது. அந்த மாய திரவத்தால் நனைந்த பாறை, மந்திரவாதியின் மேல் மையல் கொண்டு உருண்டோட ஆரம்பித்தது. மலையடிவாரத்தில் திரிந்துகொண்டிருந்த சிங்கியாவைச் சாய்த்தது. நசுக்கியது. சிங்கியாவின் மரண ஓலம் அந்த மலைப்பகுதியையே நடுநடுங்கச் செய்தது.

பான்கர் கோட்டை

'ரத்னாவதி... என்னை வீழ்த்திவிட்டதாக பெருமைப்படாதே! நீயும் சீக்கிரமே சாகப்போகிறாய். உன் பரம்பரையே அழியப் போகிறது. இந்த இடம் நாளை சூரிய உதயத்துக்குள் சிதைந்து போகக் கடவதாக!'

மந்திரவாதியின் உயிர் பிரிந்தது. ஆனால் அந்தச் சாபம் எங்கெங்கும் எதிரொலித்து, எல்லோரையுமே பயமுறுத்தியது. இளவரசி பதட்டமடைந்தாள். தம் மக்களை அங்கிருந்து காலி செய்யச் சொன்னாள். இரவோடு இரவாக ராஜ குடும்பத்தினரும், மக்களும் பான்கரிலிருந்து மூட்டை, முடிச்சு, அசையும் சொத்துகள், நடக்கும் சொத்துகளுடன் கிளம்பினர். அருகிலுள்ள ஊரான அஜப்கரில் தஞ்சம் புகுந்தனர்.

அந்த இரவில் பான்கரில் விநோதச் சத்தங்கள் எழ ஆரம்பித்தன. பெரும் ஊளைக் காற்று. உயிரைக் குடிக்கும் ஒலிகள். மலையெங்கும் அந்த வாசனைத் திரவியத்தின் மணம். மறுநாள் உதயத்தின்போது, பான்கர் நகரமே அஸ்தமனமாகியிருந்தது. கோட்டை முதல் குடிமக்களின் வீடு வரை எல்லாமே கூரையிழந்து இடிந்து கிடந்தன. அதற்கு அடுத்த வருடம் நடந்த போர் ஒன்றில் ரத்னாவதி கொல்லப்பட்டாள்.

இது பதினேழாம் நூற்றாண்டின் மத்தியில் நடந்ததாக நம்பப்படும் சம்பவம். இன்றைக்கும் பான்கர் கோட்டை சிதிலமடைந்த நிலையில் தான் கிடக்கிறது. அதன் அருகில்கூட இன்றுவரை குடியிருப்புகள் கிடையாது. காரணம், இளவரசியை அடைய முடியாமல் ஏக்கத்துடன்

செத்துப்போன மந்திரவாதியின் ஆவி, இப்போது வரை அந்த மலைப்பகுதியிலும் கோட்டையிலும்தான் சுற்றிக் கொண்டிருக்கிறது என்பது ராஜஸ்தான் மக்களின் அசைக்க முடியாத நம்பிக்கை.

அது உண்மைதானா? ஆராய்ச்சிக்குள் குதிக்கும்முன் மக்கள் நம்பும் இன்னொரு சம்பவத்தையும் பார்த்துவிடுவோம்.

அந்த மலையடிவாரத்தில் ஓர் இடத்தில் குரு பாலநாத் என்ற முனிவர், நீண்ட காலமாக தவமிருந்து வந்தார். பான்கர் பகுதியில் கோட்டை அமைக்க முடிவெடுத்த பின், அதன் ராஜா முனிவரிடம் சென்று அதற்காக அனுமதி கேட்டார். 'நீ அமைக்கும் கோட்டையின் நிழல்கூட என்மேல் விழக்கூடாது. அப்படி என்னைத் தொந்தரவு செய்யும் பட்சத்தில் உன் கோட்டை நாசமாகப் போய்விடும்.'

குருவுக்குப் பயந்து, அவரை எந்தவிதத்திலும் தொந்தரவு செய்யாத விதத்தில் கோட்டையைக் கட்டினார் ராஜா. அவரது வம்சாவளியில் வந்த அஜப் சிங் என்ற இளவரசர், தன் காலத்தில் கோட்டையை மேலும் உயர்த்திக் கட்டினார். அதன் நிழல், குரு பாலநாத் மீது படர்ந்து, அவர் தவத்தைக் கலைக்க... குரு, தம் கோபக் கண்ணைத் திறக்க... பலமிக்கதாக விளங்கிய பான்கர் கோட்டை பொலபொலவெனப் பாழாய்ப் போக...

இதுவும் மக்கள் நம்பும் கதையே. எது நிஜம்?

கொஞ்சம் வரலாற்றுக்கு வருவோம். முகலாயப் பேரரசரின் நம்பிக்கைக்குரிய தளபதியாக இருந்த ராஜபுத்திரர், முதலாம் மன் சிங். அவருடைய இளைய சகோதரர்களில் ஒருவர் மதோ சிங். அல்வார் பகுதியின் குறுநில மன்னர். அவருடைய மகனான பக்வந்த் தாஸ், 1573ல் கட்டியதுதான் பான்கர் கோட்டை. முகலாயத் தலைமைக்குக் கட்டுப்பட்டு அவர்கள் பரம்பரை பரம்பரையாக ஆண்டு அனுபவித்த பகுதி அது. சுமார் பத்தாயிரம் மக்கள் வசித்தனர். ஔரங்கசீபின் இறப்புக்குப் பின் முகலாயர்களின் வீழ்ச்சி ஆரம்பமாக, பான்கரை அல்வாருடன் இணைத்தார் அதன் ராஜா இரண்டாம் ஜெய் சிங் (1720). அதன்பின் அது அல்வார் சமஸ்தானத்தின் கட்டுப்பாட்டில் இருந்தது. 1783ல் பெரும் பஞ்சம் அப்பகுதியில் சூழ, பான்கரை விட்டு மக்கள் வெளியேறினர். கோட்டையும் நகரமும் அநாதையாயின. காலப்போக்கில் சிதைந்துபோயின.

இது பான்கர் குறித்து வரலாறு சொல்லும் விளக்கம். வாழ லாயக்கற்ற பகுதி என்பதால் மக்கள் வெளியேறினர் என்பதை

ஒப்புக் கொள்ளலாம். ஆனால் இத்தனைக் காலமாகியும் ஏன் யாரும் அங்கு மீண்டும் குடியேறவில்லை? கைவிடப்பட்ட கோட்டையும் அங்கிருந்த குடியிருப்புகளும் காலப்போக்கில் பூகம்பத்தால் பாதிக்கப்பட்டதுபோல சிதைந்தது எப்படி? இத்தனைக் காலமாக அங்கிருக்கும் கோயில்களுக்கு மட்டும் எதுவும் ஆகவில்லையே, ஏன்? இப்படி பல கேள்விகள், மந்திரவாதியின் ஆவிபோல அங்கே திரிந்துகொண்டிருக்கின்றன.

இன்றைக்கு பான்கர் கோட்டையை நாம் பார்க்கச் சென்றால், நுழையும்போதே ஓர் அறிவிப்புப் பலகை நம்மை மிரள வைக்கும். 'பான்கரின் எல்லைக்குள் சூரிய அஸ்தமனத்துக்குப் பின் இருப்பதோ, சூரிய உதயத்துக்குள் நுழைவதோ தடை செய்யப்பட்டுள்ளது.'

அறிவிப்புப் பலகையை வைத்திருப்பது வேறு யாருமல்ல, பான்கரை தன் கட்டுப்பாட்டுக்குள் வைத்திருக்கும் இந்திய அரசின் தொல்லியல் துறைதான். சூரிய அஸ்தமனத்துக்குப் பின், பான்கரில் அமானுஷ்மான விஷயங்கள் இன்று வரை அரங்கேறுவதே தொல்லியல் துறையின் இந்த அறிவிப்புக்குக் காரணம். எந்தவொரு நினைவுச் சின்னம் தொல்லியல் துறையின் கட்டுப்பாட்டில் இருக்கிறதோ, அதற்கு அருகிலேயே தொல்லியல் துறை அலுவலகம் அமைந்திருக்க வேண்டுமென்பது அரசின் விதிமுறை. ஆனால் பான்கர் கோட்டையை விட்டு சுமார் ஒரு கிலோ மீட்டருக்கு அப்பால்தான் தொல்லியல் துறை அலுவலகம் அமைக்கப்பட்டிருக்கிறது.

சிதிலமடைந்திருந்தாலும் கட்டடக் கலை ரசிகர்களுக்கு பான்கர் ரசிக்கத் தகுந்த இடம். கோபிநாத், சிவன், ஹனுமான், மங்களா தேவி, கேசவ் ராய் கோயில்களும் கோட்டைப் பகுதியில் அமைந்துள்ளன. அவை பழைமையான கோயில்கள்தாம். ஆனால் மந்திரவாதியின் சாபத்தால் சேதமடையாதவை.

அந்த மலைப்பகுதியில் உயரமான ஓரிடத்தில் சிறிய நினைவிடம் இருக்கிறது. அது சிங்கியாவின் நினைவிடம் என்று சிலர் சொல்கிறார்கள். இல்லை, அது குரு பாலநாத்தின் சமாதி என்பது சிலரது வாதம். பகலெல்லாம் மலைமேல் சுற்றித் திரியும் மந்திரவாதியின் ஆவி, இரவில் கோட்டைக்குள் புகுந்து அழிச் சாட்டியம் செய்கிறது என்பது மக்களின் நம்பிக்கை.

இன்னொரு தகவலையும் சொல்கிறார்கள். இந்த அமானுஷ்ய விஷயங்களெல்லாம் இங்கே இல்லை என்று நிரூபிக்க, மக்களின் அநாவசிய பயத்தைப் போக்குவதற்காக, ராணுவ முகாம் ஒன்றை

பான்கரின் கோட்டைப் பகுதியில் அமைக்க அரசு நடவடிக்கை எடுத்ததாம். ஆனால் 'எதற்கு ரிஸ்க்' என ராணுவம் அதற்கு ஒத்துழைக்கவில்லையாம். இந்த ஆவி பயம்தான் பான்கரைப் புகழ்பெற்ற சுற்றுலாத் தளமாக மாற்றியிருக்கிறது. அந்த மாநில அரசுக்கு நல்ல வருமானத்தையும் கொடுக்கிறது. ஆனால் சூரிய அஸ்தமனத்துக்குப் பின் ஓர் ஒட்டகம்கூட அங்கே உச்சா அடிக்கப் போவதில்லையாம்.

சரி, கோட்டையில் இரவில் என்னதான் நடக்கிறது?

இரவில் தடையை மீறி திருட்டுத்தனமாக அங்கே சென்றுவந்த பலரும் தங்கள் அனுபவங்களைப் பதிவு செய்திருக்கிறார்கள். சிலர், 'ஆவியும் இல்லை, அமானுஷ்யமும் இல்லை. எல்லாம் கப்ஸா' என்கிறார்கள். பலர் தங்கள் அனுபவத்தை பயத்துடன் பதிவு செய்து வைத்திருக்கிறார்கள். சந்தீப் கோஸ்லா என்ற டெல்லி இளைஞருக்கு 2006ல் ஏற்பட்ட அனுபவம் இந்த அத்தியாயத்தின் க்ளைமேக்ஸாக.

'...அன்று இரவில் நானும் என் இரு நண்பர்களும் விதிமுறையை மீறி யாருக்கும் தெரியாமல் கோட்டைக்குள் பதுங்கிக் கொண்டோம். சிதிலமடைந்திருந்தாலும் நிலவின் ஒளியில் பான்கர் கோட்டை மேலும் அழகுடன் மிளிர்ந்தது. சாப்பிட்டோம். மது அருந்தினோம். பேசிச் சிரித்தபடியே கோட்டைக்குள் அங்குமிங்கும் உலவ ஆரம்பித்தோம். எங்களை யாரோ பின் தொடர்வதாக உணர்ந்தோம். கண்களுக்குப் புலப்படவில்லை. திடீரென எங்கிருந்தோ இசை கேட்க ஆரம்பித்தது. தொடர்ந்து யாரோ ஒரு பெண் நடனமாடும் கொலுசின் சத்தம். என் நினைவில் ராணி ரத்னாவதி வந்து போனாள். மிரண்டு ஓட ஆரம்பித்தோம். கோட்டைக்குள் இருந்து வெளியே வந்து ஆசுவாசப்படுத்திக் கொள்வதற்காக பாறை ஒன்றின் பின்னால் பதுங்கிக் கொண்டோம். நல்ல வாசனை ஒன்றை உணர முடிந்தது... எப்படி கோட்டையிலிருந்து வெளியேறினோம் என்றே தெரியவில்லை...'

13

திரிஷ்கய்டெகாஃபோபியா என்ற கரடுமுரடான வார்த்தையைக் கொண்டு இந்த அத்தியாயத்தை எழுத ஆரம்பித்தால் படிக்கும் உங்களுக்கு கடுப்பு வரலாம் அல்லது இது என்ன திரிஷாவின் ப்ரெஞ்சுப் பெயரா என்று கேட்கத் தோன்றலாம் அல்லது இந்த 'பதிமூன்றாவது' அத்தியாயத்தின் மேல் எரிச்சல் வந்து நீங்கள் இதைப் படிக்காமலேயே கடந்துபோய் விடலாம்.

சிவசுப்பிரமணியனும் அப்படித்தான். பதிமூன்றைக் கடந்து போய்விட்டதாகத்தான் நினைத்தான். அவனுக்கு முதன்முதலாக அமெரிக்காவுக்குச் செல்ல வாய்ப்பு வந்தது. இங்கே சென்னையில் மென்பொருள் நிறுவனத்தில் பிடுங்கிக் கொண்டிருந்த ஆணியை, அங்கே கலிபோர்னியாவின் லாஸ் ஏஞ்சல்ஸுக்குச் சென்று பிடுங்க வேண்டும். டாலர் கனவுகளுடன் சென்றான். அங்கே அவன் தங்குவதற்காகக் கொடுக்கப்பட்ட முகவரியில் '13ம் நம்பர் வீடு, 13வது மாடி' என்று இருந்தது. லிஃப்ட்டில் ஏறினான். பொத்தான்களை கண்களால் துழாவினான். '13' என்ற பொத்தானே இல்லை. ப்ரீகேஜியில் விஜி டீச்சர் சொல்லிக் கொடுத்த ஒன் டூ த்ரீயை ஒருமுறை சொல்லிப் பார்த்துக் கொண்டான். நிச்சயம் 12க்குப் பின் 13தான். ஆனால் லிஃப்ட் பொத்தானில் 12க்குப் பின் 14தான் இருந்தது.

13

லிஃப்டில் 12க்குப் பின் 14

சரி, 'ஸ்பெல்லிங் மிஸ்டேக்' போல என்று மனத்தைத் தேற்றிக் கொண்டு 14ஐ அழுத்தினான். 14க்குச் சென்று, 13க்கு படிகளில் இறங்கிக் கொள்ளலாம் என்றது அவனது ராஜ தந்திர மூளை. அப்படியே செய்தான். 13 வரவில்லை. தளம் 12 அவனை வரவேற்றது. தலை சுற்றியது. அங்கிருந்த ஒருவர், 'இந்த முகவரி பக்கத்து பில்டிங் என்றார். அங்கு சென்று லிஃப்டில் ஏறினான். அதிலும் 13 இல்லை. 12, 12A, 14 என்ற பொத்தான்கள் இருந்தன. இஷ்ட தெய்வத்தை வேண்டியபடி 12A-ஐ அழுத்தினான். அங்கு சென்றான். அறை எண் 13 இல்லை. 12A-தான் இருந்தது. அழைப்புமணியை தயங்கித் தயங்கி அழுத்த... நல்லவேளை அவனது ரூம்மேட்டாக ஒதுக்கப்பட்டிருந்த பேச்சியப்பன்தான் கதவைத் திறந்தான். புலம்ப ஆரம்பித்தான் சிவசுப்பிரமணியன். எல்லாவற்றையும் கேட்டுவிட்டு நிதானமாகப் பதில் சொன்னான் பேச்சியப்பன் - 'இந்த அமெரிக்கப் பயலுகளே இப்படித்தான்.'

எப்படி?

அநேக அமெரிக்கர்களுக்கு 13 என்ற எண்ணைக் கண்டாலே நடுக்கம். நிறைய கட்டடங்களில் 13வது தளம் இருக்காது. வீட்டு எண் 13 என இருக்காது. அதற்குப் பதிலாக 'பன்னிரண்டரை' அல்லது 12A என்று எண் கொடுத்துக் கொள்வார்கள். வாகனங்களின் பதிவு எண்ணில் 13 வராது. தேதி 13ல் திருமணம் செய்துகொள்ள மாட்டார்கள். 13ம் தேதியில் குழந்தை பிறந்துவிட்டால் பெற்ற பிள்ளையையே, 'பேயின் பிள்ளையோ' என்று வெறித்துப் பார்ப்பார்கள். அரசு விழாக்கள் தேதி 13ல் நடக்காது. ரயில் நிலையங்களில் 12க்கு அப்புறம் 14வது பிளாட்பாரம் இருக்கும். சில விமானங்களில், ரயில்களில் 13 என்ற எண் கொண்ட இருக்கையே கிடையாது.

கொல்லப்பட்ட வைகிங் கடவுள்

13 என்ற எண்மேல் அமெரிக்கர்களுக்கு மட்டுமல்ல, சீனர்களுக்கு, எத்தியோப்பியர்களுக்கு, ஐரோப்பியர்களுக்கு என பலருக்கும் பயம் உண்டு. இந்த பயத்தைத்தான் 'திரிஷ்கய்டெகாஃபோபியா' (Triskaidekaphobia) என்கிறார்கள். கிரேக்க மொழியில் திரிஷ் என்றால் 3. கய் என்றால் கூட்டல். டெகா என்றால் 10. திரிஷ்காய்டெகாபோபியா என்றால் 10+3 குறித்த பயம் என்று பொருள். இதிலும் 'ஃபிரிகாதிரிஷ்கய்டெகாஃபோபியா' என்ற ஒன்று உண்டு. 13ம் தேதி வெள்ளிக்கிழமைகளில் வந்தால் அதனால் ஏற்படும் அதீத பயம். (ஃபிரிகா என்றால் வைகிங் இன மக்களின் வெள்ளிக்கிழமையைக் குறிக்கும் கடவுள்.)

ஒரு மாதத்தின் 13ம் தேதி வெள்ளி அன்று வந்துவிட்டால் அதனால் கெட்டது நிகழ்ந்துவிடுமோ என்று பயந்து பயந்தே செத்துப் போனவர்கள் உண்டு. ரத்த அழுத்தம், வலிப்பு, பக்கவாதம் என்று படுக்கையில் வீழ்ந்தவர்களும் உண்டு. ஏன் இந்த பயம்? எங்கிருந்து வந்தது? எதனால் இந்த நம்பிக்கை உண்டானது? சிருஷ்டிக்கப்பட்ட காரணங்கள் நிறையவே உண்டு.

கிமு 1700ல் பாபிலோனிய அரசர் இயற்றிய சட்டத்தில் 13வது சட்டம் என்ற ஒன்றே கிடையாது. கிமுவிலேயே 13 குறித்த பயங்கள் ஆரம்பித்துவிட்டன என்கிறார்கள். இயேசுவின் கடைசி விருந்தில் கலந்து கொண்டவர்கள் 13 பேர். அதில் யூதாஸ் பதிமூன்றாவதாக உட்கார்ந்திருந்தான். அவனே பின் இயேசுவைக் காட்டிக் கொடுத்தான். தூக்கில் தொங்கினான். இயேசு 'வெள்ளி' அன்று சிலுவையில் அறையப்பட்டார்.

வைகிங் இன மக்களின் புராணத்தில் ஒரு கதை இருக்கிறது. வைகிங் கடவுள்கள் 12 பேர் ஒரு விருந்தில் கலந்து கொண்டார்கள். அந்த 12 நல்ல கடவுள்களுடன் 13வது ஆளாக கெட்ட கடவுளான லோகி கலந்துகொண்டார். அந்த விருந்தில் காதலின் கடவுளான பால்டர், லோகியால் கொல்லப்பட்டார். பால்டர், வெள்ளிக் கடவுளான ஃபிரிகா பெற்ற பிள்ளை.

ஆக, 13 நபர்கள் ஒரு விருந்தில் கலந்துகொள்கிறார்கள் என்றால், அவர்களில் ஒருவர் அடுத்த ஒரு ஆண்டுகளுக்குள்ளாக 'இறைவனடி' சேர்ந்துவிடுவார்கள் என்ற (மூட) நம்பிக்கை காலம் காலமாக இருந்து வருகிறது. இதைத் தவிர்ப்பதற்காகவே பிரான்ஸின் ஹோட்டல்களில் பதிமூன்று பேர் விருந்துக்கு வந்தால், பதினான்காவது ஆளை அவர்களே ஏற்பாடு செய்து தருகிறார்கள்.

'பதிமூன்றாம்' நூற்றாண்டில் வைகிங் மக்கள் பலரும் தம் கடவுளர்களை ஒதுக்கிவிட்டு, கிறித்துவத்தைத் தழுவி விட்டார்கள். இதனால் வைகிங் கடவுள்களுக்குக் கெட்ட கோபம் வந்துவிட்டது. அதிலிருந்து ஃபிரிகா கடவுள் 13ம் தேதி வெள்ளிக்கிழமைகளில் வந்தால் மற்ற 12 கடவுள்களையும் சேர்த்துக்கொண்டு மக்களுக்குத் தீங்கு விளைவிப்பதற்காகத் திட்டம் போடுகிறது. ஆக '13 வெள்ளி' அன்று ஜாக்கிரதையாக இருக்க வேண்டும் என்று நவீனப்படுத்தப்பட்ட வைகிங் கதையும் காரணமாகச் சொல்லப்படுகிறது.

இயேசு வாழ்ந்த இடமான ஜெருசலேத்தை இஸ்லாமியர்களிட மிருந்து மீட்பதற்காக பதினோராம் நூற்றாண்டில் போப் இரண்டாம் அர்பனால் 'சிலுவைப் படை' ஆரம்பிக்கப்பட்டது. ஏராளமான கிறித்துவர்கள் தாமே முன்வந்து படையில் இணைந்து கொண்டார்கள். சிலுவைப் போர்கள் நடந்தன. 1307, அக்டோபர் 13 வெள்ளி அன்று, பிரான்ஸ் மன்னர் நான்காம் பிலிப், சிலுவைப்படை வீரர்கள் மீது பொய்க் குற்றச்சாட்டுகளைச் சுமத்தி, பலரைக் கைது செய்தார். அவர்களைப் பல விதங்களில் கொடுமைப்படுத்தி, உயிருடன்

எரித்துக் கொன்றார். ஆக, அதிலிருந்து கிறித்துவர்கள் '13 வெள்ளி' குறித்து பயப்பட ஆரம்பித்தார்கள்.

அமெரிக்க அரசின் முத்திரை

ஆதாம், ஏவாளை ஆப்பிளைத் தின்னச் சொல்லி சாத்தான் தூண்டியதுகூட ஒரு வெள்ளிக்கிழமைதான். நோவா தம் பேழையில் ஜோடி உயிரினங்களுடன் தப்பித்தாரே, அந்தப் பேய் மழையும் பெருவெள்ளமும் ஒரு வெள்ளிக்கிழமையில் ஆரம்பித்ததுதான். பல நாடுகளில் மரண தண்டனை நிறைவேற்றப்படுவதுகூட வெள்ளிக்கிழமைகளில்தான். இப்படியாக 'வெள்ளி'யைக் கெட்ட கிழமையாகச் சொல்லவும் ஏகப்பட்ட காரணங்கள் அடுக்கப்படுகின்றன.

வெள்ளிக்கிழமைகளிலோ, 13ம் தேதியோ கடல் பயணத்தை ஆரம்பித்தால் அது விபத்தில் முடியும் என்ற அசைக்க முடியாத அவநம்பிக்கை பத்தொன்பதாம் நூற்றாண்டில் நிலவி வந்தது. அதை உடைக்கும்விதமாக பிரிட்டன், வெள்ளிக்கிழமையில் கப்பல் ஒன்றைக் கட்ட ஆரம்பித்தது. அதன் பெயர் HMS Friday. ஒரு வெள்ளி அன்று கப்பலின் முதல் பயணம் ஆரம்பித்து வைக்கப்பட்டது. கப்பலின் கேப்டன் பெயர் James Friday. கடலுக்குள் சென்ற கப்பல் திரும்பி வரவே இல்லை. என்ன ஆனது என்று இதுவரை தகவல் இல்லை.

இது பரவலாகச் சொல்லப்படும் சம்பவம். ஆனால் அப்படி ஒரு கப்பலை பிரிட்டனில் கட்டப்பட்டதற்கு எந்தவிதமான ஆதாரமும் கிடையாது. இந்தக் கதை தம் பயத்தை நியாயப்படுத்த அமெரிக்கர்கள் விட்ட கப்ஸாவே.

நிலவில் மனிதனைக் கால்பதிக்க வைக்கும் அமெரிக்காவின் ஏழாவது முயற்சி அப்போலோ 13. ஏப்ரல் 11, 1970 அன்று பகல் 13:13 அளவில் இது ஏவப்பட்டது. ஏப்ரல் 13 அன்று நிலவில் இறங்குவதற்கு முன்பாக அப்போலோ 13ல் ஆக்ஸிஜன் டேங்க் வெடித்தது. மீண்டும் பூமிக்குத் திரும்பியே ஆகவேண்டிய

சூழல். ஏப்ரல் 17ல் அப்போலோ 13 குழுவினர் பாதுகாப்பாகத் தரையிறங்கினார்கள். நிலவுக்கு மனிதனை அனுப்பும் அமெரிக்காவின் முயற்சியில் தோல்வியடைந்தது அப்போலோ 13 மட்டும்தான்.

இதேபோல, கொலம்பியா விண்கலம் வெடித்துச் சிதறக் காரணம் அது அனுப்பப்பட்ட தேதிதான் (16.1.2003) என்கிறார்கள் பகுத்தறிவு வியாதிகள். 1+6+1+2+3= 13. இந்த எண் 13 குறித்த அமெரிக்கர்களின் பயத்தை நீக்க, 1880லேயே 13 உறுப்பினர்களுடன் ஓர் அமைப்பு ஒரு 13ம் தேதி ஆரம்பிக்கப்பட்டது. The Thirteen Club. அத்தனை அபசகுனங்களையும் வலுக்கட்டாயமாக உருவாக்கி, 13 பேரும் சேர்ந்து உட்கார்ந்து சாப்பிட்டார்கள். வருடங்கள் ஆக, ஆக கிளப்பில் உறுப்பினர் எண்ணிக்கை நானூறைத் தாண்டியது. அமெரிக்க அதிபர்களான செஸ்டர், குரோவர், பெஞ்சமின், மெக்கென்லே, ரூஸ்வெல்ட் ஆகிய ஐந்து பேரும் இந்த கிளப்பில் உறுப்பினர்களாகி 'மக்களே 13க்கு பயப்படாதீங்க' என்று பிரசாரம் செய்தார்கள். பத்தொடு பதிமூன்றாக அமெரிக்கர்கள் அதைக் காதில் போட்டுக் கொள்ளவில்லை.

அமெரிக்க அரசின் அதிகாரப்பூர்வ முத்திரையில்கூட 13ன் ஆதிக்கம் உண்டு. கழுகின் தலைக்கு மேல் 13 நட்சத்திரங்கள். e pluribus unum என்ற வாசகம் 13 எழுத்துகள் உடையது. கழுகு தன் ஒரு காலில் பற்றியிருப்பதில் 13 ஆலிவ் இலைகளும் 13 விதைகளும் இருக்கின்றன. இன்னொரு காலில் 13 அம்புகள். இதில் 13 என்பது அப்போதைய அமெரிக்காவின் 13 மாநிலங்களைக் குறித்தது.

இன்றுவரை இதே முத்திரை தொடர்கிறது. ஆனாலும் அமெரிக்கர்கள் பயப்படுவதை நிறுத்தவில்லை. '13 வெள்ளி'களில் அமெரிக்கச் சந்தை படுத்துவிடுகிறது. சுமார் 900 மில்லியன் டாலர் அடிவாங்குகிறது. அன்றைய தினத்தில் கூட்டம் குறைந்துவிடுவதால், பல விமானங்கள் ரத்தாகின்றன. ஹாலிவுட் படங்கள்கூட அன்றைய தினத்தில் ரிலீஸ் ஆவது அபூர்வமே.

இந்தியாவிலும் 13 குறித்த அவநம்பிக்கைகள் கொஞ்சம் உண்டு. 1979ல் கர்நாடக மாநிலத்தில் ஹசன் - மங்களூர் இடையில் ரயில் பாதை போடப்பட்டது. ஆனால் பாதையை உபயோகப்படுத்த ஆரம்பித்த சில நாள்களில் அடிக்கடி பாறைகள் உருண்டு விழுந்தன. அதுவும் குகை எண் 13 அருகில். யோசித்த என்ஜினியர்கள், அதனை 12A என மாற்றினார்கள். பின் பாறைகள் சமர்த்தாக இருந்தனவாம்.

இங்கே இந்துக்களுக்கு வெள்ளி மிக நல்ல கிழமை. இந்துக்களில் பலர் குழந்தை பிறந்தபின் பதிமூன்றாவது நாளில்தான் 'பெயர் சூட்டு விழா' நடத்துகிறார்கள். இஸ்லாமியர்களுக்கும் வெள்ளி என்பது புனித தினம். சீக்கியர்களுக்குப் புனித எண் 13. இத்தாலியர்களுக்கு 13 என்பது அதிர்ஷ்ட எண். இடதுகை பழக்கமுடையவர்களும் அதிர்ஷ்ட எண்ணாக நினைப்பது 13. இப்படி 13க்கும் வெள்ளிக்கும் நல்ல வண்ணமும் ஆங்காங்கே இருக்கிறது.

இந்த இணைய யுகத்தில் மைக்ரோசாப்ட் நிறுவனத்தையும் 13 பயம் விட்டுவைக்கவில்லை. மைக்ரோசாப்ட் ஆபிஸ் 2010ன் வெர்ஸன் 12-ஐ களமிறக்கிய மைக்ரோசாப்ட், அடுத்த வெர்ஸனாக 14-ஐக் களமிறக்கியது. ஹிஹிவென இளித்துக் கொண்டே 13-ஐ விழுங்கிவிட்டது.

சரி, இந்த பதிமூன்றாம் அத்தியாயத்தைப் படித்தபின் உங்களுக்குக் கூட 13 குறித்த குறுகுறுப்போ பயமோ ஏற்பட்டிருக்கலாம். அதைப் போக்க ஒரே ஒரு பரிகாரம் உண்டு. ஒருமுறை படித்த இந்த அத்தியாயத்தை மேலும் 12 முறை படித்துவிட்டு அடுத்த அத்தியாயத்துக்குச் செல்லுங்கள்.

14

தொலைந்தவர்கள்

நமக்குக் குடியரசு தினமான ஜனவரி 26ல் ஆஸ்திரேலியர்களுக்கு 'ஆஸ்திரேலிய தினம்.' அங்கே தேசிய விடுமுறை. அது பற்றிய சரித்திரக் குறிப்பு சொல்ல வேண்டுமென்றால் 1788ல் இந்த தினத்தில்தான் பிரிட்டிஷார் ஆஸ்திரேலியாவில் முதன் முதலாகக் கால்பதித்து, குடியேற்றத்தை நிறுவினார்கள்.

விடுமுறையாகவே இருந்தாலும், ஜிம் பியுமாண்ட் அன்றும் (1966, ஜனவரி 26, புதன்கிழமை) தனது 'பிஸினஸ் புத்தி'யைக் கழற்றி வைக்கவில்லை. தெற்கு ஆஸ்திரேலியாவின் அடிலெய்டைச் சேர்ந்தவர். ஒரு மனைவி (நான்சி), மூன்று குழந்தைகள். வியாபாரத்தில் இன்னும் பெரிய அளவில் சாதிக்க வேண்டும் என்பது அவரது லட்சியம். காலை உணவு முடிந்தது. 'இன்றைக்காவது எங்களோடு கடற்கரைக்கு வாங்க அப்பா...' - குழந்தைகள் அழைத்தார்கள். குழந்தைகளுக்காக கடற்கரைக்குப் போகலாமா, குறிக்கோளுக்காக கஸ்டமரைப் பார்க்கப் போகலாமா என்று கொஞ்ச நேரம் குழம்பிய ஜிம், வியாபாரியாக வீட்டை விட்டுக் கிளம்பினார்.

நான்சி, குழந்தைகள் கடற்கரைக்குச் செல்வதற்குத் தேவையான பொருள்களை எடுத்துக் கொடுத்தார். வீட்டிலிருந்து சுமார் இரண்டரை கி.மீ. தூரத்தில்தான் Glenelg கடற்கரை. பெரிய மகள் ஜேன் (வயது 9), தன் தங்கையான அர்னா (வயது 7) உடனும், குட்டித்

தம்பி கிராண்ட் (வயது 4) உடனும் கடற்கரைக்குச் செல்லத் தயாரானாள். நான்சி அவர்களுடன் செல்லவில்லை. குழந்தைகள் மட்டுமே தனியாகக் கடற்கரைக்குச் சென்று வருவது ஒன்றும் புதிய விஷயமுமல்ல. தவிர, ஆஸ்திரேலியாவில் பெற்றோர்கள், தம் குழந்தைகளைத் தனியே வெளியே அனுப்பத் தயங்கியதே இல்லை.

ஜேனும் அர்னாவும் தம் சைக்கிளில் தம்பியை ஏற்றிக் கொண்டு கடற்கரைக்குச் சென்று வருவது வழக்கம். ஆனால் அன்றைக்கு வெயில் அதிகமாக இருந்ததால், நான்சி குழந்தைகளைப் பேருந்தில் போய்வரச் சொன்னாள். எண் 109, ஹார்டிங்க் தெரு, சோமர்டென் பார்க் என்ற முகவரியில் இருந்து கிளம்பிய குழந்தைகள், காலை 10.00 மணி பேருந்தைப் பிடிப்பதற்காக, தெரு முனையில் இருக்கும் நிறுத்தத்திற்கு வந்தனர். பேருந்தில் ஏறினர். ஜேனிடம் ஒரு பேக். அதற்குள் குளியல் துண்டுகள் மூன்று, சில விளையாட்டுச் சாமான்கள், 'லிட்டில் வுமன்' என்ற கதைப் புத்தகம் பத்திரமாக இருந்தன.

பின்பு நான்சியும் தன் தோழி ஒருத்தியைச் சந்திப்பதற்காக வீட்டை விட்டுக் கிளம்பினாள். ஆனால் மதியம் மணி 2.00க்கு முன்பாகவே தெருமுனை பேருந்து நிறுத்தத்திற்கு வந்து காத்திருந்தாள். 2.00 மணி பேருந்தில்தான் குழந்தைகளைத் திரும்பி வரச் சொல்லியிருந்தாள். கடற்கரையிலிருந்து தெரியும் பெரிய மணிக்கூண்டில் நேரம் தெளிவாகத் தெரியும். ஜேன், அர்னா இருவருக்குமே மணி பார்க்கத் தெரியும். அதனால் சரியான நேரத்துக்கு பேருந்து ஏறி வந்துவிடுவார்கள்.

பேருந்து வந்தது. குழந்தைகள் வரவில்லை. நான்சிக்குள் பயமும் குழப்பமும் மெதுமெதுவாக படர ஆரம்பித்தது. இந்தப் பேருந்தைத் தவற விட்டிருப்பார்களோ? நடந்தே வீடு திரும்பலாம் என வந்து கொண்டிருப்பார்களோ? இதற்கு முன்பும் அப்படி வந்திருக்கிறார்கள்தானே. நேரில் போய்ப் பார்க்கலாமா? எந்தச் சாலை வழியாக வருவார்கள் என்று தெரியாதே. நான் அவர்களைத் தவற விட்டுவிட்டால்? 3.00 மணி பேருந்தில் குழந்தைகள் வரலாம் என்ற நம்பிக்கையோடும் தவிப்போடும் பேருந்து நிறுத்தத்திலேயே காத்திருக்க ஆரம்பித்தாள் நான்சி.

குழந்தைகள் இன்றி வந்த 3.00 மணி பேருந்து, வந்து நின்று, கிளம்பிச் சென்ற நொடியில் நான்சியின் கண்கள் கலங்க ஆரம்பித்திருந்தன. ஒருவேளை குழந்தைகள் வேறு வழியாக வீட்டுக்குச் சென்றிருப்பார்களோ? வீட்டை நோக்கி ஓடினாள்.

போஸ்டரில் மூன்று குழந்தைகள்

ஜிம் வீட்டுக்கு வந்திருந்தார். 'குழந்தைகள் வரவில்லையே' என்று அவர் சொன்னதும் உடைந்து அழ ஆரம்பித்தாள். இருவரும் காரில் ஏறிக் கிளம்பினார்கள். வழியெங்கும் தேடிவிட்டு கடற்கரையை அடைந்தார்கள் (மாலை மணி 3.30). அலசினார்கள். தென்பட்ட வர்களிடமெல்லாம் தவிப்புடன் கேட்டார்கள். குழந்தைகள் தென்பட வில்லை.

இரவு மணி 7.30க்கு 'மூன்று குழந்தைகளைக் காணவில்லை' என போலீஸ் ஸ்டேஷனில் வழக்கு பதிவானது. இரவே போலீஸும் தேடலை ஆரம்பித்தது. ஜிம், ஈரமான கண்களுடன் ஊரை வலம் வந்தார். சில உறவினர்கள், நண்பர்களுக்கும் அன்றிரவு தூக்கமில்லை. 'என் குழந்தைகள் எங்கே இருக்கிறார்களோ? பசி

தாங்க மாட்டார்களே. என்ன செய்து கொண்டிருக்கிறார்களோ?' - நான்சி கதறிக் கொண்டிருந்தாள்.

குழந்தைகள் சண்டை போட்டுக் கொண்டோ, கோபத்துடனோ வீட்டை விட்டு வெளியேறவில்லை. மூத்த மகள் ஜேனைத் தவிர, மற்ற இருவருக்கும் அப்படிப்பட்ட விவரம்கூடத் தெரியாது. ஒருவேளை குளிக்கும்போது கடலலையில் சிக்கியிருப்பார்களோ? ஒரு குழந்தையைக் காப்பாற்றச் சென்ற மற்ற குழந்தைகளும் மூழ்கியிருப்பார்களோ? இல்லையெனில், யாராவது குழந்தைகளைக் கடத்திச் சென்றிருக்க வேண்டும். பல்வேறு கோணங்களில் விசாரணை ஆரம்பமானது.

கடற்கரை முழுவதும் தேடல் தீவிரவாக நடந்தது. கரையின் தெற்கு, வடக்கு திசைகளிலும் நீண்ட தொலைவுக்கு தேடல் தொடர்ந்தது. குழந்தைகள் மூழ்கியிருப்பார்கள் எனில் அதைக் கரையில் இருந்த யாராவது பார்த்திருக்க வேண்டுமே. அப்படி யாருமே சொல்லவில்லை. ஆனால் மூன்று குழந்தைகளையும் கடற்கரையில் கண்டதாகச் சில சாட்சிகள் கிடைத்தார்கள்.

ஜேனின் பள்ளித் தோழியான ஒரு சிறுமி, காலை மணி 11.15 அளவில் மூவரையும் கடற்கரையில் பார்த்ததாகச் சொன்னாள். 12.00 மணி அளவில் அங்கே கடை வைத்திருக்கும் நபர், குழந்தைகள் தன் கடைக்கு வந்து ஒரு டாலர் நோட்டு கொடுத்து தின்பண்டம் வாங்கியதாகச் சொன்னார்.

'மூன்று குழந்தைகள் விளையாடுவதை, நீலநிற நீச்சல் உடை அணிந்திருந்த ஒருவன், புல்தரையில் படுத்தபடி பார்த்துக் கொண்டிருப்பதைக் கவனித்தேன். சிறிது நேரம் கழித்துப் பார்த்தால் அவன் குழந்தைகளோடு நெருங்கி, சிரித்துப் பேசி விளையாடிக் கொண்டிருந்தான்' - என்ற தகவல் 74 வயது பெண்ணொருத்தி சொன்னது. 'ஒருவன், மூன்று குழந்தைகளுக்கும் தலை துவட்டிக் கொண்டிருந்தான். எல்லோருக்கும் உடைமாற்ற உதவியும் செய்தான்' என்றாள் இரண்டாவது பெண்ணொருத்தி.

'நானும் என் கணவரும் எங்கள் பேத்தியுடன் பெஞ்சில் அமர்ந்திருந்தோம். மூன்று குழந்தைகளுடன் வந்த ஒருவன், 'நான் என் உடையைக் கழற்றி வைத்துவிட்டு குளிக்கச் சென்றேன். வந்து பார்த்தால் அதிலிருந்த பணத்தைக் காணவில்லை. யாராவது எடுத்ததைப் பார்த்தீர்களா?' என்று எங்களிடம் விசாரித்தான்' - இது ஒரு வயதான தம்பதி சொன்ன தகவல்.

அன்று குழந்தைகளைக் கண்ட அந்த ஏரியா தபால் காரரான டாம் பேட்டர்ஸனின் தகவல் வேறு மாதிரி இருந்தது. 'ஜெட்டி தெருவில் நான் அந்த மூன்று குழந்தைகளையும் கண்டேன். 'ஹலோ' சொன்னேன். அவர்களுக்கு என்னை நன்றாகத் தெரியுமென்பதால் புன்னகை செய்துவிட்டுப் போனார்கள். அவர்கள் யாரும் பயந்ததுபோலவோ, ஆபத்திலிருந்ததுபோலவே தெரியவில்லை. அவர்களுடன் வேறு யாரும் இல்லை.' ஜெட்டி தெரு, கடற்கரையிலிருந்து சற்று தொலைவில் இருக்கிறது. தபால்காரர்தான் குழந்தைகளைக் கடைசியாகப் பார்த்த நபர். அவரால் அந்தச் சந்திப்பு நிகழ்ந்த நேரத்தைத்தான் சரியாகச் சொல்ல இயலவில்லை. பகல் 1.45லிருந்து 2.55க்குள் இருக்கலாம் என்பது போலீஸாரின் கணிப்பு.

இந்தத் தகவலை எல்லாம் கேட்ட நான்சி அதிர்ந்து போனாள். 'அய்யோ, என் மகள் ஜேன், மிகுந்த கூச்ச சுபாவம் கொண்டவள். தெரியாதவர்களிடம் பேசவே மாட்டாள். அதுவும் யாரோ ஒரு ஆள், அவள் உடை மீது கைவைக்க விடவே மாட்டாள். தவிர, நான் ஜேனிடம் பஸ் டிக்கெட்டுக்காக சில்லறைக் காசுகள் மட்டும்தான் கொடுத்து அனுப்பினேன். தின்பண்டம் வாங்க ஒரு டாலர் நோட்டு அவளிடம் இருக்க வாய்ப்பே இல்லை. ஜேன் மிகவும் பொறுப்புள்ளவள். தன் தங்கை, தம்பியைத் தனியாக விட்டு அவள் எங்கும் செல்லவே மாட்டாள்...' - பத்திரிகையாளரிடம் பேசியபோது நான்சியின் குரல் உடைந்தது.

அந்த வார இறுதிக்குள், குழந்தைகள் காணாமல் போன செய்தி, தேசம் முழுவதும் பரவியிருந்தது. குழந்தைகள் குறித்த தகவல் எங்கிருந்து வேண்டுமானாலும் வரலாம் என்பதால், ஜிம் வீட்டுக்கு அவசர, அவசரமாக போன் இணைப்பு வழங்கப்பட்டது. அடிலெய்ட் போலீஸார், பிற நகரங்களிலுள்ள போலீஸ் நிலையங்களுக்கும் வழக்கு குறித்த தகவல்களை அனுப்பியிருந்தார்கள். குழந்தைகளின் போட்டோக்களுடன் போஸ்டர்கள் ஒட்டப்பட்டன. நாளிதழ்களிலும் அறிவிப்புகள் வெளிவந்தன. எந்தத் திசையிலிருந்து எந்தவிதமான பாஸிட்டிவ் தகவலும் வரவில்லை.

ஜிம் முன்பொரு காலத்தில் டாக்ஸி சர்வீஸ் நடத்தி வந்தார். அப்போது அவரிடம் பணியாற்றிய நாற்பது டிரைவர்கள், ஒரு குழுவாகத் திரண்டார்கள். குழந்தைகள் குறித்த விவரங்களைச் சேகரித்துக் கொண்டு, வேறு வேறு திசைகளில் தம் கார்களில் சென்று, பல நாள்கள் தேடுதல் வேட்டை நடத்தினார்கள். அடிலெய்ட்

நகரில் தன்னார்வலர்கள் சிலரும் போலீஸாரும் சென்று வீடு வீடாகக் கதவைத் தட்டினார்கள். 'மறைவிடங்களில், தங்கள் வீட்டிலுள்ள புழங்காத இடங்களில் எல்லாம் குழந்தைகளைத் தேடிப் பார்த்து ஏதேனும் தகவல் கிடைத்தால் சொல்லுங்கள்' என அடிலெய்ட் நிர்வாகம் மக்களைக் கேட்டுக் கொண்டது. எதனாலும் எந்தப் பிரயோசனமும் கிட்டவில்லை.

ஜிம் தொலைக்காட்சியில் தோன்றினார். 'எனது குழந்தைகளை வைத்திருக்கும் நபரைக் கெஞ்சிக் கேட்டுக் கொள்கிறேன். தயவு செய்து அவர்களை என்னிடம் ஒப்படைத்து விடுங்கள்...' - அவர் அடக்க முடியாமல் அழுதார். தொலைக்காட்சி நிலையத்துக்கு போன் அழைப்புகள் வந்த வண்ணம் இருந்தன. குழந்தைகளை அங்கே பார்த்தேன், இங்கே பார்த்தேன் - என பலரும் பல்வேறு விதமாகச் சொன்னார்கள். ஒவ்வொரு அழைப்புக்கும் மதிப்பு கொடுத்த போலீஸார் தேடுதலை நடத்தினர். ம்ஹூம்.

காணாமல் போவதற்கு இரு தினங்களுக்கு முன்பு ஜேன், தனது பெற்றோர்களுக்கு ஒரு கடிதம் எழுதியிருந்தாள். அதிர்ச்சிகரமான தகவல்கள் அந்தக் கடிதத்தில் இல்லையென்றாலும், அதைக் கையில் வைத்தபடியே அழுதுகொண்டிருந்தாள் நான்சி. கடிதம் எழுதப்பட்ட தினத்தில் ஜிம்மும் நான்சியும் வெளியே சென்றுவிட்டு இரவு ஒன்பது மணிக்குமேல்தான் வீடு திரும்பினார்கள். அப்போது குழந்தைகள் தூங்கிப் போயிருந்தார்கள்.

'அன்புள்ள அம்மா, அப்பா. ஒன்பது மணிக்குத்தான் நான் உறங்கச் செல்கிறேன். கிராண்டுக்கு டயாபர் மாட்டி விட்டேன். எனவே நீங்கள் கவலைப்பட வேண்டாம். அவன் தனியாகப் படுக்கையில் உறங்குகிறேன் என்று சொல்லிவிட்டான். அர்னாவை உங்களுடன் படுக்க வைத்துக் கொள்ளுங்கள். உங்கள் இருவருக்கும் குட்நைட்.
- ஜேன்.

பின்குறிப்பு: நீங்கள் வெளியே சென்ற காரியம் நல்லபடியாக நடந்திருக்கும் என்று நம்புகிறேன். அப்பாவின் அறையிலிருந்து ரேடியோவை எடுத்துக் கொண்டேன். அப்பா கோபித்துக் கொள்ள வேண்டாம்.'

ஜனவரி கழிந்தது. பிப்ரவரியும். எந்தவிதமான தடயங்களும் கிடைக்கவில்லை. சந்தேகப்படும்படியான சடலங்களும் கிடைக்கவில்லை. குழந்தைகளின் உடை, ஷூ, ஜேனின் 'லிட்டில் வுமன்' புத்தகம் எதுவுமே சிக்கவில்லை.

சம்பவம் நடந்த அன்று குழந்தைகளுடன், சந்தேகத்துக்குரிய முறையில் ஒருவன் இருந்ததாகச் சிலர் சொல்லியிருந்தார்கள் அல்லவா. அந்தச் சாட்சிகள் சொன்ன அடையாளங்கள் வைத்து அந்த மர்ம நபரது மாதிரி உருவம் வரையப்பட்டது. சுமார் 30 வயதுள்ள ஆண். உயரம் ஏறத்தாழ ஆறடி. ஒல்லியான தேகம். இளம் ப்ரௌன் நிற முடி, இடது பக்கம் வகிடு எடுத்து வாரப்பட்டிருந்தது. சவரம் செய்யப்பட்ட நீள முகம். அவனது உச்சரிப்பு ஆஸ்திரேலியர்களை ஒத்திருந்தது. அந்த மாதிரி உருவத்தை அடிலெய்ட் போலீஸார் வெளியிட்டனர். ஆஸ்திரேலியா முழுவதும் பரப்பினர். அதுபோன்ற உருவ ஒற்றுமை உள்ள நபரைக் கண்டால் உடனடியாகத் தகவல் தெரிவிக்கும்படி கேட்டுக் கொண்டனர்.

'மூன்று குழந்தைகளில் ஒரு குழந்தையை அந்த இடத்தில் பார்த்தேன்', 'அந்த சந்தேகத்துக்குரிய ஆளை இந்த ஊரில் கண்டேன்' - இப்படியாக போலியான நபர்களின் பொய்யான தகவல்கள்தாம் வந்து குவிந்தன. உருப்படியாக ஒரு 'க்ளூ'கூட கிடைக்கவில்லை. ஆனால், சர்வதேச அளவில் ஆஸ்திரேலியக் குழந்தைகள் காணாமல்போன செய்தி பரபரப்பாகப் பேசப்பட்டுக் கொண்டிருந்தது. இந்தச் சமயத்தில்தான் நெதர்லாந்திலிருந்து ஜெரார்டு குரோய்செட் (Gerard Croiset) என்பவர் ஆஸ்திரேலியாவுக்கு வந்திறங்கினார். அவர் ஒரு சைக்காலஜிஸ்ட். வருங்காலத்தைச் சொல்வது, காணாமல் போனதைக் கண்டுபிடிப்பது, குறி சொல்வது என அவர்கள் நாட்டில் புகழ்பெற்றவர். ஆஸ்திரேலியாவுக்குத் தன்னார்வலராக வந்திறங்கவில்லை. 'காணாமல் போன பியுமாண்டின் குழந்தைகளை என்னால் கண்டுபிடித்துத் தர இயலும்' என அவர் அங்கிருந்தபடியே ஏகப்பட்ட யோசனைகளை அள்ளிவிட, ஆஸ்திரேலிய ஆர்வலர்கள் சிலர் 'நீங்களே நேரில் வந்து அந்த நல்ல காரியத்தை நிகழ்த்துங்கள்' என்று குரோய்செட்டுக்கு 'ஸ்பான்சர்' செய்து வரவழைத்திருந்தனர்.

அவர் வந்திறங்கிய நொடியில் விமான நிலையம் பரபரப்பானது. அடுத்தடுத்த நாள்களில் குரோய்செட் குறித்த செய்திகளுக்காகவே பத்திரிகைகள் அதிகப் பிரதிகள் விற்றன. நாளொரு 'க்ளூ' கொடுத்தார். பின் அவர் சொன்னதை அவரே மாற்றிச் சொன்னார். அவர் சொல்லும் வார்த்தைகளுக்கு மதிப்பு கொடுத்து போலீஸாரும் நடவடிக்கை எடுத்தனர். சிறிய முன்னேற்றம்கூட கிட்டவில்லை. ஜிம், நான்சியின் கண்ணீர் நிற்கவில்லை.

இறுதியாக குரோய்செட் ஆஸ்திரேலியாவே அதிரும்படியாக ஒரு 'குறி' சொன்னார். 'அந்த இடத்தில் ஒரு குடோன் இருக்கிறது. அங்கேதான் மூன்று குழந்தைகளையும் புதைத்திருக்கிறார்கள். அங்கிருக்கும் கான்கீரிட் தளத்தைத்தோண்டிப் பாருங்கள்.' இந்த வார்த்தைகளைக் கேட்ட ஜிம்மும் நான்சியும் வெலவெலத்துப் போனார்கள். போலீஸாரும் 'ஒருவேளை இருக்குமோ?' என்று மூக்கைச் சொறிந்தார்கள். 'தோண்டிப் பாருங்கள். அப்போதுதான் உண்மை தெரியும்' என மக்களின் குரல் உயர்ந்துகொண்டே போனது. குடோனுக்குச் சொந்தக்காரர்தான் ஆடிப்போனார். 'குரோய்செட் உளறுகிறார். அவர் சொல்வதற்கு என்ன ஆதாரம் இருக்கிறது? தோண்டிப் பார்க்க நான் எப்படி அனுமதி கொடுக்க முடியும்?'

குரோய்செட்

அந்த குடோன், குழந்தைகளின் வீட்டின் அருகில்தான் இருந்தது. குடோனை அடுத்துதான் ஜேன் படிக்கும் பள்ளியும் இருந்தது. தவிர குடோனில் அப்போதுதான் புதிதாக கான்கீரிட் தளம் போட்டிருந்தார்கள். எல்லாம் சேர்ந்து குரோய்செட்டின் கருத்துக்கு ஆதரவைப் பெருக்கின. 'தோண்டினால் ஏற்படும் நஷ்டத்துக்கு இந்தா பிடி காசை!' என்று குடோன் முதலாளிக்கு '40000 ஆஸ்திரேலிய டாலரை' மக்களே நிதியாகத் திரட்டிக் கொடுத்தனர். ஒட்டுமொத்த ஆஸ்திரேலியாவின் பார்வையே அந்த குடோனில் குவிந்திருக்க, தோண்டினார்கள். ஜிம்முக்கும் நான்சிக்கும் உயிர் போய் உயிர் வந்தது. குடோன் முதலாளிக்கு வாயெல்லாம் பல். குரோய்செட்டின் வாக்கு பொய்த்தது. 'குழந்தைகள் இன்னமும் உயிரோடுதான் இருக்கிறார்கள் என்ற செய்தியே எனக்கு நிம்மதியைக் கொடுக்கிறது' என பேட்டி கொடுத்துவிட்டு தன் நாட்டுக்கு விமானம் ஏறினார் குரோய்செட்.

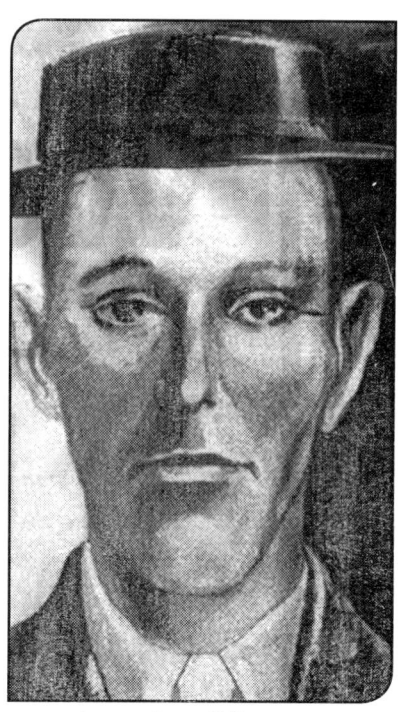

மர்ம நபர் மாதிரி உருவம்

குழந்தைகள் காணாமல் போய் இரண்டு வருடங்கள் கழிந்திருந்தன. ஜிம்மும் நான்சியும் குழந்தைகளோடு தங்கள் புன்னகையையும் சேர்த்துத் தொலைத்திருந் தார்கள். அச்சமயத்தில் ஆஸ்திரேலியாவின் டாண்டேனாங் என்ற நகரத்தின் தபால் முத்திரையோடு ஜேன் எழுதியாக ஒரு கடிதம் வந்து சேர்ந்தது (1968). கூடவே ஒரு மர்ம நபரின் கடிதமும். 'யாரோ ஒருவன் எங்கள் மூன்று பேரையும் கடத்தி வைத்திருக்கிறான்' என்று ஜேன் எழுதுவதாக முதல் கடிதம் அமைந்திருந்தது. 'ஜேனின் கையெழுத்து இப்படி இருக்காது' என்று மறுத்தாள் நான்சி. 'என் பொறுப்பில்தான் உங்கள் குழந்தைகள் இருக்கிறார்கள். உங்களிடம் ஒப்படைக்கத் தயார்' என்று சில நிபந்தனைகளைச் செ ால்லி, அதற்குச் சம்மதமென்றால் இன்ன இடத்துக்கு வரச் சொல்லி, 'The Man' என்று கையெழுத்திடப்பட்டிருந்தது இரண்டாவது கடிதத்தில்.

தகவல்கள் எதையும் வெளியே கசிய விடாமல் அந்தக் கடிதத்தில் உள்ளபடியே ஜிம்மும் நான்சியும் குறிப்பிட்ட இடத்துக்குச் சென்றார்கள். போலீஸின் துணையோடு சென்றால் பிரச்னை வந்துவிடக்கூடாது என்பதால் தனியார் துப்பறியும் நிபுணர் ஒருவரை உதவிக்கு அழைத்திருந்தார்கள். எந்தவிதமான சம்பவமும் நடக்கவில்லை. ஏமாற்றம் பெருகியது. சில நாள்கள் கழித்து, 'ஜேன்' எழுதியதாக மீண்டும் ஒரு கடிதம் வந்து சேர்ந்தது. 'நீங்கள் நிபந்தனைகளை மீறி விட்டீர்களாம். துப்பறியும் நிபுணரை அழைத்து வந்து விட்டீர்களாம். அதனால் இந்த நபர்

எங்களை ஒப்படைக்கவில்லை' என அந்தக் கடிதம் சொன்னது. பின் எந்தவிதமான கடிதமும் வரவில்லை.

இன்னொரு கோணத்திலும் இந்த விஷயம் பார்க்கப்பட்டது. 'குழந்தைகளைக் கடத்திய அந்த மர்ம நபர், சாத்தானைப் போற்றும் ஏதோ ஒரு மத அமைப்பைச் சார்ந்தவனாக இருக்கலாம். அவன் குழந்தைகளை வேறு நாட்டுக்கு, குறிப்பாக அருகிலிருக்கும் நியு ஸிலாந்துக்குக் கடத்திச் சென்று 'நரபலி' கொடுத்திருக்கலாம்.' சிலர் தாஸ்மேனியாவுக்குக் கடத்திச் சென்றிருக்கலாம் என்றனர். குழந்தைகளைப் புதைத்த இடம் குறித்த சில தகவல்கள் நியுஸிலாந்திலிருந்து வரவும் செய்தன. தோண்டியும் பார்த்தார்கள். எதுவும் இல்லை.

1973 ஆகஸ்ட். அடிலெய்டில் ஒரு மைதானத்தில் கால்பந்து போட்டி ஒன்று விறுவிறுப்பாக நடந்து கொண்டிருந்தது. மேட்ச் பார்க்க குடும்பத்துடன் வந்திருந்த ரேட்கிளிப் (வயது 11) என்ற சிறுமியும், அவளது தம்பி கிர்ஸ்டியும் (வயது 4) டாய்லெட்டுக்குத் தனியாக சென்றார்கள். திரும்பி வரவில்லை. யாரோ ஒருவன் அந்தக் குழந்தைகளிடம் பேசிக் கொண்டிருந்ததாக சிலர் அடையாளம் சொன்னார்கள். அந்த அடையாளங்கள், பியுமாண்ட் குழந்தைகளோடு இருந்த அந்த மர்ம நபரது அடையாளங்களை ஒத்திருந்தன. 'ஐந்து குழந்தைகளையும் கடத்தியது ஒரே நபர்தான்' என மீடியா மீண்டும் பரபரத்தது. எந்தக் குழந்தை குறித்தும் எந்தவிதமான துப்பும் கிடைக்கவில்லை.

1986, மார்ச் 11. அடிலெய்ட் விமான நிலையத்துக்கு அருகில், அந்த கடற்கரையிலிருந்து சற்று தொலைவில், குப்பைகளை அள்ள வந்த பணியாளர்கள், மூன்று சூட்கேஸ்களைக் கண்டார்கள். திறந்து பார்த்தார்கள். உள்ளே முழுவதும் கத்தரித்து வைக்கப்பட்ட பத்திரிகைச் செய்திகள். 1966ல் பியுமாண்ட் குழந்தைகள் காணாமல் போனதாக வந்த முதல் செய்தியிலிருந்து, ஏறத்தாழ இருபது வருடங்களாக அதுகுறித்து வந்த விதவிதமான செய்திகள். மூன்று சூட்கேஸ்களிலும் அது மட்டுமே. 'பியுமாண்ட் குழந்தைகள் இறந்திருப்பார்களா?' என்று தலைப்பிடப்பட்டு வந்த செய்திக்கு அருகில் சிவப்பு பேனாவால் Yes என எழுதப்பட்டிருந்தது. 'அந்த குடோனில் குழந்தைகள் புதைக்கப்பட்டிருக்கிறார்கள்' என்று குரோய்செட் சொன்ன கருத்துக்கு அருகில் LIAR என எழுதப்பட்டிருந்தது. இப்படி எழுதப்பட்ட சிவப்புக் குறிப்புகள் எக்கச்சக்கம். எல்லாம் ஒரே கையெழுத்து.

மீண்டும் போலீஸ் பரபரப்பானது. துப்பறியும் நிபுணர்களும் களத்தில் குதித்தனர். மீடியா சூடானது. ஜிம்மின் நான்சியின் உறைந்த மௌனத்தில் சிறு சலனம். விறுவிறு விசாரணையின் முடிவில் ஓர் உண்மை பிசுபிசுத்தது. பியுமாண்ட் குழந்தைகள் விஷயத்தில் ஆர்வம் கொண்ட கிழவி ஒருத்தி, இருபது வருடங்களாக அந்தச் செய்திகளைச் சேகரித்து தனது அனுமானங்களை எழுதி, சூட்கேஸ்களில் சேகரித்து வந்திருக்கிறாள். சமீபத்தில் அவள் இறந்துபோகவே, உறவினர்கள் அந்த சூட்கேஸ்களைக் குப்பையில் எறிய...

1990ல் 'ஜேன், அர்னா, கிராண்ட்' மூவரும் இளைஞர்களாக இப்படித்தான் இருப்பார்கள் என கம்ப்யூட்டர் உதவியுடன் ஒரு பத்திரிகை, 'கிராபிக்ஸ் புகைப்படம்' வெளிவிட்டு, மீண்டும் ஆஸ்திரேலியர்களின் நினைவைக் கிளறியது. 1997ல் ஓய்வுபெற்ற துப்பறியும் நிபுணரான ஸ்டான் என்பவர், '1966ல் காணாமல் போன ஜேனைக் கண்டுபிடித்து விட்டேன்' என்று நாற்பத்தொரு வயதுமிக்க ஒரு பெண்ணை சுட்டிக் காட்டினார். சூஸன் என்ற அந்தப் பெண்ணும், தானே ஜேன் என்றும், சிறுவயதில் கடத்தப்பட்டு பாலியல் ரீதியாகத் துன்பங்களை அனுபவித்ததாகவும் ஏகப்பட்ட விஷயங்களை அடுக்கினாள். பின் நடந்த அடுக்கடுக்கான விசாரணைகளில் அவள் ஜேன் இல்லை என்பது நிரூபிக்கப்பட்டது.

1996ல் குரோய்செட் சுட்டிக் காட்டிய குடோன் மொத்தமாகத் தரைமட்டமாக இடிக்கப்பட்டபோதுகூட 'தேடல்' நடத்தப்பட்டது. ஓர் எலும்புத்துண்டுகூட சிக்கவில்லை. ஜேன் எழுதியதாக 1968ல் வந்த கடிதங்கள்கூட யாரோ ஒரு விடலைப் பையன் விளையாட்டுத்தனமாக எழுதியது என 25 வருடங்கள் கழித்து கண்டறியப்பட்டது. குழந்தைகளைத் தொலைத்த நாளிலிருந்து மகிழ்ச்சியைத் தொலைத்து, தீராத சோகத்தில் வாழ்க்கையைத் தொலைத்த ஜிம்மும் நான்சியும், மீடியாவின் ஓயாத தொல்லை பொறுக்க முடியாமல் தங்கள் வீட்டைக் காலி செய்தனர். ஒரு கட்டத்தில் 'விவாகரத்து' பெற்றுக்கொண்டு பிரிந்தும் போயினர்.

வருடந்தோறும் ஜனவரி 26ல் ஆஸ்திரேலிய தினம் மட்டும் வந்துபோய் கொண்டிருக்கிறது. அன்று தொலைந்துபோனவர்கள் குறித்து இன்றுவரை சின்னதாக, ஒரு நம்பகமான செய்திகூட வரவில்லை. ஆஸ்திரேலிய போலீஸுக்கு இந்த வழக்கு என்றும் தீராத கருப்புப் புள்ளி.

பியுமாண்ட் குழந்தைகள் தொலைவதற்கு முன்புவரை, தம் குழந்தைகளை எங்கே வேண்டுமானாலும் தனியாக, சுதந்தரமாக, எந்தவிதக் கவலையுமின்றி அனுப்பிக் கொண்டிருந்த ஆஸ்திரேலியப் பெற்றோர்கள், அதன்பின்பு பயப்பட ஆரம்பித்தனர். வெளியிடங்களுக்குச் செல்லும்போது, பெற்றோர்களின் கைகள், குழந்தைகளின் கைகளை இறுகப் பற்றியிருந்தன. இத்தனைப் பெரிய சமூக மாற்றம், தங்களால்தான் நிகழ்ந்திருக்கிறது என்பதை ஜேன், அர்னா, கிராண்ட் அறிந்திருப்பார்களா?

ஒன்பது விரல் சூனியக்காரி !

15

இதென்னவாக இருக்கும்? தரையெங்கும் நேர்க்கோட்டுப் பாதைகளாகத் தெரிகிறதே! அதுவும் நீண்டதாக இத்தனை தூரத்துக்கு? ஒருவேளை விமான ஓடுதளமாக இருக்குமோ? இருக்காது. இது பாலைவனப் பகுதி அல்லவா. யார் போட்ட கோடுகளாக இருக்கும்? இங்கே இத்தனைக் கோடுகளை வரைய வேண்டிய அவசியம் என்ன?

1920க்கு மேல்தான் உலகில் பயணிகள் விமானங்கள் அதிக அளவில் பறக்க ஆரம்பித்தன. அடிவயிற்றில் அமிலம் சுரக்க விமானங்களில் ஏறியவர்கள், அது மேலே பறக்கும்போது ஒருவித பெருமிதத்துடனும் ஆச்சரியத்துடனும் இந்த உலகை வேடிக்கை பார்த்தார்கள். தென் அமெரிக்கக் கண்டத்திலுள்ள பெரு நாட்டின் நாஸ்கா (Nasca) பாலைவனம் மேல் பறந்த பயணிகள், கீழே தரையில் தெரிந்த நீளமான நேர்க்கோடுகளைப் பார்த்துக் குழம்பிப் போனார்கள்.

தரைக்கு வந்து மற்றவர்களிடம் சொன்னபோது யாரும் நம்பவில்லை. கேலியாகச் சிரித்தார்கள். 1926ல் பெருவைச் சேர்ந்த டோரிபயோ என்ற தொல்பொருள் ஆராய்ச்சியாளர், இந்தக் கோடுகள் குறித்துக் கேள்விப் பட்டு நாஸ்கா பாலைவனத்துக்குத் தரைவழியாக வந்தார். தரையோடு தரையாக சில கிலோமீட்டர்கள் சுற்றிப் பார்த்தார். ‘இவை இந்தப் பகுதியில் வாழ்ந்த ஆதி மக்கள் பயன்படுத்திய பாதைகள்’ என்று நோகாமல் ஒரு

விளக்கத்தைக் கொடுத்துவிட்டு இரவுச் சாப்பாட்டுக்கு வீட்டுக்குச் சென்றுவிட்டார்.

1939ல் அமெரிக்க ஆய்வாளர் பால் கோசாக் (Paul Kosak) வரும்வரை கோடுகள் தேமேவென கவனிப்பாரற்றுக் கிடந்தன. கோசாக், பாலைவனத்தில் கோடுகள் வழியே சுற்றிச் சுற்றி வந்தார். 'ஆதிமக்கள் நிலத்தின் அடியில் அமைத்த குடிநீர்க் கால்வாய்கள் செல்லும் தடங்களாக இருக்கும். அதன் அடையாளமாக மேலே கோடுகள் வரைந்துள்ளார்கள்' என்றார். பின் தன் பதிலில் தனக்கே திருப்தி ஏற்படாமல் ஒரு சிறிய விமானத்தை வாடகைக்கு எடுத்து பறந்தார். வாய்பிளந்தார். ஏகப்பட்ட நேர்கோடுகள். அதுவும் பல மைல்களுக்கு நீண்டன. நேர்க்கோடுகள் தவிர சில உருவங்கள் வரையப்பட்டிருப்பதையும் கோசாக் கண்டுபிடித்தார்.

'இவை சாதாரணக் கோடுகளல்ல. இதன் பின்னணியில் ஏதோ ஒரு மர்மம் இருக்கிறது' என்று முதன்முதலில் உலகுக்கு அறிவித்தவர் அவரே. அதுவரை லோக்கல் பெரு ஆள்களுக்கே எதுவும் விவரமாகத் தெரியாது. கோசாகின் உதவியாளராக இருந்த பெண்மணியான மரியா ரெய்சே (Maria Reiche), இந்த விஷயத்தைக் கேள்விப்பட்டதும் விழிகளை அகல விரித்தார். ரெய்சே, ஜெர்மனைச் சேர்ந்த தொல்பொருள் ஆய்வாளர், கணிதவியல் நிபுணர். பெட்டி, படுக்கை, இன்ச் டேப், பாகைமானி சகிதம் நாஸ்கா பாலைவனத்துக்கு வந்து சேர்ந்தார் (1940). கோடுகளைக் கொஞ்சம் கொஞ்சமாக உள்வாங்க ஆரம்பித்தார். ரெய்சேவின் வாழ்க்கை முழுதாக முப்பது வருடங்கள் இந்தக் கோடுகளின் பாதையில்தான் சென்றது.

நாஸ்கோ கோடுகள் குறித்து பலரும் பல்வேறு விதமாக ஆராய்ச்சி செய்திருக்கிறார்கள் எனினும், அந்தக் கோடுகளுடனேயே வாழ்ந்து அதன் ஒவ்வொரு நெளிவு, சுளிவையும் முற்றிலும் உணர்ந்து, உள்வாங்கி, நாஸ்கா கோடுகளின் முழு பரிமாணத்தையும் உலகம் உணரச் செய்தது ரெய்சே என்ற ஒற்றைப் பெண்மணியின் மகா சாதனை.

சரி, கோடுகளின் முழுப் பரிமாணம் என்ன?

பெருவின் நாஸ்கா நகரத்துக்கும் பல்பா நகரத்துக்கும் இடையில் அமைந்துள்ள நாஸ்கா பாலைவனத்தில் (ஏறத்தாழ நானூறு சதுர மைல்கள்) இந்த நாஸ்கா கோடுகள் அமைந்துள்ளன. தரையிலிருந்து பார்வை மட்டத்தில் வெறுமனே நீளும் கோடுகளாக மட்டுமே

நாஸ்கா கோடுகளை மொத்தமாகக் காண்பிக்கும் வரைபடம்

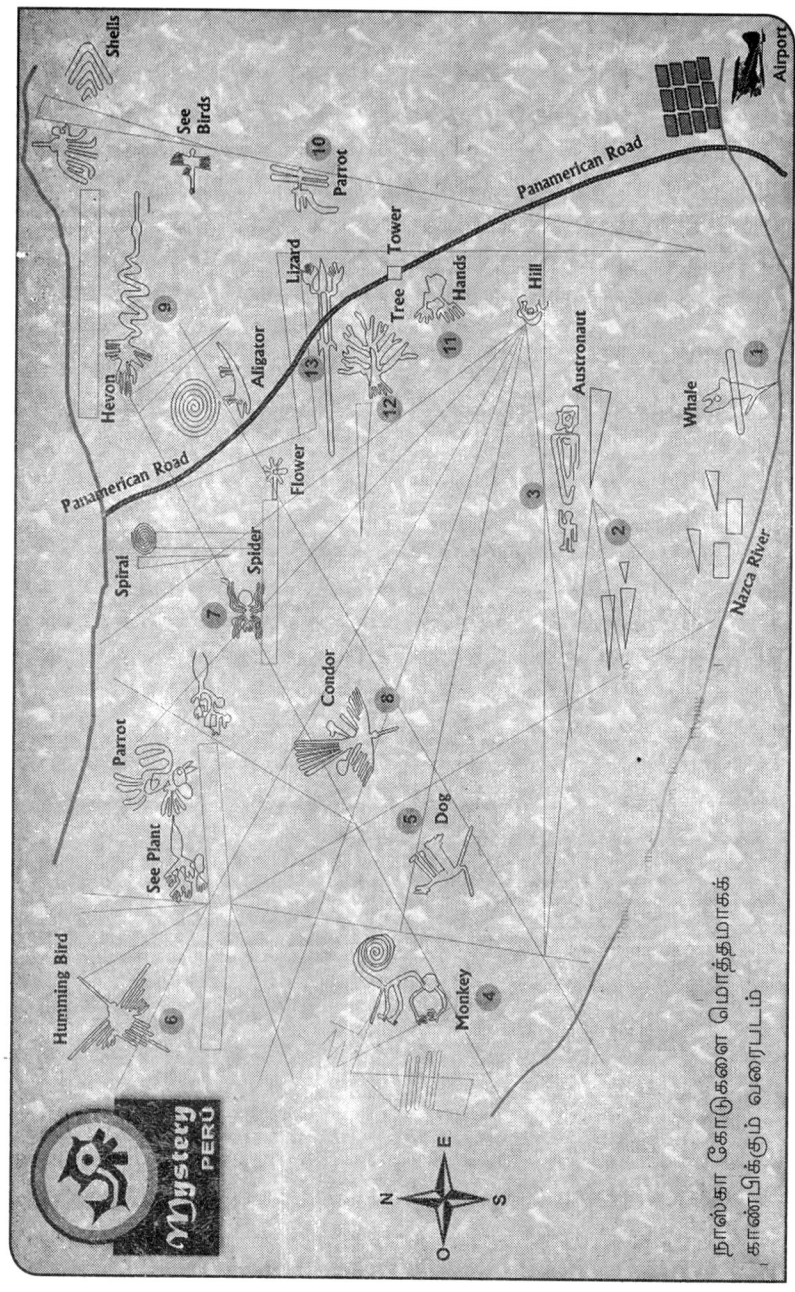

தெரியும். விமானத்தில் இருந்தோ அல்லது குறைந்தபட்சம் 500 மீட்டர் உயரத்திலிருந்தோ பார்த்தால் மட்டுமே அந்தக் கோடுகளால் அமைந்த உருவங்களைப் புரிந்துகொள்ள முடியும். நாய், திமிங்கலம், சிலந்தி, குரங்கு, பல்லி, மனிதன், பல்வேறு விதமான பறவைகள், வட்டம், நீள்கோணம், முக்கோணம் உள்பட சுமார் முந்நூறு உருவங்கள். அந்த உருவங்களைத் தொட்டுச் செல்வதாகவோ, இணைக்கும்விதமாகவோ அமைந்த நேர்கோடுகள். நேர்கோடு ஒன்றின் அதிகபட்சம் நீளம் ஒன்பது மைல்கள். இருப்பதிலேயே பெரிய உருவம் 200 மீட்டர் உயரம் கொண்டது.

சரி, நாஸ்கா கோடுகளை வரைந்தது யார்? வேறு யார், கடவுள்தான். அவர் வரைந்த அற்புத ஓவியங்கள் இவை என்று சிம்பிளாகச் சொல்லிவிட்டு கன்னத்தில் போட்டுக்கொண்டு செல்பவர்கள் உண்டு. இந்தக் கோடுகள் வேற்றுக்கிரக விண்கலங்கள் வந்து இறங்கிச் செல்லும் பாதைகள் என்று அறிவியல் கலந்து டுபாக்கூர் விடுபவர்களும் உண்டு.

கற்பனைகளை விட்டுவிடுவோம். புவியியலுக்குள்ளும் அறிவியலுக்குள்ளும் நுழையலாம். இந்தக் கோடுகள் வரையப்பட்டது எப்படி? நாஸ்கா பாலைவனம் மணலால் நிறைந்ததல்ல. சரளைக்கற்களாலும் கருஞ்சிவப்பு நிற கூழாங்கற்களாலும் ஆனது. சமவெளி முதல் சிறுகுன்றுகள், சிறு பாறைகள் என்று மாறுபட்ட நிலப்பரப்பை உடையது. தாவரங்கள் கிடையாது. தரைப்பரப்பிலுள்ள கற்களை கொஞ்சம் ஆழமாக விலக்கினால் அடியிலுள்ள வெள்ளை மணல் தெரிகிறது. மம்பட்டி போன்ற சாதாரண உபகரணம் கொண்டு நிலத்தை உழுது விலக்கி, கோடுகளை உருவாக்கியிருக்கிறார்கள்.

இந்தக் கோடுகள் எப்போது வரையப்பட்டவை? கார்பன் வயது கணிப்பின்படி கிபி 400லிருந்து 650க்குள். என்றால், அவற்றின் வயது 1500க்கும் மேல்! இத்தனை நூற்றாண்டுகளாக இந்தக் கோடுகள் எப்படி அழியாமல் இருக்கின்றன? அதற்கு நாஸ்கா பாலைவனத்தின் தட்ப வெட்ப நிலையும் முக்கியக் காரணி. அங்கே வருட மழைப்பொழிவு ஒரு செ.மீ.க்கும் குறைவே. பாலைவனப் புயல் படமெடுத்து ஆடினாலும் கோடுகள் அழியாவண்ணம் இயற்கையே பாதுகாப்பு கொடுக்கிறது. காரணம் இங்கே வெப்பம் அதிகம். இரும்பு ஆக்சைடு நிறைந்த அந்தக் கற்கள், அதிக வெப்பத்தை உள்வாங்கிக் கொள்கின்றன. பின் வெப்பத்தை உமிழ்ந்து வெப்பக்காற்றால் நிரம்பிய ஒரு மாயப் போர்வையை பாலைவனம்

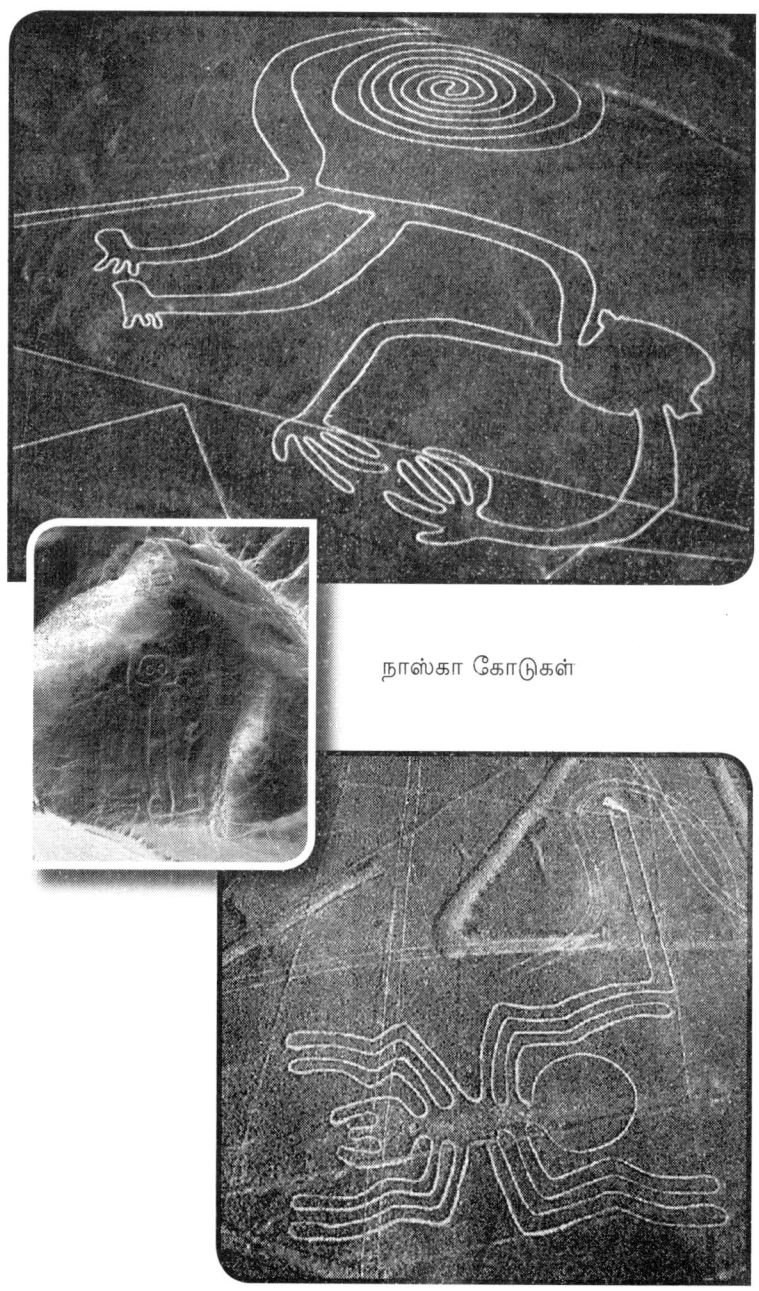

நாஸ்கா கோடுகள்

முழுக்க போர்த்திவிடுகின்றன. இதனால் தரைப்பரப்பில் கோடுகள் பாதுகாப்பாக உள்ளன.

அடுத்த விஷயத்துக்கு வருவோம். கிபி 400லிருந்து 650க்குள் வரையப்பட்ட கோடுகள் என்றால், அச்சமயத்தில் இப்பகுதியில் வாழ்ந்த மக்கள்தானே இதை வரைந்திருக்க வேண்டும். யார் அவர்கள்? 'நாஸ்கா' இன மக்கள். வறண்ட இந்த நிலத்தில் வளமாகப் பயிர் செய்யவும், இருப்பதைக் கொண்டு வாழவும் பழகியிருந்த மக்கள். நாஸ்கா பாலைவனத்தை ஒட்டி இவர்கள் வாழ்ந்த Cauhuachi என்ற நகரத்தை சென்ற நூற்றாண்டில் அகழ்வாராய்ச்சியாளர்கள் கண்டுபிடித்தார்கள். அதன் மூலம் அவர்கள் கலாசாரம் குறித்து தெரிய வந்தது. இயற்கையைக் கடவுளாக வணங்கியவர்கள். வானியல் அறிவு கொண்டவர்கள். அவர்கள் கலைப்பொருள்களிலுள்ள ஓவியங்களும் பாலைவன ஓவியங்களும் ஒரேமாதிரி இருந்தன. இதன்மூலம் நாஸ்கா மக்கள்தான் இந்த பாலைவன ஓவியர்கள் என்பது நிரூபணமானது.

அவர்கள் எதற்காக வரைந்திருப்பார்கள்? விதவிதமான யூகங்கள் வெளிவந்தன. இவை அவர்கள் வழிபட்ட கடவுள்களது உருவங்கள் என்பது பொதுவான யூகம். சூரியன் செல்லும் பாதை, சந்திரன் செல்லும் பாதையைக் கோடுகள் சொல்லுகின்றன என்பது இன்னொன்று. இப்படிப் பல யூகங்கள். எல்லாவற்றையும்விட மேரி ரெய்சேவின் விளக்கம் முக்கியமானது. 'வானிலுள்ள நட்சத்திரக் கூட்டத்தைப் பிரதிபலிப்பதாகத்தான் உருவங்களை அமைத்துள்ளார்கள். அந்த உருவங்களை எல்லாம் இணைப்பதாக மிக மிக நேர்த்தியான நேர்கோடுகளும் உள்ளன. மொத்தத்தில் சேர்த்து வைத்துப் பார்க்கும்போது இது ஒரு வானியல் நாட்காட்டியாகத் தெரிகிறது. இதைவைத்து நாஸ்கா மக்கள் நாள்களை, வருடங்களைக் கணித்துள்ளனர்.'

நாஸ்கா கோடுகள் குறித்து வெளிவந்துள்ள உருப்படியான யூகம் ரெய்சே உடையதுதான். ஆனால் அதுவும் இன்னும் முழுமையாக ஏற்றுக் கொள்ளப்படவில்லை. இருக்கட்டும். உச்சபட்ச மர்மத்துக்கு வருவோம். வரைந்த இந்த ஓவியங்களை பார்ப்பதற்கே பறவையாக மாற வேண்டியதிருக்கிறதே. அந்த மக்கள் எப்படி இதை வரைந்திருப்பார்கள்? எல்லாமே பெரிய பெரிய உருவங்கள். சமதளம் முதல் குன்று, பாறை என பல மைல்களுக்கு நீளும் அச்சு பிசகாத நேர்கோடுகள். இதனைத் தரையிலிருந்தபடியே கணித்து வரைவது

தபால் தலையில் மரியா ரெய்சே

சாத்தியமா என்ன? அக்காலத்தில் விமானங்களும் இல்லை. நாஸ்கா மக்களுக்கு முதுகில் இறக்கைகள் இருந்திருக்கவும் வாய்ப்பில்லை.

ஆனால், அவர்கள் பலூன்களை உருவாக்கிப் பறந்திருக்கலாம் என்கிறார் ஜிம் உட்மேன் என்ற அமெரிக்கர். நாஸ்கா மக்கள், பருத்தியினாலான பலூன்களைச் செய்து அதில் புகையை நிரப்பி மேலே பறந்து ஓவியங்களைச் சரி பார்த்திருக்கலாம் என்பது இவரது கருத்து. அதை நிரூபிக்க அதேவிதத்தில் பறந்தும் காட்டினார் என்றாலும் அதற்கான ஆதாரங்கள் இல்லாததால் ஏற்றுக்கொள்ளப்படவில்லை.

'பலர் சேர்ந்து வரைந்த கோடுகள் இவை. என்ன வரைய வேண்டும், எங்கே வரைய வேண்டும் என்பது குறித்த தெளிவான திட்டமிடல் நாஸ்கா மக்களிடம் இருந்திருக்கிறது. திட்ட வரைபடமோ, திட்ட மாதிரியோ கொண்டு கொஞ்சம் கொஞ்சமாக தாங்கள் நினைத்ததை வரைந்து முடித்திருக்கிறார்கள்' என்பது மேரி ரெய்சேவின் விளக்கம். வரைந்துமுடிக்க எத்தனை வருடம் ஆகியிருக்கும் என்பது யாராலும் கணிக்க முடியாத விஷயம். தாங்கள் முழுமையாகப் பார்க்க முடியாத

ஒன்றை நாஸ்கா மக்கள் ஏன் இவ்வளவு கஷ்டப்பட்டு வரைய வேண்டும் என்ற கேள்வியும் துரத்திக் கொண்டேதான் இருக்கிறது.

இன்றைக்கு சிறிய விமானங்கள் சுற்றுலாப் பயணிகளோடு பாலைவனத்தின் மேல் பறந்து பெருவின் சுற்றுலா வருமானத்தைப் பெருக்குகின்றன. பாலைவனத்தைச் சுற்றி அமைந்த தொழிற் சாலைகள் மூலம் காற்றில் அதிக மாசு கலப்பதால் கோடுகள் பாதிப்படையத் தொடங்கியுள்ளன. தவிர 1938ல் இந்தக் கோடுகள் குறித்த அறிவே இல்லாதபோது, பாலைவனத்தின் குறுக்காக அமைக்கப்பட்ட Panamerican நெடுஞ்சாலை, சில நேர்கோடுகளையும் பல்லியின் உருவத்தையும் வெட்டிச் சென்றுவிட்டது. தற்போதைய மனித நடமாட்டங்களும் இந்த மர்மக் கோடுகளைப் பாதிக்கின்றன. இன்னும் சில பத்தாண்டுகளுக்குப் பிறகு இக்கோடுகள் குறித்த கேள்விகளே நமக்கு இருக்காது. கோடுகளை அழித்துவிடுவார்கள்போல.

ரெய்சே, தனது தொன்னூற்று ஐந்தாவது வயது வரை (1998) கோடுகளுடனேயே வாழ்ந்து அங்கேயே இறந்துபோனார். இன்றும் அங்கேதான் கல்லறையிலிருந்து கோடுகளைப் பார்த்துக் கொண்டிருக்கிறார். இந்தப் பெண்மணியின் பெருமுயற்சியால்தான் நாஸ்கா பாலைவனத்தை உலகின் பாதுகாக்கப்பட வேண்டிய தொன்மையான இடமாக 1995ல் யுனெஸ்கோ அறிவித்தது.

ரெய்சே, 1952ல் பாலைவனத்தில் குரங்கு உருவம் இருப்பதைக் கண்டுபிடித்தார். அந்த உருவத்துக்கும் தனக்குமான ஓர் ஒற்றுமை கண்டு அதிசயித்தார். ரெய்சே ஒரு விபத்தில் தன் கைவிரல் ஒன்றை இழந்தவர். குரங்குக்கும் ஒன்பது கைவிரல்களே இருந்தன. நடை தளர்ந்த வயதில்கூட ரெய்சே, கோடுகளில் படிய ஆரம்பித்த மாசை அகற்றுவதற்காக எந்நேரமும் துடைப்பத்தோடு அலைந்தார். அந்த அர்ப்பணிப்பைப் புரிந்துகொள்ளாத சில மக்கள், அவரை 'சூனியக்காரி' என்றனர். இனி வரும்காலத்தில் ரெய்சே சூனியக்காரியாக மாறி கோடுகளைக் காப்பாற்றினால்தான் உண்டு.

ஸோம்பி!

விவசாயக் குடும்பம். சொந்தமாகக் கொஞ்சம் நிலம். விவசாய வேலைகள் கற்றுக் கொண்டதல்ல. பரம்பரை ஜீனிலேயே ஒட்டிக் கொண்டது. ஒன்றுமில்லாத நிலத்தைக் கூட உயிர்ப்பிக்கும் வித்தைகள் தெரியும். வானம் பொய்த்தால்கூட அரை வயிற்றுக்கு விளைவிக்கத் தெரியும். கிளேர்வியஸ் நர்சிஸே (Clairvius Narisse) ஒரு பிறவி விவசாயி. மேற்கிந்தியத் தீவுக் கூட்டங்களில் ஒன்றான ஹைதியின் L'estere என்ற ஊரைச் சார்ந்தவர்.

ஹைதியை வருணிக்க வேண்டுமென்றால் வறுமையைத்தான் பாடுபொருளாக எடுத்துக் கொள்ள வேண்டும். என்றுமே வளராத நாடு. வறுமைக்கோட்டுக்கு பல பர்லாங் கீழே கிடக்கும் பிரதேசம். கல்வியறிவும் ம்ஹூம். செழிப்பின் நிறத்தைக் கூட அறியாத மக்களே இங்கு அதிகம். ஆகவே குற்றங்கள் செழித்துக் கிடந்தன.

கிளேர்வியஸுக்கு தன் நிலத்தை விட்டால் வேறெதுவும் தெரியாது. ஓர் அண்ணன், ஒரு தங்கை. எல்லோருமே கடுமையான உழைப்பாளிகளாக இருக்க விதிக்கப்பட்டவர்கள்தாம். ஆனால் என்ன, அண்ணன் கொஞ்சம் விவரமானவன். தம்பியை ஏமாற்றி வேலை வாங்குவதில் எக்ஸ்பர்ட். அண்ணனுக்கும் தம்பிக்கும் தகராறு வந்தால், தங்கைதான் குறுக்கே புகுந்து சமாதானப்படுத்துவாள்.

16

ஓடியாடி வேலை பார்த்துக் கொண்டிருந்த கிளேர்வியஸால், ஒரு விடியலில் கண்களைத் திறக்க முடியவில்லை. கை, கால்களை அசைக்க முடியவில்லை. ஜடம்போலக் கிடந்தார். எழுப்ப வந்த தங்கை பதறிப் போனாள். கூப்பாடு போட்டாள். அக்கம் பக்கத்து ஆள்கள் எல்லாம் ஓடி வந்தார்கள்.

என்ன நோய் வந்தாலும் அவர்களுக்கெல்லாம் ஒரே போக்கிடம்தான். Albert Schweitzer Memorial Hospital. கிளேர்வியஸை அங்கே தூக்கிக் கொண்டு போனார்கள். டாக்டர், கிளேர்வியஸின் நாடித் துடிப்பைப் பார்த்தார். இதயத் துடிப்பை ஆராய்ந்தார். சொருகிக் கிடந்த கண்களுக்குக் கீழே விரலை வைத்து, கீழ்ப்பக்கமாக இழுத்துப் பார்த்தார். தன் உதட்டைப் பிதுக்கினார்.

'செத்து சில மணி நேரங்கள் ஆகின்றன.'

தங்கை பெருங்குரலெடுத்து அழ ஆரம்பித்தாள்.

'...அனைத்தையுமே என்னால் உணர முடிந்தது. பேச்சு, மூச்சின்றிக் கிடந்தேனே தவிர, சுற்றியிருப்பவர்கள் பேசும் எல்லாவற்றையும், சுற்றி நடப்பனவற்றை எல்லாம் என்னால் புரிந்துகொள்ள முடிந்தது. மருத்துவமனையில் இருப்பதை உணர்ந்தேன். என்னால் கை, கால்களை அசைக்க முடியவில்லை. சுவாசிக்கப் போதுமான காற்று கிடைக்காமல் தவித்தேன். நெஞ்சில் ஏதோ அடைப்பதுபோல இருந்தது. என் இதயம் துடிப்பதைக் கொஞ்சம் கொஞ்சமாக குறைத்துக் கொள்வதுபோல உணர்ந்தேன். வயிற்றில் பயங்கர எரிச்சல்வேறு.

டாக்டர் என்னைப் பரிசோதித்தார். என் துடிப்புகளை எல்லாம் பார்த்தார். என் முகத்தை ஒரு துணியால் மூடினார். நான் இறந்துவிட்டதாக என் தங்கையிடம் கூறினார். என் இறப்புச் சான்றிதழில் அவர் கையெழுத்திட்டதைக் கூட நான் உணர்ந்தேன். என் தங்கை கதறி அழ ஆரம்பித்தாள். எனக்கு என்ன ஆயிற்று என்பதை என்னால் புரிந்துகொள்ள இயலவில்லை. 'நான் உயிரோடுதான் இருக்கிறேன்' என்று வாய்விட்டுக் கத்த வேண்டும் போலிருந்தது. முடியவில்லை...'

இறந்துபோனதாக அறிவிக்கப்பட்ட கிளேர்வியஸை, அவரது வீட்டுக்குத் தூக்கிக் கொண்டு போனார்கள். நண்பர்கள், உறவினர்கள், ஊர்க்காரர்களெல்லாம் வந்து தங்கள் இறுதி மரியாதையைச் செய்தார்கள். நெருக்கமானவர்கள் கண்ணீர் சிந்தினர். கிளேர்வியஸால்

ஸோம்பி

அத்தனை ஒலிகளையும் உணர முடிந்தது. உடலை அசைக்கவோ, வாய் திறந்து பேசவோதான் இயலவில்லை. உள்ளுக்குள்ளேயே திணறிக் கொண்டிருந்தார். 'ஐயோ, நான் சாகவில்லை... என்னைக் காப்பாற்றுங்கள்...'

சவப்பெட்டிக்குள் கிளேர்வியஸைத் தூக்கி வைத்தார்கள். இறுதி ஊர்வலம் ஆரம்பமானது. மௌனமான பயணம். கிளேர்வியஸ் தனக்குள் கதறிக் கொண்டிருந்தார். 'வேண்டாம்... என்னைக் கொண்டு செல்லாதீர்கள்...'

சவப்பெட்டி மூடப்பட்டது. ஆணிகள் அடிக்கப்படும் சத்தம் கிளேர்வியஸ் உள்ளுக்குள் நடுநடுங்கினார். சவப்பெட்டி, குழிக்குள் இறக்கப்படுவதை உணர்ந்தார். இறைவனை வழிபட்டு வாசகங்கள் உச்சரிப்பது அவர் காதுகளில் விழுந்தன. சிறிது நேரத்தில் சவப்பெட்டி மேல் மணல் விழும் சத்தம்... அன்றைக்குத் தேதி, மே 2, 1962.

'...அதற்குப் பிறகு என்ன நடந்தது என்று எனக்குத் தெரியவில்லை. மீண்டும் நான் 'உணர்வு நிலை'க்குத் திரும்பியபோது வெளியே இருப்பதை உணர்ந்தேன். குழிக்கு வெளியே. சவப்பெட்டிக்கு வெளியே. சிரமமின்றிச் சுவாசித்தேன். கண்களைத் திறந்து பார்த்தேன். நள்ளிரவாக இருக்கக்கூடும். என் கருவிழிகள் மட்டும் சுழன்றன. ஆனால் உடலை அசைக்க முடியவில்லை. அதே கல்லறைத் தோட்டம்தான். இன்னொரு கல்லறைமேல் என் உடலைக் கிடத்தி வைத்திருந்தார்கள். யாரோ இரண்டு அந்நியர்கள் என்னைப் புதைத்த அந்த சவப்பெட்டியை வெறுமனே மூடி மீண்டும் அதே குழிக்குள் இறக்கினார்கள். குழியை மூடிவிட்டு என் அருகில் வந்தார்கள். என் இமைகளை மூடினார்கள். என்னால் எந்தவித எதிர்ப்பையும் காட்ட முடியவில்லை. என் மார்பின் குறுக்கே தடிமனான கயிறு ஒன்று கட்டப்பட்டது. இருவரும் என்னைக் குண்டுக்கட்டாகத் தூக்கிக் கொண்டு போனதை என்னால் அறிய முடிந்தது...'

மீண்டும் கிளேர்வியஸ் கண் விழித்தபோது, தான் ஒரு கரும்புத் தோட்டத்தில் கிடப்பதை உணர்ந்தார். எந்த ஊர் என்று அவரால் யூகிக்க முடியவில்லை. அதையெல்லாம் யோசிக்கும் அளவுக்கு அவரது மூளை வேலை செய்யவில்லை. ஆனால் கழுத்தைத் திருப்ப முடிந்தது. கை, கால்களை எல்லாம் அசைக்க முடிந்தது. சுற்றிலும் அந்நியர்கள். காதில் ஏதேதோ கட்டளைகள் வந்து விழுந்த வண்ணம் இருந்தன. 'ஏய்... எழுந்து நில்...'

சாவி கொடுத்த பொம்மைபோல எழுந்து நின்றார் கிளேர்வியஸ். 'இந்தா, இதைப் பிடி.' அவரது கையில் அரிவாள் ஒன்று கொடுக்கப்பட்டது. 'அந்தப் பகுதிக்குச் சென்று கரும்புகளை எல்லாம் வெட்டிப் போடு...' - அந்த வார்த்தைகளுக்குக் கட்டுண்டவராக நடந்துகொண்டார் கிளேர்வியஸ். அந்தக் கரும்புத்

தோட்டத்தில் அவரைப் போலவே சுமார் நூறு பேர் 'அடிமை'களாக, நடைபிணங்களாக வேலை செய்து கொண்டிருந்தார்கள்.

விடிவது தெரியும். கரும்புத் தோட்டத்துக்கு வருவது தெரியும். அங்கே பகலெல்லாம் வேலை பார்ப்பது தெரியும். இருள் சூழும்போது எங்கோ ஓரிடத்துக்குக் கொண்டு சென்று அடைப்பார்கள். சாப்பிடக் கொடுப்பார்கள். அதிகம் பசிக்காது. பின் ஏதோ ஒரு மருந்தைத் ஏற்றுவார்கள். இரவு முழுக்க மயக்க நிலை. என்ன நடந்தாலும் தெரியாது. விடிந்ததும் ஏதோ மருந்தை ஏற்றுவார்கள். மீண்டும் கரும்புத் தோட்டம்.

அந்த நாள்களில் கிளேர்வியஸுக்குச் சுற்றி என்ன நடக்கிறது என்று தெரிந்தது. சொன்னதைச் செய்யத் தெரிந்தது. ஆனால் தான் யார், எங்கிருந்து வந்தவன், பழைய வாழ்க்கை என்ன என்று வேறெதுவும் நினைவில் இல்லை. நினைவுக்கு வரவும் இல்லை.

இரண்டு வருடங்கள் கழிந்தன. ஒருநாள் கிளேர்வியஸ் கண் விழித்தபோது, விடிந்து சில மணி நேரங்கள் ஆகியிருந்தன. அவரது நினைவில் கொஞ்சம் தெளிவு ஏற்பட்டிருப்பதை உணர்ந்தார். சுற்றிலும் பார்த்தார். அவரது சக அடிமைகள் பலரும் தெளிந்த நிலைக்குத் திரும்பிக் கொண்டிருந்தனர். விடிந்ததும் ஏதோ மருந்தை ஏற்றுவார்களே. இன்றைக்கு ஏற்றவில்லையா? என்னை வேலைவாங்கும் அந்த முரட்டுக் கண்காணிப்பாளர் எங்கே?

கிளேர்வியஸ் எழுந்து மெள்ள அங்குமிங்கும் அலைய ஆரம்பித்தார். அந்த இடத்தில் ஒரு மூலையில் கண்காணிப்பாளர் கொலை செய்யப்பட்டுக் கிடந்தார். இன்னொரு திசையிலிருந்து ஓடி வந்த சக அடிமை மூச்சிரைக்கப் பேசினான். 'அந்த நாயைக் கொன்று விட்டோம். ஓடு... இங்கிருந்து தப்பித்து விடு...'

நிலைமை புரிவதற்கு கிளேர்வியஸுக்குச் சிறிது நேரம் பிடித்தது. தெளிந்த நிலையை அடைந்தவர்கள் ஒவ்வொருவராக அங்கிருந்து ஓட ஆரம்பித்தனர். கிளேர்வியஸும் அவர்கள் பின்னாலேயே ஓடினார். தான் இருப்பது எந்த ஊர், தப்பிக்க வேண்டுமென்றால் எந்தத் திசையில் ஓட வேண்டும் என்று எதுவும் தெரியாது. அவரது கால்கள் ஓடிக் கொண்டே இருந்தன. சிறிது தூரத்தில் உடன் தப்பித்து வந்தவர்கள் எல்லோருமே பிரிந்திருந்தார்கள். பாதுகாப்பான இடத்தை அடைந்துவிட்டதாக அவர் உணர்ந்த சமயத்தில்கூட நிற்கவில்லை. முன்னோக்கி ஓடிக் கொண்டுதான் இருந்தார். அவருக்குள் நினைவுகள் பின்னோக்கி ஓடிக் கொண்டிருந்தன.

எனது கிராமத்துக்கே சென்று விடலாமா? அவர்கள் எல்லோரும் நான் இறந்துவிட்டதாக அல்லவா நினைப்பார்கள். எனக்குக் கல்லறைகூட கட்டியிருப்பார்களே? என்னைப் பார்த்து பயந்துவிட்டால்? என்னை அடித்து உதைத்துக் கொன்று விடுவார்களோ? ம்ஹூம்... என் பாசத்துக்குரிய தங்கை என்னை நம்புவாள். நடந்ததை அவளிடம் சொன்னால் என்னை ஏற்றுக் கொள்வாள். ஆனால், என் அண்ணன்? அவன்தானே எனது இந்த நிலைமைக்குக் காரணம்? என் பங்கு நிலத்தை அவன் அபகரித்துக் கொள்வதற்காகத்தான் இந்தச் சதி செய்திருக்கிறான். என்னை இறக்கச் செய்வதுபோல மருந்தேற்றி, என்னைப் புதைத்து, பின் யாரிடமோ அடிமையாக விற்றுவிட்டான். இரக்கமே இல்லாத துரோகி... மறுபடியும் அவனிடம் மாட்டிக் கொண்டால் என்னை மீண்டும் அடிமையாக விற்றுவிடுவான். வேண்டாம்... எனக்குப் பயமாக இருக்கிறது. நான் என் ஊருக்குப் போக மாட்டேன்.

ஊடு மந்திரவாதி

கிளேர்வியஸ், தனது கிராமத்துக்குத் திரும்பிச் செல்லவில்லை. ஏதோ ஓர் ஊரில், ஏதேதோ வேலைகள் செய்து, தன் வாழ்க்கையை நகர்த்த ஆரம்பித்தார். எப்போதாவது ஊர்ப்பக்கமாகச் சென்று தன் குடும்பத்தினரது நிலை பற்றி தெரிந்துகொள்வதோடு சரி. பதினாறு ஆண்டுகள் கடந்தன. தன் அண்ணன் இறந்துபோன செய்தி கிளேர்வியஸுக்குக் கிடைத்தது. அதற்காகத்தானே காத்திருந்தார். ஆவலுடன் தன் ஊர்ப்பக்கம் சென்றார்.

சந்தை. பருவ வயதில் பார்த்த தங்கை, காலத்தின் விளையாட்டால் எப்படியோ மாறிப் போயிருந்தாள். இருந்தாலும் கிளேர்வியஸ் அவளைச் சட்டென அடையாளம் கண்டு கொண்டார். நெருங்கிச் சென்றார். அன்போடு அவள் அருகில் சென்று கண்கள் கசிய நின்றார்.

தன் கல்லறை மேல் அமர்ந்திருக்கும் கிளேர்வியஸ்

அவளது பெயரைச் சொல்லி ஆசையுடன் அழைத்தாள். 'நான் உன் அண்ணன்தான்... கிளேர்வியஸ்.' மிரண்டு பின்வாங்கினாள் அவள். பால்ய கால நினைவுகளை எல்லாம் எடுத்துச் சொல்ல ஆரம்பித்தார். அவளது கண்கள் தன் முன் நிற்கும் நபரை அண்ணனாக உணர ஆரம்பித்தன. ஆனால் அவன் செத்துவிட்டானே. நடந்ததைச் சொல்லிக் கதறினார் கிளேர்வியஸ். அவளும் அழுதாள். பதினெட்டு வருடங்களுக்குப் பிறகு பாசமலர்கள் இணைந்தார்கள்.

கிளேர்வியஸின் மேல் மீடியா வெளிச்சம் பாய ஆரம்பித்தது. தன் கல்லறை மேல் உட்கார்ந்து கொண்டு தனக்கு நேர்ந்ததை எல்லாம் சொன்னார். ஆச்சரியத்துடன் கேட்டுக் கொண்டார்கள். 'ஸோம்பிக் களில் இவர் தனித்துவமானவர்' என்று கட்டம் கட்டப்பட்ட செய்திகள் பத்திரிகைகளில் இடம்பிடித்தன.

ஸோம்பி?

ஒரு மனிதனை இறந்த நிலைக்குக் கொண்டு சென்று, மீண்டும் அவனை உயிரோடு ஆனால் ஓர் அடிமைபோல மாற்றி வேலை வாங்கும் ஆப்பிரிக்க மந்திரக் கலையை 'வூடு' (Voodoo) என்று அழைக்கிறார்கள். அந்த மந்திரக் கலைக்குள் சிக்கி, ஓர் அடிமையாக, நடைபிணமாகத் திரியும் கிளேர்வியஸ் போன்ற மனிதர்களைத்தான் 'ஸோம்பி' என்கிறார்கள்.

வறுமைக்கு வாக்கப்பட்ட தேசமான ஹைதியில், இம்மாதிரி ஸோம்பிக்கள் உருவாக்கப்பட்டு அவர்கள் அடிமைகளாக விற்கப்

படுவது சகஜம். கூலியே கொடுக்க வேண்டாம். அவர்களுக்குக் கொடுக்கப்படும் ‘ மாய மருந்து’, நினைவுகளையும் பசியையும் மறக்கடித்துவிடும். எப்போதாவது சாப்பாடு கொடுத்தால் போதும். கேள்வியே கேட்காமல் மிகக் கடினமாக உழைப்பார்கள் என்பதால் சில பண்ணையார்கள் தம் தோட்டத்தில் இம்மாதிரியான ஸோம்பிக்களை நூற்றுக்கணக்கில் அடிமையாக வைத்திருந்தார்கள் என்ற கருத்து காலம் காலமாகச் சொல்லப்படுவது.

ஆண்கள் மட்டும்தான் ஸோம்பிக்களாக மாற்றப்படுகிறார்களா? அடிமையாக விற்கப்படுவதற்காக மட்டுமே ஸோம்பிக்கள் உருவாக்கப்படுகிறார்களா? இரண்டு கேள்விகளுக்கும் பதில் ‘இல்லை.’

பெண் ஸோம்பிக்களும் உண்டு. பழி வாங்குவதற்காக, உடல் இச்சையைத் தீர்த்துக் கொள்ள, வேறு பல காரணங்களுக்காகவும் ஸோம்பிக்கள் உருவாக்கப்பட்டிருக்கிறார்கள். ரெஜைனா என்ற இளம் அழகியின் கதைக்கு வருவோம். ஹைதியின் ஸோம்பி கதைகளிலேயே மிகவும் புகழ்பெற்றது இவள் கதை. ஸோம்பிக்களைப் பற்றிப் பேசும் எவரும் இவளைத் தவற விடுவதில்லை.

★

ரெஜைனா, வசதியான வீட்டுப் பெண். எவரையும் பெருமூச்சு விட வைக்கும் உள்ளூர் கருப்பு அழகி. பருவ வயது. அவளழகில் கிறங்கியும், காதலால் ‘ஒரு தலை ராகம்’ பாடிக் கொண்டும் திரிந்த இளைஞர்கள் தெருவுக்குத் தெரு இருந்தார்கள். ஹைதிக்கு வரும் வெளிநாட்டவர்கள் சிலர்கூட ரெஜைனாவிடம் ஒற்றைப் பூவை நீட்டி ‘புரபோஸ்’ செய்ததுண்டு. அப்போதெல்லாம் தன் தடித்த உதடுகளைப் பிரித்து, சோழிப் பற்கள் தெரிய புன்னகை செய்து மறுத்திருக்கிறாள்.

காரணம்? ரெஜைனா, ஒருவனை உண்மையாகக் காதலித்தாள். அவனும் அவளை அப்படியே. நாளொரு கற்பனையும், பொழுதொரு கனவுமாக காதல் வளர்ந்தது. இரு வீட்டாருக்கும் விஷயம் தெரிய வந்தது. பெரிதாக எதிர்ப்பு எதுவுமில்லை. கூடிப் பேசி திருமணத்துக்கு நாள் குறித்தார்கள். ‘என்ன, ரெஜைனாவுக்குத் திருமணமா?’ - மனம் உடைந்த பல இளைஞர்கள், வாழ்வே மாயமெனத் தாடி வளர்க்க ஆரம்பித்தார்கள். ஆனால், உள்ளூர் சாமியார் ஒருவன், தன் மனத்தில் சதித் திட்டத்தை வளர்க்க ஆரம்பித்தான்.

அந்தச் சாமியார், 'வூடு' மந்திரக் கலையில் கரைகண்டவன். அதாவது உயிருள்ள மனிதர்களை நடைபிண ஸோம்பிக்களாக மாற்றுவதுதான் அவனது முழுநேரத் தொழிலே. ரெஜைனாவைப் பல காலமாக ரகசியமாக ரசித்து வந்த அவனுக்கு, அவள் மேல் கொள்ளைக் காமம். அவளை அடையத் திட்டமிட்டான்.

ரெஜைனாவின் காதலன், சாமியாரிடம் தனியாக மாட்டிக் கொண்டான். 'என்னது ரெஜைனாவைக் காதலிக்கிறாயா? யாரைக் கேட்டு? அவளும் காதலிக்கிறாளா? எந்த உரிமையில்? அவள் எனக்குத்தான். அவள் உடல், என் இச்சைகளுக்காகப் படைக்கப்பட்டது. மரியாதையாக ஓடிப் போய்விடு. அவள்தான் வேண்டுமென அடம்பிடித்தால், நீயும் நடைபிணமாகத் திரிய வேண்டியதிருக்கும்.'

மிரண்டு போன காதலன் தொலைந்தும் போனான். காதலன் சொல்லாமல் கொள்ளாமல் ஓடிப்போய்விட்டானே என்ற மனவருத்தத்தில் உழன்ற ரெஜைனாவுக்கு உடல் நலமில்லாமல் போனது. கைவைத்தியம் பார்த்தார்கள். கொஞ்ச நாளில் சரியாகி விடுவாள் என்று நினைத்தார்கள். ஒருநாள் விடிந்தபோது, ரெஜைனா படுக்கையில் பேச்சு மூச்சின்றிக் கிடந்தாள். மருத்துவர்கள், அவள் இறந்துவிட்டதாகச் சொன்னார்கள்.

ஊரே அவள் வீட்டின் முன்பு கூடியது. தங்கள் 'மானசீகக் காதலி'யை இறுதியாகத் தரிசிக்க இளைஞர் கூட்டம் அலைமோதியது. அதில் ஒரு பித்தன், துக்கம் தாங்காமல் அங்கேயே தன் உயிரை மாய்த்துக் கொள்ளவும் முயற்சி செய்தான். கஷ்டப்பட்டு அவனை மீட்டார்கள். ரெஜைனாவுக்காக செய்யப்பட்ட சவப்பெட்டி வந்திறங்கியது. அவள் உடலை அதில் வைக்க எடுத்துச் சென்றார்கள். சவப்பெட்டியின் உயரம் குறைவாக இருந்தது.

'என்ன செய்வது? சரியான அளவுதானே கொடுத்தோம்?' - அப்போதைக்கு வேறு வழி தெரியவில்லை. ரெஜினாவின் கழுத்துப் பகுதியைக் கொஞ்சம் மடக்கி, அவள் உடலை சவப்பெட்டிக்குள் திணித்தார்கள். அந்த வேலையைச் செய்ய உதவியவனின் வாயில் புகைந்து கொண்டிருந்த சுருட்டு, ரெஜைனாவின் காலின் மேல் விழுந்தது. சிறிய தீக்காயம். சுருட்டை எடுத்து வெளியே போட்டுவிட்டு, சவப்பெட்டியை மூடினார்கள். புதைத்தார்கள்.

நிகழும் அனைத்தையும் அந்த இடத்தில் அமைதியாக நின்று பார்த்துக் கொண்டிருந்தான் வூடு சாமியார். மயானத்தில் கூட்டம்

கலைந்தது. கடைசிவரை நின்று அழுது கொண்டிருந்த சில இளைஞர்களும், மதுவைத் தேடி நகர்ந்தனர். சாமியார், அவளைப் புதைத்த இடத்தை நெருங்கினான்...

சில நாள்கள் நகர்ந்தன. ஊருக்குள் ஆங்காங்கே கிசுகிசுத்துக் கொண்டார்கள். 'அந்தச் சாமியார், ஒரு பெண்ணை அடைத்து வைத்திருக்கிறானாம். அவள், பார்ப்பதற்கு இறந்துபோன ரெஜைனா மாதிரியே இருக்கிறாளாம். ஒருவேளை அந்தச் சாமியார்...'

அவளைக் காதலித்துக் கசிந்துருகிய இளைஞர்களுக்குக் கூட அந்தக் கிசுகிசு உண்மையானதா என்று நேரில் சென்று பார்க்கும் தைரியம் வரவில்லை. சில மாதங்கள் கடந்திருக்கும். சாலையில் ஒரு பெண் நடைபிணமாக வந்தாள். வற்றிய உடல். வாடிய முகம். மேலே செருகிய கண்கள். கிழிந்த உடை. பொலிவிழந்த சருமம். ஊரே உருகி உருகிக் காதலித்த ரெஜைனாதான். ஸோம்பியாக, தன் நினைவுகளை எல்லாம் இழந்து திரிந்து கொண்டிருந்தாள். சவப்பெட்டிக்குள் கழுத்தை மடக்கி, உடலைத் திணித்ததால், கழுத்துப் பகுதியில் கொஞ்சம் கூன் விழுந்திருந்தது. அவளது காலைப் பார்த்தபோது, சுருட்டின் நெருப்பு சுட்ட காயமும் தெரிந்தது. தன் இச்சைகளைத் தீர்த்துக் கொண்ட வூடு சாமியார் அவளை, வெறும் சக்கையாக வெளியே அனுப்பியிருந்தான். ரெஜைனாவின் பெற்றோர் கதறினர். 'இதற்கு அவள் செத்தது செத்ததாகவே இருந்திருக்கலாமே...'

அதற்குப் பின் அந்த வூடு சாமியார் கண்ணில் தென்படவில்லை. ரெஜைனா, அதற்குப் பிறகு நீண்ட காலம் உயிர் வாழ்ந்தாள், நினைவுகள் மீளாத நடைபிணமாக.

நம்மூர்ப் தினசரிப் பத்திரிகைகளில் எப்படி போலி சாமியார் செய்திகளில் தவறாமல் இடம்பெறுமோ, அதுபோல ஹைதியில் 'வூடு சாமியார்' செய்திகள் சகஜமாக இடம்பெறும். குறிப்பாக, ஸோம்பிகளாக மாற்றப்படும் இளம்பெண்கள் குறித்த செய்திகள்.

அந்த விடியலில் மேரி, அவ்வளவு மகிழ்ச்சியாக இருந்தாள். அன்றைக்கு அவளுக்குத் திருமணம். சிறுவயது முதலே விரும்பிக் காதலித்தவனைக் கைபிடிக்கப் போகும் தினம். ஒப்பனைகளுடனும் கற்பனைகளுடனும் திருமணச் சடங்குகளுக்குத் தயாரானாள். வெள்ளை நிற நீள கவுனில் ஒரு தேவதைபோல நடந்து வந்தாள்.

சடங்குகளை நடத்தி வைப்பதற்காக அந்தக் கிழட்டுச் சாமியார் காத்திருந்தார். தன் முன் வந்து நின்ற மேரியை சிறு புன்னகையுடன் உற்றுப் பார்த்தார். தன் வலதுகரத்தை அவளது உச்சந்தலையில் வைத்து

ஏதோ முணுமுணுத்தார். கொஞ்சம் ஒயினை அவளுக்கு ஊட்டினார். ஒயின் ஊட்டுவது சடங்குகளில் ஒன்றுதான். ஆனால் அதன் சுவை ஒரு மாதிரியாக இருந்தது. மேரி காட்டிக் கொள்ளவில்லை.

சிறிது நேரத்தில் ஒயின் வேலையைக் காட்டியது. சடங்குகள் நடந்து கொண்டிருக்கும்போதே, மேரி மயங்கிச் சரிந்தாள். பதறினார்கள். அவள் இறந்ததாக மருத்துவர் அறிவித்ததும் கதறினார்கள். மணமகன் நொறுங்கிப் போனான். கிழட்டுச் சாமியார் மாறாத புன்னகையுடன் அந்த இடத்தில் இருந்து கிளம்பிச் சென்றார்.

கிழட்டுச் சாமியாருக்குப் பணிவிடை செய்ய, அவரது தேகத் தேவைகளைத் தீர்த்துக் கொள்ள மேலும் ஒரு மனைவி கிடைத்து விட்டாள். மேரிதான். புதிய ஸோம்பி. ஏற்கெனவே அவரது வீட்டில் ஐந்து மனைவிகள் இருந்தார்கள், ஸோம்பிகளாக.

மனிதர்களை நடைபிணமாக மாற்ற மருந்து தயாரிக்கத் தெரிந்த அந்தக் கிழட்டுச் சாமியாருக்கு, தன் ஆயுளை நீட்டிப்பதற்கான மருந்தைக் கண்டுபிடிக்கத் தெரியவில்லை. கொஞ்ச காலத்தில் செத்துப் போனார். ஆறு ஸோம்பிகளும் அந்த இடத்தை விட்டுத் தப்பித்து வெளியே திரிந்தார்கள்.

மேரியின் பள்ளி நண்பர்கள் சிலர், காட்டுப் பகுதி ஒன்றில் சுற்றுலாவுக்கு வந்தனர். அங்கே கிழிந்த, அழுக்கான திருமண உடையுடன் ஸோம்பியாக மேரி திரிந்து கொண்டிருந்தாள். பதறிய நண்பர்கள், அவளைப் பத்திரமாக வீட்டுக்குக் கொண்டு சென்று சேர்த்தனர். மேரிக்கு, பழைய நினைவுகள் திரும்பவில்லை. மேரியை, அவளது பெற்றோர், அமெரிக்காவில் பல்வேறு மருத்துவர்களிடம் அழைத்துச் சென்றனர். யாராலும் எதுவும் செய்ய இயலவில்லை. பின் பிரான்ஸில் ஒரு காப்பகத்தில் மேரி சேர்க்கப்பட்டாள். அவளுக்குச் சீக்கிரமே நடைபிண நிலையிலிருந்து விடுதலை கிடைத்தது, கூடவே உலகத்திலிருந்தும்.

★

வூடு - ஆப்பிரிக்க மக்களுக்குச் சொந்தமான மாய, மந்திரக் கலை. அது, அமெரிக்கக் கண்டத்துக்கு அருகில் உள்ள கரிபீயன் தீவுகளில் பரவியது எப்படி? பதினாறாம் நூற்றாண்டில் கரீபியத் தீவுகளில் அடிமைகளாகக் கொண்டு வரப்பட்ட ஆப்பிரிக்க மக்கள் மூலம்தான். அந்த ஆப்பிரிக்க அடிமைகள், எஜமானர்களால் வலுக்கட்டாயமாக கிறித்துவத்துக்கு மாற்றப்பட்டனர். அதே சமயத்தில் அவர்களால் அதுவரை வணங்கி வந்த தங்கள் இனக் கடவுளர்களையும் கைகழுவ

முடியவில்லை. விளைவாக, ரோம கத்தோலிக்க மதத்தின் கூறுகளும், ஆப்பிரிக்க மக்களின் நம்பிக்கைகளும், சமயக் கோட்பாடுகளும் பின்னிப் பிணைந்த கலவையாக 'வூடு' உருவானது. இதனை கரீபியத் தீவு கருப்பினத்தவர், குறிப்பாக ஹைதி மக்கள் பின்பற்றும் மதம் எனலாம். மதம் சார்ந்த சடங்குகளை 'வூடு மந்திரக் கலை' என்று சொல்லலாம்.

வூடு மதத்தின் அடிப்படைத் தத்துவம் இதுதான். 'நம் கடவுளான 'போண்ட்யே' வெகு தொலைவில் இருக்கிறார். அவர் நேரடியாக மனிதர்களின் விஷயங்களில் தலையிட மாட்டார். கடவுளின் பிரதிநிதிகளாக 'லோவா' எனப்படும் தேவர்கள், மாய சக்திகளாக இந்த உலகத்தைச் சுற்றி இருக்கின்றனர். அவர்கள் கடல், நதி, மலை, மரம், வனம், வானம் என இயற்கையில் எங்கெங்கும் நிறைந்து, நமக்கு வழிகாட்டுகின்றனர். அந்த மாய சக்திகளை வழிபட்டு, அவர்களை மகிழ்வூட்டி, நம் வேண்டுதல்களை முன்வைக்க வேண்டும். லோவாக்களே நல்லது - கெட்டதில், நோயினில் - ஆரோக்கியத்தில், பிறப்பு இறப்பினில் நமக்குத் துணை நிற்கின்றனர்.'

கரீபிய விவசாயிகள் பெரும்பாலும் தங்கள் வீட்டுக்கு வெளியே அல்லது நிலத்தில் 'வழிபாட்டு இடம்' ஒன்றை வைத்திருப்பர். விளைச்சல் அமோகமாக இருக்க வேண்டி, அந்த மாய சக்திகளைத் திருப்திப்படுத்தி பூஜைகள் அங்கு நடக்கும். அவற்றை நடத்த 'மந்திரவாதிகள்' தனியே இருந்தனர். சாமியார்கள் என்றும் சொல்லலாம்.

மந்திரவாதிகளின் உபதொழில் - பில்லி சூனியம் வைப்பது, நீக்குவது. இறந்தவர்களுக்கான சடங்குகளைச் செய்வது. தவிர, 'வூடு மந்திரக் கலை' மூலமாக மனிதர்களை ஸோம்பிக்களாக மாற்றும் வித்தையையும் செய்தனர். அதாவது ஒரு மனிதனின் உடலிலிருந்து ஆன்மாவைப் பிரித்தெடுக்கும் சக்தி அந்த மந்திரவாதிகளுக்கு உண்டாம். பிரித்தெடுத்த ஆன்மாவை ஒரு குடுவையில் அடைத்து வைத்து விடுவர். அந்த ஆன்மாவால் கடவுளை அடைய முடியாது. சொர்க்கத்தின் வாசல் அதற்குத் திறக்காது. மந்திரவாதிகள், உயிரற்ற அந்த உடலைத் தம் வசப்படுத்திக் கொள்வர். அந்த உடல்களை 'ஸோம்பி' அடிமைகளாக மாற்றி, நினைத்த வேலையை வாங்கிக் கொள்வர். மற்றவர்களுக்கு விற்று, பணமும் சம்பாதிப்பர்.

வசதியான பண்ணையார்கள், இம்மாதிரியான ஸோம்பிக்களை வாங்கி, தம் பண்ணையில் அடிமைகளாக வைத்து வேலை வாங்கினர்.

அதாவது எவன் ஒருவன் அதிக ஸோம்பிக்களை அடிமையாக வைத்திருக்கிறானோ, அவனால் எப்போதுமே லாபகரமான விளைச்சலைக் கொடுக்க முடியும். அவன் இறந்துபோனால் சொர்க்கத்தில் ராஜமரியாதை. ஆனால் வெற்றிகரமாக விவசாயம் செய்ய இயலாதவன் இறந்துபோனால் சொர்க்கத்தில் - நோ என்ட்ரி. அவன் ஒரு ஸோம்பியாக ஏதோ ஒரு நிலத்தில் அடிமையாக வாழ திருப்பி அனுப்பப்படுவான் என்பது ஹைதி விவசாயிகளின் நம்பிக்கை.

இந்தப் பண்ணையார்களும் மந்திரவாதிகளும் ஸோம்பிக்களை வேறு பல காரியங்களுக்கும் உபயோகப்படுத்தினர். ஓர் இடத்துக்கு ஏதோ ஒரு பொருளை உடனே கொண்டு போக வேண்டுமா. ஸோம்பிக்களுக்குக் கட்டளையைப் புரிய வைத்து வெகு வேகமாக ஓட வைத்தனர். திருட வேண்டுமா? கொள்ளையடிக்க வேண்டுமா? அதற்கென பயிற்சியளிக்கப்பட்ட ஸோம்பிக் கூட்டத்தை ஏவி விட்டனர்.

வூடு மந்திரவாதிகள் குறித்து ஏகப்பட்ட மூட நம்பிக்கைகளும் சென்ற நூற்றாண்டில் பரவியிருந்தன. ‘மந்திரவாதிகளுக்குப் பறக்கும் சக்தி உண்டு. கைகளை அவர்கள் விரிக்க, கக்கத்திலிருந்து நெருப்பு கீழ்நோக்கிக் கக்க, இரவில் வானில் பறந்து செல்வார்கள். அந்த மந்திரவாதிகள் நினைத்தால் யாரையும் எந்த நொடியிலும் மந்திர சக்தியால் சாகடிக்கவும் முடியும். செத்து பத்து நாள் என்ன, பத்து வருடம் ஆனவனைக்கூட உயிரோடு மீட்க முடியும்.’

செத்து பிணமானவனைத்தான் வூடு மந்திரவாதிகள் தம் ‘மந்திர சக்தி’ மூலம் உயிர் கொடுத்து, ஸோம்பி அடிமைகளாக மாற்றுகின்றனர் என்பது நீண்ட காலமாக நிலவி வந்த நம்பிக்கை. பின் அதில் மாற்றம் ஏற்பட்டது. அதாவது உயிருடன் இருக்கும் ஒருவனை இறந்த நிலைக்குக் கொண்டு செல்லும் மந்திர வித்தை மந்திரவாதிகளுக்குத் தெரியும். பின் புதைக்கப்பட்ட அந்த உடலைத் தோண்டி எடுத்து ஸோம்பிக்களாக மாற்றுகின்றனர் என்று.

‘மந்திர சக்தியாவது, மண்ணாங்கட்டியாவது... எல்லாம் மருந்து செய்யும் வேலை’ என்ற கருத்துடன் அமெரிக்க ஆராய்ச்சியாளரான வேட் டேவிஸ் (Wade Davis) வெளிவந்தபோது உலகமே அவரை உற்று நோக்கியது. டேவிஸ், தாவரவியல் துறையைச் சேர்ந்தவர். ஹைதி ஸோம்பிக்கள் குறித்து ஆராய்ச்சி செய்வதற்கென்றே 1982ல் அங்கு சென்றார், சில ஆண்டுகள் தங்கியிருந்தார். பல

ஸோம்பிக்களைச் சந்தித்தார். அமெரிக்காவுக்குத் திரும்பி வந்து, 1985ல் அவர் வெளியிட்ட புத்தகமும் (The Serpent and the Rainbow), அதன்பின் எழுதிய கட்டுரைகள் பலவும், ஸோம்பிக்கள் குறித்த தெளிவை உலகத்துக்கே உருவாக்கின.

டேவிஸ் சந்தித்த முக்கியமான நபர் - கிளேர்வியஸ். ஸோம்பியாக வாழ்ந்து மனிதனாக மீண்ட நபர். டேவிஸ், நாதன் கிளைன் என்ற மருத்துவரது உதவியுடன் கிளேர்வியஸ் குறித்து ஆராய்ந்தார். உடல்நிலை சரியில்லாமல் கிளேர்வியஸ் மருத்துவமனையில் அனுமதிக்கப்பட்டபோது, அவருக்கு மர்மக் காய்ச்சல், உடல்வலி, தலைசுற்றல் இருந்திருக்கிறது. ரத்தவாந்தியுடன் வயிற்றுப்போக்கும் நிகழ்ந்திருக்கின்றன. குறை ரத்த அழுத்தம், மூச்சுத் திணறல், நுரையீரல் பாதிப்பும் இருந்திருக்கின்றன. இத்தனையும் மருத்துவமனை ஆவணங்களில் பதிவாகியுள்ளன. தெளிவாகப் பரிசோதனை செய்த பின்னரே மருத்துவர், கிளேர்வியஸ் இறந்ததாக அறிவித்திருக்கிறார்.

இத்தனைப் பாதிப்புகளும் நிகழ்வதற்குக் காரணம், ‘ஸோம்பி பவுடர்’ என்ற மாய மருந்துதான், ஒரு மனிதன், ஸோம்பியாக்கப்படுவதும் இதன் மூலம்தான் என்பது டேவிஸ் தம் ஆராய்ச்சிகளின் மூலம் சொன்ன விஷயம். வூடு மந்திரவாதிகளிடமிருந்தும், ஹைதியின் வேறு பகுதிகளிலிருந்தும் விதவிதமான ‘ஸோம்பி பவுடரைச்’ சேகரித்த டேவிஸ், அவற்றில் என்னென்ன கலந்திருக்கின்றன என்று சோதனை செய்தார்.

டேவிஸ், ஸோம்பி பவுடரை மொத்தம் மூன்று வகையாகப் பிரித்தார். முதலாவது ‘பஃபர்’ (Puffer) என்ற விஷ மீனைக் கொண்டு தயாரிக்கப்படும் மருந்து. இரண்டாவது ஒரு வகை கடல் தவளை அல்லது ஹைலா மரத் தவளையிலிருந்து தயாரிக்கப்படும் மருந்து. மூன்றாவது இறந்த மனிதனின் எலும்புகளிலிருந்தும் பிற கழிவுகளிலிருந்து உருவாக்கப்படும் மருந்து. இந்த மூன்று வகையிலும் வேறு சில விஷத் தாவரங்கள், விலங்குகளின் கழிவுகள், பல்லி, சிலந்தி, தேள், கண்ணாடித் தூள் போன்ற பல பொருள்களும் கலந்துள்ளன.

ஸோம்பி பவுடர் வகையில் டேவிஸ் முன்னிலைப்படுத்துவது பஃபர் மீனிலிருந்து தயாரிக்கப்படும் மருந்தைத்தான். அந்த மீன் ‘டெட்ரோடோடாக்ஸின்’ (Tetrodotoxin - TTX) என்ற கொடிய விஷத்தைக் கொண்டது. அந்த விஷம் ரத்தத்தில் கலந்தால்,

கிளேர்வியஸுக்கு ஆனதுபோல ரத்த வாந்தியிலிருந்து நுரையீரல் பாதிப்பு வரை அனைத்தும் நிகழும். நாடித் துடிப்பு எல்லாம் குறைந்து, ‘இறந்த நிலை’க்குக் கொண்டு சென்றுவிடும். ஆனால், அந்நபரால் சுற்றி நிகழ்வதை உணர முடியும். வினையோ, எதிர்வினையோ புரிய முடியாது.

அதனால்தான் கிளேர்வியஸ் இறந்துவிட்டதாக நினைத்துப் புதைத்துவிட்டார்கள். சில மணி நேரங்கள் கழித்து அவரது உடலை வெளியே எடுத்தபோது, கிளேர்வியஸின் மயக்கத்தைத் தெளிவித்தார்கள். ஆனால், அவருக்குப் பழைய நினைவுகள் இல்லை. சொன்னதைக் கேட்கும் ஸோம்பியாக மாறிக் கொண்டிருந்தார். மருந்தின் வீரியம் குறையும்போதோ, அல்லது சாதாரண உப்பு (சோடியம் குளோரைடு) உடலில் கலக்கும்போதோ ஸோம்பிக்குத் தெளிவு ஏற்பட ஆரம்பிக்கும். எனவே, மருந்தை உடலில் ஏற்றிக் கொண்டே இருப்பார்கள். ஸோம்பிகளின் கண்ணிலும் உணவிலும் உப்பைக் காட்ட மாட்டார்கள்.

டேவிஸின் ஆராய்ச்சி முடிவுகளுக்கு எதிர்வினைகளும் வந்தன. ‘டேவிஸ் சந்தித்ததில் பலர் ஸோம்பிக்களல்ல. மனநோயாளிகளை ஸோம்பிக்களாக நினைத்து ஆராய்ச்சி செய்திருக்கிறார். டேவிஸ் சொல்லும் ஸோம்பி பவுடரை, எலி, குரங்கு போன்ற விலங்குகளுக்குச் செலுத்தி சோதனை செய்தபோது, அவற்றுக்குப் பெரிதாக எதுவும் ஆகவில்லை. ஜப்பானியர்கள் ‘பஃபர்’ மீனை, தங்கள் உணவில் விரும்பி சேர்த்துக் கொள்கிறார்கள். எனில் ‘டெட்ரோடோடாக்ஸின்’ ஏன் ஜப்பானியர்களை ஸோம்பிக்களாக மாற்றவில்லை?’

இப்படி டேவிஸின் ஸோம்பி தியரிக்கு எதிராக ஏகப்பட்ட சர்ச்சைகள் இருந்தாலும், அவர் ஒருவர்தான் ஸோம்பிக்கள் குறித்த ஓரளவு தெளிவான உண்மைகளை வெளிக் கொண்டு வந்துள்ளார் என்பதை மறுக்க முடியாது. தவிர, டெட்ரோடோடாக்ஸின் பஃபர் மீன்களின் இனப்பெருக்க உறுப்பில்தான் இருக்கின்றன. அவற்றை நீக்கிவிட்டு ஜப்பானியர்கள் அந்த மீனைச் சமைத்துச் சாப்பிடுவதால் அவர்களுக்குப் பாதிப்பில்லை.

★

அடிமைகளாக விற்கப்படும் ஆண் ஸோம்பிக்கள், ஆசையைத் தீர்த்துக் கொள்வதற்காக உருவாக்கப்படும் பெண் ஸோம்பிக்கள் தவிர பலரும் அஞ்சி நடுங்கும் இன்னொரு ரக அசகாய ஸோம்பிக்களும்

ஹிட்லர்

காலம் காலமாக பாலிவுட் படங்களில், சீரியல்களில், நாவல்களில், கதைகளில், செய்திகளில் உலா வருகின்றன.

அந்த ஸோம்பிக்கள் அருவருப்பான தோற்றம் கொண்டவை. அளவில்லா வலிமையுடையவை. பழி வாங்கும் குணம் கொண்டவை. நாக்கைச் சுழட்டியபடி நர மாமிசத்துக்காக அலைபவை. குரல்வளையைக் கடித்து, மனித ரத்தத்தைக் குடித்து தாகம் தீர்த்துக் கொள்ளும் காட்டேரி வகையைச் சேர்ந்தவை. உறுப்புகளை வெட்டினால்கூட அவற்றுக்கு மீண்டும் முளைத்துவிடும். அழிக்கவே முடியாதவை அந்த ஸோம்பிக்கள் என்று மாண்புமிகு ஹிட்லர்கூட எண்ணினார்போல.

ஹிட்லர், 'The Brotherhood of Death' என்ற பெயரில் மந்திரவாதிகளும் சூனியக்காரர்களும் அடங்கிய ரகசியக் குழு ஒன்றை அமைத்திருந்தார். 1935ல் அதில் சுமார் நாற்பது கைதேர்ந்த மந்திரவாதிகள் இருந்தனர். நூற்றுக்கணக்கனோர் அதில் பயிற்சி நிலையிலும் இருந்தனர். அந்த மந்திரவாதிகளைக் கொண்டு ஆயிரக்கணக்கான நாஸி ஸோம்பிக்களை உருவாக்குவதே ஹிட்லரின் எண்ணம். எதையும் சாதிக்கும் வல்லமை வாய்ந்த, தோற்கடிக்கவே முடியாத, தேவைப்பட்டால் தற்கொலைப் படையாக மாறி பெரும் சேதாரத்தை விளைவிக்கும் ஆற்றல் கொண்ட நாஸி ஸோம்பி வீரர்கள் அடங்கிய 'சூப்பர் ஆர்மி' அமைப்பதே ஹிட்லரின் கனவு.

அப்படி ஒரு படையை உருவாக்குவதற்கான முயற்சிகள் நடந்தன. ஆனால் முழுமையாகவில்லை. ஹிட்லர் அதுபோன்ற சூப்பர் ஆர்மியை உருவாக்கியிருந்தால் இரண்டாம் உலகப் போரின் வரலாறும் உலகின் தலையெழுத்தும் மாறியிருக்கும் என்கிறார்கள்

சில வரலாற்றாளர்கள். இதற்கான முறையான ஆதாரங்கள் இல்லை அல்லது வெளிவரவில்லை.

ஹிட்லரைப் போலத்தான் ஹாலிவுட்காரர்களும் ஸோம்பிக்களை சூப்பர் பவராக எண்ணிக் கொண்டிருக்கிறார்கள். ஹாலிவுட்டின் முதல் ஸோம்பி படம், 1932ல் வெளியான White Zombie. நடுநடுங்கச் செய்யும், ரத்தம் தெறிக்கும் ஸோம்பி படங்கள் இன்றுவரை வெளி வந்து கல்லா கட்டிக் கொண்டிருக்கின்றன.

ஆனால், ஒன்றை மட்டும் உறுதியாகச் சொல்லலாம். திரைப் படங்களும் நாவல்களும் வீடியோ கேம்களும் சித்தரிக்கும் கொடூர ஸோம்பிக்களுக்கும், நிஜமாகவே ஸோம்பிக்களாகப்படும் பாவப்பட்ட ஹைதி மனிதர்களுக்கும் சம்பந்தமே இல்லை.

17

கலங்கரை கலக்கம்!

அந்த கிறிஸ்துமஸ், ஜோசப்புக்கு இனிமையானதாக அமைந்தது (1900, டிசம்பர் 25). குடும்பத்துடன் கொண்டாடும் வாய்ப்பு அமைந்திருந்ததால் மிகவும் சந்தோஷமாக இருந்தார். ஆனாலும் அவரது மனம் லைட்-ஹவுஸில்தான் சுற்றிக் கொண்டிருந்தது. அங்கே எனது மூன்று நண்பர்களும் என்ன செய்து கொண்டிருப்பார்கள்? தாமஸ் சமையல் வேலையில் பிஸியாக இருப்பான். ஜேம்ஸ் சோம்பேறி. இன்றும் தூங்கிக் கொண்டுதான் இருப்பான். டோனால்டு சாக்ஸ் (Saxophone) வாசித்துக் கொண்டிருப்பான், இல்லையேல் மது அருந்திவிட்டு ஏதாவது ஒரு பாறைமேல் மல்லாந்து கிடப்பான். பாவம், அவர்களால் அந்தத் தன்னந்தனி லைட்-ஹவுஸில் இருந்துகொண்டு வேறென்னதான் செய்ய முடியும்?

ஸ்காட்லாந்தின் கடற்பகுதியில் குட்டிக் குட்டியாகப் பல தீவுகள் உள்ளன. அதில் ஒன்றுதான் Eilean Mor. ஏழுபெரிய பாறைகள் சேர்ந்து மாபெரும் குன்றுபோல அமைந்த தீவு அது. அதில் அமைந்த ஒரே கட்டடம் லைட்-ஹவுஸ் மட்டுமே. 1899ல் கட்டப்பட்டது. அதில்தான் ஜோசப் மூர், தாமஸ் மார்ஸல், டொனால்டு மெக்ஆர்தர், ஜேம்ஸ் டுகாட் நால்வருமே பணி செய்தார்கள். மூவர் லைட்-ஹவுஸில் பணியில் இருக்க, நான்காவது நபருக்கு இரண்டு வாரம் ஓய்வு. சில மைல்கள் தள்ளியிருக்கும் ஃப்ளானென் (Flannen)

தீவுக்கு வந்துவிடலாம். அங்குதான் அவர்களது குடும்பத்தினர் வசித்தனர். நான்காம் நபர் ஓய்வு முடிந்து திரும்பியதும், அந்தப் படகில் மூவரில் ஒருவர் இரு வார ஓய்வுக்காக வீடு திரும்புவார். மற்றபடி அந்தத் தீவு தனித்து விடப்பட்டது. வேறு விதத்தில் தொடர்பே இல்லாதது.

ஜோசப், டிசம்பர் 12ல் வீடு திரும்பியிருந்தார். அப்போது முதலே வானிலை மிக மோசமாகத்தான் இருந்தது. கடும்குளிர். பெரும்பாலும் இருள்தான். லைட்-ஹவுஸில் விளக்கு எரிகிறதா, இல்லையா என்றுகூட ஜோசப்பால் கண்டுணர முடியவில்லை. டிசம்பர் 26ல் பணிக்குத் திரும்பினார் ஜோசப். படகு தீவை அடைந்தது. லைட்-ஹவுஸுக்குள் நுழைந்தார். நண்பர்களைக் காணவில்லை. லைட்-ஹவுஸின் மேலேறி தேடினார். யாரும் தென்படவில்லை. பெருங்குரலெடுத்துக் கூப்பிட்டார். எந்த பதிலும் இல்லை. லைட்-ஹவுஸின் குறிப்புப் புத்தகத்தைப் பார்த்தார். டிசம்பர் 14க்குப் பின் குறிப்புகள் எழுதப்படவில்லை. ஜோசப்புக்கு உடல் நடுங்க ஆரம்பித்தது.

படகேறிய ஜோசப், ஃப்ளானென் தீவுக்குத் திரும்பி வந்தார். அங்கிருந்த ஆள்கள் சிலரை அழைத்துக் கொண்டு மீண்டும் லைட்ஹவுஸுக்கு வந்து தேட ஆரம்பித்தார். லைட்-ஹவுஸில் அவர்கள் தங்குமிடத்தில் பொருள்கள் எல்லாம் ஒழுங்காக இருந்தன. சமைக்கப்பட்ட உணவு மேசையில் வைக்கப்பட்டிருந்தது. எந்தவித அசம்பாவிதம் நடந்ததுபோலவும் தெரியவில்லை. மூவரில் இருவரது பூட்ஸ்களும் ஜெர்கின்களும் மட்டும் காணாமல் போயிருந்தன. ஒருவரது ஜெர்கின் அறைக்குள் நாற்காலியில் தொங்க விடப்பட்டிருந்து. வேறு எந்தத் தடயங்களும் கிடைக்கவில்லை.

அந்த மூவரும் என்ன ஆனார்கள் என்பது குறித்த விவரங்கள் அத்தியாயத்தின் இறுதிப் பகுதியில். அதற்கு முன்பாக ஐலீன் மோர் லைட்-ஹவுஸின் உச்சத்தில் ஏறி நின்றபடி நம் சிறகுகளை விரிப்போம். பறப்போம், உலகின் பிற லைட்-ஹவுஸ்களை நோக்கி, அவற்றில் உறைந்து கிடக்கும் மர்மங்களைத் தேடி.

ஆதி கால கலங்கரை கோபுரங்களின் உச்சியில், கப்பல்களுக்கு துறைமுகத்தை அடையாளம் காட்டும்விதமாக 'மகர ஜோதி' போல நெருப்பை எரிய விட்டிருக்கிறார்கள். சரி, உலகின் முதல் கலங்கரை விளக்கம் எது? கிமு 280ல் அலெக்ஸாண்ட்ரியாவில் கட்டப்பட்ட பரோஸ் லைட்-ஹவுஸ். இருபது ஆண்டுகள் முயற்சியில் கட்டப்பட்ட இது, பழங்கால உலகின் ஏழு

அதிசயங்களுள் ஒன்று. இதன் உயரம் 370 அடி. எகிப்தின் அரசர் தால்மி, தான் உருவாக்கிய அலெக்ஸாண்ட்ரியா என்ற துறைமுக நகரத்தை ஒட்டியமைந்த ஒரு சிறு தீவில் இதனை உருவாக்கினார். தால்மி, வேறு யாருமல்ல, மாவீரன் அலெக்ஸாண்டரின் முக்கியத் தளபதி. பேரரசி கிளியோபாட்ராவின் பாட்டன்களின் ஒருவர்.

இப்போது இருக்கும் உலகின் பெரும்பான்மையான லைட்-ஹவுஸ்களின் வயது நூற்றுக்கும் மேல். கடலின் அழகையும் ஆர்ப்பரிப்பையும் ஆபத்தையும் முழுமையாக உணர்ந்த கல்லுயிர்கள் அவை. எத்தனையோ கப்பல்களையும் உயிர்களையும் ஆபத்திலிருந்து கரை சேர்த்த கடவுள் அவை. விளக்கணைந்த பொழுதுகளில் கடலுக்குப் பல உயிர்களைப் பலிகொடுத்த சாத்தான்களும் அவையே. குட்டித் தீவுகளில் கெட்டியாக நிற்கும் ஒற்றை லைட்-ஹவுஸின் தனிமையில் ஏராளமான மர்மங்கள் உண்டு. எதனால்?

ஆளில்லா கடற்கரைப் பகுதிகளிலும், தனித் தீவுகளிலும் அமைந்த லைட்-ஹவுஸ்களைப் பராமரிப்பதற்காகப் பணியாளர்கள் நியமிக்கப்பட்டிருந்தார்கள். சில லைட்-ஹவுஸ்களில் தனியே ஒரே ஒரு பணியாளர் மட்டும் வாரக்கணக்கில், மாதக்கணக்கில் தவமிருப்பார். ஏதாவது கப்பல்கள் கடந்து சென்றால் மனித முகத்தைப் பார்க்கலாம். சில இடங்களில் கடற்கொள்ளையர்கள் வந்து லைட்-ஹவுஸைச் சேதப்படுத்திவிட்டு, பணியாளரின் உயிரை எடுத்துப் போவதுண்டு. புயல், மழை, சூறாவளிகளில் சிக்கி இறப்பவர்களும் உண்டு. லைட்-ஹவுஸைப் பராமரிக்கும்போது, அதற்கு பெயிண்ட் அடிக்கும்போது தவறிக் கீழே விழுந்து இறந்த பணியாளர்கள் அதிகம். தனிமையின் துயரம் தாளாமல், விரக்தியில் உயரத்தில் இருந்து கீழே குதித்து உயிரை விட்டவர்களும் உண்டு.

செத்துப் போனவர்களுக்கு பிரச்னையில்லை. அடுத்து அதே லைட்-ஹவுஸுக்குப் பணியாளராக நியமிக்கப்படும் நபருக்குத்தான் ஆயுள் தண்டனை. செத்துப்போன பழைய ஆள், ஆவியாக அங்கேயே சுற்றிக் கொண்டிருப்பதாகத் தோன்றும். யாரும் இல்லாமலேயே, யாரோ உடனிருப்பதாகத் தோன்றும். கடல் உறங்கும் சமயத்தில், இரவுகளில் எழும் அமானுஷ்ய சப்தங்கள் உயிரைக் குடிப்பதாக அமையும். இம்மாதிரி பயத்தில் செத்துப் போன பணியாளர்களின் நிஜக்கதைகளும் கொட்டிக் கிடக்கின்றன.

அமெரிக்காவின் Massachusetts பகுதியில், பிளைமௌத் விரிகுடாவில் 1769ல் ஒரு லைட்-ஹவுஸ் கட்டப்பட்டது. இரண்டு

கோபுரங்கள் கொண்ட அதனை அண்ணன் ஜானும், தங்கச்சி ஹன்னாவும் பராமரித்தார்கள். ஒரு போரில் கலந்துகொள்ளச் சென்ற ஜான் கொல்லப்பட்டார். அமெரிக்காவின் முதல் பெண் லைட்-ஹவுஸ் பராமரிப்பாளராக ஹன்னா, அதனைப் பல வருடங்கள் பராமரித்து வந்தார். காலப்போக்கில் பலவித மாற்றங்களைக் கண்ட அந்தக் கோபுரங்களில் ஒன்று, 1924ல் இடிக்கப்பட்டது. 1986ல் தானியங்கி லைட்-ஹவுஸாக மாற்றப்பட, யாரும் அதில் தங்குவதில்லை.

லைட்-ஹவுஸ்களைத் தேடிச் சென்று புகைப்படம் எடுக்கும் லூயிஸ், தன் மனைவியுடன் பிளைமௌத்துக்குச் சென்று ஓரிரவு தங்கினார். இரவில் திடீரென விழித்த அவர், நடுநடுங்கிப் போனார். பதினெட்டாம் நூற்றாண்டு உடையில் ஒரு பெண்ணின் அரூபமான உருவம் காற்றில் மிதந்து கொண்டிருந்தது. பயத்தில் அவர் அலற, மனைவியும் பதறி எழ, அந்த உருவம் அப்படியே காற்றில் கலந்தது. லைட்-ஹவுஸிலிருந்து திரும்பிய பின் லூயிஸ் விடுத்த ஸ்டேட்மெண்ட் - 'அது நிச்சயம் ஹன்னாவாகத்தான் இருக்கக்கூடும். அவள் அந்த லைட்-ஹவுஸை விடுவதாக இல்லை.'

பூத்பே (Boothbay) துறைமுகத்திலிருந்து (அமெரிக்காவின் (Seguin) என்ற பகுதியிலுள்ளது) பத்து மைல்கள் தொலைவிலுள்ள ஸீகுன் Maine தீவில் ஒரு லைட்-ஹவுஸ் கட்டப்பட்டிருந்தது. குளிர்காலம் ஆரம்பித்துவிட்டால், யாரும் அங்கு சென்றுவர இயலாது. 1850 இருக்கலாம். அப்போது அங்கே பணி நியமனம் செய்யப்பட்டிருந்த ஒருவர், திருமணம் முடிந்த கையோடு ஹனிமூனுக்குச் செல்வதுபோல தன் மனைவியுடன் லைட்-ஹவுஸுக்குச் சென்று குடியேறினார். யாருமில்லாத தனிமை. பரவசமான பொழுதுகள்.

எல்லாம் சில நாள்களிலேயே வெறுத்துவிட்டது. அந்த மனைவி பொழுதுபோகாமல் தவித்தாள். கணவன், அவளுக்காகவே பியானோ ஒன்றை வரவழைத்தான். என்ன, பியானாவோடு ஒரே ஒரு பாடலுக்கான நோட்ஸ் மட்டும்தான் வந்தது. மனைவி, அதை வைத்துக் கொண்டு வாசித்துப் பழகினாள். கணவன் ரசித்தான். அடுத்த முறை வேறு நோட்ஸ் அடங்கிய புத்தகம் வாங்கித் தருவதாக உறுதியளித்தான். குளிர்காலம் ஆரம்பித்திருந்ததால் அங்கிருந்து செல்ல முடியாத நிலை. மனைவிக்கு வேறு வழி தெரியவில்லை. பொழுதுபோகாத போதெல்லாம் அந்த ஒரே பாடலையே பியானோவில் வாசித்தாள். மீண்டும் மீண்டும் வாசித்தாள். தினமும் அதே பாடல். பியானோவின் சத்தம் கேட்டாலே கணவனுக்குக் கோபம் வர ஆரம்பித்தது.

உலகின் முதல் லைட்ஹவுஸ்

'நிறுத்தப் போகிறாயா இல்லையா...'

அவள் காதில் வாங்கவில்லை. கணவன் ஒரு கோடாரியை எடுத்தான். பியானோ மீது அதைப் பாய்ச்சினான். கோபம் பொங்கப் பொங்க ருத்ர தாண்டவம் ஆடினான். அந்தச் செயலைப் பொறுக்க முடியாத மனைவி குறுக்கே பாய்ந்தாள். கோபமெல்லாம் தணிந்து கணவன் தன்னிலைக்குத் திரும்பியபோது, இரண்டு உடல்கள் அங்கே கிடந்தன, மனைவியும் பியானோவும்.

தன் தவறை உணர்ந்த அந்தக் கணவன் அழுது தீர்த்தான். லைட்-ஹவுஸின் உச்சத்தில் ஏறி நின்றான். தன் நெஞ்சில் கோடாரியைச் செலுத்தினான். அவன் உடல் அப்படியே தரையே நோக்கி...

அதற்குப் பின்பு ஸீகுன் லைட்-ஹவுஸில் பணியாற்றிய நபர்கள் பலரும் நடுங்கியபடிதான் காலத்தை ஓட்டினர். காரணம், எப்போது எங்கிருந்து பியானோவின் இசை கேட்கும் என்று தெரியாது. அதே பாடல். இன்றைக்கும் அந்த பியானோவின் இசை எப்போதாவது ஒலித்துக் கொண்டுதான் இருக்கிறது என்கிறார்கள் ஸீகுன் லைட்-ஹவுஸைச் சுற்றிப் பார்க்கச் செல்பவர்கள்.

அதே மெய்ன் பகுதியில்தான் இன்னொரு மர்ம லைட்-ஹவுஸான ஹென்டிரிக்ஸ் ஹெட்டும் (Hendrick's Head) அமைந்துள்ளது. 39 அடி உயரம் கொண்ட இந்த லைட்-ஹவுஸை ஒட்டியமைந்த வீட்டில் அதன் காப்பாளரும் அவர் மனைவியும் வசித்தனர். 1871 மார்ச். கடும் புயல் வீசிக் கொண்டிருந்த வேளை. தன் வீட்டை விட்டு வெளியே வந்த அந்தத் தம்பதி, கடலில் ஒரு கப்பல் தத்தளித்துக் கொண்டிருப்பதைக் கண்டு பதறினர். கப்பல் மூழ்க ஆரம்பித்தது. நடுக்கடலில் தவித்துக் கொண்டிருந்த பயணிகளைக் காப்பாற்ற முடியாமல், கரையிலிருந்து இவர்கள் கதறினர்.

புயல் ஓய்ந்த பின் கடற்கரைக்குச் சென்றனர். சில உடல்கள் ஒதுங்கியிருந்தன. கூடவே மெத்தை ஒன்று சுற்றிக் கட்டப்பட்ட பெட்டி ஒன்றும் ஒதுங்கியிருந்தது. அவசர அவசரமாக அதைத் திறந்தார்கள். உள்ளே உயிருடன் ஒரு பெண் குழந்தை. ஆனந்தக் கண்ணீர் விட்டார்கள். குழந்தையை எடுத்து வளர்க்க ஆரம்பித்தார்கள். ஆனால், இரவு வேளைகளில் அடிக்கடி பெண் உருவம் ஒன்று குழந்தையைச் சுற்றியலைய ஆரம்பித்தது. ஒருவேளை, புயலில் சிக்கி, தண்ணீரில் மூழ்கி இறந்துபோன குழந்தையின் தாயாக இருக்குமோ?

தம்பதி, குழந்தையோடு லைட்-ஹவுஸை காலி செய்துவிட்டுக் கிளம்பினர். ஆனால், இன்னமும் அந்தப் பெண்ணின் உருவம் தன் குழந்தையைத் தேடியலைவதால், ஹெட்ரிக்ஸ் ஹெட் லைட் - ஹவுஸ் மர்மப் பிரதேசமாகத்தான் திகழ்ந்து கொண்டிருக்கிறது.

சரி, ஐலீன் மோர் லைட்-ஹவுஸில் பணியிலிருந்த அந்த மூவருக்கும் என்ன நேர்ந்திருக்கும்?

ஒருவருக்கொருவர் சண்டை போட்டிருக்கலாம். ஒருவர், மற்ற இருவரைக் கொன்றுவிட்டு தானும் தற்கொலை செய்து கொண்டிருக்கலாம். என்றால், உடல்கள் எங்கே? அங்கிருந்து தப்பித்துப் போவதற்கும் வேறு வழியோ, படகோ இல்லை. கடற்கொள்ளையர்கள் நடமாட்டமும் அங்கே கிடையாது. மாபெரும் சுனாமி அலை ஒன்று வந்து அம்மூவரையும் தூக்கிக் கொண்டு போயிருக்கலாம் என்பது ஒரு யூகம். ஆனால் அலை வந்திருந்தால் அருகிலிருக்கும் தீவு மக்களுக்குத் தெரிந்திருக்கும். அவர்களையும் சுனாமி பாதித்திருக்கும். அதுவும் நிகழவில்லை.

தன் நண்பர்களுக்கு என்ன ஆனதென்று தெரியாமல்தான் ஜோசப் செத்துப் போனார். இன்னமும் அதற்கான பதில் தெரியவில்லை. ஐலீன் மூர் லைட்-ஹவுஸுக்கு மட்டுமே தெரிந்த நிஜம் அது.

புதையல் காக்கும் யானை!

என்னதான் ஆகியிருக்கும் மன்னருக்கு? போரில் தோற்று ஓடிப் போனவர் ஆள் அட்ரஸையே காணோமே! மக்களிடம் சென்று கேட்டால் தம் பெரிய உதடுகளைப் பிரித்து பதில் சொல்வேனா என அடம்பிடிக்கிறார்கள் அல்லது அதையும் இதையும் சொல்லி எதையும் நம்ப முடியாதபடி குழப்பி விட்டுவிடுகிறார்கள். கல்லுளிமங்கன்கள்!

பிரிட்டிஷாருக்கு விழி பிதுங்கியது.

காட்டுக்குள்ளும் புகுந்து தேடினார்கள். மன்னர், ஆப்பிரிக்க யானைக்குட்டி சைஸில் இருப்பாரே. நூற்றுயிருபது சொச்ச கிலோ எடை. ஆறடிக்கும் மேல் உயரம். அவ்வளவு சுலபத்தில் எல்லாம் ஒளிந்துகொள்ளவும் முடியாது என்றாலும் தேடித்தேடி ஷூ தேய்ந்ததுதான் மிச்சம். காட்டுக்குள் சென்று மன்னரைத் தேடி ஏமாந்த நேரத்தில் அங்கே எத்தனை யானைகள், சிங்கங்கள் இருந்தன என்று எண்ணிப் பார்த்திருந்தால், ஒரு புள்ளிவிவரமாவது லாபமாகியிருக்கும். மன்னர் அல்ல, அவரது சிங்கத்தோலால் ஆன கோவணம்கூட கிட்டவில்லை.

வெறுத்துப் போன பிரிட்டிஷார் பின் ஒரு முடிவுக்கு வந்தார்கள். மன்னர் இனி உயிரோடு திரும்ப வந்து மக்களைக் கூட்டிவைத்து புரட்சியெல்லாம் செய்ய முடியாது. அப்படியே ஆடி அசைந்து வந்தாலும், ஓர் ஓரமாக உட்கார வைத்து பென்ஷனோடு, வேளா

18

150 / முகில்

மன்னர் லோபெங்குலா

வேளைக்கு பீரும், பன்றிக் கறியும் கொடுத்தால் போதும். சமர்த்தாக வால் அசைத்துக் கொண்டு கிடப்பார். இனி தேவை மன்னர் அல்ல, அவரது புதையல்!

ஆப்பிரிக்கா எத்தனை வளமான பூமி. எவ்வளவு தங்கம்! ஹைய்யோ, வைரங்கள் பற்றி சொல்லவே வேண்டாம். ஏதோ வியாபாரம் செய்கிறோம் என்ற போர்வையில் கொள்ளை யடிக்க வந்த நமக்கே இவ்வளவு செல்வம் கிடைக்கிறதென்றால், காலம் காலமாக இங்கேயே கோலோச்சிக் கொண்டிருந்த மன்னர் லோபெங்குலா எவ்வளவு சேர்த்து வைத்திருப்பார்! நோண்டி, தோண்டிப் பார்த்தால் ஒன்றுமே கிடைக்கவில்லையே. அத்தனை செல்வங்களையும் எங்கேதான் புதைத்து வைத்திருக்கிறார்?

பிரிட்டிஷார் நாக்கைத் தொங்கப் போட்டு தேட ஆரம்பித்திருந் தார்கள்.

மன்னர் லோபெங்குலா (Lobengula), - கி.பி 1868 முதல் 1894 வரை தென் ஆப்பிரிக்க நாடான மெட்டாபெலிலேண்டை (Matabeleland) ஆட்சி செய்தவர். கிரிக்கெட்டின் நிரந்தர கத்துக்குட்டி நாடான ஜிம்பாப்வேவின் மன்னர் என்று சொன்னால் புரிந்துகொள்வது சுலபம். ஸூலு (Zulu) என்ற ஆப்பிரிக்க இனக்குழுவைச் சேர்ந்தவர். மாபெரும் வீரரெல்லாம் இல்லை. தனது மக்களை அதட்டி, மிரட்டி, கொடுமைப்படுத்தி தன்னைக் கடவுள்போல வணங்கச் செய்தவர். கையில் நீண்ட கம்புடன் லோபெங்குலா ஓர் உயரமான பாறைமேல் அவ்வப்போது ஏறிநின்று காட்சி கொடுப்பார். மக்கள் மறக்காமல் தமது வழக்கமான கோஷங்களைக் காடு அதிர எழுப்புவர்.

'மன்னர்களுக்கெல்லாம் மன்னர்! கருப்புச் சிங்கம்! மகா யானை! வாழ்க வாழ்க!'

லோபெங்குலாவின் கொடூரத் தனத்துக்கு ஒரு சாம்பிள் சம்பவம் இது. ஒருமுறை மன்னருக்கென தயாரித்து வைக்கப்பட்டிருந்த பிரத்யேக பீர் மீது சபலப்பட்ட பிரகஸ்பதி ஒருவன், அதைக் கொஞ்சூண்டு சுவை பார்த்துவிட்டான். அதை இன்னொருவன் பார்த்து விட, பிரகஸ்பதி மன்னர் முன் குற்றவாளியாக நிறுத்தப் பட்டான்.

லாய்ஸ் எல்லிஸ்

லோபெங்குலா தன் விரலால் அவனது உதட்டோரம் தடவினார். பீரின் பிசுபிசுப்பு. சின்னதாகப் புன்னகை செய்தார். 'மன்னரது பீரைச் சுவைத்த இந்த உதடுகள் இனி இருக்கக்கூடாது.'

பிரகஸ்பதியின் உதடுகள் இழுத்துவைத்து நறுக்! அந்த அலறல் உச்சத்திலிருக்கும்போதே அடுத்த அரச கட்டளை வந்து விழுந்தது. 'மன்னரது பீரின் நறுமணத்தை உணர்ந்த அந்த மூக்கு...' - சொல்லி முடிக்கும் முன்பே, மூக்கு துண்டாக்கப்பட்டது. 'மன்னரது பீரை மிக அருகில் பார்த்து ரசித்த அந்தக் கண்களை...' - இமைகள், கண்களோடு சேர்த்து தைக்கப்பட்டன. மேலும் சில சித்ரவதைகளை அனுபவித்த பீர் உண்ட அந்த பிரகஸ்பதி, பின் தேவாம்ருதம் உண்பதற்காகச் சொர்க்கத்தை அடைந்தான்.

இதுதான் லோபெங்குலாவின் ஸ்டைல். ஆக, மக்கள் அவரை வலுக்கட்டாயமாக வணங்கினர். வீரர்களும் தளபதிகளும் இன்னபிற மந்திரிகளும், மன்னர் பேச்சுக்கு மறுபேச்சின்றி சொன்னதைச் செய்தனர். லோபெங்குலா, உல்லாசமாக வாழ்ந்தார். வளமான பூமி. எதற்கும் பஞ்சமில்லை. இருபதே இருபது பெண்டாட்டிகளுடன் இனிய இல்லறம். (இவரது தந்தையும் முந்தைய மன்னருமான ஸிலிகாஸிக்கு 200 பெண்டாட்டிகள் என்பது உபரித் தகவல்.) குடிக்க பீர். கடிக்க பன்றிக்கறி. எல்லாமே இனிமையாகத்தான் போய்க்

வைரச் சுரங்கத்தில் ஸுலுக்களுடன் சிசெல் ரோட்ஸ்

கொண்டிருந்தது, பிரிட்டிஷார் தம் இடதுகாலை அங்கே எடுத்து வைக்கும்வரை!

இந்தியாவில் கிழக்கு இந்திய கம்பெனி மூலம் வெற்றிகரமாகத் தடம் பதித்ததை முன்மாதிரியாகக் கொண்டு 'பிரிட்டிஷ் தென் ஆப்பிரிக்க கம்பெனி' ஆரம்பிக்கப்பட்டது. தென் ஆப்பிரிக்காவின் வளங்களைச் சுரண்ட அங்கே காலனியாதிக்கத்தை நிறுவுவதே அதன் இலக்கு. உருவாக்கிய புண்ணியவான் சிசெல் ஜான் ரோட்ஸ் (Cecil John Rhodes). சுரங்கத் தொழிலின் சுறா. De Beers கம்பெனி நிறுவனர்.

ரோட்ஸ் தலைமையில் பிரிட்டிஷார் குழு ஒன்று, லோபெங்குலாவுடன் டீல் பேசியது. 'அய்யா, நாங்க உங்க மண்ணுல சின்னதா ஒண்ணு ரெண்டு சுரங்கம் அமைச்சு, ஏதோ கொஞ்சமா தாதுக்களை எடுத்துக்கிறோம். அதுக்குப் பதிலா, உங்க ஆளுங்களுக்கு வேலை தர்றோம். நிறைய பணம் தர்றோம். டூமில் டூமில்னு சுடற துப்பாக்கி தர்றோம். எங்களுக்குக் கருணை காட்டுங்க. இந்த டச்சுப் பயலுவ, போர்ச்சுக்கீசிய பயலுவ வருவானுக. அவனுகளை மட்டும் உள்ள வுட்டுராதீங்க. அவ்வளவுதான்.'

லோபெங்குலாவுக்கு அதிலுள்ள அபாயங்கள் புரியவில்லை. அலட்டிக் கொள்ளாமல் சம்மதித்தார். பிற ஐரோப்பியர்கள் பேசுவதை இவருக்குப் புரியும்படி எடுத்துச் சொல்வதற்காக, ஆப்பிரிக்க மொழிகள் சிலவற்றில் பரிச்சயம் பெற்ற ஜான் ஜேக்கப்ஸ் என்ற ஐரோப்பியரைத் தனது வெளியுறவு காரியதரிசியாகவும் நியமித்துக்

கொண்டார். அங்கே காலனியாதிக்கத்துக்கான ஆதாம் சுழி போடப்பட்டது.

பிரிட்டிஷ் மலைப்பாம்பு, அந்த தேசத்தைக் கொஞ்சம் கொஞ்சமாக விழுங்க ஆரம்பித்தது. ‘அட, நம்ம பயலுக எல்லாம் சுரங்கத்துக்கு வேலைக்குப் போறாங்களா, சந்தோஷம்’ என்று கைகட்டி ரசித்துக் கொண்டிருந்த மன்னர், அப்போதுகூட தம் மக்களுக்கு நிபந்தனைகள் விதித்தார். அதாவது, சுரங்கத்துக்கு வேலைக்குச் சென்றுவிட்டு வீடு திரும்பும் ஒருவன், கொஞ்சம் தங்கமோ, சிறு வைரமோ திருடிக் கொண்டு வர வேண்டும். அதை மன்னருக்குக் கப்பமாகக் கட்ட வேண்டும். தவறினால் உயிருக்கு உத்திரவாதம் இல்லை. இப்படியாக பெட்டி பெட்டியாக தங்கமும் வைரமும் சேர்ந்தது. இரவில் படுக்கையில் தன்மேல் தங்கத்தையும் வைரத்தையும் கொட்டிக் கொண்டு சிரித்தபடியே படுத்துக் கிடந்தார் லோபெங்குலா.

‘இந்த வெள்ளைக்கார பயலுவ நம்மை ஏமாத்துறாங்களோ? நம்ம வளத்தையெல்லாம் சுரண்டுறாங்களோ?’ - என்று மன்னருக்கு மிக மெதுவாகத்தான் சந்தேகம் வந்தது. அதற்குள் மலைப்பாம்பு, அனகோண்டாவாகியிருந்தது. மன்னர் பொங்கியெழ, மன்னருக்காக மக்களும் பொங்கியெழ அங்கே போருக்கான தேவை ஏற்பட்டது. அது மன்னரது ஸூலு படைக்கும், பிரிட்டிஷ் தென் ஆப்பிரிக்க கம்பெனி படைக்கும் இடையே நடந்த முதல் மெட்டாபெல்லா போர் (1893). சொல்லவே தேவையில்லை, பிரிட்டிஷார் எளிதில் வென்றனர்.

மன்னர் லோபெங்குலா மாயமானார். சும்மா அல்ல, தாம் சேர்த்து வைத்த செல்வங்களையெல்லாம் வண்டிகளில் அள்ளிக் கொண்டு. பதினான்கு வேலையாள்கள், நான்கு தளபதிகள் உடன் ஜான் ஜேக்கப்ஸும் தப்பி ஓடும் மன்னருடன் இருந்தார். வழியில் பிரிட்டிஷாருடன் ஏதாவது பிரச்னை என்றால் உதவுவாரே.

இனி, ஜான் ஜேக்கப்பின் குறிப்புகள்படி மன்னரது ரகசியப் பயணத்தை ஒளிந்திருந்து பார்க்கலாம்.

‘காட்டுக்குள் வடக்கிலும் பின் வேறு திசைகளிலும் பலநாள்கள் பயணம். குறிப்பிட்ட ஒரு இடத்தை அடைந்தவுடன், புதர்கள் நிரம்பிய ஓரிடத்தில், யாருமே எளிதில் அண்ட முடியாத ஒரு பகுதியில் இரண்டு பெரிய குழிகள் வெட்டப்பட்டன. ஆழமான இரண்டு குழிகளிலும் தங்கமும் வைரமும் பிரிக்கப்பட்டு கனமான மரப்பெட்டிகளில் வைக்கப்பட்டு புதைக்கப்பட்டன. அவற்றின் மேல்

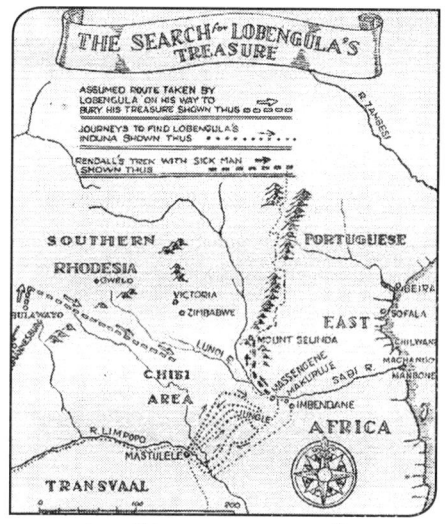

புதையல் குறித்த வரைபடங்களில் ஒன்று

கல்சுவர் கட்டப்பட்டது. பின் சுவரும் வெளியே தெரியாதபடி மண்ணால் மூடப்பட்டது. வேறு யாருமே எதையுமே கண்டுபிடிக்க இயலாதவாறு அந்த இடம் இயல்பாக, இயற்கையாக மாற்றப்பட்டது.

அங்கிருந்து கிளம்பினோம். வரும் வழியில் ஒருநாள் இரவில் லோபெங்குலா தன் தளபதிகள் நால்வருக்கும் ரகசிய உத்தரவு ஒன்றைப் பிறப்பித்தார். 'வேலையாள்களைக் கொன்று விடுங்கள்.'

புதையல் ரகசியம் தெரிந்த யாரும் உயிருடன் இருக்கக் கூடாது என்பது லோபெங்குலாவின் எண்ணம். தூக்கத்திலேயே பலர் கொல்லப்பட்டனர். சத்தம் கேட்டு எழுந்து தப்பி ஓட முயன்ற வேலையாள்களும் கொல்லப்பட்டனர். பயணம் தொடர்ந்தது. வழியில் மூன்று தளபதிகள், மன்னரால் கொல்லப்பட்டனர். இறுதியில் மன்னரும் நானும் அறுபது வயது தளபதி ஒருவர் மட்டும் ஒரு பாதுகாப்பான இடத்துக்கு வந்து சேர்ந்தோம்.'

இது ஜான் ஜேக்கப்ஸ் சொல்லி நாம் தெரிந்துகொள்வது. அவர் சொல்லாதததுதான் நிறைய. 1894லேயே லோபெங்குலா இறந்து போனதாக நம்பப்படுகிறது. ஆனால் எங்கு? எப்படி? ஜேக்கப்ஸ் பல விஷயங்களை வெளியில் விடவில்லை. லோபெங்குலாவின் உடல் எங்கே புதைக்கப்பட்டது என்பதுகூட இதுவரை மர்மமே.

உடலை விடுங்கள். புதையல்?

அந்த ரகசியமறிந்த ஜான் ஜேக்கப்ஸ், அதற்குப் பின் பலமுறை அதைத் தேடி காட்டுக்குள் பயணம் மேற்கொண்டார். அவராலேயே அதைக் கண்டடைய முடியவில்லை. ஒவ்வொரு முறை காட்டுக்குள் சென்று திரும்புவதற்குள் உயிர் பிதுங்கியது. எல்லா முறையும் தோல்வி. 'லோபெங்குலா சிறந்த மனிதர். என் கண் முன்தான் அந்தச் செல்வங்கள் புதைத்து வைக்கப்பட்டன. அதன் மதிப்பு

இருபது லட்சம் ஐரோப்பிய பவுண்ட் இருக்கும்.' இது 1923ல் ஜான் ஜேக்கப்ஸ் ஏமாற்றத்துடன் கொடுத்த பேட்டி.

இருபதாம் நூற்றாண்டின் ஆரம்பத்தில் லோபெங்குலாவின் புதையலைத் தேடி அலைவது என்பது ஃபேஷன் ஆகிப்போனது. ஜோஹன்ஸ்பெர்கைச் சேர்ந்த லாய்ஸ் எல்லிஸும் அதில் ஒருவர். ஜான் ஜேக்கப்ஸாலெயே முடியவில்லையே. புதையல் ரகசியமறிந்த இன்னொருவரான அந்த தளபதியைப் பிடித்தால் காரியம் நடக்கலாம் என அவரைத் தேடியலைந்தார் எல்லிஸ். அதற்கே வருடங்கள் பிடித்தன. 1929ல் எல்லிஸ் ஒருவழியாக அந்த தளபதியைக் கண்டு பிடித்தார்.

தளபதி அப்போது தொன்னூறு வயதுக் கிழவர். படுக்கையில் கிடந்தார். 'நீங்கள் மன்னர் லோபெங்குலாவின் தளபதிதானே?' - எல்லிஸ் ஆர்வத்துடன் கேட்டார். அந்தக் கிழவர் வெறுமனே புன்னகை செய்தார். 'அந்தப் புதையல் இருக்குமிடம் உங்களுக்கு நினைவில் இருக்கிறதல்லவா?' - எல்லிஸ் ஆசையுடன் கேட்க, அந்த வீட்டுப் பெண் ஒருத்தி பதில் பேசினாள். 'அவர் ஒரு காலத்தில் மன்னரின் தளபதியாக இருந்தவர். இப்போது அவருக்கு எதுவுமே நினைவில் இல்லை.'

அன்று எல்லிஸ் அடைந்த ஏமாற்றம்தான், இன்றுவரை எல்லோருக்கும். லோபெங்குலா புதையல் மர்மம் விலகவில்லை. இப்போது ஜிம்பாப்வே சென்று ஸுலு மக்களிடம் புதையல் பற்றி கேட்டால் இந்த பதிலைத்தான் சொல்வார்கள். 'இங்கே காடுகளில் யானைகள் அதிகம். நாங்கள் லோபெங்குலாவை 'யானை' என்றே அழைப்போம். இப்போதும் அவர் யானையாகத்தான் திரிகிறார், புதையலைக் காத்தபடி.'

19

நமக்குள் ஒரு நாஸ்ராடாமஸ்

போதை தலைக்கேறிய நிலையில் மூன்று பிரெஞ்சு வீரர்கள் அந்தக் குறிப்பிட்ட கல்லறையைத் தேடினர். அந்தக் கல்லறையைக் கண்டுபிடித்ததும், அந்த மூவருக்குள்ளும் கோபம் ஏறியது. தாமறிந்த கெட்ட வார்த்தைகளையெல்லாம் சொல்லி அந்தக் கல்லறைக்குச் சொந்தக்காரரை வசைபாட ஆரம்பித்தனர். கால்களால் உதைத்து அந்தக் கல்லறையை அவமரியாதை செய்தனர். வெறி மேலும் அதிகமானது. ஒரு வீரன் அந்தக் கல்லறையை உடைக்க ஆரம்பித்தான். மற்ற இருவரும் அவனுடன் சேர்ந்து கொண்டனர்.

இதுவரை உலகில் பிறந்த குறி சொல்லிகளிலேயே டாப் மோஸ்ட் மனிதரான நாஸ்ராடாமஸின் (Nostradamus) கல்லறை அது. அவரது புகழ், பெரும்பாலோனோர் அறிந்ததுதான். பதினாறாம் நூற்றாண்டில் பிரான்ஸில் வாழ்ந்த மேதை. யூத இனத்தில் வந்தவர். ஆனால், அவரது தந்தை கத்தோலிக்கராக தன்னை மாற்றிக் கொண்டவர். குடும்பத்தில் பலரும் Kabbala என்ற வருங்காலத்தைக் கணிக்கும் யூத மர்ம சாஸ்திரத்தில் தேர்ந்தவர்கள். சிறு வயதிலேயே அந்த சாஸ்திரங்களில் கரை கண்ட நாஸ்ராடாமஸ், மருத்துவம் படித்தார். அதையே தம் தொழிலாகவும் எடுத்துக் கொண்டார்.

யாராலும் தீர்க்க முடியாத நோய்களை நாஸ்ராடாமஸ் தீர்த்தார். மருத்துவத்துடன் சேர்த்து ஒருவரது இறந்தகாலத்தை - நிகழ்காலத்தை - எதிர்காலத்தைக் கணித்து, அறிவுரைகளையும் வழங்கினார். எனவே

பலரும் அவரைத் தேடி வந்தனர். 1551ம் ஆண்டில் இன்னென்ன நிகழ்வுகள் நடக்கப் போகின்றன என்று 1550லேயே கணித்துச் சொன்னார் நாஸ்ராடாமஸ். அவை அத்தனையும் நிகழ்ந்தன. எல்லோரும் வாய்பிளந்தார்கள். அதற்குப் பின் நாஸ்ராடாமஸ், இரண்டு ஆண்டுகள் கடுமையான உழைப்பைக் கொட்டி முழு மூச்சுடன் The Prophecies என்ற புத்தகத்தை எழுதி முடித்தார். கிபி 1553 முதல் நாற்பதாம் நூற்றாண்டு வரை உலகில் என்ன நிகழப் போகிறது என்பதைப் பாடல்கள் வழியே குறியீடுகளாகச் சொல்லும் புத்தகம் அது. புரிந்துகொள்ளுதல் அத்தனை சுலபமன்று.

நாஸ்ராடாமஸ்

நெப்போலியனின் வளர்ச்சி, ஹிட்லரின் எழுச்சி, இரண்டு உலகப் போர்கள், ஹிரோஷிமா - நாகசாகி அழிவுகள், ஆபிரகாம் லிங்கனின் கொலை, லண்டன் தீவிபத்து, 9/11 தாக்குதல் உள்பட உலகின் முக்கிய நிகழ்வுகள் பலவற்றை நாஸ்ராடாமஸ் தம் புத்தகத்தில் குறியீடுகளாக எழுதியுள்ளது என்றைக்கும் தீராத ஆச்சரியம். இன்னும் அவர் சொல்லியுள்ளது எதெல்லாம் நிகழப் போகிறதோ என உலகம் நகம் கடித்துக் கொண்டிருப்பது நிஜம்தான்.

'நாளை உதயத்தில் நீங்கள் என்னைப் பார்க்க முடியாது' என்று தனது அறுபத்தியிரண்டாவது வயதில் தனக்கே குறிசொல்லிக் கொண்ட நாஸ்ராடாமஸ், மறுநாள் விடியும்போது இறந்து கிடந்தார் (ஜூலை 2, 1566). பிரான்ஸில் சலான் என்ற இடத்திலுள்ள ஒரு சர்ச்சின் கல்லறைத் தோட்டத்தில் புதைக்கப்பட்டார்.

அங்கேதான் அந்த மூன்று பிரெஞ்சு வீரர்களும் தோண்டிக் கொண்டிருந்தனர். சிதைந்த சவப்பெட்டியும் எலும்புகளும் தட்டுப்பட்டன. ஆத்திரத்துடன் வேகமாகத் தோண்ட ஆரம்பித்தனர். அதே சமயத்தில் அப்பகுதியில் மன்னர் படைகளுக்கு எதிராகக் கலவரமும் நடக்க ஆரம்பித்திருந்தது. அவ்வப்போது துப்பாக்கிகள் வெடித்துக் கொண்டிருந்தன. இவை எல்லாம் நடந்து கொண்டிருந்தது 1791, மே மாதம்.

1789, ஜூலையிலேயே பிரஞ்சுப் புரட்சி ஆரம்பித்துவிட்டது. பிரான்ஸின் இடதுசாரி அரசியல் அமைப்புகளும் பொதுமக்களும் மன்னராட்சிக்கு எதிராக வீதியில் இறங்கிப் போராட ஆரம்பித்திருந்தனர். '1792ல் பிரான்ஸில் மன்னர் கொல்லப்படுவார்; மன்னராட்சி முடிவுக்கு வரும்' என்பதை சுமார் 230 வருடங்களுக்கு முன்பாகவே நாஸ்ராடாமஸ் கணித்துச் சொல்லியிருந்தார். அவர் சொன்னதுபோலவே மன்னருக்கெதிராகப் புரட்சி கொழுந்துவிட்டு எரியவும், பிரெஞ்சு வீரர்களால் பொறுத்துக் கொள்ள முடியவில்லை. அதனால்தான் அவரது கல்லறையைத் தேடி வந்திருந்தனர்.

நாஸ்ராடாமஸின் மண்டை ஓட்டை, வீரர்களில் ஒருவன் தன் கையில் எடுத்தான். அதில் மதுவை ஊற்றினான். 'எவன் ஒருவன் நாஸ்ராடாமிஸின் மண்டை ஓட்டில் மது ஊற்றி அருந்துகிறானோ, அவனுக்கு அவரது அபூர்வ சக்திகள் எல்லாம் கிடைத்துவிடும். ஆனால் அவன் உடனே இறந்துவிடுவான்' என்றொரு விஷயமும் காலம் காலமாகச் சொல்லப்பட்டு வந்தது. அதனால்தான் அபூர்வ சக்திபெற ஆசைப்பட்டவர்கள்கூட செத்துப் போய் விடுவோமோ என்று பயந்து நாஸ்ராடாமஸின் கல்லறையில் கைவைக்கவில்லை.

மண்டை ஓட்டு மதுவை உறிஞ்சுவதற்காக உதடுகளைக் கொண்டு சென்றவன் நெற்றியில் எங்கிருந்தோ வந்த தோட்டா ஒன்று பாய்ந்தது. நாஸ்ராடாமஸின் எலும்புக்கூட்டின் மேலேயே செத்து விழுந்தான் அவன். மற்ற இரண்டு வீரர்களுக்கும் போதை சட்டென இறங்கியது. பயத்துடன் அவனது உடலை வெளியில் எடுத்துப் போட்டனர். அப்போதுதான் அந்தக் குழியில் ஒரு தகடு இருப்பதைக் கண்டனர். எடுத்துப் பார்த்தனர். அதில் 'மே 1791' என எழுதப்பட்டிருந்தது. தன் மண்டை ஓடு தோண்டி எடுக்கப்படும் காலத்தையும் முன்னமே கணித்து வைத்திருந்தார் நாஸ்ராடாமஸ்.

'நாஸ்ராடாமஸின் கல்லறையை உடைப்பவர்கள் வெகு சீக்கிரமே தமக்கான கல்லறையைத் தேடிக் கொல்வார்கள்' என்ற நம்பிக்கையும் பரவியிருந்தது. அந்த இரண்டு பிரெஞ்சு வீரர்களும் பயந்து, அங்கிருந்து தப்பித்து ஓட ஆரம்பித்தனர். கலவரத்தில் அவர்களுக்கான முடிவு எழுதப்பட்டது.

ஒவ்வொரு மனிதனுக்குள்ளும் ஒரு 'நாஸ்ராடாமஸ்' இருக்கத்தான் செய்கிறார். அந்த நாஸ்ராடாமஸ் எப்போதுமே விழித்திருப்பதில்லை. சிலருக்கு அவ்வப்போதும், ஒரு சிலருக்கு மிக அரிதாகவும் 'உள்ளுணர்வாக' வெளிப்படுகிறார். ஏதாவது ஒரு சமயத்தில்,

ஏதோ ஒரு செயலைச் செய்வதாக இருப்போம். உள்ளுக்குள் ஓர் எச்சரிக்கை மணி ஒலிக்கும்; அல்லது விநோதமான உணர்வு மனத்தை ஆட்கொள்ளும். உடனே அச்செயலைத் தவிர்த்துவிடுவோம். பின் ஏதோ ஓர் ஆபத்திலிருந்து தப்பித்திருப்பதை உணர்வோம். சில சமயங்களில் ஏதோ ஒரு துன்பத்தில் சிக்கிக் கொண்ட பிறகு, முன்பே நம்மை 'உள்ளுணர்வு' எச்சரித்தது நினைவினில் வந்து சிரிக்கும்.

★

அமெரிக்க அதிபர் ஆபிரகாம் லிங்கனுக்கு இம்மாதிரியான உள்ளுணர்வுகள் மீது அபார நம்பிக்கை இருந்தது. அந்த உணர்வுகளின்படி முடிவுகளெடுப்பதை வழக்கமாக வைத்திருந்தார். தவிர கனவுகள் மீதும், ஆவிகள் மீதும் அவருக்குத் தனி ஈடுபாடு இருந்தது. ஏப்ரல் 5, 1865. நள்ளிரவு. அதிபர் மாளிகையில் தன் அறையில் ஆபிரகாம் லிங்கன் உறங்கிக் கொண்டிருந்தார்.

பெருங்குரலெடுத்து யாரோ அழும் சத்தம். லிங்கன், படுக்கையிலிருந்து எழுந்தார். தன் அறையை விட்டு வெளியே வந்தார். யாரும் தென்படவில்லை. படிகளில் இறங்கி கீழ்த் தளத்தில் ஒவ்வொரு அறைக்கும் சென்றார். யாருமே இல்லை. ஆனால் அழுகைச் சத்தம் அதிகமானது.

லிங்கன், மாளிகையின் கிழக்கு அறைக்குள் நுழைந்தார். அங்கே பலரும் கூடி நின்றனர். அவர்களை விலக்கிக் கொண்டு உள்ளே நுழைந்தார். அறையின் மையத்தில் அலங்கரிக்கப்பட்ட சவப்பெட்டி ஒன்றிருக்க, அதன் மேல் வெள்ளைத் துணி போர்த்தப்பட்டிருந்தது. பலர் அழுது கொண்டிருந்தார்கள். வீரர்கள் சூழ்ந்து நின்றார்கள். 'துணியை விலக்க முடியுமா? அது யாரென்று நான் தெரிந்துகொள்ளலாமா?' - லிங்கன், வீரர்களிடம் கேட்டார். ஒரு வீரன் பதில் சொன்னான்.

'படுகொலை செய்யப்பட்ட அமெரிக்க அதிபர்.'

லிங்கன், தன் படுக்கையிலிருந்து பதறி எழுந்தார். கனவு. அதற்குப் பின் தூக்கம் வரவில்லை. உடலில் நடுக்கத்தை உணர்ந்தார். இந்தக் கனவு பற்றி லிங்கன், குறிப்புகள் எழுதி வைத்தார். சில நாள்கள் கழித்து தனது அமைச்சரவை சகா ஒருவரிடம் சொல்லவும் செய்தார். அந்த அமைச்சரின் முகம் பயத்தில் வெளுத்துப் போனது.

ஏப்ரல் 14, 1865. அந்தக் கனவைப் பற்றி தனக்கு நெருக்கமான பாதுகாவலர் ஒருவரிடமும் சொன்னார் லிங்கன். பாதுகாவலருக்கு

சுடப்படும் லிங்கன்

வியர்த்தது. அன்று இரவு, வாஷிங்டனின் ஃபோர்ட் தியேட்டரில் Our American Cousin என்ற நாடகம் பார்க்க லிங்கன் தன் மனைவியுடன் சென்றார். நாடக இடைவேளையில், அவரது பாதுகாவலர் அந்த பால்கனியை விட்டு சற்றே வெளியே சென்றார். அந்த நேரத்தில் ஜான் வில்க்ஸ் பூத் என்ற நடிகர், லிங்கனின் பின்பக்கமிருந்து சுட்டார். பின் மண்டையில் குண்டு பாய்ந்தது. சுமார் ஒன்பது மணி நேரம் கோமாவிலிருந்த லிங்கன், மறுநாள் காலையில் இறந்துபோனார்.

★

புசுபுசுவென முடிகொண்ட அமெரிக்க ஓநாய்களை வேட்டை யாடுவது என்பது அமெரிக்கர்களின் பொழுதுபோக்குகளின் ஒன்று. பனி அதிகம் பொழியும் பிரதேசங்களில் காணப்படும் இந்த ஓநாய்கள், தொடர்ந்து வேட்டையாடப்பட்டதால் எண்ணிக்கையில் சுருங்கி கண்ணில் தென்படாமலேயே போகும் நிலைக்கு வந்தன. மெக்கிளேரி (E.H. McCleery) என்ற பென்சில்வேனியா வாழ் அமெரிக்கருக்கு விலங்குகள் பாசம் ரத்தத்திலேயே கலந்தது. இந்த அமெரிக்க ஓநாய்கள் அழிந்துவிடக் கூடாது என்ற கவலை அவரை வாட்டியது.

களத்தில் இறங்கினார். ஓநாய்களைக் காப்பதற்கென்றே பெரும்பாடுபட்டு 'சரணாலயம்' ஒன்றை உருவாக்கினார். அந்தப் பனிக்காட்டுக்குள் இருக்கும் ஓநாய்களை யாரும் வேட்டையாடாமல்

இரவும் பகலும் பார்த்துக் கொண்டார். ஓநாய்கள், அவரை ‘தாய்’போலக் கருதிப் பாசமழை பொழிய ஆரம்பித்தன.

மெக்கிளேரிக்கு புற்றுநோய் இருந்தது. தன் வாழ்க்கையின் இறுதிக் கட்டத்தில் இருப்பதை அவர் உணர்ந்திருந்தார். ஆகவே, ஜேக் லைன்ச் என்ற இன்னொரு ‘விலங்கு ஆர்வலரைக்’ கண்டுபிடித்தார். ஓநாய்கள் ஜேக்கிடமும் ஒட்டிக்கொண்ட கொஞ்ச காலத்திலேயே மெக்கிளேரி, நோய் முற்றி மருத்துவமனையில் அனுமதிக்கப்பட்டார்.

மே 23, 1962. நள்ளிரவு. சரணாலயத்தின் அலுவலகத்தில் இருந்த ஜேக், ஓநாய்கள் ஊளையிடுவதைக் கேட்டார். தொடர்ந்து பத்து நிமிடங்கள் ஊளை தொடர்ந்தது. பொதுவாக ஏதாவது வித்தியாசமான விஷயங்களைக் கண்டாலோ, எச்சரிப்பது என்றாலோ 20 விநாடிகள்தான் ஊளையிடும். இந்த நீண்ட ஊளை எதற்கு?

விடையை மறுநாள்தான் ஜேக்கால் புரிந்துகொள்ள முடிந்தது. ஓநாய்கள், 10 நிமிடங்கள் ஊளையிட்ட அந்த நள்ளிரவு சமயத்தில்தான் மருத்துவமனையில் மெக்கிளேரியின் உயிர் பிரிந்திருக்கிறது. அதைத் தங்களுக்குள் உணர்ந்துகொண்ட ஓநாய்கள் செலுத்திய அஞ்சலி அது. இன்னொரு விஷயம், சரணாலயத்துக்கும் மருத்துவமனைக்கும் இடைப்பட்ட தொலைவு சுமார் 35 கிமீ.

★

ஊளையிட்டுக் கொண்டும் உறுமிக் கொண்டும் பறக்கும் போர் விமானங்கள் எப்போது வேண்டுமானாலும் எங்கு வேண்டுமானாலும் குண்டு மழை பொழியலாம் என்ற இரண்டாம் உலகப்போர் சூழல். லண்டனில் நம்பர் 10, டௌனிங் தெரு. பிரிட்டன் பிரதமரின் அதிகாரபூர்வ இல்லம். வின்ஸ்டன் சர்ச்சில், தன் அமைச்சரவை சகாக்கள் சிலருடன் இரவில் ஓர் அவசரக் கூட்டத்தைக் கூட்டியிருந்தார். உணவு மேசை பதார்த்தங்களில் சூடு பறந்து கொண்டிருந்தது.

வெளியில் ஜெர்மானியப் போர் விமானங்கள் பறக்கும் சத்தம். சட்டென உள்மனம் ஏதோ சொல்ல, சர்ச்சில் அங்கிருந்து எழுந்து, வேகவேகமாக சமையலறைக்குள் புகுந்தார். சமையல்காரர்கள் இருவர், அங்கே வேலை பார்த்துக் கொண்டிருந்தனர். ‘இங்கே இருக்காதீர்கள். உடனே பதுங்கு குழிக்குள் புகுந்துகொள்ளுங்கள்.’

எச்சரித்துவிட்டு அங்கிருந்து மீண்டும் உணவு மேசைக்கு வந்தார். சமையல்காரர்கள் இருவருமே தாமதிக்காமல் பதுங்கு குழிக்குள் அடைக்கலமாகியிருந்தனர். சர்ச்சில், தன் நாற்காலியில் உட்கார்ந்த

காரில் சர்ச்சில்

மறுநிமிடம், சமையலறையை ஒட்டியுள்ள தோட்டப் பகுதியில் குண்டு வந்து விழுந்தது. சமையலறை முற்றிலும் சேதமடைந்தது.

இந்த உள்ளுணர்வுதான் இரண்டாம் உலகப்போரில் ஹிட்லரின் 'பாம்'களிலிருந்து சர்ச்சிலைப் பலமுறை காப்பாற்றி இருக்கிறது. ஹிட்லரின் தலைக்கனத்தைச் சமாளிக்க, சர்ச்சில் தன்னம்பிக்கையைக் கூடுதலாக்கிக் கொண்டிருந்தார். போர் நடக்கும் இடங்களுக்கு, துணிச்சலுடன் அடிக்கடி சென்றார். ஒருமுறை, போர் விமானங்களைத் தரையிலிருந்தபடியே சுட்டு வீழ்த்தும் வீரர்களுடன் நேரத்தைச் செலவிட்ட சர்ச்சில், தன் காருக்குத் திரும்பினார். வழக்கமாக காரின் பின் இருக்கையில் வலது பக்கம் அமர்ந்து செல்வார். அன்றைக்கும் வலது பக்கம் கார் கதவைத் திறந்தபோது, சற்றே யோசித்த சர்ச்சில், சுற்றிவந்து இடது பக்கம் அமர்ந்து கொண்டார்.

கார், சுமார் ஒரு மைல் சென்றிருக்கும். எங்கிருந்தோ வந்து விழுந்து வெடித்த குண்டில், காரின் வலது பக்கத்தில் பலத்த சேதம். இடது பக்கத்தில் அமர்ந்திருந்த சர்ச்சில், சிராய்ப்புகள்கூட இன்றி உயிர் தப்பினார். 'காருக்குள் வலதுபக்கம் ஏறும்போது 'வேண்டாம்' என்றொரு குரல் எனக்குள் கேட்டது. அதனால்தான் மாறி உட்கார்ந்தேன்' என்றார் சர்ச்சில் தன் மனைவியிடம் சாவகாசமாக.

மிகவும் சாவகாசமாகத்தான் அந்தப் பேட்டியைக் கொடுத்துக் கொண்டிருந்தார், அலெக்ஸ் தனோஸ் என்ற அமெரிக்க மனோதத்துவ நிபுணர். நியு யார்க் நகரில், 73வது மேற்குத் தெருவில் அமைந்திருந்த American Society for Physical Research என்ற தனோஸின் அலுவலகத்தில்தான் பேட்டி பதிவாகிக் கொண்டிருந்தது. என்பிசி ரேடியோவுக்காக அதனை ஒலிப்பதிவு செய்துகொண்டிருந்த லீ ஸ்பைஜெல், தனோஸின் வாழ்க்கையிலிருந்து பல கேள்விகளைக் கேட்டுக் கொண்டிருந்தார்.

'எனக்கு நெருக்கமானவர்களை, என்னைச் சுற்றியிருப்பவர்களை மரணம் நெருங்குகிறது என்றால், அதை என்னால் உணர்ந்து கொள்ள முடியும். சிறு வயதிலிருந்தே என் உள்ளுணர்வு எனக்கு அதைச் சொல்லிவிடும்' என தனோஸ் தன் அனுபவங்களை விவரித்துக் கொண்டிருந்தார். சுவாரசியமாக பேட்டி நீண்டது.

ஜான் லெனான்

'சரி, இந்த பேட்டியின் கடைசி தருணத்தில் இருக்கிறோம். எங்கள் ரேடியோவில் ராக் இசையை விரும்பிக் கேட்கும் நேயர்கள் அதிகம். அவர்களுக்காக, உங்கள் உள்ளுணர்வு சொல்லுகின்ற, வருங்காலத்தில் நடக்கவிருக்கும் செய்தி ஒன்றைக் கூறுங்கள்' - லீ கேட்டார்.

கொஞ்சமும் யோசிக்காமல் தனோஸ் பதில் சொன்னார். 'எனக்குள் நான் உணர்ந்த விஷயம்தான் இது. நீங்கள் மிகவும் விரும்பும் ஒருவர், விரைவிலேயே தன் மரணத்தைச் சந்திக்கப் போகிறார். அவர், புகழ்பெற்ற ஒரு ராக் இசைப் பாடகர். வேறு தேசத்தில் பிறந்து இங்கே அமெரிக்காவில் வந்து வசிப்பவர். இந்தக் கணத்திலிருந்து எப்போது வேண்டுமானாலும் அவர் கொடூரமாகக் கொல்லப்படலாம். அவரது மரணம் பல ரசிகர்களின் இதயத்தை நொறுங்கச் செய்யும்...'

பேட்டி எடுத்துக் கொண்டிருந்த லீ, உறைந்து உட்கார்ந்திருந்தார். ஒலிப்பதிவு முடிந்தவுடன் தனோஸிடம் தனிப்பட்ட முறையில்

‘யார் அந்த ராக் பாடகர்?’ என்று கேட்டுப் பார்த்தார். தனோஸ், பதில் சொல்லவில்லை. லீ, ஒரு காகிதத்தில் வேகவேகமாக ஐந்து பெயர்களை வரிசையாக எழுதினார். அதை வாசித்த தனோஸ், ஒன்றும் சொல்லாமல் புன்னகையுடன் லீக்கு விடைகொடுத்தார்.

என்பிசி ரேடியோவில் அந்த பேட்டி, செப்டெம்பர் 8, 1980 அன்று ஒலிபரப்பானது. பேட்டியைக் கேட்ட பலருக்கு பேரதிர்ச்சி. இவராக இருக்குமோ, அவராக இருக்குமோ என்ற சிந்தனையிலேயே பலரது தூக்கம் பறிபோனது. சில நாள்களில் அந்த பேட்டியின் சூடு ஆறிப்போனது.

அதே வருடத்தின் டிசம்பர் 8. ஒரு புகழ்பெற்ற ராப் பாடகர் படுகொலை செய்யப்பட்டார். நியு யார்க் நகரில் அவர் வசித்து வந்த டகோடா அபார்ட்மெண்ட் வாசலில், மார்க் டேவிட் என்பவனால் சுட்டுக் கொல்லப்பட்டார். விஷயத்தைக் கேள்விப்பட்ட பலர் விரக்தியின் உச்சத்தை அடைந்தனர். உலகமே துக்கம் கொண்டாடியது. அந்த ராக் பாடகர், பிரிட்டனின் லிவர்பூலில் பிறந்தவர். அமெரிக்காவில் வசித்தவர். கோடிக்கணக்கான ரசிகர்களைத் தன் பாடல்களால் மயக்கியவர். வேறு யாருமல்ல, Beatles என்ற ராக் இசைக்குழுவை உருவாக்கியவர்களுள் ஒருவரான ஜான் லெனான்.

சம்பவம் நடந்தபோது, தனோஸ் தன் அலுவலகத்தில் இருந்தார். அந்த அலுவலகத்துக்கு எதிரில்தான், ஜான் லெனான் வசித்த அந்த அபார்ட்மெண்ட்ஸ் இருந்தது. லீ, தனோஸிடம் நீட்டிய பட்டியலில் இருந்த முதல் பெயர்கூட ஜான் லெனான்தான்.

★

டேவிட் பூத்கூட, ஜான் லெனானின் தீவிர ரசிகர்தான். அறையில் ராக் பாடல்களை அலற விட்டு, அப்படியே தூங்கிப் போவார். விடிந்தும் தாமதமாகத்தான் எழுந்திருப்பார். ஆனால் அன்றைக்கு அதிகாலையிலேயே பதறி எழுந்து உட்கார்ந்தார் டேவிட். நாக்கு வறண்டு போயிருந்தது. குளிர்ந்த நீர், அவரைக் கொஞ்சம் ஆசுவாசப்படுத்தியது. ‘எனக்கு வந்தது கனவுதானா?’ - டேவிட்டுக்குக் குழப்பம் தீரவில்லை. விமான என்ஜின்களின் சத்தம் இன்னமும் அவர் காதுகளில் கேட்பதுபோலவே இருந்தது. ஒரு விமானம் விழுந்து நொறுங்குவதாகக் கனவு கண்டிருந்தார்.

மறுநாளும் இரவில் அவர் கனவில் விமானம் பறந்தது. கீழே விழுந்து நொறுங்கி விபத்துக்குள்ளானது. அதற்கு அடுத்த நாள் அதே கனவு தொடர்ந்தது. அன்று அது ஓர் அமெரிக்க விமானம் என்பதை டேவிட்டால் உணர முடிந்தது. அதற்குப் பின் இரவில் தூங்க

வேண்டும் என்றாலே டேவிட்டைப் பயம் சூழ்ந்தது. தன்னையும் மீறி கண்ணயரும் சமயத்தில் அதே விமான விபத்து கனவு அவரைத் துரத்தியது. தொடர்ந்து பத்து நாள்கள். ஒரே கனவு.

பதினோராவது நாளில் தனக்குக் கனவு வரவில்லை என்று தூக்கத்திலிருந்து விழித்தபோது டேவிட் உணர்ந்தார். அன்றைக்கு வந்திருந்த செய்தித்தாளை எடுத்து அவசர, அவசரமாகப் புரட்டினார். வானொலியை ஆன் செய்தார். டீவியிலும் செய்திகள் பார்த்தார். எதிலும் எந்த விமான விபத்து பற்றியும் செய்தி வரவில்லை. கொஞ்சம் நிம்மதியாக இருந்தது. அமெரிக்காவின் சின்சினாட்டியில் ஒரு தனியார் கம்பெனியில் மேலாளராக வேலை பார்த்த டேவிட்டுக்கு, இந்தக் கனவுகள் வந்தது, 1979, மே மாதத்தில்.

'ஏதோ பெரிய விமான விபத்து எங்கோ நடக்கப்போகிறது என்று மட்டும் எனக்குத் தெரிகிறது. எனக்கு வந்ததைக் கனவு என்று சொல்ல மாட்டேன். டீவியில் பார்ப்பதுபோல, விபத்துக் காட்சிகள் என் கண் முன் வரிசையாக ஓடின' - டேவிட், தனக்கு நெருங்கியவர்களிடம் புலம்பினார். அவர்களது ஆலோசனைப்படி, சின்சினாட்டி ஏர்போர்ட்டுக்கு போன் செய்து தன் கனவு பற்றி சொன்னார். அமெரிக்கன் ஏர்லைன்ஸ் நிறுவன அலுவலகத்துக்கும் போன் செய்தார். ஒரு மனோதத்துவ நிபுணரிடமும் சென்று பேசி னார். 'என்றைக்கு, எந்த தினத்தில், எந்த விமானம் விபத்துக்கு உள்ளாகப்போகிறது?' என்ற கேள்விக்கு டேவிட்டிடம் பதில் இல்லை.

அதே மே 26 அன்று, DC-10 என்ற அமெரிக்கன் ஏர்லைன்ஸ் விமானம், சிகாகோ விமான நிலையத்தில் விபத்துக்குள்ளாகி நொறுங்கி தீப்பிடித்து எரிந்தது. 275 பேர் உயிரிழந்தனர். அமெரிக்காவின் மோசமான விமான விபத்து என்று பரபரத்த பத்திரிகைகள், டேவிட் பூத்தின் கனவு பற்றியும் செய்தி சொல்லின. பலரும் டேவிட்டைத் தேடி வந்தார்கள்.

வருத்தத்தில் மூழ்கியிருந்த டேவிட், எல்லோருக்கும் ஒரே பதிலைத்தான் சொன்னார். 'நான் அந்த விமானத்தில் செல்லவில்லை. எனக்கு நெருக்கமானவர்களும் அதில் செல்லவில்லை. எனக்கு ஏன் அப்படி ஒரு கனவு வரவேண்டும்? என்னால் விபத்தைத் தடுக்க முடியவில்லையே. இந்தக் கனவினால் என்ன பிரயோசனம்? என் உள்ளுணர்வு எச்சரித்தும், இத்தனை பேர் உயிரிழப்புக்கு நானும் ஒரு காரணமாகி விட்டேனே என்ற குற்ற உணர்வு காலத்துக்கும் என்னை விட்டு நீங்காது.'

கிளியோபாட்ராவின் கல்லறை

பகலில் ஒரு குட்டித்தூக்கம், அதாவது பத்து இருபது நிமிடங்கள் தூங்குவதை 'நெப்போலியன் தூக்கம்' என்பார்கள். ஆங்கிலத்தில் Nap (Napolean என்ற வார்த்தையின் முதல் மூன்றெழுத்து). மாவீரன் நெப்போலியன் நினைத்த நேரத்தில் குட்டித்தூக்கம் போடுவார். குதிரையில் செல்லும்போதுகூட நிமிட நித்திரைக்குள் சென்று திரும்புவார். மேற்படித் தகவலுக்கும் இந்த அத்தியாயத்துக்கும் சம்பந்தமில்லை. நாம் பார்க்க வேண்டியது பல்வேறு சர்ச்சைகள் கொண்ட நெப்போலியனின் இறுதித் தூக்கம் பற்றி.

கிபி 1815. பிரெஞ்சுப் பேரரசுக்கும் பிரிட்டன் கூட்டுப் படைகளுக்கும் வாட்டர்லூ (பெல்ஜியம்) என்ற இடத்தில் நடந்த போரில், நெப்போலியன் தோற்றுப் போனார். அட்லாண்டிக் பெருங்கடலிலுள்ள செயிண்ட் ஹெலினா என்ற தீவில் சிறையிலடைக்கப்பட்டார். 1821, பிப்ரவரியிலிருந்து நெப்போலியனின் உடல்நிலையில் பாதிப்பு ஏற்பட்டது. அந்த மே 3ல் வயிற்றுவலியால் துடித்தார். வந்து பார்த்த பிரிட்டிஷ் மருத்துவர்கள், வலி நிவாரணியை மட்டும் கொடுத்துவிட்டு நகர்ந்தனர். மே 5ல் நெப்போலியனின் வலிக்கு நிரந்தர நிவாரணியாக மரணம் கிடைத்தது.

20

பிரேத பரிசோதனை அறிக்கை, 'நெப்போலியன் இரப்பைப் புற்றுநோயால் இருந்தார்' என்றது.

நெப்போலியன் அந்தச் சிறையிலிருந்து தப்பித்திருந்தால் ஐரோப்பாவின் வரலாறு மாறியிருக்கும். அவர் அங்கே கொல்லப்பட்டிருந்தாலும் எதிர் விளைவுகள் வேறு மாதிரி இருந்திருக்கும். நெப்போலியன் தப்பிக்காத வகையில் பார்த்துக் கொண்ட பிரிட்டிஷார், அவரது சிறை அறைச்சுவரில் ரகசியமாக ஆர்சனிக் நச்சைத் தடவியிருந்தனர். அதைத் தொடர்ந்து சுவாசித்துக் கொண்டிருந்த நெப்போலியனின் உடலில் நச்சு கொஞ்சம் கொஞ்சமாகக் கலந்து அவரைக் கொன்று விட்டது என்று சென்ற நூற்றாண்டில் திடீரென ஒரு சர்ச்சை கிளம்பியது. நெப்போலியனின் சேகரித்து வைக்கப்பட்ட முடியில் ஆர்சனிக்கின் படிவுகள் இருப்பதையும் நிரூபித்தனர்.

அதெல்லாம் இல்லை, நெப்போலியனின் தந்தைக்கும் இரைப்பைப் புற்றுநோய்

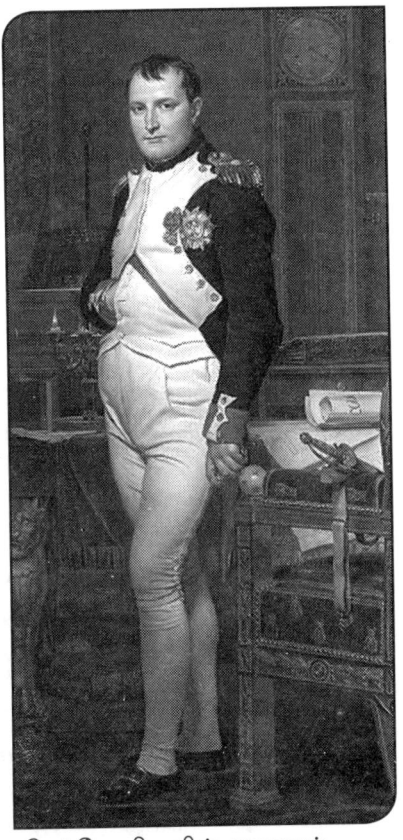

நெப்போலியனின் கையைக் கவனியுங்கள்

இருந்திருக்கிறது. அவர்கள் குடும்பத்தில் சிலருக்கும் வயிறு சம்பந்தப்பட்ட நோய்கள் இருந்திருக்கின்றன. நெப்போலியனின் பெரும்பாலான கம்பீர ஓவியங்களில்கூட அவர் தன் வலதுகையை சட்டைக்குள் வைத்து வயிற்றைப் பிடித்தபடி இருப்பது அதனால் தான் என்று ஒரு தரப்பினர் வாதிடுகிறார்கள். 'இரப்பைப் புற்று நோயால் பாதிக்கப்பட்டபின் அதிகபட்ச ஆயுட்காலம் ஒரு வருடமே' என்று இன்றைய மருத்துவ நிபுணர்களும் ஸ்டெதாஸ்கோப் மேல் சத்தியம் செய்கிறார்கள். ஓவியத்தில் இருக்கும் நெப்போலியன், தன் கையை சட்டைக்குள்ளிலிருந்து எடுத்து இதற்கெல்லாம் சைகையால் பதில் சொன்னால் உண்மை தெளிவாகும்.

அதென்னமோ தெரியவில்லை. வரலாற்றில் நாம் அதிகம் கொண்டாடும் மாவீரர்களின், பேரழகிகளின் மரணத்தோடு மர்மமும் காலம் காலமாக ஒட்டிக் கொண்டேதான் இருந்திருக்கிறது. அகவை 52ல் இறந்துபோன நெப்போலியன் ஃபோனபார்ட்டுக்கு அப்படி என்றால் அகவை 32ல் மரித்துப்போன கிரேக்க மாவீரன் அலெக்ஸாண்டருக்கு இப்படி.

கிமு 334 - 323க்கு இடைப்பட்ட சுமார் பதினோரு வருடங்கள். கிரீஸில் ஆரம்பித்து எகிப்து, பாபிலோனியா வழியாக இந்தியாவின் பஞ்சாப் வரை ஏறத்தாழ இருபதாயிரம் மைல்கள் படையெடுப்பு. வெற்றி மேல் வெற்றி. என்ன, வீரர்கள் தொடர் போரினாலும் பயணத்தினாலும் களைப்படைந்து போனார்கள். கிரீஸுக்கே திரும்பி விடலாம் என்று முடிவெடுத்தார். கடுமையான பயணம். பாரசீகத்தின் ஒரு பாலைவனத்தில் ஓய்வின்றி தொடர்ந்து இரு மாதங்கள் பயணம் செய்து பாபிலோனை அடைவதற்குள் அலெக்ஸாண்டர் துவண்டுவிட்டார்.

பாபிலோனுக்குள் நுழையும்போது இரண்டு கழுகுகள் கடுமையாகச் சண்டையிட, அதில் ஒன்று அலெக்ஸாண்டருக்கு வலதுபக்கம் செத்து விழுந்தது. 'சகுனமே சரியில்...' என்று சொல்லிமுடிப்பதற்குள் அடுத்த செய்தி. 'அரசரே, தங்களது செல்லச் சிங்கத்தை, கழுதை ஒன்று பலமாக உதைத்துவிட்டது. சுருண்டு விழுந்த சிங்கம் இறந்துவிட்டது.'

அலெக்ஸாண்டர் எதையும் மனத்தில் ஏற்றிக் கொள்ளவில்லை. பாபிலோனில் தங்கினார். அடுத்த சில நாள்களில் உலகத்திலிருந்தே விடைபெற்றார் (கி.மு. 323, ஜூன் 10 அல்லது 11). மரணத்துக்கான காரணம்?

பாபிலோனில் அலெக்ஸாண்டர் தன் நண்பர்களுக்காக விருந்து ஒன்றை வைத்தார். அதில் அவர் குடித்த ஒயினின் விஷம் கலக்கப் பட்டிருந்தது. இல்லையில்லை, போதையில் தள்ளாடிக் கீழே விழுந்த அலெக்ஸாண்டரின் வயிற்றுப் பகுதியில் ரத்தக் காயம் ஏற்பட்டது. அக்காயத்துக்கு நண்பர்கள் சிறகால் மருந்து தடவினார்கள். அது மருந்தல்ல, ரத்தத்தில் கலக்கும் விஷம். அதெல்லாம் இல்லை. அலெக்ஸாண்டர் மலேரியா அல்லது டைபாய்டு காய்ச்சலால்தான் இறந்தார்.

இப்படிப் பல காரணங்கள் அடுக்கப்படுகின்றன. அந்த வெப்பப் பிரதேசத்தில் கொசு மூலம் மலேரியா பரவ வாய்ப்பில்லை. டைபாய்டு அப்போது அங்கே பரவியதற்கான வேறு ஆதாரங்கள்

அலெக்ஸாண்டரின் இறுதி நிமிடங்கள்

இல்லை. எனில் விஷம் செய்த விஷமம்தானா? எதையும் உறுதியாகச் சொல்வதற்கில்லை.

சரி, அலெக்ஸாண்டரின் உடலை எங்கே புதைத்தார்கள்? அது குறித்தும் தெளிவான தகவல் கிடையாது. அதிலும் ஆயிரத்தெட்டு சர்ச்சைகள். அலெக்ஸாண்டருக்கு நெருக்கமான தளபதிகளில் ஒருவரான தால்மி, அவரது உடலை எகிப்துக்கு எடுத்துச் சென்றார். அங்கே அலெக்ஸாண்டரால் நிர்மாணிக்கப்பட்ட அழகான துறைமுக நகரமான ‘அலெக்ஸாண்டிரியா’வில் அவரது இறுதிச் சடங்குகள் நிகழ்த்தப்பட்டன என்பது பரவலான நம்பிக்கை.

அந்தத் தால்மிதான் அதற்குப் பின், அலெக்ஸாண்டிரியாவைத் தலைநகராகக் கொண்டு எகிப்தை ஆள ஆரம்பித்தார். தால்மியின் பரம்பரையில் வந்த கடைசி ஆட்சியாளர் பெயர் நமக்கு மிகவும் பரிச்சயமானது. ஏழாம் கிளியோபாட்ரா. கழுதைப்பால் குளியல் புகழ் கட்டழகி. ரோமப் பேரரசின் தலைவர் ஜூலியஸ் சீஸரின் காதலி. அவரது இறப்புக்குப் பின், ரோமின் வீரத்தளபதி மார்க் ஆண்டனியின் காதலியாக வலம் வந்தவள். ரோம் பேரரசின் அசுரப் பிடியில் எகிப்து வீழ்ந்துவிடாமல் இருப்பதற்கு கிளியோபாட்ரா பயன்படுத்திய ஆயுதம், அவளது அழகும் வசீகரமும். சீஸரும் ஆண்டனியும் அதில்தான் மயங்கினர் என்பது ஏற்றுக்கொள்ளப்பட்ட கருத்து.

ஆனால் கிளியோபாட்ராவை நேரிலேயே சந்தித்திராத ரோமப் பேரரசின் தலைவர் அகஸ்டஸ், அவள் பிடியில் சிக்கவில்லை. படையெடுத்துவந்து எகிப்தைக் கைப்பற்றினார். அலெக்ஸாண்டிரியாவைச்

கிளியோபாட்ரா

சுற்றி வளைத்தார். அகஸ்டஸால் அரண்மனைக் கைதியாக வைக்கப்பட்டிருந்த கிளியோபாட்ரா தற்கொலை செய்து கொண்டாளென வதந்தி பரவியது. அதை நம்பிய ஆண்டனி தற்கொலை செய்துகொண்டார். தன் காதலன் இல்லாத உலகில் வாழ கிளியோபாட்ராவுக்கு விருப்பம் இல்லை. தானும் தற்கொலை செய்து கொண்டாள். அரண்மனையில் தன் அறையில் மஞ்சத்தில் மரித்துக் கிடந்தாள். அருகிலேயே அவளது பணிப்பெண்கள் இருவரும் மரணகோலத்தில்.

அந்த மரணத்தின் மர்மங்கள் சாகாவரம் பெற்றவை. கிளியோபாட்ரா தற்கொலை செய்துகொண்டது எப்படி?

எகிப்தியன் கோப்ரா என்ற பெயரால் அழைக்கப்படும் Naja வகைப் பாம்பைத் தன் மார்பில் கடிக்க வைத்து கிளியோபாட்ரா இறந்துபோனாள். இது புளூடார்ச் உள்ளிட்ட பல சரித்திர ஆசிரியர்கள் எழுதி வைத்துள்ளது. இறந்து கிடக்கும் கிளியோபாட்ராவின் திறந்த மார்பில் பாம்பு ஒன்று ஊர்ந்து செல்வதாகத்தான் பல பழைய ஓவியங்களும் அமைந்துள்ளன. ஷேக்ஸ்பியர் உள்ளிட்ட சிலர், கிளியோபாட்ரா மார்பில் ஒன்று, கையில் ஒன்று என்ற இரண்டு பாம்புகளைக் கடிக்க விட்டு தற்கொலை செய்துகொண்டதாக எழுதியுள்ளனர். ஆனால் எகிப்திய கோப்ரா வகை பாம்பு கடித்தால் விஷம் மெதுவாகத்தான் உடலில் பரவுமாம். உடனடி மரணம் நிகழாதாம்.

கிளியோபாட்ரா, விஷம் தடவப்பட்ட தங்க ஊசிகளைத் தன் மணிக்கட்டில் குத்திக் கொண்டு இறந்தாள் என்னும் கருத்தும் உண்டு. இறந்து கிடந்த கிளியோபாட்ராவின் உடலைச் சோதனையிட்ட அகஸ்டஸ், அவளது கையில் இரு மெல்லிய துளைகளைக்

கண்டதாகவும் குறிப்புகள் உள்ளன. 'தன் உடல் அழகைப் போற்றிப் பாதுகாத்த கிளியோபாட்ரா, பாம்பைக் கடிக்கவிட்டு, உடலெங்கும் நீலமாகிக் கொடூரமாக வலியோடு இறந்துபோவதை விரும்பியிருக்க மாட்டாள். அவள், ஹெம்லாக் என்ற தாவரத்தின் கொடூர விஷத்தை, ஓபியத்தில் கலந்து சாப்பிட்டு இருக்கலாம். அது உடனடி மரணத்தைத் தரக்கூடியது' - என்பது ஜெர்மனியைச் சார்ந்த Christoph Schaefer என்ற சரித்திர ஆசிரியரின் கோணம்.

'அலெக்ஸாண்டரின் கல்லறை அலெக்ஸாண்டிரியாவில்தான் இருந்தது' என்பதை எப்படி நிரூபிக்கப்படவில்லையோ, அதேபோல அலெக்ஸாண்டிரியாவில் பிறந்து வளர்ந்து வாழ்ந்து இறந்த கிளியோபாட்ராவின் கல்லறையும் எங்கே இருக்கிறது என்பது குறித்த மர்மமும் சீரஞ்சிவியாக வாழ்ந்து கொண்டுதான் இருக்கிறது. அதேநிலைதான் பேரரசர் செங்கிஸ்கானுக்கும்.

செங்கிஸ்கான்

சாதாரண மங்கோலிய நாடோடிக் கூட்டத்தில் பிறந்தவர். அப்போது மங்கோலியா என்ற தேசமே கிடையாது. சிதறிக் கிடக்கும் நாடோடிக் கூட்டங்களையெல்லாம் ஒன்றிணைத்து 'மங்கோலியர்கள்' என்ற அடையாளம் கொடுத்தார். பின் சீனப் பேரரசையே சிதறடித்து, மாபெரும் 'மங்கோலியப் பேரரசு' உருவாவதற்கான அடித்தளத்தை வலுவாக அமைத்துக் கொடுத்தார்.

1227. கோபி பாலைவனத்தில் தம் படைகளோடு பயணம் செய்து கொண்டிருந்த செங்கிஸ்கானின் கண்களில் அந்த பழுப்பு நிற காட்டுக்குதிரை பட்டது. அதை அடக்க நினைத்து, துரத்திப் பிடித்து, தாவி ஏறினார். அது தன் முன்னங்கால்களை கூடிய மட்டும் உயர்த்தி செங்கிஸ்கானைக் கீழே தள்ளிவிட்டு மறைந்தது. அகவை அறுபதைக் கடந்த பேரரசருக்குப் பெருத்த காயம். படுக்கையில் விழுந்தார். ஒரு கோடையின் இறுதியில் இறந்தார்.

அவர் நிமோனியாவால் பாதிக்கப்பட்டு இறந்தார் என்பது சிலரது கருத்து. அவர் சிறைபிடித்து வைத்திருந்த இளவரசி ஒருத்தி தன் பிறப்புறுப்பில் சிறுகத்தி போன்ற ஆயுதத்தை புதைத்து

வைத்திருந்தாள். அவளோடு உறவில் இவர் ஈடுபட... ம்... செங்கிஸ்கானின் மரணத்தையும் மர்மம் விட்டுவைக்கவில்லை.

இறந்த உடலை குதிரையின் முதுகில் ஏற்றி, மலைப்பகுதிக்குக் கொண்டு செல்வார்கள். உடல் எங்கே விழுகிறதோ அங்கேயே விட்டுவிடுவார்கள். பறவைகளும் மற்றவையும் உண்ணவேண்டும் அல்லது அது இயற்கையாகவே மக்கிப் போக வேண்டுமென்பதே மங்கோலியர்களின் வழக்கம். அவரது மனைவிகளில் ஒருத்தியான யெசுய், எளிமையாக இறுதிச் சடங்குகள் செய்து, மலைப்பகுதி ஒன்றில் செங்கிஸ்கானின் உடலைப் போட்டிருக்கலாம். நினைவுச் சின்னங்கள் எதுவும் கட்டியிருக்க வாய்ப்பில்லை. இது சிலரது வாதம்.

இல்லை, செங்கிஸ்கானின் உடலை மங்கோலியாவுக்கு எடுத்துச் சென்று அவரை ரகசியமாக ஓரிடத்தில் புதைத்து, அடிமைகளைக் கொண்டு கல்லறையும் கட்டினார்கள். பின் ரகசிய இடம் வெளிப்பட்டுவிடக்கூடாதென அடிமைகளைக் கொன்றுவிட்டார்கள் என்பது இன்னொரு தரப்பினரின் ஆணித்தரமான வாதம். இன்றும்கூட தொல்பொருள் ஆய்வாளர்கள் செங்கிஸ்கானின் கல்லறையைத் தேடி சீன, மங்கோலிய பகுதிகளில் திரிந்துகொண்டிருக்கிறார்கள். காரணம், செங்கிஸ்கானின் வழியில் வந்த பேரரசர் குபிலாய் கான், தன்னை செங்கிஸ்கானின் கல்லறைக்கு அருகில்தான் புதைக்க வேண்டும் என்று கேட்டுக் கொண்டார். அப்படியே செய்தார்களாம். ஆக இரண்டு இருண்ட கல்லறைகளின் மேல் வெளிச்சம் பாய்ச்ச நூற்றாண்டுகளாக பலர் போராடி வருகின்றனர். விடை கிடைத்தபாடில்லை.

இந்த அத்தியாயத்தை விட்டு விலகியும் விலகாமலும் இன்னொரு கொசுறுத் தகவல். ஒரு சமயம் போரில் பீரங்கிக் குண்டுகளுக்கு தட்டுப்பாடு ஏற்பட்டு விட்டதாம். ஆனால் செங்கிஸ்கான் வசம் நிறைய தங்கம் இருந்ததாம். 'தங்கத்தில் குண்டு செய்யுங்கள்' என கட்டளையிட்டாராம். அந்தப் போரில் பயன்படுத்தப்பட்டு வெடிக்காத தங்க குண்டுகளை மங்கோலியப் பாலைவனப் பகுதியில் இப்போதுகூட கும்பல் கும்பலாகத் தேடி வருகிறார்கள்.

21

ஆவி அரிகோ ஆபரேஷன்

இறந்துபோன ஒரு டாக்டர், ஆவியாக ஒரு நபரின் உடலுக்குள் புகுந்து, உடல் நலம் பாதிக்கப் பட்டவர்களுக்கு சிகிச்சை அளிக்க முடியுமா?

இந்தக் கேள்விக்குப் பின் உள்ள மர்மத்தை நோக்கித்தான் நாம் அடுத்ததாகச் செல்லப் போகிறோம். இந்த மர்மம், தலைவலியின் வேதனையிலும் விநோதக் கனவுகளிலும் ஆரம்பித்து, பல நோயாளிகளின் தீராத வலிகளைத் தீர்த்துவைத்து, சுமார் இருபதாயிரம் பேர் பங்குபெற்ற இறுதி ஊர்வலத்தின் ஊடே பயணம் செய்து, இன்றைய தேதி வரை விடை கண்டுபிடிக்க முடியாமல் ஒரு இன்ஜினியரின் உருவத்தில் வாழ்ந்து கொண்டிருக்கிறது. இந்த மர்மத்தின் முழுப் பரிமாணத்தையும் நாம் உணர்ந்துகொள்ள பிரேசில் வரை செல்ல வேண்டும். போகலாமா?

Jose Pedro de Freitas என்பது அவரது முழுப்பெயர். 1918ல் பிரேசிலின் பெலோ ஹரிசாண்டே என்ற மாவட்டத்திலுள்ள ஒரு சிற்றூரில் சாதாரண விவசாயக் குடும்பத்தில் பிறந்தவர். சிறுவயதில் கொழுகொழுவென இருந்ததால் வீட்டில் எல்லோரும் செல்லமாக 'அரிகோ' என்று அழைக்க ஆரம்பித்தனர். அதன் பொருள் 'நாட்டுப் பூசணிக்காய்.' பின்னர் அந்தப் பெயரே நிலைத்துப் போனது.

பள்ளி நாள்களில், ஆசிரியர் பாடம் நடத்திக் கொண்டிருக்கும்போது, சில சமயங்களில் அரிகோ வின் நினைவுகள் எங்கேயோ போய்விடும்.

விநோதமான உலகம் கண்களுக்குத் தெரியும். ஏதோ புரியாத மொழியில் யாரோ ஒருவரது குரல் அவனுக்குள் கேட்கும். பிரமை பிடித்து உட்கார்ந்திருக்கும் அரிகோவை, மற்றவர்கள் உலுக்கி இயல்புக்குக் கொண்டு வருவார்கள். அதன்பின், அந்த நினைவுகள் அரிகோவுக்கு மறந்துபோகும். எப்போதாவது கனவில் அந்தக் குரல் கேட்க, அரிகோ பயந்து எழுந்து உட்கார்ந்ததுண்டு. ஆனால் பெரிய அளவில் உடல்நல பாதிப்போ, தொந்தரவோ நேர்ந்ததில்லை.

அரிகோ, குடும்பச் சூழல் காரணமாக தன் பதினாலாவது வயதிலேயே அருகிலுள்ள சுரங்கம் ஒன்றில் பணிக்குச் சேர்ந்தார். நாளடைவில் வேலை பழகிப் போனது. வேலை, நண்பர்களுடன் பொழுதுபோக்கு, ஓய்வு என்ற ஒரே மாதிரியான வாழ்க்கை. பணியின்போதும் அவரை அந்த விநோதக் குரல் எப்போதாவது துரத்தத்தான் செய்தது. தொழிலாளர் சங்கத்தில் உறுப்பினராக இருந்த அரிகோ, தன் இருபத்தைந்தாவது வயதில் தேர்தலில் நின்று வெற்றிபெற்று 'யூனியன் பிரஸிடெண்ட்' ஆனார். தொழிலாளிகளுக்காகப் போராடியதில் முதலாளிகளுடன் ஏகப்பட்ட உரசல். அரிகோ, பணியிலிருந்து நீக்கப்பட்டார். அடுத்ததாக கான்கோன்ஹஸ் (Congonhas) என்ற ஊரில் ஒரு பாரில் மேலாளர் வேலை கிடைத்தது. திருமணம். குழந்தைகள். இல்லற வாழ்க்கை.

அடிக்கடி இரவில் தலைவலியால் துடிக்க ஆரம்பித்தார் அரிகோ. தூக்கத்துக்கு மாத்திரை சாப்பிட்டுப் படுத்தால்கூட மன அழுத்தம் காரணமாகத் தூங்க இயலவில்லை. அப்படியே அசந்து தூங்கினாலும் மர்மமான கனவு ஒன்று அவரைப் படுத்தி எடுத்தது. கனவில் ஓர் ஆஸ்பத்திரி தெரிந்தது. அங்கே நோயாளிகளையும் நர்ஸ்களையும் கடந்து நடந்து சென்ற அரிகோ, ஓர் அறைக்குள் நுழைந்தார். அது ஆபரேஷன் தியேட்டர். பருமனான உடல், வழுக்கைத் தலையுடன் வெள்ளை கோட் அணிந்த டாக்டர் ஒருவர், சிரித்தபடி அரிகோவை வரவேற்றார். அவர் ஒரு நோயாளிக்கு அறுவை சிகிச்சை செய்துகொண்டே அரிகோவிடம் புரியாத மொழியில் ஏதேதோ பேசினார். சிறு வயதிலிருந்து அரிகோவுக்குள் கேட்டுக் கொண்டிருந்த அதே குரல்தான் இது.

குரலைக் கேட்டவுடன் அரிகோவுக்கு விழிப்பு வந்துவிடும். மீண்டும் தூங்க முடியாது. தலைவலி உயிர் போகும். இதே ஆபரேஷன் தியேட்டர் கனவு மீண்டும் மீண்டும் அவரைத் தொந்தரவு செய்தது. என்ன செய்வதென்றே தெரியாமல், மருத்துவர்களிடம் சென்றார். மருந்து மாத்திரைகள் கொடுத்தார்கள். அவை பிரயோசனப் படவில்லை. சர்ச்சுக்குப் போனார் அரிகோ. அவருக்கு நெருக்கமான

பாதிரியாரிடம் மனம்விட்டுப் புலம்பினார். 'ஜீசஸ் உனக்குத் துணையிருப்பார். கலங்காதே' என பாதிரியாரால் ஆறுதல் சொல்ல முடிந்ததே தவிர, தீர்வு அளிக்க முடியவில்லை.

நண்பர்கள் யோசனை சொன்னார்கள். 'நீ சொல்வதைப் பார்த்தால் ஏதோ ஆவியின் விளையாட்டுபோலத் தெரிகிறது. ஆலிவரா என்றொருவர் இருக்கிறார். நம் ஊரிலேயே பேய் ஓட்டுவதில் அனுபவசாலி அவர்தான். அவரிடம் போ. வழி பிறக்கும்.'

அரிகோவின் கதையைக் கேட்ட ஆலிவரா, கண்களை மூடி தியானத்துக்குப் போனார். சில நிமிடங்கள் கழித்து கண்களைத் திறக்காமலேயே உதடுகளைப் பிரித்து பேச ஆரம்பித்தார். 'உன்னைத் தொந்தரவு செய்வது ஒரு மருத்துவரின் ஆவி. உன் உடலில் புக அது முயற்சி செய்கிறது. உன் வழியாக அது ஏதோ நல்லது செய்ய விரும்புகிறது. அந்த ஆவியை நீ அனுமதிக்காத வரை அது உன்னைப் படுத்தி எடுக்கும்.'

ஆலிவரா சொன்ன வார்த்தைகளை அரிகோ அப்படியே நம்பினார். ஏதோ தெளிவு கிடைத்ததுபோல இருந்தது. அதற்குப் பின் வந்த கனவில் மருத்துவரின் ஆவி சொல்வது அரிகோவுக்குப் புரிய ஆரம்பித்தது.

'என் பெயர் அடோல்போ ஃபிரிட்ஸ் (Adolfo Fritz). ஜெர்மனியில் பிறந்தவன். நான் ஒரு டாக்டர். அறுவை சிகிச்சை நிபுணன். முதல் உலகப்போரில் மருத்துவப் பணியாற்றிக் கொண்டிருந்தபோது எஸ்டோனியாவில் கொல்லப்பட்டேன். பாவப்பட்ட மக்களுக்கு உன் மூலம் சேவை செய்ய விரும்புகிறேன். நீ நல்லவன். உன்னைச் சுற்றியிருக்கும் ஏழைகள் மீதும் நோயாளிகள் மீதும் அன்பு காட்டுகிறாய். அதனால்தான் நான் உன்னைத் தேர்ந்தெடுத்திருக்கிறேன்.'

உறக்கத்திலிருந்து விழித்து எழுந்தார் அரிகோ. வழக்கமான கனவுபோல அது தோன்றவில்லை. யாரோ ஒருவர் அருகில் உட்கார்ந்து நெருக்கமாகத் தோள்மீது கைபோட்டு பேசியது போலத்தான் உணர்ந்தார். அந்தக் கனவுக்குப் பின் அரிகோவுக்குத் தலைவலி வரவில்லை. மனம் லேசாகி இருந்தது. இரவில் கனவில்லாத் தூக்கம் கிட்டியது.

1950ல் பிரேசிலில் அதிபர் தேர்தல் அறிவிக்கப்பட்டது. ஒரு காலத்தில் யூனியனில் இருந்தவர் என்பதால் அரிகோவும் தேர்தல் கூட்டங்களுக்கு ஓடிக் கொண்டிருந்தார். பக்கத்து ஊரான பெலோ ஹரிஸோண்டேவில் ஒரு ஊர்வலம். அதிகார சபை உறுப்பினரான லாயிஸ் பிட்டன்கோர்ட் அதில் கலந்துகொள்ள வந்திருந்தார்.

பைனான்ஸியல் என்ற ஹோட்டலில் தங்கியிருந்தார். வந்தவரைக் கவனிக்கும் பொறுப்பு அரிகோவுக்கு.

அன்றிரவு தன்னுடன் ஹோட்டலில் தங்க அரிகோவுக்கு அழைப்பு விடுத்தார் பிட்டன்கோர்ட். அரிகோவும் ஏற்றுக் கொண்டார். பிட்டன்கோர்டுக்கு நுரையீரலில் கேன்சர் கட்டி ஒன்று இருந்தது. அதன் அறுவை சிகிச்சைக்காக விரைவில் அமெரிக்கா செல்லும் திட்டம் வைத்திருந்தார். இந்த விவரங்களெல்லாம் அரிகோவுக்குத் தெரியாது. இரவில் கொஞ்ச நேரம் அவரோடு பேசிக் கொண்டிருந்த அரிகோ, பின் பக்கத்து அறைக்குப் படுக்கச் சென்றுவிட்டார்.

நள்ளிரவு. கதவு திறக்கப்படும் சத்தம். பிட்டன்கோர்ட், படுக்கையில் இருந்து எழாமலேயே அரைத் தூக்கத்தில் கண்விழித்துப் பார்த்தார். அறைக்குள் அரிகோ நுழைந்தார். அவரது கண்களில் ஒரு பிரகாசமான ஒளி. ஒரு கையில் டார்ச், இன்னொன்றில் பேனாக் கத்தி. பிட்டன்கோர்ட் பயப்படவில்லை. 'என்ன வேண்டும் அரிகோ?'

பிட்டன்கோர்ட்டை நெருங்கிய அரிகோ, ஜெர்மன் கலந்த போர்த்துக்கீசிய மொழியில் பேச ஆரம்பித்தார். 'உங்களுக்கு நான் இப்போது ஆபரேஷன் செய்யப் போகிறேன்.' பிட்டன்கோர்ட்டுக்கு மயக்கம் வந்தது.

அவர் கண்விழித்தபோது விடிந்திருந்தது. பதறி எழுந்தார். தன் வயிற்றுப் பகுதியைப் பார்த்தார். பைஜாமா பக்கவாட்டில் கிழிக்கப்பட்டிருந்தது. அதைச் சுற்றி கொஞ்சம் ரத்தக் கறை. கைகள் நடுநடுங்க விலாப் பகுதியில் கைவைத்துப் பார்த்தார். ஆழமாக வெட்டப்பட்டிருந்தது தெரிந்தது. ஆனால் வலியே இல்லை. ரத்தக் கசிவும் இல்லை.

அரிகோவின் அறைக்கு ஓடினார் பிட்டன்கோர்ட். நடந்ததை அவர் சொல்லச் சொல்ல, அரிகோவுக்கு எதுவுமே நினைவில் இல்லை. பயந்துபோன பிட்டன்கோர்ட், உடனடியாக ரியோ டி ஜெனெரோவுக்கு விமானம் ஏறினார், தனது டாக்டரைப் பார்க்க. அரிகோவுக்கு அதற்குப் பின்புதான் சில விஷயங்கள் மட்டும் நினைவுக்கு வந்தன. முந்தைய இரவில் கனவில் டாக்டர் ஃபிரிட்ஸ் வந்தார். அவரது குரல் வழிநடத்தியபடி தான் ஏதேதோ செய்ததாக அரிகோவுக்குத் தோன்றியது. 'ஓ ஜீசஸ், பிட்டன்கோர்ட்டுக்கு எதுவும் ஆகக்கூடாது.'

பிட்டன்கோர்ட்டின் வயிற்றுப் பகுதியில் சில எக்ஸ்-ரேக்கள் எடுத்துப் பரிசோதித்த அவரது மருத்துவர் வாய் பிளந்தார். 'உங்கள்

நுரையீரலில் கேன்சர் கட்டி இல்லை. அது அகற்றப்பட்டு விட்டது. விலாவில் இருக்கும் காயம் ஆழமானதுதான். ஆனால் வெகு சீக்கிரம் ஆறிவிடும்.'

பிட்டன்கோர்ட் சந்தோஷத்தில் துள்ளிக் குதித்தார். அரிகோவுக்கும் தகவல் சொன்னார். விஷயம் செய்தித்தாள்களிலும் பரவின. பெரிய பேச்சாளரான பிட்டன்கோர்ட், தான் பங்கேற்கும் கூட்டங்களிலெல்லாம் அரிகோவைப் பற்றிப் பேச ஆரம்பித்தார். 'அன்றிரவு நடந்ததை அதிசயம் என்றுதான் சொல்ல வேண்டும். சின்ன பேனா கத்தி ஒன்றை வைத்துக் கொண்டு என் விலாவில் துளையிட்டு கேன்சர் கட்டியை அகற்றிவிட்டார் அரிகோ. வலியே இல்லை. தையல்களும் இல்லை. காயம் ஆறிவிட்டது. எனக்கு இப்போது கேன்சர் இல்லை.'

இதேபோல இன்னொரு சம்பவத்தையும் அரிகோ தன்னையறியாமலேயே நிகழ்த்தினார். அவரது உறவுக்காரப் பெண் ஒருத்தி மரணப் படுக்கையில் கிடந்தாள். கேன்சர் என்றார்கள். உறவினர்களோடு அவளைப் பார்க்கச் சென்றார் அரிகோ. எல்லோரும் அந்தப் பெண்ணுக்கு ஆறுதல் சொல்லிக் கொண்டிருக்க, திடீரென எழுந்த அரிகோ, சமையலறைக்குள் நுழைந்தார். ஒரு சிறிய கத்தியுடன் வெளியே வந்தார். அவரது பார்வையிலும், உடல் மொழியிலும் மாற்றங்கள்.

கூடியிருந்த உறவினர்கள் எல்லாம் திகைத்து நிற்க, அரிகோ, அந்தப் பெண்ணை நெருங்கினார். அவளது உடையை விலக்கி, பெண்ணுறுப்பின் வழியே கத்தியை நுழைத்தார். சில நொடிகள்தான். புற்றுநோய்க் கட்டி ஒன்றை வெளியில் எடுத்தார். பெருமளவில் ரத்தக் கசிவு இல்லை. கத்தியைக் கீழே போட்ட அரிகோ, தன்னிலை இழந்தார்.

அரிகோவுக்கு மயக்கம் தெளிந்தபோது, டாக்டர் வந்து அந்தப் பெண்ணைச் சோதித்துக் கொண்டிருந்தார். புற்றுநோய் கட்டி அகற்றப்பட்டு விட்டதாகத் தெரிவித்தார். மற்றவர்கள் சொல்லியதை வைத்துத்தான் தான் என்ன செய்தோம் என்பது அரிகோவுக்குத் தெரிய வந்தது. ஆனால் அவராலேயே அதை நம்ப முடியவில்லை. உயிர் பிழைத்த அந்த உறவுக்காரப் பெண் விரைவிலேயே உடல் நலம் தேறினாள். அரிகோவின் புகழ் கொஞ்சம் கொஞ்சமாகப் பரவ ஆரம்பித்தது.

பலரும் தங்கள் நோய்களைத் துணைக்கு அழைத்துக் கொண்டு அரிகோவைத் தேடி வர ஆரம்பித்தனர்.

★

அது ஒரு பழைய சர்ச். கான்கோன்ஹஸ் நகரத்தின் மையத்தில் அமைந்திருந்தது. அங்கேதான் 'அதிசய மருத்துவர்' அரிகோவின் கிளினிக் இயங்க ஆரம்பித்திருந்தது. காலை ஆறு மணிக்கெல்லாம் அங்கே கூட்டம் வர ஆரம்பித்துவிடும். உள்ளூர் மக்கள் மட்டுமல்ல, வெளியூர்களிலிருந்தும் பிற தேசங்களிலிருந்தும்கூட நோயாளிகள் அரிகோவைத் தேடி வர ஆரம்பித்திருந்தார்கள்.

சரியாக காலை ஏழு மணிக்கு அரிகோ அங்கே வருவார். முதலில் அங்கு இருக்கும் நோயாளிகளுடன் சேர்ந்து ஜெபம் செய்வார். பின், கிளினிக்கில் தன் அறைக்குள் செல்வார். ஒரு தடுப்புக்குப் பின் செல்லும் வரை சாதா அரிகோவாகத்தான் இருப்பார். சில நிமிடங்களில் அதிலிருந்து வெளியே வரும்போது, அவர் உடல்மொழியிலிருந்து பேசும் குரல்வரை எல்லாமே மாறிப் போயிருக்கும். ஜெர்மன் டாக்டர் ஃப்ரிட்ஸின் ஆவி, அரிகோவுக்குள் இறங்கி அவரை ஒரு டாக்டராக இயக்க ஆரம்பித்திருக்கும். அவர் பேசும் போர்த்துக்கீசிய மொழியில், ஜெர்மானிய வாடை தூக்கலாக இருக்கும்.

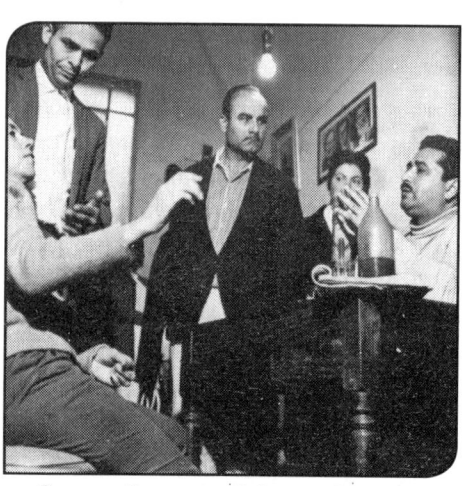

நோயாளிகளுக்கு சிகிச்சை செய்யும் அரிகோ

ஒவ்வொரு நோயாளிகளாக உள்ளே வருவார்கள். ஒரு நோயாளிக்குச் சிகிச்சையளிக்க குறைந்தபட்சம் அரை நிமிடம். அறுவை சிகிச்சை என்றால் அதிகபட்சம் நாலைந்து நிமிடங்கள். மேசைமேல் விரிக்கப்பட்டிருக்கும் செய்தித்தாளில் நோயாளி படுக்க வேண்டும். மயக்க மருந்தெல்லாம் கிடையாது. பேனா கத்தி, சிறிய கத்திரிக்கோல் ஒன்று, பெரியது ஒன்று. தேவைப்படும் ஆழத்தில் சிறிய கீறல். கட்டியா? வெளியே எடுத்துப் போடு. நோயாளிக்கு வலியே தெரியாது. ரத்தமும் அதிகம் வீணாகாது. தையல் கிடையவே கிடையாது. ஒரு பஞ்சை எடுத்து ரத்தக் கறையைத் துடைத்துவிடுவார்.

மருந்து போடுவார். பிளாஸ்திரி ஒட்டி விடுவார். 'காயம் சீக்கிரம் ஆறிவிடும்' என்று நம்பிக்கையுடன் சொல்லி தெம்புடன் வழியனுப்புவார். பணம்? அதெல்லாம் வாங்கவே மாட்டார். கத்தியில் பட்ட ரத்தத்தைத் தன் சட்டையில் துடைத்துவிட்டு, அடுத்த நோயாளியைப் பார்க்கத் தயாராகிவிடுவார் அரிகோ.

சில சமயங்களில் அறுவை சிகிச்சையின்போது ரத்தம் அதிகம் வெளியேறுவதுபோலத் தோன்றினால் அரிகோவின் உதடுகள் ஜெபிக்க ஆரம்பித்து விடும். 'ஜீசஸ், இதற்கு மேல் ரத்தம் செலவாக வேண்டாம்.'

மிகச்சரியாக காலை பதினொரு மணிக்கு இடைவேளை. 'மாலையில் பார்க்கிறேன்' என்று நோயாளிகளிடம் சொல்லிவிட்டு, மீண்டும் மறைவுக்குள் செல்வார். அங்கிருந்து சாதா அரிகோவாக வெளிப்பட்டு, சமூக நல வாரியத்துக்குக் கிளம்புவார். அங்கே அவருக்கு வேலை கிடைத்திருந்தது. குடும்பத்தை ஓட்ட அந்த வருமானத்தைதான் நம்பியிருந்தார் அரிகோ.

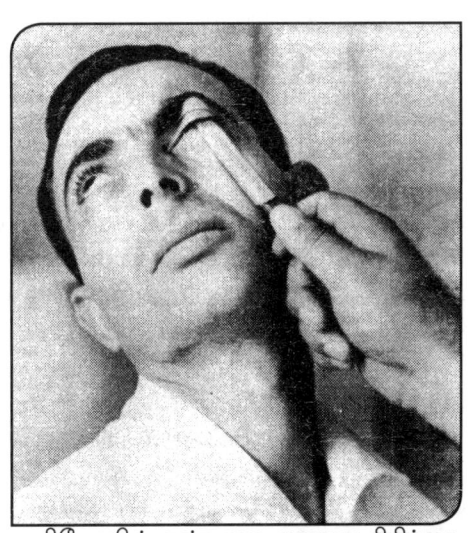

அரிகோவின் கண்புரை அறுவை சிகிச்சை

மாலை முதல் நள்ளிரவு வரை அரிகோவின் கிளினிக், மீண்டும் பரபரப்பாக இருக்கும். ஒரு நாளைக்குச் சராசரியாக முந்நூறு நோயாளிகள். அதில் நூற்றுக்கும் மேல் அறுவை சிகிச்சைகள். தவிர, தேவைப்படுபவர்களுக்கு மருத்துவ ஆலோசனைகளோடு காகிதத்தில் மருந்து, மாத்திரைகளும் எழுதிக் கொடுத்தார்.

தடுக்க முடியாமல் பரவிய அரிகோவின் புகழ், பலருக்கும் இடைஞ்சலாக இருந்தது. 'மருத்துவ அறிவே இல்லாத ஒருவனால் இதெல்லாம் சாத்தியமா என்ன? அவன் ஊரை ஏமாற்றுகிறான்' என பிரேசில் மருத்துவர்கள் கொதிக்க ஆரம்பித்தார்கள். அரிகோ மருத்துவப் படிப்பு படிக்கவில்லை. அவர் கிளினிக் நடத்த

லைசென்ஸ் எடுக்கவில்லை என புகார் பதிவானது (1956). அரிகோவைத் தேடி போலீஸ் வந்தது. அவர் நீதிமன்ற விசாரணைக்கு உட்படுத்தப்பட்டார்.

'நீங்கள் எப்படி மருத்துவம் பயின்றீர்கள்?' - எலைட்டோ ஸோர்ஸ் என்ற நீதிபதி அரிகோவை விசாரித்தார். விசாரணையின்போது அரிகோ, அரிகோவாகத்தான் இருந்தார்.

'ஜெபம் செய்ய ஆரம்பிப்பேன். அதற்குப் பின் என்ன நடக்கும் என்று என்னால் உணர முடியாது. பார்ப்பவர்கள் சொன்னால்கூட என் நினைவில் அவை இராது.'

'அறுவை சிகிச்சைகள் செய்கிறீர்களா?'

'அதுவும் எனக்குத் தெரிந்து நடப்பதில்லை. ஏழைகள் பலர் குணமடைகிறார்கள் என்பது மட்டும் எனக்குத் தெரியும்.'

'உங்கள் பதில்கள் நம்பக்கூடியவையாக இல்லையே.'

'டாக்டர் ஃப்ரிட்ஸ் என்பவர், மக்களுக்குச் சேவை செய்ய என்னை ஒரு கருவியாகப் பயன்படுத்திக் கொள்கிறார். அவர் குரல் என் வலதுகாதில் கேட்கும். அதன்படி நடப்பேன். எல்லாம் சரியாக இருக்கும். இதைத்தவிர வேறென்ன சொல்ல என்று எனக்குத் தெரியவில்லை.'

நீதிபதிக்கு அரிகோவின் பதிலில் திருப்தி ஏற்படவில்லை. மீடியாக்கள் அரிகோவுக்கு ஆதரவாகவே எழுதின. 'அரிகோவால் ஏழைகள் பலர் பலனடைகிறார்கள். யாருக்கும் எந்தத் தீங்கும் நேரவில்லை. மக்கள், அவரை ஓர் அற்புத மனிதராகக் கொண்டாடுகிறார்கள். இதனை இந்த அரசாங்கம் புரிந்துகொள்ள வேண்டுமானால், டாக்டர் ஃப்ரிட்ஸின் ஆவி நீதிமன்றத்துக்கு வந்து சாட்சி சொன்னால்தான் முடியும். அது நடக்குமா என்ன?'

நீதிமன்றம், முறைகேடாகச் சிகிச்சை செய்ததற்காக அரிகோவுக்கு 15 மாத சிறைவாசமும், 5000 பிரேசிலிய பணம் அபராதமும் விதித்தது. பின் பல பெரிய மனிதர்களும் அரசியல்வாதிகளும் கொடுத்த அழுத்தம் காரணமாக, சிறை தண்டனை எட்டு மாதமாகக் குறைக்கப்பட்டது. அதற்கும் நிபந்தனையுடன் கூடிய சலுகை வழங்கப்பட்டது. 'அரிகோ, கிளினிக் செல்லக்கூடாது. அப்படியும் அவரைத் தேடி வருபவர்களுக்கு ஆலோசனை சொல்லலாமே தவிர, அறுவை சிகிச்சை செய்யக்கூடாது. ஓராண்டு இந்த நிபந்தனையின்படி நடந்து கொண்டார் எனில் அவருக்குத் தண்டனையிலிருந்து முழு விலக்கு அளிக்கப்படும்.'

அரிகோ நிபந்தனைக்கு ஒப்புக் கொண்டார். ஆனாலும் ஏழை நோயாளிகள் அவரைத் தேடி வந்து பரிதாபமாக நின்றனர். அரிகோ, கஷ்டப்பட்டுத் தன்னைக் கட்டுப்படுத்திக் கொண்டார். டாக்டர் ஃப்ரிட்ஸ் சும்மா விடுவாரா என்ன? தீராத தலைவலியும் கனவுத் தொல்லைகளும் அரிகோவை மீண்டும் வதைக்க ஆரம்பித்தன. அரிகோ, தன்னையறியாமல் மீண்டும் பேனா கத்தியைத் தூக்கினார். நோயாளிகள் முகத்தில் நிம்மதி.

அதிபர் Juscelino Kubitschek

அரிகோ, நீதிமன்ற ஆணையை மீறிவிட்டதாக தகவல் போனது. ஆனால் 1958 மே மாதம், இந்தப் பிரச்னையில் பிரேசிலின் அப்போதைய அதிபரான Juscelino Kubitschek தலையிட்டு, 'அரிகோ தன் சேவைகளைத் தொடரட்டும்' என வெளிப்படையாக அனுமதி கொடுத்தார். காரணம், அதிபரின் மகள்கூட அரிகோவின் சிகிச்சையால் குணமடைந்திருந்தாள்.

1961ல் Juscelino Kubitschek - ன் பதவிக்காலம் முடிந்துபோக, அரிகோவுக்கு மீண்டும் பிரச்னை வளையத்துக்குள் சிக்கினார். அரிகோவால் வருமானம் குறைந்து பாதிக்கப்பட்ட மற்ற டாக்டர்கள், அரிகோவை முடக்குவதற்காக அதிகார வட்டம் மூலம் அழுத்தம் கொடுக்க ஆரம்பித்தனர். ஆனால், அரிகோவின் சிகிச்சையால் பாதிக்கப்பட்டேன் என்றோ, ஏமாற்றப்பட்டேன் என்றோ அவருக்கு எதிராகச் சாட்சி சொல்ல பொதுமக்கள் யாரும் முன்வரவில்லை என்பதால் வழக்கு இழுத்துக் கொண்டே போனது.

இந்நிலையில் அதிசய அரிகோவின் சிகிச்சை ரகசியங்களை அம்பலப்படுத்தும் நோக்கத்துடன், 1963 ஆகஸ்டில் அமெரிக்காவிலிருந்து வந்திறங்கினார், அண்ட்ரிஜா புகாரிச் (Andrija Puharich). அவர், நார்த்வெஸ்டர்ன் பல்கலைக்கழகத்தின் மருத்துவ மேற்படிப்பு முடித்தவர். தன்னுடன் மூவர் அடங்கிய சிறு குழுவையும் அழைத்து வந்திருந்தார். சிகிச்சையைப் பார்வையிட அரிகோவிடம் அனுமதி கேட்டார்.

'தாராளமாக. நான் இங்கே எதையும் மறைவாகச் செய்வதில்லை. நீங்கள் யாரிடமும் பேசலாம். எந்த நோயாளியிடமும் விசாரிக்கலாம். அறுவை சிகிச்சைகளைப் பார்வையிடலாம். உங்களுக்கு இங்கே முழு சுதந்தரம் உண்டு. எவ்வளவு காலம் வேண்டுமானாலும் நீங்கள் இங்கே தங்கிக் கொள்ளுங்கள்' - பதிலளித்தது அரிகோவின் உள்ளிருக்கும் டாக்டரின் குரல்.

எல்லாமே ஏமாற்று வேலை என்ற எண்ணத்துடன் வந்திருந்த புகாரிச் குழுவினர், அரிகோ அளிக்கும் சிகிச்சைகளையும், செய்யும் ஆபரேஷன்களையும் பார்த்து பிரமித்துப் போனார்கள். 'எத்தனை அனுபவம் வாய்ந்த டாக்டராக இருந்தாலும் இத்தனை வேகமாக இயங்க முடியாது. ஒருவருக்கு என்ன வியாதி என்று கண்டுபிடிப்பதிலிருந்து, அந்நபருக்கு சிகிச்சை செய்து முடிப்பதுவரை எல்லாம் ஒரு நிமிடத்துக்குள். அறுவை சிகிச்சையின்போது அரிகோவின் கைகள் இயங்கும் வேகம் அசாத்தியமானது. அவர் சில வார்த்தைகள்தான் பேசுகிறார். அதில் அத்தனை தீர்க்கம். தெளிவு. இது மாபெரும் ஆச்சரியம்தான்' - புகாரிச் வாய்பிளந்தார்.

அன்று மாலையே படம்பிடிக்க வீடியோ குழுவினரையும் புகைப்படக்காரரையும் அழைத்து வந்த புகாரிச், அரிகோ செய்த அறுவை சிகிச்சைகளைப் பதிவு செய்தார். சில காலம் அங்கேயே தங்கியிருந்து பல நோயாளிகளின் கருத்துகளை ஒலிப்பதிவு செய்து கொண்டார். யாருமே சின்னதாகக் கூட எதிர்மறைக் கருத்து சொல்லவில்லை. புகாரிச், சிகிச்சைக்காக வரிசையில் காத்திருக்கும் நோயாளிகளின் முந்தைய மருத்துவ ரெகார்டுகளைப் பார்வையிட்டார். ஒரு மருத்துவராக முதலில் தான் அந்த நோயாளிகளைப் பரி சோதித்தார். பின் அரிகோ அவர்களுக்கு என்ன சிகிச்சையளிக்கிறார் என ஒப்பிட்டுப் பார்த்தார். என்னென்னமோ கோணங்களில் சோதனை செய்துபார்த்தும் எதிலும் குறை கண்டுபிடிக்க இயலவில்லை.

இறுதியாக, புகாரிச்சே ஒரு நோயாளியாகக் களமிறங்கினார். அவரது வலது கையின் மூட்டுக்கருகில் சிறிய கட்டி ஒன்று இருந்தது. அரிகோவிடம் கையை நீட்டினார். 'ஓ, இந்த அமெரிக்க டாக்டருக்கும் அறுவை சிகிச்சை செய்ய வேண்டுமாம். யாரிடமாவது புதிய பிரேசிலிய பேனாக்கத்தி இருக்கிறதா?' - கேட்டார் அரிகோ. பலரும் நீட்டினார்கள். அரிகோ, அவற்றில் ஒன்றை வாங்கினார்.

'டாக்டரே, உங்கள் சட்டையைக் கொஞ்சம் மடித்து விட்டுக் கொள்ளுங்கள்' என்று கையில் கத்தியுடன் அரிகோ சொல்லவும்,

நடுவில் அரிகோவும், ஆபரேஷன் செய்துகொண்ட புகாரிச்சும்

புகாரிச்சுக்கு உள்ளுக்குள் பயம் பரவியது. வீடியோ கேமரா இயக்கப்பட, புகாரிச் தன் சட்டையை மடித்துவிட்டார். அரிகோ, கையைப் பிடித்து திருப்பி ஒரு நொடி பார்த்தார். கத்தி செயல்பட ஆரம்பித்தது. வலிக்குமோ என பயந்து முகம் சுருக்கிய புகாரிச், சில நொடிகளில் ஆச்சரியத்தில் முகம் மலர்ந்தார். கட்டி வெளியே எடுக்கப்பட்டிருந்தது. சுத்தமாக வலியில்லை. ரத்தம் அதிகம் கொட்டவில்லை. பஞ்சை வைத்து துடைத்த அரிகோ, காயத்தில் பிளாஸ்திரி போட்டுவிட்டார்.

அன்று மதியமே புகாரிச், அமெரிக்காவுக்குக் கிளம்பினார். அவர் சென்று தரையிறங்குவதற்குள் காயம் பாதி ஆறியிருந்தது. தாங்கள் அதுவரை எடுத்த வீடியோக்களை எல்லாம் போட்டுப் பார்த்தார். தனது ஆபரேஷன் வீடியோவையும் பார்த்தார். எதிலும் அரிகோ எந்தவித 'ஏமாற்று வித்தை' செய்ததாகப் பதிவாகவில்லை. அமெரிக்க டாக்டருக்கு அரிகோ செய்த ஆபரேஷன், பிரேசில் செய்தித்தாள்களில் சிரித்தது.

மீண்டும் பிரேசில் டாக்டர்கள், அரிகோவுக்கு எதிரான வழக்கை அரசியல்வாதிகள் மூலம் முடுக்கி விட்டனர். 1964, நவம்பர் 20

அன்று அரிகோவுக்கு எதிராகத் தீர்ப்பு வெளியானது. 'போலி டாக்டரான அரிகோவுக்கு 16 மாதங்கள் கடுங்காவல் தண்டனை விதிக்கப்படுகிறது.'

நீதிமன்றத்தில் இருந்து வீட்டுக்குச் சென்று குடும்பத்தினரிடம் விடைபெற்றுவிட்டு சிறைக்குச் செல்ல அரிகோவுக்கு அனுமதி கொடுக்கப்பட்டது. வீட்டுக்கு அவர் செல்வதற்கு முன்பாகவே, நூற்றுக்கணக்கானோர் அங்கே கூடியிருந்தனர். வீட்டுக்குள் சென்று போலீஸின் வருகைக்காகக் காத்திருந்தார். வீட்டின் முன்பு கூட்டம் அதிகமாகிக் கொண்டே போனது. போலீஸார்கள் யாரும் அவரைக் கைது செய்ய வரவில்லை. கலவரம் எதுவும் ஆகிவிடுமோ என்ற பயம். தவிர காவல்துறையில் பலரும் அரிகோவின் சிகிச்சையால் குணமடைந்தவர்கள் என்பதால் அவர்களும் தங்கள் 'கடமையை'ச் செய்யத் தயங்கினார்கள்.

மாலை இருள் படர ஆரம்பித்தது. பொறுமையிழந்த அரிகோ, வீட்டிலிருந்து வெளியேறினார். கூட்டம் ஆர்ப்பரிக்க, அவர்களையெல்லாம் கடந்து, வேகமாக நடக்க ஆரம்பித்தார், சிறைச்சாலையை நோக்கி. அங்கே கைதியாக 'அட்மிட்' ஆகிக் கொண்டார் (நவம்பர் 20, 1964).

அரிகோ, சிறைச்சாலைக்குள் வந்திருக்கும் விஷயம் கைதிகள் மத்தியில் பரவ ஆரம்பித்தது. 'ஐயா, எனக்கு முதுகில் ஒரு கட்டி அவஸ்தையாக இருக்கிறது. நீங்கள் ஐந்து நிமிடம் அனுமதித்தால் அந்த அதிசய டாக்டரிடம் சென்று ஆபரேஷன் செய்துகொண்டு வந்துவிடுவேன்' - கைதி ஒருவர், சிறை அதிகாரியிடம் கோரிக்கை வைத்தார். தொடர்ந்து பல கைதிகளிடமிருந்து விண்ணப்பங்கள் குவிந்த வண்ணம் இருந்தன.

சிறைச்சாலை வாசலில் தினம் தினம் காலையிலேயே நோயாளிகள் கூட்டம் கூட ஆரம்பித்தது. அவர்களை விரட்டியடிப்பதே சிறைக் காவலர்களுக்குப் பெரிய வேலையாகிப் போனது. 'காசு இருந்தா நாங்க வேற ஆஸ்பத்திரிக்குப் போவ மாட்டோமா. காசே வேணாம்னு இவர் ஒருத்தர்தான் எங்களை மாதிரி ஏழைங்களுக்கு வைத்தியம் பார்த்துக்கிட்டிருந்தாரு. அதுவும் உங்களுக்குப் பொறுக்கலையா?' - பொதுமக்களின் புலம்பல்கள் நிதமும் தொடர்ந்தன.

இதையெல்லாம் பார்த்துக் கொண்டு டாக்டர் ஃப்ரிட்ஸின் ஆவி, கொட்டாவி விட்டுக் கொண்டிருக்குமா என்ன? அரிகோவை மீண்டும் டாக்டர் ஃப்ரிட்ஸின் குரல் துரத்த ஆரம்பித்தது. அரிகோவுக்குப் பழகிய விஷயம்தானே. அவர் மீண்டும் டாக்டர் அவதாரம் எடுக்கத்

தயாரானார். சிறை அதிகாரிகள் அனுமதி கொடுக்க வேண்டுமே. அரிகோவே அதிகாரிகளிடம் தொடர்ந்து பேசினார், டாக்டர் ஃப்ரிட்ஸின் குரலாக.

சிறைச்சாலைக்குள் அரிகோ எங்கு வேண்டுமானாலும் செல்லலாம். எந்தக் கைதிக்கு வேண்டுமானாலும் சிகிச்சை அளிக்கலாம் என்ற அனுமதி முதலில் வழங்கப்பட்டது. கைதிகள் பலரும் நிவாரணம் பெற்றனர். சிறைப் பணியாளர் சிலரும்தான். நாளடைவில் சிறைச்சாலைக்கு வெளியே கூடும் கூட்டம் அதிகமாகிக் கொண்டே போக, அதற்கும் அனுமதி கிடைத்தது. தினமும் சில மணிநேரம் சிறைச்சாலைக்கு வெளியே சென்று சிகிச்சையளிக்க ஆரம்பித்தார் அரிகோ.

1965 நவம்பர். சிறைக்கு வந்த பன்னிரண்டாவது மாதத்திலேயே, நன்னடத்தை விதிகளின்படி அரிகோ விடுதலை செய்யப்பட்டார். மீண்டும் அந்த சர்ச் கிளினிக்கை நோயாளிகள் மொய்க்க ஆரம்பித்தனர். வழக்கம்போல சர்ச்சைகளும் அரிகோவை மொய்க்க ஆரம்பித்தன.

'அரிகோ செய்வது சிகிச்சையல்ல. முழுக்க முழுக்கக் கண்கட்டுவித்தை.' 'ஏதோ கடவுளின் ஆசிர்வாதம் தனக்கிருப்பது போலவும், தன்னால் அற்புதங்களை நிகழ்த்த முடியும் எனவும் அரிகோ மக்களை முட்டாளாக்கிக் கொண்டிருக்கிறார்.' 'அரிகோ, ஆபரேஷனெல்லாம் செய்வதில்லை. அகற்றப்பட்ட கட்டி என விலங்குகளின் சதைத்துண்டுகளைக் காண்பித்து பித்தலாட்டம் செய்கிறார்.' எல்லாவற்றுக்கும் மேலாக இன்னொரு நியாயமான புகாரும் எழுந்தது. 'அரிகோ கிளினிக்கில் சுத்தம், சுகாதாரம் எதுவும் கிடையாது. அரிகோ உபயோகிக்கும் கருவிகள் மூலம் நோய்கள் ஒருவரிடமிருந்து இன்னொருவருக்குத் தொற்றிக் கொள்ளும். அது குறித்த எச்சரிக்கை உணர்வே இன்றி சிகிச்சை அளிக்கிறார்.'

எந்த சர்ச்சைகளுக்கும் அரிகோ அலட்டிக் கொள்ளவில்லை. பலர் முன்னிலையில், நல்ல வெளிச்சத்தில்தான் சிகிச்சைகளைச் செய்தார். லட்சக்கணக்கான நோயாளிகளில் ஒருவர்கூட அரிகோ ஏமாற்றுவதாக புகார் சொல்லவில்லை. தவிர, யாருக்கும் எந்தவித நோய்த்தொற்றும் ஏற்படாதது அனைவருக்குமே ஆச்சரியமளித்தது.

அமெரிக்க ஆய்வாளரான புகாரிச், 1965ல் மீண்டும் அரிகோவைத் தேடி வந்தார். அரிகோ செய்யும் வெவ்வேறு அறுவை சிகிச்சை களை 'கலரில்' படம்பிடித்துக் கொண்டார். நூற்றுக்கணக்கான நோயாளிகளை, அரிகோவின் சிகிச்சைக்கு முன், அரிகோவின் சிகிச்சைக்குப் பின் என பரிசோதனை செய்தார். அமெரிக்காவுக்குத்

திரும்பினார். அந்த வீடியோக்களை பல்வேறு துறைசார்ந்த டாக்டர்களிடம், அறுவை சிகிச்சை நிபுணர்களிடம், மனோதத்துவ மருத்துவர்களிடம், மன நல நிபுணர்களிடம், ஆவிகளுடன் பேசும் 'மீடியம்'களிடம் போட்டுக் காண்பித்தார்.

வீடியோக்களைப் பார்த்த ஒவ்வொருவரும் பிரமித்துப் போனார்கள். 'இது ஒரு மனிதன் செய்யும் சிகிச்சை போல் தெரியவில்லை', 'ஆபரேஷன் செய்யும்போது அரிகோவின் முகம் அசாதாரணமாகத் தோன்றுகிறது', 'வெட்டப்படும் இடங்களில் ரத்தம் அதிகம் வராமலிருப்பதுவும், காயங்கள் உடனே ஆறுவதும் இயற்கைக்கு முரணாக இருக்கிறது', 'நிச்சயமாக அரிகோ ஏமாற்றவில்லை. இது மனித சக்திக்கு அப்பாற்பட்ட விஷயமாகத்தான் தோன்றுகிறது' - விதவிதமான கருத்துகள் வெளிவந்தன.

ஒருமுறை புகாரிச், அந்த வீடியோக்களை அரிகோ சாதாரண நிலையில் இருக்கும்போது அவரிடமே போட்டுக் காண்பித்தார். அரிகோவுக்கு உடல் நடுங்க ஆரம்பித்துவிட்டது. முகத்தில் பயம். 'நிஜமாகவே இந்த அறுவை சிகிச்சைகளை நான்தான் செய்கிறேனா?' - மீண்டும் மீண்டும் கேட்டார் அரிகோ.

இன்னொரு சமயம், ஒரு பேட்டியில் அரிகோ, டாக்டர் ஃப்ரிட்ஸ் குறித்த விவரங்களை வெளியிட்டார். 'ஃப்ரிட்ஸ் ஜெர்மனியின் முனிச்சில் பிறந்தவர். பின் அவரது குடும்பம் போலந்துக்கு இடம் மாறியது. சில வருடங்களிலேயே பெற்றோர் இறந்துபோயினர். ஃப்ரிட்ஸ், வறுமையோடு போராடி, சுயமாகச் சம்பாதித்து தானே கல்வி கற்றுக் கொண்டார். மருத்துவப் படிப்பிலும் சேர்ந்துவிட்டார். படிப்பின் இறுதிக் கட்டத்தில், பயிற்சி நிலை மருத்துவராக இருந்தபோது, ராணுவ ஜெனரல் ஒருவர் தன் மகளை உயிருக்கு ஆபத்தான நிலையில் மருத்துவமனைக்குக் கொண்டு வந்தார். ஃப்ரிட்ஸ் தன்னால் இயன்ற அளவு போராடியும், அந்தச் சிறுபெண்ணை பிழைக்க வைக்க முடியவில்லை. கோபத்தில் அந்த ஜெனரல் துப்பாக்கியைத் தூக்கவும், ஃப்ரிட்ஸ் உயிருக்கு பயந்து தப்பித்து ஓடினார். வந்து சேர்ந்த இடம் வடகிழக்கு ஐரோப்பாவின் எஸ்டோனியா. அங்கேதான் முதல் உலகப்போரில் மருத்துவராகச் சேவை செய்தார். 1918ல் கொல்லப்பட்டார்.' இது, ஃப்ரிட்ஸ் குறித்து அரிகோ சொன்ன நிரூபிக்கப்படாத கதை.

ஜெர்மனியின் ராணுவ ஆவணங்களிலோ, வேறு ஆவணங்களிலோ, 'டாக்டர் ஃப்ரிட்ஸ்' என்ற பெயரில் யாரும் இல்லை. எனில், எல்லாம் அரிகோவின் ஏமாற்று வேலையா?

'என்னிடம் பேசும் குரல் தன் பெயரை ஃப்ரிட்ஸ் என்றுதான் சொல்கிறது. நிஜப்பெயர் வேறுகூட இருக்கலாம்' என்பது அரிகோவின் பதில். ஆனால், மருத்துவ அறிவு இல்லாத, ஜெர்மானிய மொழி சுத்தமாகத் தெரியாத அரிகோ, ஒரு பைசாகூட தனக்கு லாபமின்றி இப்படிப்பட்ட ஏமாற்றுவேலைகளை செய்வதற்கான தேவை என்ன என்ற கேள்விக்கு முன் மற்ற சந்தேகங்கள் எல்லாம் வலுவிழந்து விடுகின்றன.

1970ன் இறுதி நாள்கள். அரிகோ, தனக்கு நெருக்கமான பிரேசிலின் முன்னாள் அதிபர் Kubitschek-ஐச் சந்தித்தார். கிளம்பும்போது அரிகோ சொன்ன வார்த்தைகள், Kubitschek-ஐ அதிர்ச்சிக் குள்ளாக்கின. 'நமக்கிடையேயான கடைசி சந்திப்பு இதுதான். என் கொடூரமான முடிவு நெருங்கிவிட்டதெனத் தெரிகிறது.' அதிபரிடம் மட்டுமல்ல, தனக்கு நெருக்கமான நண்பர்கள் சிலரிடமும் இதே வார்த்தைகளைத்தான் அரிகோ சொன்னார்.

1971 பிறந்தது. ஜனவரி 11ல் அரிகோ ஓட்டிச் சென்ற கார் மோசமான விபத்துக்குள்ளானது. அதே இடத்திலேயே அரிகோ இறந்தார்.

பிரேசிலே அழுதது. உலகின் பல மூலைகளிலும் இந்தச் செய்தி தாக்கத்தை ஏற்படுத்தியது. அரிகோவால் உயிர் பிழைத்த பலரும் அவருக்காக ஜெபித்தார்கள். கான்கோன்ஹஸில் அரிகோவின் உடல் வைக்கப்பட்டிருந்த இடத்தில் ஆயிரக்கணக்கானோர் இறுதி அஞ்சலி செலுத்த கண்ணீருடன் குவிந்தனர். அரசு, இரண்டு நாள்கள் துக்கம் அனுஷ்டிப்பதாக அறிவித்தது. கொடிகள் அரைக்கம்பத்தில் பறந்தன. இறுதி ஊர்வலத்தில் சுமார் இருபதாயிரம் பேர் திரண்டார்கள். கல்லறைக்குள் அரிகோ, டாக்டர் ஃப்ரிட்ஸின் தொந்தரவு இன்றி அமைதியாக உறங்க ஆரம்பித்தார்.

ஆஸ்கர் வைல்ட் என்பவரது உறக்கம் கெட்டுப் போனது. அவருக்கு மட்டுமல்ல, அவரது சகோதரர் எடிவால்டோ வைல்டுக்கும்தான். இருவருமே பிரேசிலைச் சேர்ந்தவர்கள்தாம். மருத்துவர்கள் அல்ல. அரிகோவின் இறந்து சில காலம் கழித்து, 'டாக்டர் ஃப்ரிட்ஸின் ஆவி இப்போது எங்கள் மூலமாகத்தான் இயங்க ஆரம்பித்திருக்கிறது' என்று கூட்டு அறிக்கை விட்டார்கள். அவர்கள் தங்களுடைய மருத்துவ சேவையால் புகழடையும் முன்பே, ஒரு கார் விபத்தில் சிக்கிக் கொண்டார்கள். இருவருமே இறந்து போனார்கள்.

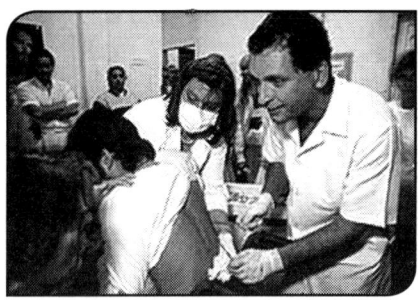

ரூபன்ஸ் பாரியாஸ்

இந்தமுறை டாக்டர். ஃப்ரிட்ஸின் ஆவி பிடித்துக் கொண்டது பிரேசிலின் ஒரு பெண்ணை. எட்ஸன் குயரோஸ் என்ற மகப்பேறு மருத்துவர். அவர் மூலமாக ஆயிரக்கணக்கான பெண்கள், வலியில்லாமல் சுகப் பிரசவம் கண்டதாகச் செய்திகள் பரவின. 'என் சக்திக்கும் அப்பாற்பட்டுதான் எல்லாம் நிகழ்கின்றன. எல்லாம் ஃப்ரிட்ஸின் செயல்' என்றார் குயரோஸ். அவரது விதியும் சீக்கிரமே முடிந்துபோனது. மர்மமான முறையில் கொலை செய்யப்பட்டார் (1991).

கடந்த இருபது வருடங்களாக டாக்டர் ஃப்ரிட்ஸின் ஆவி ஆட்கொண்டிருக்கும் நபர், ரூபன்ஸ் பாரியாஸ் (Rubens Farias). பிரேசிலின் பாம் சக்ஸஸோவைச் சேர்ந்த மென்பொருள் பொறியியலாளர். டாக்டர் ஃப்ரிட்ஸின் ஆவியை தன்னுள் ஏற்றுக் கொண்டு டாக்டராக சேவை செய்து வருகிறார். அரிகோவைத் தேடிச் சென்றதுபோல் இவரையும் நூற்றுக்கணக்கானோர் தினமும் தேடி வந்து கொண்டிருக்கிறார்கள். நவீன மருத்துவ உபகரணங்கள் கொண்டும் இவர் சிகிச்சையளிக்கிறார். ஜெர்மன் வாடை வீசும் போர்த்துக்கீசிய மொழியில் ஜோக்குகள் அடித்தபடியே அறுவை சிகிச்சை செய்கிறார். இவர் மீதும் ஏகப்பட்ட மோசடி வழக்குகள் பதிவாகியுள்ளன. நாளொரு சர்ச்சைகள் கிளம்பிக் கொண்டிருக்கின்றன. ரூபன்ஸ், எது குறித்தும் கவலைப்படவில்லை. நோயாளிகள் வரிசை நீண்டுகொண்டேதான் போகிறது.

சமீபத்திய ஒரு பேட்டியில் ரூபன்ஸ் இப்படிச் சொல்லியிருக்கிறார்.

'தற்சமயம் டாக்டர் ஃப்ரிட்ஸ் என் உடலைத்தான் பயன் படுத்திக் கொண்டிருக்கிறார். இதுவரை ஃப்ரிட்ஸால் கருவியாகப் பயன்படுத்தப்பட்டவர்கள் எல்லாம் கொடூரமான மரணத்தைத்தான் சந்தித்திருக்கிறார்கள். நான்கூட அதற்குத்தான் காத்துக் கொண்டிருக்கிறேன்.'

டைட்டானிக்கைக் கவிழ்த்த மம்மி

ஏப்ரல் 12, 1912. இரவு. டைட்டானிக் சொகுசுக் கப்பலின் மேல் தளம். பணம் படைத்தவர்களுக்கான பிரிவில் பத்திரிகையாளர் வில்லியம் ஸ்டீட், சிலருடன் உட்கார்ந்து பேசிக் கொண்டிருந்தார். 'வாழ்க்கையின் அர்த்தம் என்ன?' - இதுதான் டாபிக். மது உள்ளே இறங்க இறங்க, ஆளாளுக்குத் தத்துவம் பொழிந்து கொண்டிருந்தார்கள்.

'...அதெல்லாம் இருக்கட்டும். என்னதான் சொகுசுக் கப்பலாக, நவீன வசதி படைத்ததாக இருந்தாலும் இந்தக் கப்பல் கரை சேருமா என்ன?' என்று ஸ்டீட் திடீரென சொல்லவும், மற்றவர்களுக்கு போதை சடாரென இறங்கியது. 'என்ன சொல்கிறீர்கள் ஸ்டீட்?' என்று பிறர் வற்புறுத்திக் கேட்கவும் அவர் அதற்கான பதிலைச் சொன்னார்.

'எகிப்திய மம்மி ஒன்று இருக்கிறது. அதை யார் பார்த்தாலும் அவர்களுக்கு ஏதாவது தீங்கு நேரிடும். மிகவும் துரதிருஷ்டமான மம்மி அது. அதன் கதையைக் கேட்கிறீர்களா?' என்று ஆரம்பித்தார் ஸ்டீட். 'அதற்கும் நீங்கள் சொன்னதற்கும் என்ன சம்பந்தம்?' என சிலர் பொறுமை இழந்தார்கள். 'நான் சொல்லும் கதையைக் கேளுங்கள் உங்களுக்கே புரியும்' என ஸ்டீட், அந்த 'மம்மி'யின் கதையைச் சொல்ல ஆரம்பித்தார்.

எகிப்தில் கிமு 1050ல் வாழ்ந்த ஏமென்-ராவின் (Amen-Ra) இளவரசி, இள வயதிலேயே இறந்து

வில்லியம் ஸ்டீட்

போனாள். அவளை 'மம்மி'யாக்கி, வேலைப்பாடுகள் நிறைந்த பெட்டி ஒன்றினுள் வைத்து எகிப்தின் லக்ஸர் நகரில் நைல் நதிக்கரையில் ஆழமாகப் புதைத்தனர். அதன் மேலே ஒரு கல்லறையும் கட்டப்பட்டது.

1890ல் திருட்டுத்தனமாக தோண்டி எடுக்கப்பட்ட ஏமென்-ரா மம்மி, விலைக்கு வந்தது. நான்கு பிரிட்டிஷ்காரர்கள் அதை ஆர்வமுடன் வாங்க முன் வந்தார்கள். ஏலத்தில் அதை ஒருவர் வாங்கினார். தான் தங்கியிருந்த ஹோட்டல் அறைக்குக் கொண்டு சென்றார். மறுநாள், அவர் பித்துப் பிடித்த நிலையில் பாலைவனத்தை நோக்கி நடக்க ஆரம்பித்தார். திரும்பி வரவேயில்லை.

மம்மியை வாங்க முன் வந்த மற்ற மூவரில் ஒருவர், எகிப்திய வேலையாளால் சுடப்பட்டு ஒரு கையை இழந்தார். இன்னொருவருடைய பணம் எல்லாம் திவாலாகிப் போனது. மற்றொருவருக்குத் திடீரென உடல்நிலை மோசமானது. இருந்தாலும் அவர்களில் ஒருவர் அந்த ஏமென்-ரா மம்மிப் பெட்டியை பிரிட்டனுக்குக் கொண்டு வந்துவிட்டார்.

அங்கே ஏமென்-ரா மம்மியை ஒரு பெரிய மனிதர் தன் வீட்டில் அலங்காரப் பொருளாக வைக்க வாங்கினார். சில நாள்களில் நடந்த கார் விபத்து ஒன்றில் அவரது குடும்ப உறுப்பினர்கள் மூவருக்கு பலத்த காயம். அடுத்ததாக அவரது வீடும் தீப்பிடித்ததில் அதிக சேதாரம். 'அய்யா, இந்த மம்மியைப் பிடியுங்கள். இது எனது பரிசு' என்று பிரிட்டிஷ் மியூஸியத்துக்கு தானமாகக் கொடுத்தார்.

மம்மிப் பெட்டி, மியூஸியத்துக்கு வந்து இறங்கியது. அதை இரு வேலையாள்கள் தூக்கிக் கொண்டு உள்ளே சென்றார்கள். படியேறும்போது ஒருவர் கால் தவறி கீழே விழுந்தார். எலும்பு முறிவு. இன்னொருவர் அடுத்த இரு நாள்கள் மியூஸியம் பக்கம் வரவே இல்லை. மூன்றாவது நாள் அவர் இறந்து விட்டதாகத் தகவல் வந்தது.

மியூஸியத்தின் எகிப்தியப் பிரிவில், ஏமென்-ரா மம்மிப் பெட்டி வைக்கப்பட்டது. 'இரவெல்லாம் ஒரே சப்தம். அந்த புது மம்மியின் பெட்டிக்குள்ளிலிருந்து நடுங்க வைக்கும் ஓசைகள் வெளிவருகின்றன. ஆளை விடுங்கள். நான் வேலையை விட்டு விலகிக் கொள்கிறேன்' என்று இரவுக் காவலர் ஒருவர் பதறி ஓடினார். இன்னொரு இரவுக் காவலரை விட்டு அவரது உயிர் பிரிந்தோடியது. மியூஸியத்தைத் துப்புரவு செய்யும் பணியாளர்கள், எகிப்தியப் பிரிவுக்குள் செல்லவே நடுங்கினர். ஆனாலும் தைரியமாக உள்ளே சென்று அந்தப்பெட்டியின் மேல் அமைந்துள்ள முக உருவத்தைத் துடைத்தார் ஒரு பணியாளர். அவரது குழந்தை, மறுநாளே இறந்து போனது.

மியூஸியத்தின் அதிகாரிகள் கூடிப் பேசினர். ஏமென்-ரா மம்மியை, அடித்தளத்தில் யாருடைய கண்ணிலும் படாதவாறு வைத்துவிடலாம் என்று முடிவெடுத்தனர். அப்படியே செய்தனர். ஒரு வாரம் கழிந்திருக்கும். மியூஸியத்தின் மேற்பார்வையாளர் ஒருவர், அவரது மேசையிலேயே மர்மமான முறையில் இறந்து கிடந்தார். விஷயம் கொஞ்சம் கொஞ்சமாக வெளியில் கசிய ஆரம்பித்தது.

ஆர்வத்துடன் மியூஸியத்துக்கு ஓடோடி வந்த பத்திரிகையாளர் ஒருவர், மம்மியைப் பார்த்தே ஆக வேண்டும் அடம்பிடித்து, அடித்தளத்துக்குச் சென்றார். பெட்டியைப் புகைப்படம் எடுத்துக் கொண்டு சென்றார். அதனைக் கழுவிப் பார்த்த அவர், மிரண்டு போனார். நேரில் சாதாரணமாகத் தெரிந்த பெட்டி ஓவியத்திலுள்ள முகம், புகைப்படத்தில் அத்தனைக் கொடூரமாக இருந்தது. ஏனோ தெரியவில்லை, அந்தப் பத்திரிகையாளர் துப்பாக்கியைத் தன் நெற்றியில் வைத்து சுட்டுக் கொண்டார்.

இத்தனைக்குப் பிறகும் மியூஸியத்தில் அந்த மம்மியை வைத்திருந்தால் இதைவிடப் பெரிய ஆபத்துகள் நேருமோ என்று பயந்த அதிகாரிகள், அதனை வியாபாரி ஒருவரிடம் நைசாக விலைபேசி விற்றனர். பழங்காலச் சின்னங்களைச் சேகரிக்கும்

ஆர்வம் கொண்ட அந்த பிரிட்டிஷ் வியாபாரி, மம்மியைத் தன் வீட்டுக்கு எடுத்துச் சென்றார். அவருக்கு வியாபாரத்தில் நஷ்டம் ஏற்பட்டது. குடும்பத்தில் உயிரிழப்புகளும் உண்டாக, வெறுத்துப் போன அந்த வியாபாரி, அந்த மம்மி பெட்டியை, உடைந்த சாமான்களைப் போடும் ஓர் அறையில் போட்டு வைத்தார்.

ஒருநாள் அவரது வீட்டு கதவு தட்டப்பட்டது. திறந்தார். பிரம்ம ஞான சபையை (Theosophy) உருவாக்கிய ஹெலினா ப்ளாவெட்ஸ்கி (Helena Blavatsky) நின்று கொண்டிருந்தார். 'உங்கள் வீட்டில் ஏதோ தீய சக்தி இருக்கிறது. அதை வெளியேற்றி விடுங்கள். நான் வேண்டுமானால் உதவுகிறேன்' என்று படபடவெனச் சொன்னவர், வீட்டுக்குள் நுழைந்து எதையோ தேட ஆரம்பித்தார். பூட்டப்பட்டிருந்த அந்த அறையைத் திறக்கச் சொன்ன ப்ளாவெட்ஸ்கி, அங்கிருந்த மம்மிப் பெட்டியைச் சுட்டிக் காட்டி, 'இதுதான்' என்றார்.

வியாபாரி, ஏமென்-ரா மம்மியை வேறு சில மியூஸியங்களில் தள்ளிவிடப் பார்த்தார். விஷயம் வெளியில் கசிந்திருந்ததால் எல்லோருமே பயந்தனர். இறுதியாக அமெரிக்காவைச் சேர்ந்த ஒரு தொல்லியல் ஆய்வாளர், மம்மியை வாங்கிக் கொள்வதாகப் பணம் அனுப்பினார். வியாபாரி, துறைமுக அதிகாரிகளுக்கு லஞ்சம் கொடுத்து அந்த மம்மிப் பெட்டியை நியு யார்க் செல்லும் ஒரு கப்பலில் ஏற்றி விட்டார்.

'...அந்தக் கப்பலின் பெயர் என்ன தெரியுமா? டைட்டானிக்!' என்று கதையைச் சொல்லி முடித்தார் ஸ்டீட். அதைக் கேட்டுக் கொண்டிருந்தவர்கள் முகமெல்லாம் வெளிறிப் போனது.

'நீங்கள் சொல்வதெல்லாம் நிஜம்தானா?'

'சந்தேகம் என்றால் என்னுடன் வாருங்கள். கப்பலின் அடித்தளத்தில்தான் அந்த மம்மிப் பெட்டி வைக்கப்பட்டிருக்கிறது. காட்டுகிறேன்.' வில்லியம் ஸ்டீடுடன் பேசிக் கொண்டிருந்த அனைவருமே கப்பலின் அடித்தளத்தை நோக்கிச் சென்றார்கள்.

ஏப்ரல் 14, 1912. வட அட்லாண்டிக் பெருங்கடல். ஞாயிறு இரவு மணி 11.40. டைட்டானிக், பனிப்பாறை ஒன்றுடன் மோதியது. கப்பல், ஆபத்திலிருக்கும் செய்தி அடுத்த அரை மணி நேரத்தில் எல்லா தளங்களிலும் பரவியது. காலை 12.40க்கு முதல் உயிர் காக்கும் படகு கடலில் இறக்கப்பட்டது. கப்பல் ஆபத்திலிருப்பதை அருகிலிருக்கும் பிற கப்பல்களுக்கு 'சமிக்ஞை' செய்யும்விதமாக ராக்கெட்டுகள் விண்ணில் பாய்ந்து கொண்டிருந்தன. பலனில்லை. சரியாக அதிகாலை 2.20க்கு டைட்டானிக், 'ஜல சமாதி' ஆனது.

டைட்டானிக் கிளம்புவதற்கு முன்

கப்பலில் இருந்த 2223 பேரில், உயிர் காக்கும் படகுகளால் பிழைத்தவர்கள் வெறும் 706 பேர் மட்டுமே. மம்மி கதையைச் சொன்ன வில்லியம் ஸ்டீடும் பிழைக்கவில்லை. எனில் அந்த மம்மி விஷயம் வெளியில் வந்தது எப்படி?

ஸ்டீடிடம் கதைகேட்ட ஏழு பேரில், பிரட் ஸீவர்ட் என்பவர் மட்டும் பிழைத்துக் கொண்டார். அவர் பின்னாளில் சொன்ன விஷயங்கள்தான் இவை. மேற்சொல்லப்பட்ட மம்மி கதைக்கு, 'மானே, தேனே, மரகதமே' சேர்க்கப்பட்ட வேறு சில வடிவங்களும் இருக்கின்றன. சரி, ஏமென்-ரா மம்மி என்ன ஆனது?

கதை நீள்கிறது.

அமெரிக்க தொல்பொருள் ஆய்வாளரிடம் லஞ்சம் பெற்றிருந்த டைட்டானிக் பணியாளர்கள் சிலர், உயிர் காக்கும் படகு ஒன்றில் அந்த மம்மியைப் பத்திரமாக ஏற்றி, நியு யார்க்கில் கொண்டு சேர்த்தனர். அதற்குப் பிறகு அந்த ஆய்வாளரும் வாழ்க்கையில் பல

ஏமென்-ரா

சோதனைகளைச் சந்திக்க நேர்ந்தது. எம்பரஸ் ஆஃப் அயர்லாந்து என்ற இங்கிலாந்து செல்லும் கப்பலில், மம்மியை அவர் திருப்பி அனுப்பினார். 1914, மே 29ல் அந்தக் கப்பலும் 1012 பயணிகளுடன் மூழ்கிப் போனது. இத்தனை உயிர் பலிகளை வாங்கிய அந்த மம்மி ஆழ்கடலுக்குள் புதைந்து தனக்கான அமைதி தேடிக் கொண்டது.

டைட்டானிக், எம்பரஸ் ஆஃப் அயர்லாந்து ஆகிய கப்பல்கள் மூழ்கியது உண்மை. ஆனால், அந்தக் கப்பல்களின் பயணத்தில் ஏமென்-ரா மம்மி இருந்தது நிஜமா? அத்தனை துரதிர்ஷ்டம் வாய்ந்த மம்மி உண்மையிலேயே இருக்கிறதா?

இந்தக் கேள்விகளுக்கான உறுதியான பதில் 'தெரியவில்லை.'

டைட்டானிக் மூழ்கியதற்குக் காரணம் அந்த மம்மிதான் என்பது பிரட் ஸீவர்ட், தனது கற்பனைகள் எல்லாம் கலந்து சொன்ன கதை. அவர் மட்டுமல்ல, டைட்டானிக்கில் பயணம் செய்து உயிர் பிழைத்த வேறு சிலர் உருவாக்கிய கற்பனைகளும் இணைந்த கதை அது. டைட்டானிக்கின் சரக்கு ஆவணங்களைச் சரிபார்த்த சார்லஸ் ஹேஸ் என்ற ஆய்வாளர், 1985ல் ஓர் அறிக்கை வெளியிட்டார். 'டைட்டானிக்கில் மம்மி ஏற்றிச் சென்றதற்கான எந்தவித குறிப்புகளுமே இல்லை. உங்கள் கட்டுக்கதைகளைத் தூக்கி எறியுங்கள்.'

சரி, நிஜமாகவே பிரிட்டிஷ் மியூஸியத்தில் அப்படி ஒரு மம்மி இருந்ததா?

மம்மிப் பெட்டி இன்னமும் இருக்கிறது. நாம் படத்தில் காணும் இந்தப் பெட்டியை, 1889 ஜூலையில் வார்விக் என்ற பெண்,

தன் சகோதரர் ஆர்தர் வீலர் சார்பாக, பிரிட்டிஷ் மியூஸியத்துக்குப் பரிசாகக் கொடுத்தார். அப்போது அந்த மம்மிப் பெட்டி, 'இளவரசி ஏமென்-ரா' என்ற பெயரில் மியூஸியத்தின் ஆவணங்களில் பதிவு செய்யப்பட்டது. பெட்டியிலிருந்த அடையாளங்களை வைத்து அது, கிமு 950 - 900ஐச் சேர்ந்ததாக இருக்கும் என கணிக்கப்பட்டது. பெட்டியின் ஓவியத்தில் கைகள் வரையப்பட்டிருக்கும் விதமும், மீசை எதுவும் இல்லாததும் அது ஒரு பெண் மம்மி என்ற முடிவுக்கு வரச் செய்தது. ஏமென்-ரா என்ற இளவரசியினுடையதுதானா என்று உறுதிபடச் சொல்லமுடியவில்லை.

இன்றைக்கும் அந்த மம்மி பெட்டி, மியூஸியத்தில் அறை எண் 62ல் EA 22542 என்ற அடையாள எண்ணுடன் இருக்கிறது. ஆனால் அதனுள் இருக்கும் மம்மியை என்றைக்குமே பார்வையாளர்களிடம் காட்டியதில்லை. எனில், மியூஸியத்தில் வெறும் பெட்டி மட்டும்தான் இருக்கிறதா? துரதிர்ஷடம் காரணமாக, பயந்து மம்மியை மட்டும் எங்காவது தூர எறிந்துவிட்டார்களா?

இந்தக் கேள்விகளுக்கான பதில்கள், எப்போதுமே வெளியிடப் பட்டதில்லை.

ஒற்றைத் தீவு! உறங்கும் மர்மங்கள்!

தென் பசிபிக் பெருங்கடலில் மிதந்து கொண்டிருந்த அந்தக் கப்பல் மெள்ள மெள்ள அந்தத் தீவை நெருங்கியது. கப்பலின் தலைவன் ஜேக்கபுக்கும் (Jacob Raggeveen), அவனது குழுவினருக்கும் அளவில்லா சந்தோஷம். தீவினில் முதல்முறை கால் பதித்தபோது ஜேக்கபின் உடல் சிலிர்த்தது. 'கடவுளே! ஈஸ்டர் அன்று நான், உலகில் யாருமே அறியாத இந்தத் தீவைக் கண்டறிந்துள்ளேன். இந்தத் தீவினில் கால் பதிக்கும் முதல் மனிதனாகிய நான் இதற்கு 'ஈஸ்டர் தீவுகள்' என்று பெயரிடுகிறேன்.'

டச்சுப் பயணியான ஜேக்கப், 1722, ஏப்ரல் 5ல் அந்தத் தீவை அடைந்தார். அதில் கால் பதித்த முதல் ஐரோப்பியர் அவர்தான். தீவினுள் செல்லச் செல்ல அவர் தலையில் ஏறியிருந்த பெருமையும், தலைக்குப் பின் தோன்றியிருந்த ஒளிவட்டமும் சட்டெனக் காணாமல் போனது. அங்கே பல அடிகள் உயரத்தில் மனித உருவிலான கற்சிலைகள் தென்பட ஆரம்பித்தன. அதுவும் ஒன்றிரண்டு அல்ல; நூற்றுக்கணக்கில். ஜேக்கபும் குழுவினரும் விக்கித்து நின்றபோது, யாரோ அவர்களைச் சூழ்வதுபோல உணர்ந்தார்கள். தீவின் பழங்குடியினர்.

23

பெரும் ஆபத்து எதுவும் நேரவில்லை. சமயோசிதமாகச் செயல்பட்ட ஜேக்கப், அந்தப் பழங்குடியினருடன் பழக ஆரம்பித்தார். சில காலம்

அவர்களோடு இருந்துவிட்டு, மேற்கில் வேறு தீவுகளைத் தேடி புறப்பட்டுவிட்டார். அவர் செல்லட்டும். இந்த அத்தியாயத்தில் நாம் ஈஸ்டர் தீவிலேயே தங்கிக் கொள்வோம்.

ஈஸ்டர் தீவின் மிகச் சரியான அமைவிடம் எது? தென் அமெரிக்கக் கண்டத்தின் சிலியிலிருந்து மேற்கில் 2300 மைல்கள். ஹவாய் தீவுகளுக்குத் தெற்கே 4300 மைல்கள். அண்டார்டிகாவிலிருந்து வடக்கே 3700 மைல்கள். ஈஸ்டர் தீவுக்கு அருகிலிருக்கும் மனிதர் வாழும் நிலப்பரப்பு எது என்று பார்த்தால்கூட, 1260 மைல்கள் தொலைவிலமைந்த பிட்கெய்ரன் தீவைத்தான் சொல்ல வேண்டும். உலகின் மிகவும் தனிமையான தீவு இதுதான். அப்படிப்பட்ட தீவில் பழங்குடி மக்களா? கடல் பயணத்தில் விடாக்கண்டன்கள் என மார்தட்டிக் கொள்ளும் ஐரோப்பியர்களே, இத்தீவை பதினெட்டாம் நூற்றாண்டின் ஆரம்பத்தில்தான் கண்டடைந்திருக்கிறார்கள். எனில் அதற்கு முன்பே, இங்கு பரம்பரை பரம்பரையாக வாழ்ந்து வரும் அந்தப் பழங்குடியினர் எவ்வளவு பெரிய அசகாய சூரர்களாக இருந்திருப்பார்கள். யார் அவர்கள்?

பாலிநேசியர்கள் (Polynesians). உலகின் ஆகச் சிறந்த கடல் பயணிகள் இவர்களே. உலக வரைபடத்தில் தென்கிழக்கில் நியுஸிலாந்து தொடங்கி வடகிழக்கில் ஹவாய் தீவுகள் தொட்டு, ஆஸ்திரேலியாவுக்கு நேர்கிழக்கில் உள்ள ஈஸ்டர் தீவு வரை ஒரு முக்கோணம் வரைந்தால் அதற்குள் சிதறிக் கிடக்கும் ஆயிரத்து சொச்ச தீவுகளையும் கண்டறிந்து ஆட்சி செய்தவர்கள் இந்த பாலிநேசியர்கள்தாம். சாதாரண கட்டுமரத்தில் ஏறி பசிபிக் பெருங்கடலையே அளந்த கில்லாடிகள்.

பாலிநேசியர்கள் கண்டடைந்த கடைசி நிலப்பரப்பு ஈஸ்டர் தீவுதான் (Te pito o te henua என்பது அதன் பாலிநேசியப் பெயர்). எப்போது? நான்காம் நூற்றாண்டில் இருக்கலாம் என்பது அனுமானம். இல்லையில்லை, ரேடியோகார்பன் வயதுக் கணிப்பின்படி கிபி 700 - 800க்கு முன்னால் அங்கே மனிதர்கள் வாழவில்லை என்பது அறிவியலாளர்களின் வாதம். அதெல்லாம் இருக்கட்டும். இத்தனைத் தொலைவில் இருக்கும் இந்தத் தன்னந்தனித் தீவை பாலிநேசியர்கள் எப்படிக் கண்டடைந்தார்கள்? அதற்குப் பின் ஒரு கதை உண்டு.

பாலிநேசியர்களின் ஒரு குழுவின் அரசனாக இருந்த ஹோட்டு மட்டுவுக்கு ஒரு மோதலில் தோல்வி கிட்டியிருந்தது. அரசாள புதிய தீவு தேவைப்பட்டது. அந்தச் சமயத்தில் அரசனது உதவியாளரான

மோவாய்கள்

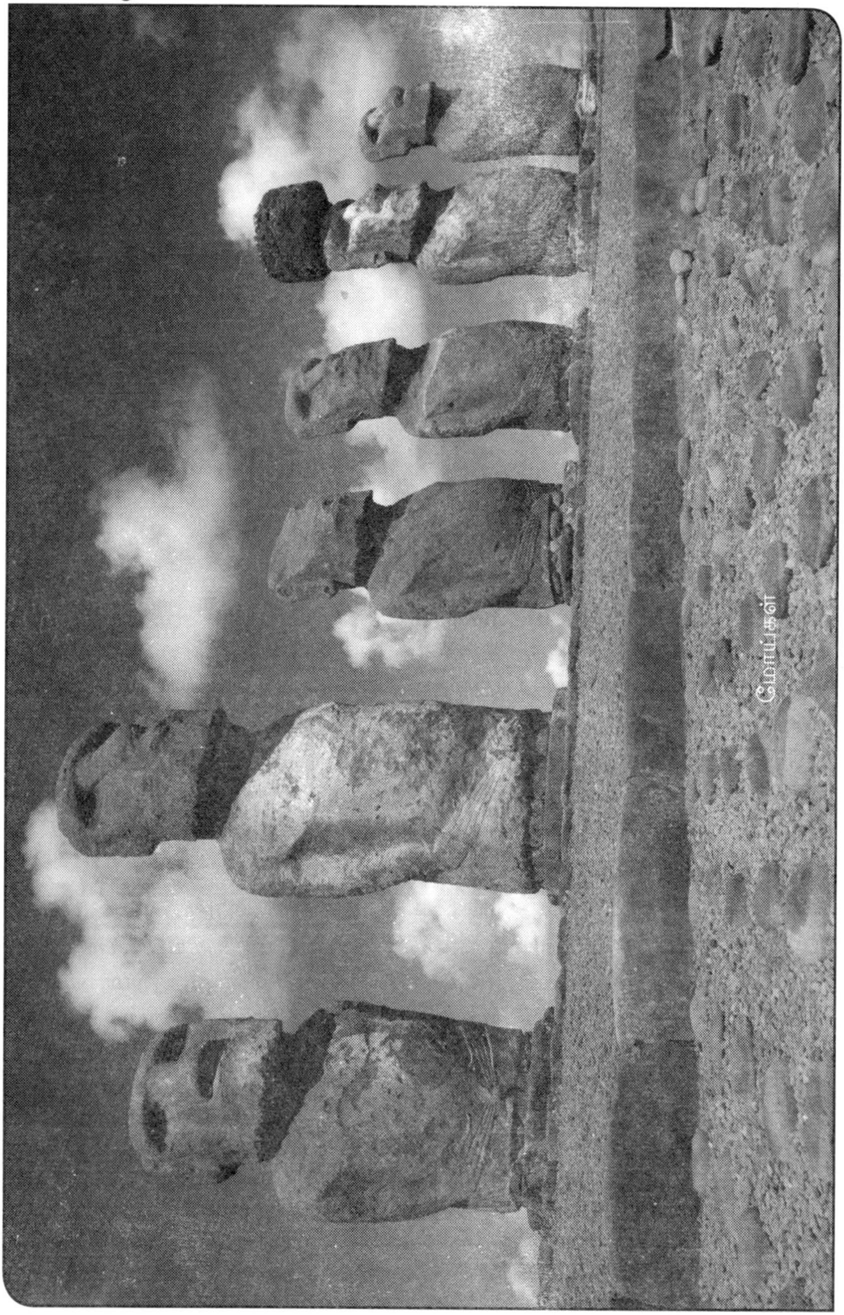

ஹௌள-மகா அடித்துப் பிடித்து ஓடிவந்து தான் கண்ட கனவை விவரித்தார்.

'என் உடல் சூரியன் தோன்றும் திசையில் இந்தக் கடலின் மேல் பறந்து சென்றது. நீண்ட தூரம் சென்ற அது, ஒரு புதிய தீவை அடையாளம் காட்டியது. இந்த உலகின் மையப்பகுதி அதுவாகத்தான் இருக்கும் என நினைக்கிறேன்.'

அரசர் பரபரப்பானார். ஏழு பேரை அழைத்தார். படகுகள் கட்டிக்கொண்டு ஏழு பேரும் கிளம்பினார்கள், புதிய தீவைத் தேடி. ஈஸ்டர் தீவைக் கண்டடைந்தார்கள். கைவசம் கொண்டுவந்த சில தாவரங்களை, கிழங்குகளை, கரும்பை, வாழையைப் பயிரிட்டார்கள். தங்கள் கடவுளின் விருப்பத்துக்குரிய 'மோய்' சிலை ஒன்றையும் நிறுவினார்கள். ஒரே ஒரு ஆளை மட்டும் அங்கே 'தேவுடு' காக்க வைத்துவிட்டு மற்ற ஆறு பேரும் படகேறித் திரும்பினார்கள். ஆறு பேரும் அரசரிடம் சென்று ரிப்போர்ட் கொடுத்தார்கள். பின், அரசர் ஹோட்டு மட்டு தன் குடும்பத்துடனும் குழுவுடனும், சில கால்நடைகளுடனும் இரண்டு பெரிய படகுகளில் வந்து ஈஸ்டர் தீவில் இறங்கினார். அரசாள ஆரம்பித்தார்.

இது பாலிநேசியர்கள் சொல்லும் கதை. ஈஸ்டர் தீவில் சுமார் இருபது ஆண்டுகள் அரசாட்சி புரிந்த ஹோட்டு மட்டு, அங்கேயே இறந்து போனார். பின் அவரது மகன் டு-மஹேகி அரசரானார். 1886 வரை அவர்கள் வம்சத்தினர் ஈஸ்டர் தீவின் அரசராக இருந்திருக்கிறார்கள். இன்றும்கூட ஹோட்டு மட்டுவின் பரம்பரையைச் சேர்ந்தவர்கள் ஈஸ்டர் தீவில் வாழ்ந்து கொண்டுதான் இருக்கிறார்கள் என்பது தகவலுக்காக.

சரி, உலகிலிருந்து தனித்துவிடப்பட்ட இந்த ஈஸ்டர் தீவின் வாழ்வாதாரம் என்ன? வடிவத்தில் ஓர் ஒழுங்கற்ற முக்கோணம்போல இத்தீவின் மொத்தப் பரப்பளவு வெறும் 63 சதுர மைல்களே. அதற்குள் பல மலைகள், குன்றுகள் இருக்கின்றன. அதில் நான்கு எரிமலைகள். மணல் நிரம்பிய கடற்கரை என்பது ஒன்றே ஒன்றுதான். மற்ற இடங்களில் அலைகள் செங்குத்தான பாறைகளையே முத்தமிடுகின்றன. சமவெளியும் குறைவே. இப்படிப்பட்டதொரு நிலப்பரப்பில் பாலிநேசியர்கள் பயிரிட்டு ஆயிரம் ஆண்டுகளுக்கும் மேல் வாழ்ந்தது மிகவும் ஆச்சரியமான விஷயம்தான்.

முதல் ஐரோப்பியப் பயணியான ஜேக்கப், ஈஸ்டர் தீவுகள் குறித்து சொல்லியுள்ள குறிப்புகள் முக்கியமானவை. 'தீவில்

தீவெங்கும் மோய்கள்

ஒரு மரம்கூட இல்லை. சுமார் இரண்டாயிரம் மக்கள் வரை இருந்திருப்பார்கள். நாகரிகத்தில் மிகவும் பின்தங்கி இருந்தார்கள். மக்கள் எண்ணிக்கைக்குச் சரிசமமாகச் சிலைகளும் இருந்தன. கடற்கரைகளில், மலைச்சரிவுகளில், சமவெளிகளில் என எங்கே பார்த்தாலும் கிட்டதட்ட ஒரே போன்ற சிலைகள். அந்தச் சிலைகளுக்கான அர்த்தம்தான் எனக்கு விளங்கவில்லை.'

ஜேக்கபுக்கு மட்டுமல்ல; இன்றுவரை யாருக்குமே விளங்காத புதிர் அந்தச் சிலைகள். 'மோய்' என்று பாலிநேசியர்களால் அழைக்கப்படும் அந்தச் சிலைகள் எப்படிப்பட்டவை?

எரிமலைகளின் பாறைகளில் செதுக்கப்பட்டவை. நீள்சதுர மனித முகங்கள். கண்களைக் குறிக்கும் குழிகள். எடுப்பான மூக்கு, நீளமான வாய், நீண்ட காதுகள், உடலோடு ஒட்டிவைக்கப்பட்ட கைகள், இடுப்பு வரையிலான தேகம். சில சிலைகள் மார்பளவிலும், சில கால்முட்டியளவும் இருக்கின்றன. எதற்கும் கால்கள் கிடையாது. எல்லா சிலைகளின் முகத்திலும் கர்வமும் பெருமிதமும் பிரதிபலிக்கின்றன. இப்படியே ஆயிரக்கணக்கான மோய் சிலைகள். தீவைச் சுற்றி கரைகளில் கடலுக்கு முதுகைக் காட்டியபடி வரிசையாக நிற்கின்றன. மலையடிவாரங்களில், மலைச்சரிவுகளில், புல்வெளிகளில், வெட்ட வெளிகளில், மலை மேல் பாதி செதுக்கப் பட்டவையாக என தீவெங்கும் முகம் காட்டிக் கொண்டிருக்கின்றன.

கண்களும் தொப்பியும்

இந்தச் சிலைகளின் வயதை வைத்துக் கணக்கிட்டு இவை பாலிநேசியர்களால் செய்யப்பட்டவை என்பது நிரூபிக்கப்பட்டுள்ளது. எதற்கு அவர்கள் இப்படிப் பட்ட சிலைகளைச் செய்ய வேண்டும்? சுலபமான பதில் ஒன்று எப்போதும் உண்டு. கடவுளுக்காக. ஆஜானுபாகுவான மனித உடலும், நீண்ட, வளைந்த அலகுடைய பறவையின் தலையும் கொண்ட கடவுளான டேன்கடா-மனு என்ற பறவைக் கடவுளுக்காக, அவரைக் குஷிப்படுத்துவதற்காக பாலிநேசியர்கள் இத்தகைய மோய் சிலைகளைச் செய்திருக்கிறார்கள் என்பது ஒரு பதில். ஆனால், பாலிநேசியர்கள் வாழ்ந்த மற்ற தீவுகளில் இப்படிப்பட்ட மோய் சிலைகள் காணப்படவில்லை என்பது இந்த பதிலை வலுவிழக்கச் செய்கிறது.

பாலிநேசியர்கள் தங்கள் முன்னோர்களுக்கு மரியாதை செய்யும் விதமாக இத்தகைய சிலைகளைச் செய்து வழிபட்டிருக்கிறார்கள் என்பது ஓரளவு ஏற்கக்கூடிய அனுமானம். எல்லா மோய்களுமே ஆண் முகம் கொண்டவையாகத்தான் தெரிகின்றன என்பது கூடுதல் தகவல்.

அடுத்த சந்தேகம். அப்போது வாகனங்கள் கிடையாது. பல டன் எடையுள்ள இந்த மோய்களை, மனிதர்களும் தூக்கிச் சென்றிருக்க முடியாது. யானை போன்ற பெரிய விலங்குகளும் அங்கே கிடையாது. எனில் இத்தனை எடை கொண்ட இச்சிலைகளை, தீவின் பிற பகுதிகளுக்கு எப்படிக் கொண்டு சென்றிருப்பார்கள்?

மரங்களை வெட்டி வரிசையாக உருளைகள் போல அடுக்கி, அவற்றின் மீது மோய்களை நிற்க வைத்தோ, படுக்க வைத்தோ உருட்டிச் சென்றிருப்பார்கள் என்பது இன்றைய ஆராய்ச்சியாளர்களின் கருத்து. இப்படி ஆயிரக்கணக்கான சிலைகளைச் செய்வதற்கும் அவற்றை கொண்டு செல்வதற்கும் மரங்கள் அதிக அளவில் வெட்டி அழிக்கப்பட்டன. எனவேதான் ஜேக்கப் அங்கு சென்று இறங்கியபோது ஒற்றை மரம்கூட தென்படவில்லை என்பது

ஓர் அனுமானம். ஒரு காலத்தில் ஈஸ்டர் தீவில் மக்கள் தொகை பத்தாயிரத்தையும் தாண்டி இருந்திருக்கலாம். மரங்கள் எல்லாம் அழிய, வாழ்வாதாரங்கள் தொலைய, பசியில் மனிதரை மனிதரே கொன்று தின்னும் நிலைகூட ஏற்பட்டிருக்கலாம். இவை கூடுதல் கணிப்புகள்.

ஐரோப்பியர்களின் வருகைக்குப் பின் ஈஸ்டர் தீவின் முகம் மாறியது. அடிமைகளாக பாலிநேசியர்கள் பிற தேசங்களுக்குக் கொண்டு செல்லப்பட்டனர். மக்கள் மட்டுமல்ல, இருநூறுக்கும் மேற்பட்ட மோய் சிலைகளும்தான். தவிர இயற்கையாகவே சிதிலமடைந்த சிலைகளின் எண்ணிக்கையும் நூறைத் தாண்டும். தற்போது ஈஸ்டர் தீவில் மிஞ்சியிருப்பது 887 மோய் சிலைகள். அதில் இருப்பதிலேயே பெரிய மோய், 33அடி உயரமும் 80 டன்னும் கொண்டது. 69 அடியில் 270 டன் எடையில் முடிக்கப்படாத ஒரு சிலைதான் அதிக எடை உடையது. இருப்பதிலேயே சிறிய மோய், 3.76 அடி உயரமுடையது. ஒவ்வொரு சிலைக்கும் தனித்தனி (நம் வாயில் நுழையவே நுழையாத) பெயர்கள் உண்டு. சில மோய்களின் தலையில் மட்டும் சிவப்பு வடிவ தொப்பி பொருத்தப்பட்டிருப்பது ஏன் என்பது கூடுதல் புதிர்.

1979ல் சில தொல்லியல் நிபுணர்கள், தீவினில் ஆங்காங்கே அரைக்கோளமாகவும் நீள்வட்டமாகவும் செதுக்கப்பட்ட ஒருவிதமான வெள்ளைக் கற்களைக் கண்டெடுத்தனர். உடைந்து கிடந்த அவற்றைப் பொருத்தி ஆராய்ந்தபோதுதான் அவை மோய்களின் கண்கள் என்று தெரிய வந்தன. பின் கண்கள் மோய்களுக்குப் பொருத்தப்பட்டன. சிலைகள் உயிர்பெற்றது போலத் தெரிந்தன.

‘அந்தச் சிலைகளுக்கு உயிர் இல்லை என்று யார் சொன்னது? அனைத்து மோய்களையும் எங்கள் கடவுள் டேன்கடா-மனுவின் கட்டுப்பாட்டில் உள்ளன. மோய்களுக்கு நடக்கும் சக்தியும் உண்டு. பலவிதமான மந்திர சக்திகளும் உண்டு. அதெல்லாம் உங்களுக்குப் புரியாது.’ - இது ஈஸ்டர் தீவில் எஞ்சியிருக்கும் பாலிநேசியர்களின் மாறாத பதில்.

புத்தரே துன்பத்திற்குக் காரணம்

'இது ரொம்ப சிக்கலான பூட்டு. எந்தச் சாவியும் இதுக்குச் சரிப்பட்டு வராது. ராக்ஸஸைக் கூப்பிடு. அவன் கைவெச்சா போதும். சாதா கம்பிக்குக்கூட இந்தப் பூட்டு திறந்திடும்.'

சென்ற நூற்றாண்டில் பிலிப்பைன்ஸின் நம்பர் ஒன் பூட்டுத் திறப்பாளர், சாவி நிபுணர் என்று ரோஜர் ராக்ஸஸைச் (Roger Roxas) சொல்லலாம். அதற்காகக் களவாணிப் பயல் என்று நினைத்துக் கொள்ள வேண்டாம். ராணுவத்தில் சில காலம் பணியாற்றியவர். சாவி, பூட்டு திறப்பு விஷயங்களில் வித்தகர். பழங்கால நாணயங்களைச் சேகரிப்பது அவரது குடும்பத்துக்கே பொழுதுபோக்கு. வார இறுதிகளில் ராக்ஸஸ் 'புதையல் வேட்டை'க்குக் கிளம்பிவிடுவார். கிடைத்த சிறு சிறு புதையல்கள் மூலம் 'ஓரளவு' வசதியான வாழ்க்கைதான் வாழ்ந்தார். 'ஓரளவு' என்றால் மனைவி தவிர நான்கைந்து துணைவிகள் வைத்துக் கொள்ளுமளவுக்கு.

பிலிப்பைன்ஸில் யாராவது புதையல் தேடி வந்தார்கள் என்றால் முதலில் பாகியோ (Baguio) நகரில் வசித்த ராக்ஸஸைத்தான் நாடி வருவார்கள். நாட்டின் காடு, மலைகள், சந்து, பொந்துகளை எல்லாம் தன் நினைவில் ஒரு மேப் போல செதுக்கி வைத்திருந்தார் ராக்ஸஸ். புதையல் தேடி வருபவர்களுக்கு உடன் சென்று உதவுவார் அல்லது

லூஸான் தீவுக்கு வந்திறங்கும் நேச நாட்டுப் படையினர்

ஆலோசனைகள் சொல்லி அனுப்புவார். அப்படி ராக்ஸஸைத் தேடி வந்தவர்தான் ஜப்பானைச் சேர்ந்த அல்பர்ட் ஃபுசிகாமி (Albert Fuchigami). இருவரும் சாதாரணமாக அறிமுகமானார்கள். அவ்வப்போது சந்தித்துக் கொண்டார்கள். சில சந்திப்புகளுக்குப் பிறகே ஃபுசிகாமி, தன்னிடமிருந்த அந்த 'ரகசிய மேப்' பற்றி ராக்ஸஸிடம் சொன்னார்.

அந்த விஷயத்தைக் கேட்டதுமே ராக்ஸஸுக்கு உடல் சிலிர்த்தது. அது அஞ்சோ, பத்தோ கிள்ளிக் கொடுக்கும் சாதா மேப் அல்ல; ஆயுளுக்கும் கொட்டிக் கொடுக்கும் 'யமாஷிடாவின் புதையல்' ஒன்றைக் கண்டுபிடிப்பதற்கான ஜாக்பாட் மேப். என்ன புதையல் அது? யார் அந்த யமாஷிடா?

இரண்டாம் உலகப் போர். தெற்காசிய நாடுகளை எல்லாம் தன் பிடியின் கீழ் கொண்டு வரும் ஆட்டத்தில் இறங்கியிருந்தது ஜப்பான். போர்ச் செலவுகளுக்கு மிதமிஞ்சிய பணம் தேவையல்லவா. ஆதிகாலத்திலிருந்து அதற்கு ஒரே வழிதான். வீழ்கின்ற நாடுகளிடம் கொள்ளையடி. கைப்பற்றும் இடங்களைக் கபளீகரம் செய். யார், எது, என்னவென்று பார்க்காதே. இயன்ற அளவு துடைத்து எடுத்துவிடு.

ஜப்பானின் இந்தக் கொள்ளையடிக்கும் ஆபரேஷனுக்கு அவர்கள் வைத்த பெயர், 'கோல்டன் லில்லி.' அந்தக் கொள்ளைக்கூட்டத் தலைவர், இளவரசர் யாஷுஹிடோ சிசிபு (Yasuhito chichibu - ஜப்பானியப் பேரரசர் ஹிரோஹிடோவின் உத்தமபுத்திரன்). கோல்டன் லில்லி முதலில் குறிவைத்தது அரசாங்க கஜானாக்களை. அடுத்ததாக வங்கிகளை. அப்புறம் தொழிற்சாலைகள், தனியார் நிறுவனங்கள், பணமுதலைகளின் வீடுகள், கோயில்கள், சர்ச்கள், மசூதிகள், அடகுக் கடைகள், வணிக நிறுவனங்கள், அருங்காட்சியங்கள். சாதாரண மக்கள் சேர்த்து வைத்திருக்கும் உண்டியல் காசுகளைக்கூட விட்டு வைக்கவில்லை. தவிர, நிழல் உலகில் புழங்கும் கருப்புப் பணத்தையும் கோல்டன் லில்லி கைப்பற்றியது. தேவைக்கும் அதிகமாகவே செல்வங்கள் சேர்ந்தன. தங்கக் கட்டிகள், தங்க நகைகள், விலையுயர்ந்த கற்கள், வைரங்கள், பணம், சிலைகள், அரிய பொக்கிஷங்கள் எல்லாம் அதில் அடக்கம்.

எல்லாவற்றையும் ஜப்பானுக்குக் கொண்டு செல்ல வேண்டும். கடல் மார்க்கம்தான் ஒரே வழி. கொள்ளையடிக்கப்பட்ட செல்வங்கள், கல்கத்தா, பர்மா, பாங்காக், கோலாலம்பூர், சிங்கப்பூர், ஜகார்த்தா, பாலம்பங் இந்த இடங்களுக்குத் தரைமார்க்கமாகக் கொண்டு வரப்பட்டன. அந்த இடங்களிலிருந்து கப்பல்கள் மூலம் பிலிப்பைன்ஸின் தலைநகரான மணிலாவுக்கு அருகிலுள்ள லூஸான் தீவுக்குக் கடத்தி வரப்பட்டன. அங்கிருந்து தாய்வான் கடல் மார்க்கத்தில், ஜப்பானின் டோக்கியோவுக்குக் கொண்டு செல்லப்பட்டன.

1943ன் ஆரம்பம் வரை இந்த 'ரூட்'டில் பிரச்னை இல்லை. ஆனால் அதற்குப் பின் அமெரிக்கப் படைகள், பசிபிக் கடலைத் தம் கட்டுப்பாட்டின் கீழ் கொண்டுவந்த பிறகு, ஜப்பான் கப்பல்களுக்கு ஏழரை ஆரம்பமானது. எந்த ஜப்பானியக் கப்பலைப் பார்த்தாலும் மூழ்கடிக்கும் வெறியோடு, அமெரிக்க விமானப்படையும், நேச நாடுகளின் கப்பல் படையும் கங்கணம் கட்டிக் கொண்டு களமிறங்கியிருந்தன. ஆக, செல்வம் சுமந்து சென்ற பல ஜப்பானியக் கப்பல்கள் ஜல சமாதி அடைந்தன. அதையும் தவிர, மலைபோல் குவிந்திருந்த செல்வம், லூஸான் தீவிலேயே தேங்கிக் கிடந்தன.

1944. ஜப்பான் தோல்வியின் விளிம்பில் போராடிக் கொண்டிருந்தது. அந்தச் செல்வங்களை எல்லாம் பாதுகாத்து வைத்தால், போரின் இழப்புகளைச் சரிசெய்து, மீண்டுவர

ஜெனரல் யமாஷிடா

உதவுமல்லவா. அந்தப் பொறுப்பு ஜப்பானின் ராணுவ கவர்னராகப் பொறுப்பேற்றிருந்த ஜெனரல் டோமோயுகி யமாஷிடாவிடம் (Tomoyuki Yamashita) ஒப்படைக்கப்பட்டது.

நேச நாட்டுப் படைகள் பிலிப் பைன்ஸை நெருங்கி வந்தன. தோல்வி உறுதியாகிவிட்டதால், யமாஷிடா தன் வசம் இருக்கும் படைகள் கொண்டு எதிர்த்து நின்று வீரம் காட்டவில்லை. செல்வங்களை எல்லாம், ரகசிய இடங்களில் புதைத்து வைக்கும் காரியங்களில் மும்முரமாகியிருந்தார். காடுகள், மலைகள், மறைவிடங்கள் தேர்ந்தெடுக்கப்பட்டன. அங்கே யமாஷிடாவின் கட்டளைகளின் பெயரில் ரகசிய சுரங்கங்களும் குகைகளும் அமைக்கப்பட்டன. காய்ந்து கிடந்த ஏரிகளில், குளங்களின் அடியில்கூட குகைகள் தோண்டப்பட்டன.

செல்வங்களைப் பிரிக்கும் வேலை முதல் எதையெல்லாம் எங்கே புதைத்து வைக்க வேண்டும் என்ற வேலை வரை அனைத்தும் யமாஷிடாவின் நேரடிக் கண்காணிப்பில் நடந்தன. பல அடி ஆழத்தில் கட்டப்பட்ட அறைகள். அதற்குள் செல்வங்கள் புதைக்கப்பட்டு, மேலே தடிமனான சுவர்கள் எழுப்பப்பட்டன. உள்ளே விஷ வாயுக்களும் நிரப்பப்பட்டன. தவிர, வெடிபொருள்கள் புதைக்கப்பட்டன. யாரும் சுலபத்தில் புதையலைத் தொட முடியாதபடியான பாதுகாப்பு. இந்த வேலைகளைச் செய்வதற்கு நேச நாட்டுப் படைகளில் இருந்து போர்க் கைதிகளாகச் சிக்கியவர்கள் உபயோகப்படுத்தப்பட்டார்கள். காரியம் முடிந்ததும் அவர்களுக்குக் 'காரியம்' நடத்தப்பட்டது. சமயங்களில் பணிகளில் ஈடுபட்ட ஜப்பானிய வீரர்கள் சிலரையும் சந்தேகப்பட்டு புதையலோடு சேர்த்து கொன்று புதைத்தார் யமாஷிடா.

நிலத்தில் மட்டுமல்ல, நீரிலும் யமாஷிடா செல்வங்கள் பதுங்கின. தீவுகளை ஒட்டிய நீர்ப்பரப்பில் சில அடி ஆழத்தில் பாறைகளுக்குக் கீழ் செல்வங்கள் புதைத்து வைக்கப்பட்டன. சில கப்பல்கள் நிரப்பப்பட்ட செல்வங்களோடு அப்படியே நீரில் மூழ்கடிக்கப்பட்டன. புதைத்த வைத்த இடங்கள் குறித்த ரகசிய மேப்களை, யமாஷிடா தனக்கு

நம்பகமான உதவியாளர்களிடம் கொடுத்து வைத்திருந்தார். இன்னும் ஏகப்பட்ட செல்வங்களைப் பதுக்கி வைக்க வேண்டியது இருந்தது. ஆனால், 1944, அக்டோபரில் அமெரிக்கப் படைகள், பிலிப்பைன்ஸை கிட்டத்தட்ட ஆக்கிரமித்திருந்தன. 1945, ஆகஸ்டில் அந்த இரண்டு அணுகுண்டுகளால் ஜப்பான் வீழ்ந்தது.

ஆனால் ஜப்பான் ராணுவ ஜெனரல் யமாஷிடா சிக்கவில்லை. நேச நாட்டுப் படைகள் லூஸான் தீவினுள் புகுந்தன. ஏகப்பட்ட செல்வங்களை நிரப்பிக் கொண்டு திரிந்த டிரக்குகள் பல பிடிபட்டன. செப்டெம்பர் 2, 1945ல் யமாஷிடா சரணடைந்தார். அடுத்த ஆண்டு பிப்ரவரியில் கொல்லப்பட்டார். மொத்தம் 172 புதையல்கள். அதில் 138 நிலத்தில், மீதி நீரில். தங்கக் கட்டிகள் மட்டும் 4000 முதல் 6000 டன் வரை இருக்கலாம். தவிர, பிற செல்வங்களின் அன்றைய மதிப்பு அமெரிக்க டாலரில் மூன்று பில்லியன் (இன்றைக்கு 100 பில்லியன்) இருக்கலாம். இவை எல்லாம் உத்தேச புள்ளிவிவரங்கள்தாம். மொத்த மதிப்பு யமாஷிடோவுக்குக்கூட தெரிந்திருக்க வாய்ப்பில்லை.

வெகுசில புதையல்கள் மட்டுமே நேச நாட்டுப் படைகளிடம் சிக்கின. மீதி?

அதில் ஒரு புதையலினுடைய மேப்பைத்தான் ஃபுசிகாமி, ராக்ஸஸிடம் கொடுத்தார். 'என் தந்தை, யமாஷிடோவின் படையில் இருந்தவர். செல்வங்களைப் புதைத்து வைக்கும் பணியிலும் ஈடுபட்டவர். அவர் வரைந்து வைத்திருந்த ஒரு மேப்தான் இது. எனக்கு இதில் அதிக ஆர்வமில்லை. உங்களுக்கு உபயோகப்படுமென்றால் வைத்துக் கொள்ளுங்கள்.' ஃபுசிகாமி கொடுத்த மேப், ராக்ஸஸின் கண்களை விரிய வைத்தன.

எல்லாம் கூடி வருவதுபோல, ஒகுபோ என்ற நபரது அறிமுகமும் ராக்ஸஸுக்குக் கிடைத்தது. ஒகுபோ, யமோஷிடாவின் படைகள் செல்வங்களைப் புதைத்து வைக்கும் பணியில் ஈடுபட்டிருந்தபோது உணவு விநியோகம் செய்தவர். ராக்ஸல், அந்த மேப்பை ஒகுபோவிடம் காண்பித்தார். 'இந்த இடம் எனக்குத் தெரியும். பல பெட்டிகள் நிறைய தங்கக் கட்டிகள், வெள்ளிக் கட்டிகள் இங்கே புதைத்து வைத்தார்கள். கூடவே ஒரு புத்தர் சிலையையும்.'

ராக்ஸஸ் களமிறங்கினார் (1970). புதையல் இருக்குமிடத்தைத் தோண்டுவதற்காக, நம்பகமான பணியாளர்களை நியமித்துக் கொண்டார். வேலையை ஆரம்பிப்பதற்கு முன்னால் பியோ மார்கோஸைத் தேடிச் சென்றார். பியோ, ஒரு நீதிபதி. ராக்ஸஸுக்கு

நண்பர். பிலிப்பைன்ஸின் அதிபர் பெர்டினாண்ட் மார்கோஸுக்கு (Ferdinand Marcos) உறவினர். இம்மாதிரியான புதையல் சம்பந்தப்பட்ட விஷயங்களில் ராக்ஸஸுக்கு ஆலோசனைகள் வழங்குவார்.

பிலிப்பைன்ஸின் சட்டங்களின்படி, அரசுக்குச் சொந்தமான நிலங்களில் புதையலைக் கண்டெடுத்தால் அரசுக்கு 75 சதவிகிதம் கொடுத்துவிட வேண்டும். கண்டெடுப்பவருக்கு 25 சதவிகிதம் மட்டுமே. தனியார் இடத்தில் கண்டெடுத்தால் 30 சதவிகிதம் அரசுக்கு. மீதி 70 சதவிகிதத்தைக் கண்டெடுப்பவரும், நில உரிமையாளரும் பகிர்ந்து கொள்ள வேண்டும். நீரினுள் மூழ்கிய கப்பலில் புதையல் கண்டெடுக்கப்பட்டால், அரசுக்கும் கண்டெடுத்தவருக்கும் 50 - 50.

ராக்ஸஸ், தோண்ட ஆரம்பித்த இடம் பாகியோ நகரின் மருத்துவமனைக்கு அருகிலுள்ள ஓர் ஒதுக்குப்புறமான பகுதி. நிலத்தினுள் சில அடிகள் தோண்டியதும் சில வயர்கள் தென்பட்டன. கவனமாக வெடிகுண்டுகளை அகற்றினார்கள். சில சிறிய விபத்துகள் நிகழவே செய்தன. சில ரேடியோ சாதனங்கள் கிடைத்தன. தோண்டினார்கள். ஜப்பானிய வாள்கள் தெரிந்தன. மேலும் தோண்டினார்கள். சில எலும்புக்கூடுகள் சிரித்தன. அவை ஜப்பானிய ராணுவ உடைகளை அணிந்திருந்தன.

பல அடி ஆழத்திற்குத் தோண்டிய பிறகு, கனமான கான்கீரிட் சுவர் தென்பட்டது. பத்து அடி தடிமனாவது இருக்கும் என்பது ராக்ஸஸின் கணிப்பு. டைனமைட்கள் சிலமுறை வெடிக்க வைக்கப்பட்டன. சுவர் தகர்ந்தது. விஷ வாயுக்கள் வெளியேறிய பிறகு, பாதுகாப்பான சூழலில் ராக்ஸஸ் அந்தக் குகைக்குள் இறங்கினார். பல அடிகள் ஆழத்தில் இடிபாடுகளையெல்லாம் கடந்து சென்ற பின், ஓர் கான்கீரிட் அறையை அடைந்தார் ராக்ஸஸ்.

அங்கே தங்க நிறத்தில் அமர்ந்திருந்த புத்தரின் சிலை ஒன்று அமைதியாகச் சிரித்துக் கொண்டிருந்தது.

★

ஏதோ அடையவே முடியாத ஒன்றை அடைந்த விட்ட பூரிப்பு ரோஜர் ராக்ஸஸின் முகத்தில். புதையல் தேடி தோண்டிய இடத்தில் புத்தர் கிடைத்திருக்கிறார். சாதா புத்தர் அல்ல; தங்கத்தினால் ஆனவர். ஆசையே துன்பத்திற்குக் காரணம் என உலகத்துக்கே பாடம் சொன்னவருக்கு யாரோ ஆசை ஆசையாக செய்து வைத்த பொற்சிலை.

தங்க புத்தர் சிலையுடன் ராக்ஸஸ்

உயரம் மூன்று அடியாவது இருக்கும். ராக்ஸஸ், புத்தரை ஆசையுடன் தடவிப் பார்த்தார். தூக்கிப் பார்க்க முயன்றார். முடியவில்லை. 'எடை ஒரு டன் இருக்கும்போல' - மனம் கணக்குப் போட்டது. எப்படி இதை இங்கிருந்து கொண்டு போகலாம்? ராக்ஸஸின் மூளை திட்டமிட்டுக் கொண்டிருந்தது.

அந்த ஆழமான சுரங்கத்துக்குள், ராக்ஸஸின் கட்டளையின்படி சிலர் மட்டும் உள்ளே நுழைந்தனர். கைகளில் கயிறுகள், சங்கிலிகள், சாக்குப் பைகள், சக்கரம் பொருத்தப்பட்ட சிறு வண்டி, இன்னபிற உபகரணங்கள். தங்க புத்தர் வெற்றிகரமாக ராக்ஸஸின் வீட்டுக்குக் கொண்டு செல்லப்பட்டார், யாரும் பாராதவகையில், வெகு ரகசியமாக. வீட்டினுள் ஒரு பாதாள அறையில் புத்தர் தன் தவத்தைத் தொடர்ந்தார்.

அதே புதையல் சுரங்கத்தில், புத்தர் சிலையைக் கண்டெடுத்த இடத்திலிருந்து ஐம்பது அடிகள் தொலைவில் இன்னொரு கான்கிரீட் சுவரையும் ராக்ஸஸ் கவனித்திருந்தார். மறுநாள், அந்த சுவர் உடைக்கப்பட்டது. அங்கே வரிசையாக பல மரப்பெட்டிகள் அடுக்கி வைக்கப்பட்டிருந்தன. ஒவ்வொரு பெட்டியும் குறைந்தது ஐந்தடி உயரத்தில், முப்பது அடி அகலத்தில் இருந்தன. உள்ளே என்ன இருக்கும்? பணமா? நகையா? ஒருவேளை வெடிபொருள்கள் இருக்குமோ?

ராக்ஸஸ், ஒரு சிறிய பெட்டியைத் தேர்ந்தெடுத்தார். கவனமாகத் திறந்தார். உள்ளே ஒரு இஞ்ச் தடிமனில், இரண்டரை இஞ்ச் நீளத்தில் தங்கக் கட்டிகள் மிளிர்ந்தன. அந்தச் சிறிய பெட்டிக்குள் 24 தங்கக் கட்டிகள். ராக்ஸஸின் உடல் சிலிர்த்தது. மேற்கொண்டு

எந்தப் பெட்டியையும் அவர் திறந்து பார்க்கவில்லை. அவசர அவசரமாக சுரங்கத்தை விட்டு வெளியேறினார். சுரங்கம் இருக்கும் சுவடு தெரியாமல் மூடப்பட்டது.

புதையலைக் கண்டுபிடித்து என்ன செய்ய? அதைப் பார்த்துக் கொண்டே இருந்தால் சுபிட்சம் கிட்டாதே. சிலையோ, தங்கக் கட்டியோ யாரிடமாவது விற்றால்தானே பணமழை கொட்டும். மீதமிருக்கும் புதையலை வெளியே எடுப்பது என்பது லேசுப்பட்ட காரியம் அல்ல. நிறைய செலவாகும். கையிலிருக்கும் புத்தர் சிலையை விற்பதற்கும் ஆள் தேட வேண்டும். அதற்கும் பணம் வேண்டும். எல்லாம் யோசித்துப் பார்த்த ராக்ஸஸ், சில வாரங்கள் கழித்து மீண்டும் சுரங்கத்துக்குள் சென்றார். அந்தச் சிறிய பெட்டியை மட்டும் தூக்கிக் கொண்டு வந்தார். கூடவே சில ஜப்பானிய சாமுராய் வாள்களையும் கலைப்பொருள்களையும் அங்கிருந்து எடுத்துக் கொண்டார்.

இருபத்து நான்கில் ஏழு தங்கக் கட்டிகள் மட்டும் விற்கப்பட்டன. அந்தப் பணத்தில் ராக்ஸஸ், கென்னத் என்ற வியாபாரியை அழைத்து வந்தார். தங்க புத்தரின் அக்குளின் அருகில் சிறுதுளை ஒன்றை இட்டு, தங்கத்தைப் பரிசோதனை செய்தார் செய்தார் கென்னத். 'ம்... 22 காரட் இருக்கும்' என்று அவர் சொல்லவும், ராக்ஸஸின் முகத்தில் ஜொலிப்பு. கென்னத் ஒரு விலை சொல்லிவிட்டுக் கிளம்பினார். ராக்ஸஸுக்கு அந்த விலையில் திருப்தியில்லை.

1971ன் முட்டாள்கள் தினம். ஜோ ஓய்ஹரா என்றொரு வியாபாரி வந்து தங்க புத்தர் சிலையைப் பார்வையிட்டார். தொட்டுப் பார்த்தார். தடவினார். உரசிப் பார்த்தார். நீண்ட நேரம் சிலையில் கழுத்துப் பகுதியையே உற்றுப் பார்த்துக் கொண்டிருந்தார் ஓய்ஹரா. 'சீக்கிரமே வாங்க வருகிறேன். வரும்போது முன்பணமாக ஒரு லட்சம் கொடுக்கிறேன்' எனச் சொல்லிவிட்டு நகர்ந்தார் ஓய்ஹரா. அவர் சென்ற பின் தன் சகோதரனோடு சேர்ந்து சிலையின் கழுத்துப் பகுதியை ஆராய்ந்த ராக்ஸஸுக்கு ஆச்சரியம் காத்திருந்தது. சிலையில் தலையைத் தனியே கழற்றும்படியாக சிறு விரிசல் தெரிந்தது. கொஞ்சம் சிரமப்பட்டே கழற்றினார்கள்.

உள்ளிருந்து வைரக்கற்கள் கொட்டின. இரு கைகள் நிறையுமளவுக்கு சிறிய பட்டை தீட்டப்பட்ட, தீட்டப்படாத வைரக்கற்கள். சகோதரர் தன் கேமராவை முடுக்க, ராக்ஸஸ் புத்தர் சிலையுடன் புகைப்படத்துக்குச் சிரித்தார். சிலையின் தலையை மீண்டும் பொருத்திவிட்டு, கனவுகளுடன் தலைசாய்த்தார்.

அந்த ஏப்ரல் 5ன் விடியலுக்கு முன்பிருந்தே ராக்ஸஸின் வாழ்க்கையில் விதி வீறுகொண்டு விளையாட ஆரம்பித்தது. அதிகாலை 2.30 மணி இருக்கும். கதவுகள் தடதடவெனத் தட்டப்படும் ஓசை. திடுக்கிட்டு எழுந்த ராக்ஸஸும், அவர் சகோதரரும் குடும்பத்தினரும் வீட்டுக்குள்ளிருந்து 'யாரது?' என மீண்டும் மீண்டும் குரலெழுப்பினர்.

'கதவைத் திற. மூன்று நிமிடங்களுக்குள் திறக்காவிட்டால் உடைத்துக் கொண்டு உள்ளே வருவோம்' - பதில் வந்தது. ராக்ஸஸ் நடுநடுங்கியபடியே கதவைத் திறந்தார். எட்டு பேர் ராணுவ உடையில் நின்று கொண்டிருந்தார்கள் (பிலிப்பைன்ஸின் Criminal Investigation Service (CIS), National Bureau of Investigation (NBI) ஆகியவற்றைச் சேர்ந்தவர்கள்). அவர்களுடன் சிலையை உற்று உற்றுப் பார்த்துச் சென்ற ஓய்ஹராவும் நின்று கொண்டிருந்தார்.

'எ.. என்ன வேண்டும்?'

ராக்ஸஸின் முகத்துக்கு நேரே ஒருவன் அந்தக் காகிதத்தை நீட்டினான். வீட்டில் வெடிபொருள்கள், ஆயுதங்கள் பதுக்கி வைக்கப்பட்டிருக்கிறது என்ற சந்தேகத்தின் பெயரில் பரிசோதனை நடத்துவதற்கான வாரண்ட் அது. வாரண்டில் கையெழுத்திட்டிருந்தவர் ராக்ஸஸின் பிரியத்துக்குரிய நீதிபதியான பியோ மார்கோஸ். ராக்ஸஸும் குடும்பத்தினரும் துப்பாக்கி முனையில் தரையோடு தரையாக படுக்க வைக்கப்பட்டனர். ராணுவத்தினர், வீட்டுக்குள் புகுந்து தேடுதல் வேட்டையை ஆரம்பித்தனர்.

தங்க புத்தர் அகப்பட்டது. 17 தங்கக் கட்டிகள், வைரக் கற்கள், சாமுராய் வாள்கள், கலைப் பொருள்கள், ராக்ஸஸ் சேகரித்து வைத்திருந்த பிற சேகரிப்புகள், நாணயங்கள், அவரது குழந்தைகள் உண்டியலில் சேகரித்து வைத்திருந்த பணம் முதற்கொண்டு அனைத்தையும் அள்ளிக் கொண்டு சென்றனர். ராக்ஸஸால் எதுவும் செய்ய இயலவில்லை.

விடிந்ததும் ராக்ஸஸ், நீதிபதி பியோவின் வீட்டுக்குச் சென்றார். 'ஏன் இப்படிச் செய்தீர்கள்?' - அவரது குரல் தழுதழுத்தது. 'நான் என்ன செய்ய முடியும்? எல்லாம் பிரின்ஸின் கட்டளை.'

'பிரின்ஸா?'

'ம்...'

பிரின்ஸ் என்று பிலிப்பைன்ஸ் மக்கள் அழைத்தது பெர்டினாண்ட் மார்கோஸை. அந்நாட்டின் அதிபர். அவரா இத்தனைக்கும் காரணம்!

அதிர்ந்து நின்ற ராக்ஸஸிடம் மறு கேள்வி இல்லை. 'எதிர்ப்பு காட்டி பிரயோசனமில்லை. உன்னைக் கொன்று விடுவார்கள். கவனமாக நடந்துகொள்' - பியோ புத்திமதி சொல்லிக் கொண்டிருக்கும்போதே, அங்கிருந்து வெளியேறினார் ராக்ஸஸ்.

'இது அநியாயம். என் வீட்டை அரசாங்கம் கொள்ளையடித்து விட்டது' - ராக்ஸஸ் மீடியா முன் கூக்குரலிட்டார். காவல் நிலையத்திலும் புகாரைப் பதிவு செய்தார். பத்திரிகைகள் பரபரத்தன. அதற்குமேல் பாகியோ நகரில் தனக்கோ, குடும்பத்துக்கோ பாதுகாப்பு இருக்காது என்பதால், கேபண்ட்வன் என்ற நகரத்தில் தஞ்சமடைந்தார். அவ்வப்போது நினைவினில் புத்தரின் தங்க முகம் சிரித்தது. வலித்தது.

பிலிப்பைன்ஸின் எதிர்க்கட்சிகள், அதிபருக்கு எதிராகவும் ராக்ஸஸுக்கு ஆதரவாகவும் களமிறங்கின. 'அரசு, சிலையை நீதிமன்றத்தில் ஒப்படைக்க வேண்டும்' என்ற எதிர்க்கட்சிகளின் தொடர் குடைச்சலால் ஏப்ரல் 19ல் ராணுவம், தங்க புத்தர் சிலையை பாகியோ நகர நீதிமன்றத்தில் ஒப்படைத்தது. சில நாள்கள் கழித்து அரசுத் தரப்பிலிருந்து இருவர் ராக்ஸஸைத் தேடி வந்தார்கள். 'மூன்று லட்சம் பிஸோ (பிலிப்பைன்ஸின் நாணயம்) தருகிறோம். நீதிமன்றத்துக்கு வா. வந்து அங்குள்ள புத்தர் சிலைதான் நீ கண்டெடுத்தது என்று சொல்லிவிட்டுப் போ' - மிரட்டினார்கள். ராக்ஸஸ் பணியவில்லை. இடைப்பட்ட நாள்களில் ஊடகங்களில் ராக்ஸஸுக்கான ஆதரவு பெருகிக் கொண்டே போனது. தனக்கு உரிய பாதுகாப்பு கிடைக்கும் என்ற உறுதி அளிக்கப்பட்ட பின் ராக்ஸஸ், பாகியோ நீதிமன்றத்துக்கு வந்தார் (ஏப்ரல் 29).

நிருபர்களும் புகைப்படக்காரர்களும் பொதுமக்களும் குழுமியிருந்தனர். ராக்ஸஸ், தனக்குக் காண்பிக்கப்பட்ட புத்தர் சிலையைப் பார்வையிட்டார். தயங்கவே இல்லை. நீதிபதியிடம் நெஞ்சு நிமிர்த்திப் பேசினார். 'சிலையின் நிறம் வேறு மாதிரி உள்ளது. புத்தரின் முகம் மாறுபட்டிருக்கிறது. சிலையில் அக்குளின் அருகில் சிறுதுளை இல்லை. சிலையின் தலை, தனியே கழட்டக் கூடியதாக இல்லை. நிச்சயமாக இது நான் கண்டெடுத்த சிலை இல்லை. போலி!'

தவிர, அதிபர் பெர்டினாண்ட் மார்கோஸ் மீதும் பகிரங்கமாகக் குற்றச்சாட்டுகளை அடுக்கினார். அரசுத் தரப்பு ஆள்கள், ராக்ஸஸை ஆத்திரம் பொங்க முறைத்தனர். அவர் கொஞ்சமும்

பெர்டினாண்ட் இமெல்டாவுடன்

அலட்டிக் கொள்ளாமல் பத்திரிகையாளர்களைத் தன் வீட்டுக்கு அழைத்துச் சென்று, ராணுவத்தினர் ஏற்படுத்திய சேதாரங்களைச் சுட்டிக் காட்டி குமுறினார். பின் மீண்டும் கேபண்ட்வன் நகரத்துக்குச் சென்று பதுங்கிக் கொண்டார்.

1971, மே 18. சாதா உடையில் ராக்ஸஸைச் சூழ்ந்த மூவர், அவரைக் கைது செய்து வண்டியில் ஏற்றினர். மணிலாவின் மலாகனாங் மாளிகை வளாகத்துக்குள் வண்டி நுழைந்தது. அது பிலிப்பைன்ஸின் அதிபர் மாளிகை. 'பயப்படாதே. இது என்ன இடம் என்று தெரியுமல்லவா. வா, பேசித் தீர்த்துக் கொள்ளலாம்' -ராக்ஸஸிடம் ஓர் அதிகாரி சொன்னார்.

ஒரு பெரிய அறைக்கு இழுத்துச் சென்றார்கள். மிடுக்கான அதிகாரி ஒருவர் ராக்ஸஸை ஏற இறங்கப் பார்த்தார். திடீரென ராக்ஸஸின் வயிற்றில் நான்கைந்து குத்துகளை விட்டார். 'ஏன் என்னை அடிக்கிறீர்கள்?' - வலியில் கத்தினார் ராக்ஸஸ். 'அதிபர் மேல் குற்றம் சாட்டும் தைரியம் உனக்கு எங்கிருந்து வந்தது?' - மேலும் சில குத்துகள் ராக்ஸஸுக்குக் கிடைத்தன. ஒலிவாஸ், டெலிபோனைச் சுழற்றினார். பேசினார். 'மிஸ்டர். பிரஸிடெண்ட், ராக்ஸஸ் இப்போது நம் பாதுகாப்பில்.'

பாம்பங்கா என்ற நகரத்துக்கு ராக்ஸஸ் கடத்திச் செல்லப்பட்டார். இருளடைந்த ஓர் அறை. அவ்வப்போது ராணுவ வீரர்கள் அறைக்குள் வந்து மிரட்டினர். அடித்தனர். 'எதிர்க்கட்சி உறுப்பினர்கள் தூண்டுதலினால்தான் நான் அதிபரின் பெயரைச் சொன்னேன். அவருக்கும் இதற்கும் எந்தச் சம்பந்தமும் கிடையாது' என்ற தொனியில் எழுதப்பட்டிருந்த ஒரு பத்திரத்தில் கையெழுத்து போடச்

சொல்லி ராக்ஸஸைக் கொடுமைப்படுத்தினர். பிரம்படி, சிகரெட் சூடு, கரண்ட் ஷாக் என விதவிதமான துன்பங்கள். அவரது மனைவி, குழந்தைகளின் புகைப்படத்தைக் காட்டி 'கொன்று விடுவோம்' என மிரட்டினர்.

ராக்ஸஸின் அசைந்து கொடுக்கவில்லை. அரை மயக்கத்தில் அவரது உதடுகள் முனகிக் கொண்டிருந்தன. '...புத்தரே துன்பத்திற்குக் காரணம்...'

★

மூன்றடி உயரத்தில் தங்கத்தினாலான புத்தர். சிலையின் கழுத்துப் பகுதியைத் திறந்தால் உள்ளே இரண்டு கைப்பிடி அளவு வைரக்கற்கள். இந்தச் சிலையின் பூர்விகம் என்னவாக இருக்கும்? இப்படி ஒரு சிலை செய்ய வேண்டும் என்ற எண்ணம், யாருக்கு, எந்தச் சூழ்நிலையில் ஏற்பட்டிருக்கும்? சிலையின் வயது? எந்த நாட்டைச் சேர்ந்தது?

எல்லாக் கேள்விகளுக்கும் பதில், இதுவரை மர்மமாகத்தான் இருக்கிறது. பாகியா நகர மருத்துவமனைக்கு அருகில் அந்தச் சிலையைப் புதைத்து வைத்த ஜெனரல் யமோஷிடாவுக்கு வேண்டுமென்றால் அதன் வரலாறு ஏதோ கொஞ்சம் தெரிந்திருக்கலாம்.

வரலாறு கிடக்கிறது. அந்தச் சிலை ஏன் என் வாழ்வில் குறுக்கிட வேண்டும்? அதனைத் தோண்டி எடுத்ததால்தானே நான் இத்தனைத் துன்பங்களை அனுபவிக்கிறேன். இந்த இடத்திலிருந்து உயிரோடு திரும்பிப் போவேனா என்றுகூடத் தெரியவில்லை. என் குடும்பம் என்ன ஆனதோ? என் குழந்தைகளை மீண்டும் பார்ப்பேனா?

அந்த இருட்டறையில் ரணத்துடனும் வலியுடனும் முனகிக் கொண்டிருந்தார் ரோஜர் ராக்ஸஸ்.

★

சுரங்கத்தில் கண்டெடுத்த நிஜ தங்க புத்தர் சிலைக்குப் பதிலாக, ராணுவத்தினர் நீதிமன்றத்தில் ஒப்படைத்துள்ள போலி சிலையை 'நிஜம்' என்று ராக்ஸஸ் ஒப்புக்கொள்ள வேண்டும். மீதி புதையல் உள்ள இடத்தை அடையாளம் காட்ட வேண்டும். மேற்படி நடந்த கொடுமைகளுக்கும் அதிபருக்கும் எந்தவித சம்பந்தமும் கிடையாது என்று சப்பைக் கட்டு கட்ட வேண்டும். இந்த மூன்று

விஷயங்களுக்கும் ஒத்துப் போகச் சொல்லி ராக்ஸஸுக்கு மரண பயம் காட்டினார்கள். ஆனால், அவர்களை மயிரளவுகூட மதிக்கவில்லை ராக்ஸஸ்.

ஒரு ஓட்டல் அறையில் இரண்டு வாரங்களுக்கு அடைத்து வைத்திருந்தார்கள். ரப்பர் சுத்தியல் ஒன்று ராக்ஸஸின் முகத்தில் மாறி மாறித் தாக்கியது. சதை கிழிந்து தொங்கியது. இடது கண் நரம்புகள் பாதிக்கப்பட்டன. ஒரே ஒரு தோட்டாவில் உயிரை எடுத்துவிடலாம். ஆனால் புதையல் இருக்குமிடம் தெரியாமல் போய்விடுமே. இறுதியில் ராணுவத்தினரே இறங்கி வந்தார்கள். ஓர் உறுதிச் சான்றை நீட்டி கையெழுத்துக் கேட்டார்கள். அதில், 'என் வீட்டில் சோதனை அமைதியான முறையில் நடந்தது. எந்தவித அசம்பாவிதமும் நடைபெறவில்லை.' போனால் போகிறதென்று அதில் கையெழுத்திட்டார் ராக்ஸஸ்.

மறுநாள் பாகியோ நீதிமன்றத்துக்கு அழைத்துச் செல்லப்பட்டார். ராக்ஸஸை, போலி புத்தர் சிலையை 'நிஜம்' எனச் சுட்டிக் காட்டுவதாக புகைப்படம் எடுத்துக் கொண்டனர். ராக்ஸஸ், அதே ஓட்டல் அறையில் மீண்டும் அடைக்கப்பட்டார். அவர்தான் எந்தவிதமான பூட்டைத் திறப்பதிலும் வித்தகராயிற்றே. அன்று இரவு அங்கிருந்து தப்பித்தார் (ஜூன் 1971).

நிம்மதியற்ற தலைமறைவு வாழ்க்கை. கண்ணுக்குத் தெரிந்த புதையலைக்கூட சென்று கைப்பற்ற இயலாத நிலை. கைப்பற்றிய புதையலும் பறிபோய்விட்டது. பரிதவித்த ராக்ஸஸ், எதிர்க்கட்சிகளின் ஆதரவுடன் அதிபருக்கு எதிராகப் போராட முனைந்தார். அந்த முயற்சிகளும் தோல்வியில் முடிவடைந்தன.

1972 ஜூலையில் பாகியோ நகரிலுள்ள தன் வீட்டுக்கு வந்தார். அதை மோப்பம் பிடித்த போலீஸார் வந்து அவரைத் தூக்கிக் கொண்டு போனார்கள். ஏதேதோ வழக்குகள் அவர் மீது பதியப்பட்டன. சிறைவாசம். 1972, செப்டம்பர் 21. பிலிப்பைன்ஸின் யாரும் எதற்கும் வாய்த் திறக்க முடியாத வகையில் பெர்டினாண்ட் மார்கோஸ் 'ராணுவ ஆட்சியை' அமல்படுத்தினார். அதிபர், சர்வாதிகாரி ஆனார்.

1974, நவம்பரில் ராக்ஸஸுக்கு விடுதலை கிடைத்தது. வேறுவழியின்றி அமைதியாக வாழ ஆரம்பித்தார். புதையல் இருக்கும் இடமான பாகியோ நகர மருத்துவமனைக்கு அருகிலுள்ள காலி நிலத்தை ராணுவம் தோண்ட ஆரம்பித்திருந்தது. புதையல்

கிட்டவில்லை. பின், ராணுவத்தினர் அடிக்கடி ராக்ஸஸைத் தேடிவந்து தொல்லை கொடுக்க ஆரம்பித்தனர். 'வா, வந்து புதையல் இருக்கும் இடத்தைக் காட்டு.'

ராக்ஸஸ் இரவோடு இரவாக பாகியோ நகரைக் காலி செய்தார் (1976). குடும்பத்துடன் விசாயன் என்ற நகரில் தஞ்சம் புகுந்தார். அடுத்த பத்து ஆண்டுகளுக்கு பாகியோ பக்கமே எட்டிப் பார்க்கவில்லை. இடைப்பட்ட காலத்தில் பாகியோவைச் சேர்ந்த நண்பர், ரோமுலோ என்பவரைச் சந்திக்கும் வாய்ப்பு அமைந்தது. ரோமுலோ, பாகியோ நகர மருத்துவமனையில் வேலை பார்த்தவர். அவர் சொன்ன தகவல் ஒன்று ராக்ஸஸை உலுக்கியது.

'...அந்தச் சமயத்தில் மருத்துவமனைப் பகுதியில் ராணுவத்தின் கெடுபிடி மிக அதிகமாக இருந்தது. யாரையும் நடமாட விடவில்லை. நான் என்னதான் நடக்கிறதென மருத்துவமனையில் ஒளிந்துகொண்டு பார்த்தேன். ராணுவத்தினர் பெட்டி, பெட்டியாக எதையோ எடுத்துக் கொண்டு சென்று டிரக்கில் ஏற்றிக் கொண்டிருந்தனர். அப்போது அதிகம் சேதமடைந்திருந்த பெட்டி ஒன்று கைநழுவிக் கீழே விழுந்து உடைந்தது. சிதறியது அவ்வளவும் தங்கக் கட்டிகள்தாம்...'

பிலிப்பைன்ஸின் சர்வாதிகாரியாகக் கோலோச்சிக் கொண்டிருந்த பெர்டினாண்ட் மார்கோஸ் 1965ல் பிலிப்பைன்ஸின் அதிபராகப் பதவியேற்றவர். அதற்குப் பின்னணி? யமோஷிடாவின் புதையல்கள் என்றொரு கருத்தும் உண்டு. இரண்டாம் உலகப்போரில் பிலிப்பைன்ஸின் ஒரு கெரில்லா படைப்பிரிவின் தலைவராகப் பணியாற்றிய பெர்டினாண்டுக்கு, யமோஷிடாவின் புதையல்கள் குறித்த ரகசியங்களும் தெரிந்திருந்தன. அதைக் கொண்டு சில புதையல்களை மீட்டு, அதில் கிடைத்த பணத்தைக் கொண்டுதான் அரசியலில் செல்வாக்கு பெற்றார் என்று சொல்லப்படுவதுண்டு.

அதிபரான பின் பெர்டினாண்ட்ஸுக்குப் பேராசை அடங்கவில்லை. தன் மீது ஊழல் குற்றச்சாட்டுகளோ, பிற குற்றச்சாட்டுகளோ கூற எதிர்க்கட்சிகளே இருக்கக்கூடாது என்று எண்ணினார். தான் ஒரு சர்வாதிகாரியாக மாறினால் யமோஷிடாவின் புதையல்களை எல்லாம் கொள்ளையடித்து பேரின்ப வாழ்வு வாழலாம் எனக் கணக்கிட்டார். அதற்கேற்ப அவருக்கு சரியான ஜோடியாக அமைந்த மனைவி இமெல்டா. பேரழகியாக பிலிப்பைன்ஸ் மக்களால் பார்க்கப்பட்டவர். இமெல்டாவைப் பற்றி அதிகம் சொல்லவெல்லாம் வேண்டாம். தமிழக முதல்வர் ஒருவருக்கு உருவான இமேஜ் இமெல்டாவுக்கு உண்டு. ஆடம்பரம், கிலோ கணக்கில் நகைகள், பல்லாயிரம் ஜோடி செருப்புகள், இன்னபிற.

இரண்டாம் உலகப்போரில் கொள்ளையடிக்கப்பட்ட தங்கங்கள், செல்வங்களை எல்லாம் உரிய நாடுகளுக்குத் திருப்பிக் கொடுக்க வேண்டும் என சர்வதேச நீதிமன்றம் உத்தரவிட்டிருந்தது. பெர்டினாண்டுக்கு அது தலைவலியாகிப் போனது. கைவசமிருக்கும் டன் கணக்கான தங்கத்தைப் பாதுகாப்பது எப்படி?

அதற்காக அமெரிக்காவிலிருந்து ராபர்ட் கர்டிஸ் என்பவர் வரவழைக்கப்பட்டார். கர்டிஸ், தாதுக்களைச் சுத்திகரிக்கும் தொழில் செய்துவந்தவர். சில நூறு தங்கக்கட்டிகளை மட்டும் காண்பித்தார் பெர்டினாண்ட். 'இவை பிலிப்பைன்ஸுக்குச் சொந்தமானது என்று குறிக்கும்படி ஹால்மார்க் முத்திரையிட வேண்டும்' என்றார்.

'மொத்தம் எத்தனைக் கட்டிகள் இருக்கும்?' கேட்டார் கர்டிஸ்.

கொஞ்சம் யோசித்த பெர்டினாண்ட்ஸ், 'என்னிடம் இருக்கும் தங்கத்தை எல்லாம் நான் மொத்தமாக வெளியே விற்க முயன்றால் உலகத்தின் பொருளாதாரமே தலைகீழாகிப் போகும். சொல்ல முடியாது, மூன்றாம் உலகப் போர் ஆரம்பித்துவிடும்' - சிரித்தார் பெர்டினாண்ட்.

ராக்ஸஸிடம் இருந்து கொள்ளையடிக்கப்பட்ட அந்த தங்க புத்தர் சிலையையும் கர்டிஸ், அதிபர் மாளிகையில் பார்த்தார். சில காலம் பிலிப்பைன்ஸில் தங்கியிருந்து, அதிபரின் விருப்பத்திற்கேற்ப வேலை செய்ய ஆரம்பித்தார். டன் கணக்கில் தங்கக் கட்டிகள். அதன் ரகசியம் கர்டிஸுக்குத் தெரியும் என்பதால் ஒரு கட்டத்தில் அவரது உயிருக்கே ஆபத்து வந்தது. பிலிப்பைன்ஸை விட்டுத் தப்பித்து ஓடினார் கர்டிஸ்.

1986 பிப்ரவரி. பிலிப்பைன்ஸில் பெர்டினாண்டின் ஆட்சிக்கு எதிராக மக்கள் புரட்சி வெடித்தது. பதவியிலிருந்து தூக்கியெறியப்பட்ட பெர்டினாண்ட், தன் மனைவி இமெல்டாவுடன் ஹவாய் தீவுகளுக்குத் தப்பியோடினர். சும்மா போகவில்லை. கொள்ளையடித்து வைத்திருந்த செல்வங்களில் பெரும்பாலானவற்றை அள்ளிக் கொண்டுதான் போனார். அவை தவிர, சுவிட்சர்லாந்தில் ஏற்கெனவே பதுக்கப்பட்டிருந்த செல்வங்கள் ஏராளம்.

அத்தனைக் காலம் முடங்கிக் கிடந்த ராக்ஸஸ் உயிர்த்தெழுந்தார். ஹவாயில் இருக்கும் பெர்டினாண்டை சட்ட ரீதியாக எதிர்கொண்டு, தனக்குரிய செல்வங்களை எல்லாம் மீட்கத் தயாரானார். ஹவாய் தீவுகள், அமெரிக்காவுக்குச் சொந்தமானதென்பதால், ராக்ஸஸ் தனது

அமெரிக்க நண்பரான பெலிக்ஸைத் தொடர்பு கொண்டார். அவரது ஆலோசனையின்படி, ராக்ஸஸ் கண்டெடுத்த யமோஷிடாவின் புதையல்கள் மீதான உரிமையனைத்தும் 'கோல்டன் புத்தா கார்ப்பரேஷன்' என்ற அமைப்புக்கு வழங்கப்பட்டது. அமெரிக்காவில் முறையாகப் பதிவு செய்யப்பட்ட கோல்டன் புத்தா கார்ப்பரேஷன், 1988ல் பெர்டினாண்ட் மீது வழக்கு தொடுத்தது.

1989ல் சர்வாதிகாரி பெர்டினாண்ட் உலகில் வாழும் உரிமையையும் இழந்தார். வழக்கு மீதான விசாரணை தள்ளிக்கொண்டே போனது. 1993ல் நீதிமன்றத்தில் வழக்கு விசாரணைக்கு வரவிருந்த சமயத்தில், ராக்ஸஸும் இறந்துபோனார். அது இயற்கை மரணமா என்பதில் சர்ச்சை உண்டு.

இன்று வரைக்கும் இந்த வழக்குக்கு ஒரு தீர்வு இல்லை. ராக்ஸஸின் குடும்பத்தினர், இமெல்டாவிடம் இருந்து அந்தச் செல்வங்களை மீட்க இன்றுவரை போராடிக் கொண்டிருக்கின்றனர். 1996ல் ராக்ஸஸுக்கு ஏற்பட்ட இழப்பீடுகளுக்கு நிவாரணத் தொகையாக, பெர்டினாண்ட்ஸ் குடும்பத்தினர் 40 பில்லியன் டாலர் வழங்க வேண்டுமென ஹவாய் நீதிமன்றம் உத்தரவிட்டது. இமெல்டா, இந்த தீர்ப்புக்கு எதிராக ஹவாய் உச்சநீதிமன்றத்தில் மேல்முறையீடு செய்தார். பின் அந்தத் தீர்ப்பு நிறுத்தி வைக்கப்பட்டது.

'ராக்ஸஸ் கண்டெடுத்த யமோஷிடாவின் புதையலை பெர்டினாண்ட்ஸின் ஆள்கள், அவரிடமிருந்து பறித்துக் கொண்டது உண்மை' என்று 2006 அமெரிக்க நீதிமன்றம் ஒன்று சொல்லியுள்ள தீர்ப்பு மட்டும்தான் ராக்ஸஸின் குடும்பத்தினருக்குக் கடைசியாகக் கிடைத்துள்ள ஆறுதல். வேறு எதுவும் கிடைக்கவில்லை.

பெர்டினாண்ட்ஸ் கொள்ளையடித்ததுபோக, யமோஷிடாவின் புதையல்கள் பலவும் இன்றும் பிலிப்பைன்ஸின் அடிவயிற்றில் உறங்கிக் கொண்டுதான் இருக்கின்றன. உலகின் கண்ணுக்குத் தெரிந்த அந்த ஒற்றை தங்க புத்தர் சிலையே இப்போது எங்கிருக்கிறது என்று தெரியவில்லை. யமோஷிடாவின் குறிப்புகளின்படி, அவர் செல்வங்களைப் புதைத்து வைத்துள்ள 172 இடங்களில் மொத்தம் பதினெட்டு தங்க புத்தர் இருக்கிறாராம்.

வேறென்ன சொல்ல. சரணம் கச்சாமி!

டைட்டனோபோவா

அந்த நார்வே குழுவினர் கிறித்துவ மதத்தைப் பரப்பும் நோக்கத்துடன் கீரின்லாந்தை நோக்கிச் சென்று கொண்டிருந்தனர். அந்தப் பகல் பொழுதில் கப்பலுக்கும் குளிரெடுத்தது. இரவுக்குள் கிரீன்லாந்தை அடைந்துவிடலாம் என்று மிதந்து வந்த பனிப் பாறைகள் சொல்லின. குளிர் தாங்க முடியாமல் எல்லோரும் கப்பலின் அடித்தளத்தில் இருக்க, அந்தக் குழுவின் தலைவரான ஹன்ஸ் எக்டே மட்டும் மேல்தளத்தில் நின்று கொண்டிருந்தார். திடீரென கடல் பரப்பில் தோன்றிய பெரும் சத்தம் கேட்டுத் திரும்பிப் பார்த்தார். கப்பல் கடந்து வந்த பாதையில், சில நூறு அடிகள் தொலைவில்…

'…அந்த விநோத விலங்கைக் கண்டு திகைத்துப் போனேன். ஒரு டிராகனின் முகத்தோடு அதன் தலை இருந்தது. கடலின் மேற்பரப்பில் தலையைத் தூக்கி, தன் வாயால் கடல் நீரைப் பீய்ச்சி அடித்துக் கொண்டிருந்தது. கூரிய மூக்கு. நீண்ட நாக்கு. கழுத்துக்குக் கீழ் சிறிதாக இறக்கைகள்போல ஏதோ இருந்தன. கரும்பச்சை நிற உடலெங்கும் செதில் செதில்களாகத் தெரிந்தன. பாம்பு போன்ற தேகத்தைக் கொண்டிருந்த அந்த விலங்கு, கற்பனையே செய்ய முடியாத அளவுக்கு நீளமாகவும் தடிமனாகவும் இருந்தது. சட்டென அது நீருக்குள் புகுந்துவிட, வால் மட்டும் சில நொடிகள் கழித்து வெளியே தெரிந்தது.

25

மேலும் சில நூறு அடிகள் தள்ளி மீண்டும் தலை தூக்கியது. அப்புறம் காணாமல் போய்விட்டது...'

1734 ஜூலையில், தான் கண்ட 'ராட்சஸக் கடல் பாம்பு' குறித்த ஹன் எக்டேவின் குறிப்பு இது. ஆனால் இதற்கு எக்டேவின் வார்த்தைகள் தவிர வேறெந்த ஆதாரமும் கிடையாது.

சேம்ப்லைன் - நியு யார்க்கின் வடகிழக்கிலுள்ள ஒரு பெரிய ஏரி. சுமார் நூறு மைல்கள் நீளம் கொண்டது. ஆறு பேர், அந்த ஏரியில் ஒரு படகில் சென்று கொண்டிருந்தார்கள். மீன் பிடித்துக் கொண்டிருந்தபோது, நீரில் வழக்கத்துக்கு மாறாக ஏற்பட்ட அலைகளைக் கண்டு திகைத்து நின்றார்கள்.

'...நீர்ப்பரப்பின் மேல் எழுந்த அந்தப் பெரிய பாம்பு, மீண்டும் நீருக்குள் தலையை நுழைத்தது. அதன் உடல் மூன்று வளைவுகளாக நீரின் மேல் தோன்றி மறைந்தது. மொத்தத்தில் அதன் நீளம் 50 அடியாவது இருக்கும்...'

1878, ஆகஸ்ட் 30 அன்று அந்த ஆறு பேர் கொடுத்த ரிப்போர்ட் இது. கடந்த 1981 வரை சேம்ப்லைன் ஏரியில் ராட்சஸப் பாம்பு போன்ற ஒன்றைக் கண்டதாக நூற்றுக்கணக்கானோர் கூறியுள்ளனர். மான்ஸி என்ற பெண், அந்த விநோத விலங்கை புகைப்படம் எடுத்ததாகச் சொல்லி அதை வெளியிட்டார். புகைப்படம் குறித்த சர்ச்சைகளும் தீரவில்லை. இன்று வரை ஏரியில் அந்த விலங்கை சல்லடை போட்டுத் தேடியவர்களிடம் அது சிக்கவும் இல்லை.

1966ல் அட்லாண்டிக் பெருங்கடலில் ஒரு சிறு துடுப்பு போடும் படகில், பிரிட்டனைச் சேர்ந்த அந்த இரண்டு ராணுவ வீரர்களும் தம் பயணத்தை ஆரம்பித்தனர். கேப்டன் ஜான் ரிட்ஜ்வே, சர்ஜென்ட் சேய் பிளித். நூறு நாள்கள் வரை கடலில், சிறு படகில் வாழ்ந்து சாதிக்க வேண்டும் என்பது அவர்கள் லட்சியம். ஜூலை 25 நள்ளிரவு. துடுப்புகள் ஓய்விலிருக்க, ரிட்ஜ்வேயும் பிளித்தும் உறங்கிக் கொண்டிருந்தனர். திடீரென நீரில் எழுந்த சலசலப்பைக் கேட்டு பதறி எழுந்து, கண்ட காட்சியில் உறைந்து போயினர்.

'...அந்தப் பெரிய விலங்கு எங்கள் படகை நோக்கித்தான் வெகு வேகமாக நீந்தி வந்து கொண்டிருந்தது. அந்த இருளிலும் அதன் உடல் வெளிர்பச்சை நிறத்தில் நியான் விளக்குகள்போல ஒளிர்ந்தது. மாபெரும் மலைப்பாம்புபோல நீரில் வளைந்து வளைந்து வந்த அது, எங்களை நெருங்கியது. பயத்தில் நாங்கள் இருவருமே

29 அடி பைத்தான்

படகில் சுருண்டு படுத்தோம். அதன் உடல் படகில் உராய்ந்ததை உணர்ந்தோம். அவ்வளவுதான்... அது படகைக் கவிழ்த்து எங்களை விழுங்கி விடும் என்று நடுநடுங்கிக் கிடந்தோம். சில நொடிகள் எதுவும் சத்தம் இல்லை. கண்விழித்துப் பார்த்தபோது அதனைக் காணவில்லை. கடலில் எத்தனையோ திமிங்கலங்கள், சுறாக்கள், பறக்கும் மீன்களை எல்லாம் நாங்கள் பார்த்திருக்கிறோம். இந்தப் பாம்பைப் போன்று பார்த்ததே இல்லை...'

ரிட்ஜ்வே, பிளித் இருவராலும் தாங்கள் பார்த்ததை நிரூபிக்க எந்த ஆதாரமும் வழங்க முடியவில்லை. 'என் கண்களால் பார்த்ததை என்னாலே நம்ப முடியவில்லை. பார்க்காதவர்களால் எப்படி நம்ப முடியும்?' என்பது ரிட்ஜ்வேயின் கமெண்ட்.

பல நூற்றாண்டுகளாக, பாம்பு போன்ற நீளமான விநோத விலங்குகளை, மகா மலைப்பாம்புகளை - கடலில், ஆற்றில், ஏரியில், காட்டினுள் கண்டதாகப் பல தேசத்தவர்கள் சொல்லியபடிதான் இருக்கிறார்கள். ஆனால் அதற்கான ஆணித்தரமான ஆதாரங்களை யாராலும் அளிக்க முடியவில்லை. இதற்கான தேடல்களும், இவை குறித்த கதைகளும் பாம்புகளைவிட நீளமாக வளர்ந்து கொண்டேதான் இருக்கின்றன. நிஜமாகவே இப்படிப்பட்ட பிரமாண்ட பாம்புகள் இந்த பூமியில் இருக்கின்றனவா?

222 / முகில்

டைட்டனோபோவா இப்படி இருந்திருக்கலாம்.

நாமெல்லாம் அறிந்த 'அனகோண்டா' என்ற வகைப் பாம்பு இருப்பது நிஜம். ஆனால், கற்பனைக் கதைகளிலும் திரைப் படங்களிலும் மிரட்டுகின்ற அத்தனை பிரமாண்டமான அனகோண்டா கண்டுபிடிக்கப்படவில்லை.

தென் அமெரிக்கக் காடுகளில் முதன் முதலாக நுழைந்த ஐரோப்பிய ஆய்வாளர்கள் சிலர், '100 அடி நீளமுள்ள அனகோண்டாவைக் கண்டோம்' என்று வாய் பிளந்திருக்கிறார்கள். தென் அமெரிக்கப் பழங்குடியினர், '50 அடி அனகோண்டாக்கள் இங்கே சர்வ சாதாரணமாக உலவும்' என்று அலட்சியமாகச் சொல்லியிருக்கிறார்கள். அந்தப் பிரகஸ்பதிகள் எல்லாம் அனகோண்டாக்கள் ஆயாசமாக இருக்கும்போது அதன் நீளத்தை இன்ச் டேப் கொண்டு அளந்திருக்க சாத்தியமில்லை. கண்களால் அளந்து, பின் வாயால் அளந்திருக்கிறார்கள். எதற்கும் புகைப்பட, வீடியோ சாட்சிகள் இல்லை. அத்தனை அடி நீளமுள்ள செத்த பாம்பைக்கூட யாரும் கொண்டு வரவில்லை. எந்த மியூஸியத்தில் அத்தனை நீளமான பாம்பும் பாதுகாக்கப்படவில்லை. (செத்த பாம்பின் உடலை இழுத்து இழுத்து மேலும் நீளமாக்கலாம் என்பது வேறு விஷயம்.

இன்றைய கிராபிக்ஸ் யுகத்தில், அப்படிப்பட்ட பொய் பிம்பங்களை உருவாக்குதல் எளிதான வேலையும்கூட.)

எனில், நிஜத்தில் பூமியில் இன்று வாழும் மிக நீளமான பாம்பின் அளவு என்ன?

29 அடி. பைத்தான் என்ற வகைப் பாம்பு அது. நீளமாக இருக்குமே தவிர அனகோண்டாவைப் போல தடிமனான, எடை அதிகமுள்ள பாம்பல்ல அது. (கின்னஸில் இடம்பெற்ற பைத்தான், 33 அடி நீளம் கொண்டது. இப்போது அது உயிரோடு இல்லை.) தடிமனையும் எடையையும் வைத்துக் கணக்கிட்டால், தற்போது உலகில் வாழும் மிகப்பெரிய அனகோண்டா சுமார் 22 அடி நீளம் கொண்டதுதான்.

சரி, அனகோண்டாவின் 'புரொஃபைலைக்' கொஞ்சம் கவனிக்கலாம். தென் அமெரிக்காவின் அமேசான் காடுகள், கொலம்பியா, வெனிசுவேலா, பிரேசில், பாராகுவே, டிரினிடாட் தீவுகள் போன்ற இடங்களில் அனகோண்டாக்கள் காணப்படுகின்றன. அனகோண்டாக்கள் நீளமாக வளர்வதற்கு நீரும் தேவை, நிலமும் தேவை, அபரிதமான இரையும் தேவை. தட்பவெப்ப நிலை மிகச் சரியாக அமைதல் முக்கியம் என்பதால் ஏரிகள், ஆறுகளை ஒட்டியும், மழைக்காடுகளிலும் அவை தம் வாழ்விடங்களை அமைத்துக் கொள்கின்றன.

நிலத்தில் சோம்பேறியாக ஊர்ந்து செல்லும் அனகோண்டா, நீரின் ஆழத்தில் அசாத்தியமான வேகத்தில் நீந்தும் திறனுடையது. நீரில் புதைந்திருக்கும் அனகோண்டா, மேற்பரப்பில் நீர் அருந்த வரும் உயிரினங்களின் கழுத்தைக் குறிவைத்து பாய்ந்து வாயால் கவ்வும். பின் தன் உடலால் இரையின் உடலைச் சுற்றி வளைத்து, அழுத்தம் கொடுத்து, இரையின் எலும்புகளை நொறுக்கும். இரையின் ரத்த நாளங்கள் எல்லாம் சிதைந்துபோகும். இரையின் உயிர் பிரியும்வரை, அனகோண்டா தன் பற்களால் கவ்வியுள்ள பிடியை விடாது. பின் கூழாகிப் போன இரையை, நிதானமாக விழுங்க ஆரம்பிக்கும். மான்கள், காட்டுப் பன்றிகள், மாடுகள், மீன்கள், பறவைகள் என அனகோண்டாவின் மெனு மிகப்பெரியது. அதில் மனிதன் உண்டா இல்லையா என்பது தீராத சர்ச்சை.

பெண் அனகோண்டாக்கள், ஆண் அனகோண்டாக்களை விட பெரியவை. வலிமையானவை. ஒரு பெண்ணைத் தேடி, பல ஆண்கள் வருவதுண்டு. ஒரு ஆண், இன்னொன்றை மிரட்டும். சரிப்படவில்லையா? இரண்டும் சண்டையிடும். அதில் வெல்லும்

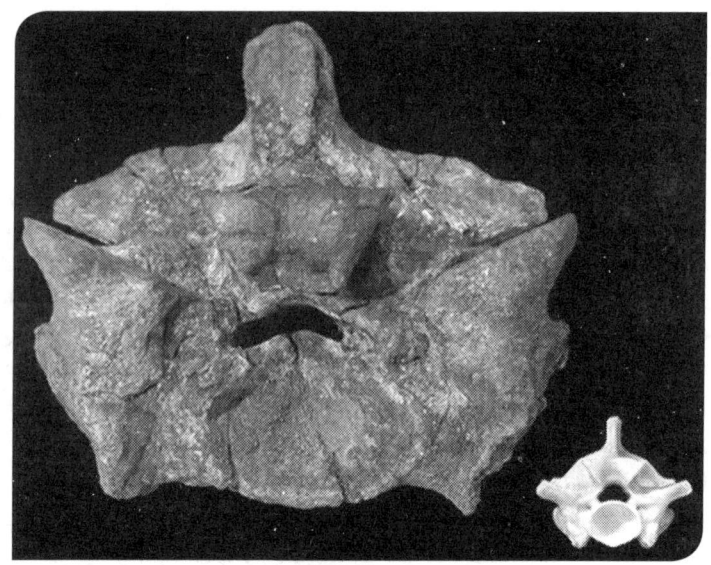

டைட்டனோபோவாவின் தாடையும் அனகோண்டாவின் தாடையும்

வலிமையான ஆண், பெண்ணை நாடிச் செல்லும். கூடலுக்குப் பின் களைத்துக் கிடக்கும் பெண், தன் பசிக்கு ஆணையே விழுங்குவதும் உண்டு. பிரசவத்துக்கு பின், ஏற்படும் கொடும் பசிக்கு தான் போட்ட குட்டிகளையே கபளீகரம் செய்வதுண்டு. ஆக, குட்டி அனகோண்டாக்கள் பிழைத்து பெரிதாக வளர இம்மாதிரியாக ஆபத்துகளிலிருந்து தப்பிக்க வேண்டும். மிகப்பெரிதாக முப்பது அடிக்கும் மேல் வளர, தட்ப வெப்பநிலையும் இரையும் கிடைக்க வேண்டும்.

'நாற்பது அடி நீள அனகோண்டாவைப் பார்த்தேன்', 'அறுபது அடி நீள அனகோண்டா என் தோள்பட்டையை உரசிச் சென்றது' என்றெல்லாம் பலர் சொல்லிய வண்ணம் இருக்க, Wildlife Conservation Society என்ற அமைப்பு '30 அடி நீளமுள்ள அனகோண்டாவைக் கொண்டு வந்தால் 50,000 அமெரிக்க டாலர் பரிசு' என்று சென்ற நூற்றாண்டின் ஆரம்பத்தில் அறிவித்தது. பரிசுத் தொகை இன்று வரை அப்படியேதான் இருக்கிறது. யாரும் அம்மாம்பெரிய பாம்பை உயிருடன் தோளில் சுமந்துகொண்டு வரவில்லை.

அனகோண்டாதான் உலகம் கண்ட மாபெரும் பாம்பு என்ற நினைப்பு 2009ல் பொய்த்துப் போனது. கொலம்பியாவின்

செர்ரேஜோன் நிலக்கரிச் சுரங்கத்தில் கிடைத்த சில படிமங்கள், ஆய்வாளர்களையே நடுநடுங்கச் செய்தன. அந்தச் சுரங்கத்தில் பழைய உயிரினங்களின் படிமங்களைத் தேடி ஆராய்ச்சியாளர்கள் செல்வதுண்டு. 2009ல் சர்வதேச அறிவியல் ஆராய்ச்சியாளர்கள் அடங்கிய குழுவினர் அந்தச் சுரங்கத்தில் தேடியபோது, ஒரே மாதிரியான படிமங்கள் சில கிடைத்தன. ஆராய்ந்து பார்த்ததில், அவை மாபெரும் மலைப் பாம்புகளின் தாடை எலும்புகளும் பிற எலும்புகளும் என்று தெரிய வந்தன. மேலும் தோண்டி, தேடிப் பார்த்ததில் அந்தப் பாம்புகள் விழுங்கிய பெரிய முதலைகளின், ஆமைகளின் படிமங்கள்கூட கிடைத்தன. கிடைத்த படிமங்களின் அளவுகளைக் கொண்டு, அந்தப் பாம்புகள் எப்போது வாழ்ந்தவை, எவ்வளவு பெரியதாக இருக்கும் என்று கணக்குப் போட்டுப் பார்த்த ஆராய்ச்சியாளர்கள் வெலவெலத்துப் போனார்கள்.

குறைந்தபட்சம் 42 அடி நீளமும், 1150 கிலோ எடையும் கொண்ட மெகா மலைப்பாம்புகள் அவை. அதன் உடலின் மிகப்பெரிய பகுதியின் விட்டம் மட்டும் மூன்று அடி இருந்திருக்கும். பதினைந்து அடி நீள முதலைகளையே சாதாரணமாக விழுங்கும் வல்லமை கொண்டவை. சுமார் 60 மில்லியன் ஆண்டுகளுக்கு முன் வாழ்ந்த இந்தப் பாம்புகளுக்கு ஆராய்ச்சியாளர்கள் கொடுத்துள்ள பெயர் 'டைட்டனோபோவா' (Titanoboa). 65 மில்லியன் ஆண்டுகளுக்கு முன் டைனோசர்கள் அழிந்தபின், உலகை ஆண்ட மாபெரும் விலங்கு இதுவாகத்தான் இருந்திருக்கும். அனகோண்டாக்களைவிட அளவில் இரண்டரை மடங்கு பெரியதான டைட்டனோபோவாதான் இதுவரை உலகில் வாழ்ந்த மிகப்பெரிய பாம்பு என்பது ஆராய்ச்சியாளர்களின் தீர்மானமான கருத்து.

என்றோ வாழ்ந்த டைட்டோனோபோவா அளவுக்கு இல்லாவிட்டாலும், திரைப்படத்தில் ஜெனிஃபர் லோபஸைத் துரத்தியதுபோன்ற மகா அனகோண்டா, ஏதோ ஒரு காட்டில் நிஜமாகவே உலவிக் கொண்டிருக்கும் என்ற நம்பிக்கையுடன் இன்றும் பலர் தேடிக் கொண்டுதான் இருக்கிறார்கள், நடுக்கத்துடன்.

கல்லறைக் கொள்ளையர்கள்

அந்த காலத்தில் வாழ்ந்த சீன மன்னர்கள், இறப்புக்குப் பிறகான வாழ்க்கை குறித்து ஏகத்துக்கும் கவலைப்பட்டிருக்கிறார்கள். உயிரோடு இருக்கும்போது, வாழ்ந்த சுகபோக வாழ்க்கைக்கு, இறந்த பின்பு இம்மியளவும் பங்கம் வந்துவிடக் கூடாது என்பதே அவர்களது கவலைக்கான கருப்பொருள். இறப்புக்குப் பிறகு ஒரு வாழ்க்கை உண்டு. அங்கும் அவர்களே மன்னர்கள். அவர்கள் ஆள ஒரு ராஜாங்கம் உண்டு. இங்கே சிம்மாசனத்தில் தோளோடு தோள் உரசிக்கொண்டு அருகில் அமர்ந்திருந்த அரசி, அவளது இறப்புக்குப் பின்பு அங்கேயும் அதே 'போஸ்டிங்'கில் வருவாள். 'மாதம் மும்மாரி பொழிகிறதா' என்ற கேள்விக்குப் பதில் சொல்லிக் கொண்டிருந்த மந்திரி, அந்த ராஜ்ஜியத்துக்கும் செத்து வந்து சேவையாற்றுவார். இங்கே கால் பிடித்துவிட்ட கட்டழகுப் பணிப் பெண்கூட அங்கேயும் வந்து அதே மேக்-அப்புடன் கால் பிடித்துவிடுவாள். இதெல்லாம் அவர்களது அசைக்க முடியாத நம்பிக்கை.

எனவே சீன மன்னர்கள், மன்னர் குடும்பத்தைச் சேர்ந்தவர்கள், அமைச்சர்கள், தளபதிகள், உயர்குடி மக்களெல்லாம் தங்களுக்கு அமையப் போகும் கல்லறை குறித்து அதிக அக்கறை காட்டினார்கள். உயிருடன் இருக்கும்போதே, தங்கள்

மேற்பார்வையிலேயே தக்க வசதிகளுடன் 'கல்லறை' கட்டிக் கொண்டார்கள். 'கல்லறை' என்று சொல்வதுகூட வார்த்தைச் சிக்கனத்துக்காக. உண்மையில் அவற்றை 'இறப்புக்குப் பிறகான வாழும் அரண்மனை' என்றுதான் சொல்ல வேண்டும். அவை எப்படிப்பட்டவை?

உதாரணத்துக்கு, சாங் சமஸ்தானத்தை ஆண்ட பல்வேறு மன்னர்களின் கல்லறைகளை எடுத்துக் கொள்வோம். ஒவ்வொரு கல்லறையும் சில ஏக்கர்கள் பரப்பளவு கொண்டவை. நிலத்துக்கு மேலாக ஓர் அரண்மனை, நிலத்துக்குள் ஒரு பாதாள அரண்மனை என்று உருவாக்கப்பட்டவை. பூமிக்கு மேலும் கீழும் தலா பத்தடி உயரத்தில் எழுப்பப்பட்ட வலிமையான சுவர்கள். நான்கு பக்கத்திலும் நான்கு 'தெய்வீக' வாசல்கள். அவற்றைப் பாதுகாக்கும் கற்சிலை சிங்கங்கள். தீய சக்திகளை சிங்கங்கள் விரட்டியடிக்கின்றன என்பது சீனர்களது நம்பிக்கை. அந்தப் பகுதியெங்கும் பைன் மரங்கள். அந்த மரங்கள் ஆயுளை அதிகரிக்கும் சக்தியுடையவை என்பதும் அவர்களது நம்பிக்கை.

உள்ளுக்குள் சில கல்வெட்டுகளைச் செதுக்குவார்கள். பாதாள உலகில் மன்னர், நகர்வலம், வாக்கிங், ஜாக்கிங் எல்லாம் போவதற்கு தனியே பாதைகள் எல்லாம் பக்காவாக அமைக்கப்பட்டிருக்கும். நிலத்தினுள் சுமார் 30 மீட்டர் ஆழத்தில் நீல நிறச் செங்கற்களால் மன்னருக்கான கல்லறை கட்டப்பட்டிருக்கும். அருகிலேயே அரசிக்கு. மன்னர் குடும்பத்தினருக்குத் தனியே, மந்திரிகளுக்குத் தனியே. அதுவும் சும்மாவெல்லாம் புதைக்க மாட்டார்கள். அழுகி மக்கிப் போகும் உடலோடு சேர்த்து ஏராளமான செல்வங்களைச் சேர்த்துதான் புதைப்பார்கள்.

அவையே இந்தக் கல்லறைகளுக்குப் பெரும் பிரச்னையாக அமைந்தன. இத்தனை காஸ்ட்லியான கல்லறைகளை கொள்ளையர்கள் நேசித்தார்கள். 'ஒரு கல்லறையை உருப்படியா கொள்ளை யடிச்சா போதும். நாலைஞ்சு தலைமுறைக்கு உட்கார்ந்து சாப்பிடலாம்' என்று திட்டம் போட்டுக் கொள்ளையடித்தார்கள். அது ஒன்றும் சாதாரண விஷயமல்ல. குத்துமதிப்பாகத் தோண்டிப் பார்த்தால், கொத்துக் கொத்தாக அள்ளலாம் என்றெல்லாம் தப்புக் கணக்கு போட முடியாது. அகழ்வாராய்ச்சி செய்வதென்றால் நிறுத்தி நிதானமாகத் தோண்டலாம்; இவர்கள் கொள்ளையர்கள் அல்லவா. அத்தனை ஏக்கர் பரப்பளவில், அன்னாருடைய உடல் எங்கே

புதைக்கப்பட்டிருக்கும் என்று கணக்கிட்டு, கன்னம் வைத்து, சமயம் பார்த்து, தோண்டி, இறங்கி, செல்வத்தைக் கொள்ளையடிப்பதற்குள்... ஸ்ஸப்பா!

ராணி வூ செடெய்ன்

மன்னர்களுக்கும் இந்தக் கொள்ளையர்கள்தாம் பெரிய சவாலாக இருந்தார்கள். பார்த்துப் பார்த்துச் செதுக்கும் கல்லறையை, யாரோ கொள்ளையர்கள் வந்து தோண்டி கொள்ளையடித்து விட்டுப் போனால் அது எவ்வளவு பெரிய இழுக்கு. அவமானம். மன்னரது ஒட்டுமொத்த புகழையே சிதைக்கும் விஷயமல்லவா. தவிர, அவர்களது நம்பிக்கையின்படி, இறப்புக்குப் பிறகான வாழ்க்கையையும் பாதிக்கப்படுமே. எனவேதான் மன்னர்கள் தங்கள் கல்லறையை 'ஏகப்பட்ட ரகசியங்களுடன்' யாருமே எளிதில் அணுக முடியாதபடி அமைக்க ஆரம்பித்தார்கள்.

கடந்த இரண்டாயிரம் வருட சீன மன்னர்களின் வரலாற்றைப் புரட்டிப் பார்த்தால் அவர்களது கல்லறைகள் குறித்த ஏகப்பட்ட சுவாரசியங்கள் கிடைக்கின்றன. இன்னமும் வெளிவராத விநோதங்களும் ஏராளம் புதைந்திருக்கின்றன. கொள்ளையர்களால் சிதையுண்டுபோன சோகங்களும் கொட்டிக் கிடக்கின்றன.

சீனாவின் சாங் சமஸ்தானத்தின் மூன்றாவது மன்னர், காவோ சாங் (GaoZong). அவர் ஒன்றும் அத்தனை வலிமையான மன்னரல்ல; பின்னணியில் அதிகார மையமாகச் செயல்பட்டதெல்லாம் காவோ சாங்கின் மனைவிகளுள் ஒருவரான ராணி வூ செடெய்ன் (Wu Zetian). ஆரம்ப காலத்தில் சில மன்னர்களுக்கு 'ஆசைநாயகி'யாக இருந்தவர்தான் வூ. பின் அதிர்ஷ்டக் காற்று வீச காவோ, சாங்கின் ராணிகளுள் ஒருவராகி, அதிகாரத்தைத் தன் கையிலெடுத்துக் கொள்ளுமளவுக்கு வளர்ந்திருந்தார். கிபி 683ல் காவோ சாங் இறந்தார்.

மன்னரது 'அடுத்த இன்னிங்ஸ்' வாழ்க்கைக்கேற்ற அதிநவீன வசதிகளுடன் கூடிய கல்லறையில் அவரைக் குடிவைத்தார் வூ. அந்தக் கல்லறையின் அமைவிடம் குறித்து ஒரு சிலருக்கு மட்டுமே தெரியும். காரணம், கொள்ளையர்கள் குறித்த பயம்தான்.

சில பல அரசியல் சூழ்ச்சிகளை வேரறுத்தபின், கிபி 690ல் சாங் சமஸ்தானத்தின் ஆட்சியாளராக முடிசூட்டிக் கொண்டார் வூ செடெய்ன். (சீனாவை ஆண்ட ஒரே பெண் ராணி இவரே.) கிபி 705 வரையிலான வூவின் ஆட்சியை 'மறுமலர்ச்சிக் காலம்' என்றுதான் வரலாற்றாளர்கள் பதிந்து வைத்துள்ளார்கள். அந்த டிசம்பர் 16ல் தன் உயிரைவிட்ட வூ, அதற்கு முன்பாகவே தனது 'இறுதிச் சடங்குகள்' குறித்த குறிப்புகளைக் கொடுத்திருந்தார். அதன்படி, மன்னர் காவோ சாங்கைப் புதைத்த அதே ரகசியக் கல்லறையிலேயே வூ செடெய்னின் உடலும் ஏகப்பட்ட செல்வங்களுடன் புதைக்கப்பட்டது.

எங்கே?

அதுதெரியாமல்தான் கடந்த 1200 வருடங்களாக கல்லறைக் கொள்ளையர்கள் பரிதவித்துப் போனார்கள். இந்த இடத்தில்தான் கல்லறை இருக்கும் என்ற கணிப்பில் கொள்ளையர்கள் நடத்திய கொள்ளை முயற்சிகள் ஏராளம். எல்லாவற்றிலுமே தோல்வி. சென்ற நூற்றாண்டின் மத்தியில்தான் அந்தக் கல்லறை இருக்கும் இடம் கண்டுபிடிக்கப்பட்டது (பழைய சீன நகரமான ஷியானுக்கு வடமேற்கில் 80 கிமீ தொலைவில்). கொள்ளையர்களால் அல்ல; விவசாயிகளால்.

தற்போது சீனாவில் இந்தக் கல்லறை புகழ்பெற்ற சுற்றுலா தளம். ஆனால் மன்னரின், ராணியின் கல்லறை இன்னும் தோண்டிப் பார்க்கப்படவில்லை. கல்லறையைத் தோண்டிப் பார்க்கவேண்டும் என்று வரும் விண்ணப்பங்களை 1961லிருந்தே சீன அரசு நிராகரித்து வருகிறது. மன்னர் காவோ சாங்கும், ராணி வூ செடெய்னும் இன்றுவரை ஏகப்பட்ட செல்வங்களுடன் தங்கள் 'பாதாள ஆட்சி'யைத் தொடர்ந்து கொண்டிருக்கிறார்கள்.

1974. சீனாவின் சென்ஷி மாகாணத்தில் ஷியான் நகருக்கு 30 கிமீ வெளியே, சில விவசாயிகள் கிணறு வெட்ட நிலத்தைத் தோண்டினார்கள். அந்தப் பகுதிக்குச் சற்று தள்ளிதான் மன்னர் குயின் ஸி ஹாங்கின் கல்லறை அமைந்திருந்தது. குயின் ஸி ஹாங் (Qin Shi Huang), கிமு மூன்றாம் நூற்றாண்டின் சீனாவின் குயின் மாகாணத்தை ஆட்சி செய்தவர். சிதறிக் கிடந்த சீன மாகாணங்களை ஒரு குடையின்

களிமண் வீரர்கள்

கீழ் கொண்டு வந்து பேரரசாக உருவாக்கியவரும் இவரே. சீனாவின் முதல் பேரரசராக கிமு 221லிருந்து கிமு 210 வரை ஆட்சி செய்தார் குயின் ஸி ஹாங். (சீனப் பெருஞ்சுவர் எழுந்ததில் இவருக்குப் பெரும்பங்கு உண்டு என்பது இங்கே உபரித் தகவல்.)

அந்த விவசாயிகள், நிலத்தைத் தோண்ட, சில மீட்டர்கள் ஆழத்தில், ஏதோ களிமண் உருவம் தென்பட்டது. மேலும் ஆழமாக,

அகலமாகத் தோண்டினார்கள். உருவங்கள் தென்பட்டன. மேலும் தோண்டினார்கள். வெவ்வேறு விதமான 'களிமண் மனிதர்கள்' கிடைக்க ஆரம்பித்தன. தோண்டுவதை நிறுத்திவிட்டு உரிய அதிகாரிகளுக்குத் தகவல் கொடுத்தார்கள். பின் அதிகாரபூர்வமாகத் தோண்டினார்கள். சுமார் 8000 களிமண் உருவங்களோடு, பல வரலாற்று உண்மைகளும் வெளிவந்தன.

குயின் ஸி ஹாங்

மன்னர் ஸி ஹாங்குக்குத் தன் கல்லறை குறித்த கனவுகள் சிறுவயதிலேயே ஆரம்பித்து விட்டன. தனது பதின்மூன்றாவது வயதில் குயின் மாகாணத்தின் மன்னராகப் பொறுப் பேற்ற ஸி ஹாங், இட்ட முதல் கட்டளைகளில் ஒன்று - 'என் கல்லறைக்கான வேலைகளை ஆரம்பியுங்கள்.'

மாய்ந்து மாய்ந்து திட்டம் போட்டார்கள். நிலத்தின்மேல் மன்னர் எப்படிப்பட்ட வசதிகளை அனுபவிக்கிறாரோ அதெல்லாம் நிலத்தின் கீழ் அமைக்கப்படும் அரண்மனையிலும் இருக்கும்படியாகக் கட்டமைத்தார்கள். மன்னர் யார் யாருடன் வாழுகிறாரோ, யாரெல்லாம் மன்னரைச் சார்ந்து இருக்கிறார்களோ அவர்கள் எல்லாருமே நிலத்துக்கு அடியிலும் தம் சேவைகளைத் தொடரும்படியாக 'வசதி' செய்தார்கள்.

அதெப்படி? மன்னரைச் சார்ந்தவர்கள், மந்திரிகள், படைவீரர்கள் எல்லோருமே களிமண் பொம்மைகளாக உருவாக்கப்பட்டார்கள். கல்லறையைச் சுற்றி நிறுவப்பட்டார்கள். அதாவது மன்னர் செத்தபிறகு, அந்த ராஜ்ஜியத்தை ஆள ஆரம்பித்த பின்னர் அந்த உருவங்களெல்லாம் கொஞ்சம் கொஞ்சமாக உயிர் பெற்றுவிடும் என்பது அவர்களது நம்பிக்கை. தவிர, கல்லறையின் அமைவிடத்தைச் சுற்றிலும் ஆயுதமேந்திய வீரர்களின், தளபதிகளின் பொம்மைகள் நிறுத்தி வைக்கப்பட்டன. அதாவது கொள்ளையர்களோ, எதிரிகளோ மன்னரது கல்லறையைத் தாக்க வந்தால் அந்த களிமண் வீரர்கள் பாதுகாத்துக் கொள்வார்களாம். இந்த கல்லறை கட்டுவதற்கான

ஸி ஹாங் கல்லறையின் ஒரு பகுதி

ஒட்டுமொத்தப் பணிகள் முடிய 36 வருடங்கள் பிடித்தன. கட்டுமானப் பணியில் மொத்தம் ஏழு லட்சம் கைதிகள், அடிமைகள் ஈடுபடுத்தப்பட்டார்கள்.

இப்போதைக்கு ஸி ஹாங்கின் கல்லறையைச் சுற்றி ஒரு சிறு பகுதியைத்தான் தோண்டியிருக்கிறார்கள். அதிலேயே மனிதனின் உயரத்தில், வெவ்வேறு முக சாயல்களில் வீரர்கள், தளபதிகள், முதன்மைத் தளபதிகளின் உருவங்கள் கிடைத்திருக்கின்றன. குதிரைகள், அவை பூட்டப்பட்ட ரதங்கள், ஆயுதங்கள், கலைப் பொருள்கள் இப்படி பலவும் கிடைத்திருக்கின்றன. இன்னமும் பூமிக்குள் எவ்வளவு அதிசயங்கள், மர்மங்கள் புதைந்திருக்கின்றன என்பது மேலும் தோண்டினால்தான் தெரியும்.

கிழக்கு ஹான் சமஸ்தானத்தின் மிக முக்கிய மந்திரியாக இருந்தவர் காவோ காவோ (Cao Cao - கிபி 155 முதல் கிபி 220 வரை வாழ்ந்தவர்). எதிரிகளிடமோ, கொள்ளைக்காரர்களிடமோ தனது கல்லறை சிக்கிச் சிதைந்துவிடக் கூடாது என்பதற்காக உயிரோடு இருக்கும்போதே திட்டம் தீட்டிக் கொடுத்திருந்தார் காவோ காவோ. அவர் சாவுக்குப் பின் அரண்மனையின் நான்கு வெவ்வேறு வாசல்கள் வழியே சவப்பெட்டிகள் வெளியேறிய வண்ணம் இருந்தன. மொத்தம் 72 சவப்பெட்டிகள். ஒவ்வொன்றும் ஒவ்வொரு இடத்துக்குக்

கொண்டு செல்லப்பட்டு படு பத்திரமாக, மிக ஆழத்தில் ரகசியமாகப் புதைக்கப்பட்டன. அதில் ஒரு பெட்டியில்தான் சாவோ சாவோவின் உடல் இருந்தது.

காவோ காவோ

பல நூற்றாண்டுகளாக நடந்த காவோ காவோ கல்லறைக்கான தேடலுக்கான விடை இன்னும் கிடைத்தபாடில்லை. 2009 டிசம்பரில் மத்திய சீனாவின் ஹெனான் மாகாணத்தில் ஓரிடத்தில் ஒரு மாபெரும் கல்லறை கண்டுபிடிக்கப்பட்டுள்ளது. அதில் கிடைத்துள்ள எலும்புக் கூடு காவோ காவோவினுடையதுதான் என்கிறார்கள். அதிலிருந்து டிஎன்ஏ மாதிரி எடுத்திருக்கிறார்கள். அதை ஒப்பிட்டுப் பார்க்க, காவோ காவோவின் பரம்பரையில் வந்தவர்களைத் தேடிக் கொண்டிருக்கிறார்கள். இங்கே யாராவது இருக்கிறீர்களா?

மர்ம யோகி

ஒரு மனிதனின் பிறப்பு முதல் இறப்பு வரையிலான வாழ்க்கை முழுவதுமே மர்மங்களோடு மட்டுமே பின்னிப் பிணைந்ததாக இருக்க முடியுமா? கிரிகோரி யெஃபிமோவிச் ரஸ்புடின் (Grigori Yefimovich Rasputin) என்பவர் அப்படிப்பட்ட அபூர்வ வாழ்க்கைக்குச் சொந்தக்காரர். இதுவரை உலகில் தோன்றிய மனிதர்களிலேயே 'மிகவும் மர்மமான நபர்' என்ற பட்டத்தைப் போட்டியின்றி ரஸ்புடினுக்குத் தூக்கிக் கொடுத்துவிடலாம். அவரது வாழ்க்கை வரலாற்றை எடுத்து, அதில் எந்தப் பக்கத்தைப் புரட்டினாலும் அதில் ஒரு மர்மம் இருக்கும் அல்லது ஒரு சர்ச்சை சிரிக்கும், குறைந்தபட்சம் ஒரு விநோதமாவது கண் சிமிட்டிக் கொண்டிருக்கும்.

யார் இந்த ரஸ்புடின்? நாம் எதற்கு இவரைத் தெரிந்துகொள்ள வேண்டும்?

ரஷ்யாவில் ஜார் மன்னர்கள் ஆட்சி முடிவுக்கு வந்ததற்கு ரஸ்புடினும் ஒரு முக்கியக் காரணம். 'பைத்தியக்காரத் துறவி', 'கருப்பு சாமியார்', 'மர்மயோகி' என்று வரலாற்றாளர்களால் பலவிதமான செல்லப்பெயர்களால் அழைக்கப்படும் ரஸ்புடின், ரஷ்யாவின் சைபீரியாவில் துரா நதிக்கரையோரமுள்ள Pokrovskoye என்ற சிறிய கிராமத்தில் பிறந்தவர். ஊர்ப்பெயரில் எந்தச் சந்தேகமும் இல்லை. ஆனால் ரஸ்புடின் எப்போது பிறந்தார் என்பதிலிருந்தே

அவர் வாழ்க்கையில் மர்மம் ஆரம்பிக்கிறது. 1863க்கும் 1873க்கும் இடையில் பிறந்திருக்கலாம் என்பது பொதுவான அனுமானம். 1869, ஜனவரி 10 என்கிறது ஒரு ஆவணம். ஜனவரி 22 என்கிறது ஒரு குறிப்பு. உண்மையான தேதி இனி தெரியப்போவதில்லை.

அவரது சிறுவயது வாழ்க்கை குறித்த அதிகபட்ச தகவல்கள் எல்லாம் பதிவு செய்யப்படவில்லை. ரஷ்புடினின் உடன்பிறந்தோர் இருவர். மூத்த சகோதரன் டிமிட்ரி. சகோதரி மரியா. ஏழைமையான விவசாயக் குடும்பம். படிப்பெல்லாம் கிடையாது. வயலில் வேலை இல்லாத சமயங்களில் காடு, மேடெல்லாம் சுற்றித் திரிவதுதான் பொழுதுபோக்கு. மரியாவுக்கு வலிப்பு நோய் இருந்தது. அவள் வலிப்பு வந்து அவதிப்படும் நேரங்களில் பெரும்பாலும் ரஸ்புடின்தான் உடனிருந்து கவனித்துக் கொள்வான். ஒருநாள் மரியா, தனியாக ஆற்றுக்குக் குளிக்கப் போனாள். குளித்துக் கொண்டிருக்கும் நேரத்தில் வலிப்பு வந்துவிட, அவள் நீரில் மூழ்கி இறந்துபோனாள்.

ரஸ்புடினால் அந்த இழப்பிலிருந்து மீள முடியவில்லை. கொஞ்ச காலம் கடந்திருக்கும். சகோதரன் டிமிட்ரியுடன் ஆற்றில் மீன் பிடித்துக் கொண்டிருந்தான் ரஸ்புடின். திடீரென ஆற்றில் வெள்ளம் வந்துவிட, இருவரும் அலற, அந்த வழியாகச் சென்று கொண்டிருந்த யாரோ ஒருவர் ஆற்றில் குதித்து இருவரையும் கரைக்குக் கொண்டு வந்து சேர்த்தார். ரஸ்புடினுக்கு எதுவும் ஆகவில்லை. ஆனால் டிமிட்ரி, சில நாள்களிலேயே நிமோனியா தாக்கி இறந்துபோனான். தன் உடன்பிறந்தவர்களின் இழப்பை ரஸ்புடினால் தாங்கிக் கொள்ள முடியவில்லை. கலகலவென திரிந்து கொண்டிருந்தவன், 'மௌனி'யாக முடங்கிப் போனான். (பின்னாளில் தனக்குப் பிறந்த ஒரு மகனுக்கும் மகளுக்கும் முறையே டிமிட்ரி, மரியா என்று ரஸ்புடின் பெயர் வைத்தார் என்பது ஒரு தகவல். உடன்பிறந்தவர்களின் மரணத்தில் நதி சம்பந்தப்பட்டிருந்ததுபோல ரஸ்புடினின் மரணத்திலும் நதி விதியாகச் சிரித்தது என்பது கூடுதல் தகவல்.)

அதற்குப் பின் ரஸ்புடினின் பேச்சு, நடவடிக்கை எல்லாமே மாறிப் போனது. இன்னென்ன விஷயங்கள் நடக்கப்போகிறது என தன்னைச் சுற்றியிருப்பவர்களது வருங்காலத்தைச் சொல்ல ஆரம்பித்தான். சிறுவன் ஏதோ உளறுகிறான் என்று யாரும் அதைப் பெரிதாக எடுத்துக் கொள்ளவில்லை, அவனது தந்தை எஃபிம் வில்கின் உள்பட. அந்தப் பகுதியில் திருடர்கள் அதிகம். குதிரைகளும் கால்நடைகளும்

ரஸ்புடின்

திருட்டுப் போவது சகஜம். ஒருமுறை, ரஸ்புடினின் தந்தையுடைய குதிரை ஒன்று, திருட்டுப் போனது. எஃபிம் கவலையுடன் புலம்பிக் கொண்டிருந்தார். 'அய்யோ, இனி பிழைப்புக்கு என்ன செய்வேன்?'

ரஸ்புடின், தந்தையிடம் வந்தான். 'கவலைப்படாதீர்கள். குதிரையை யார் திருடியிருப்பார்கள் என எனக்குத் தெரியும்.'

'திருடனை நீ பார்த்தாயா?' - தந்தை அவசரமாகக் கேட்டார்.

'ம்... என்னோடு வாருங்கள்.'

ரஸ்புடினுடன் சென்றார். ஓரிடத்தில் கூடியிருந்த கும்பலில் ஒருவனை மட்டும் ரஸ்புடின் சுட்டிக் காட்டினான். 'அவன்தான் திருடன். அவனைப் பின்தொடர்ந்து சென்றால் குதிரையைக் கண்டுபிடித்து விடலாம்.'

எஃபின் அந்த ஆளைப் பின்தொடர்ந்து சென்றார். சாதுர்யமாக குதிரையை மீட்டார். ரஸ்புடினிடம் திரும்பி வந்தார். 'அந்தத் திருடனை எங்கே வைத்து நீ பார்த்தாய்?' கேட்டார். 'எங்கேயும் பார்க்கவில்லை. என் மனத்தில் உணர்ந்ததைச் சொன்னேன்' என்ற ரஸ்புடினின் பதிலைக் கேட்டு தந்தைக்கு வாயடைத்துப் போனது.

பதின்வயது. ரஸ்புடின் ஊருக்கு அடங்காத இளைஞனாக திரிந்து கொண்டிருந்தார். திருடுவது கைவந்த கலையாகியிருந்தது. பொய் சொல்வதும் ஏமாற்றுவதும் இயல்பாகியிருந்தது. தீய நண்பர்களோடு மட்டும்தான் சேர்க்கை. கூடுதலாக பெண் சகவாசம். பதினெட்டு வயது இருக்கும். ஒரு திருட்டு வழக்கில் ரஸ்புடின் வசமாகச் சிக்கிக் கொண்டார். தண்டனையாக, அருகிலிருக்கும் Verkhoturye இல்லத்துக்கு அனுப்பப்பட்டார். மூன்று மாதங்கள் அங்கே தங்கியிருந்து, மதகுருமார்களுக்குச் சேவை செய்ய வேண்டும்.

ஒருநாள் நள்ளிரவில் திடீரெனக் கூப்பாடு போட்டபடியே கண்விழித்த ரஸ்புடின், சந்தோஷம் பொங்க சத்தம்போட்டுச் சிரிக்க ஆரம்பித்தார். மதகுருமார்கள் எல்லோரும் குழப்பத்துடன் பார்க்க, 'சொன்னால் நம்புவீர்களா என்று தெரியவில்லை. கொஞ்ச நேரத்துக்கு முன்புதான் கன்னி மேரி என் கண்களுக்குப் பேரொளி வடிவில் தோன்றி தரிசனம் தந்தார்.'

இந்தச் சம்பவத்திற்குப் பிறகு ரஸ்புடினின் இறைபக்தி ஏறிப்போனது. 'நான் திருமணம் செய்துகொள்ளப் போவதில்லை. இறை சேவைக்கு என் வாழ்க்கையை அர்ப்பணிக்கப் போகிறேன்' என்று அங்கிருந்த மதகுருமார்களிடம் சொல்லிக் கொண்டிருந்தார். ஆனால் இல்லத்தில் இருந்து வெளியே வந்த உடன் ரஸ்புடின், Khlysty - ல் இணைந்தார். இது தடைசெய்யப்பட்ட கிறித்துவப் பிரிவுகளில் ஒன்று. எதனால்? அந்தப் பிரிவின் கொள்கைகள், கோட்பாடுகள் எல்லாம் கோக்குமாக்கானவை. அதிகப் பாவங்கள் செய்வதன் மூலம் இறைவனை எளிதாக அடையலாம். ஒழுங்கற்ற, முறையற்ற வாழ்க்கையே இறைவனைச் சேருவதற்கான பாதை. பெண் இன்பம், பேரின்பம் போன்ற எடக்குமடக்கு விஷயங்கள் ரஸ்புடினை ஈர்த்தன. திளைத்தார்.

பின் சில காலம் மகாரி என்ற துறவியின் சீடராகச் சுற்றித் திரிந்தார். எங்கெங்கோ சுற்றினார். இறுதியில் சொந்த ஊருக்கு வந்து சேர்ந்தார், ஒரு மகான் வடிவில். மது, மாமிசம், புகை, ஏன் இனிப்பு சாப்பிடுவதைக் கூட நிறுத்தியிருந்தார். முகத்தில் ஒரு தீர்க்கம்.

ஜார் மன்னர் நிக்கோலஸ் குடும்பத்துடன்

பார்வையில் தெளிவு. நடவடிக்கைகளில் நிதானம். பேச்சினில் அனுபவம். மயக்கும் உடல்மொழி. அத்தனைக் காலம் ரஸ்புடினைத் திருடனாகவும் அயோக்கியனாகவும் பெண்பித்தனாகவும் பார்த்த ஊர் மக்கள், அவரை அபூர்வ சக்தி கொண்ட சாமியாராகப் பார்க்க ஆரம்பித்தார்கள்.

'இத்தனைக் காலம் நான் இந்த உலகில் இருந்தேன். இப்போது நான் இந்த உலகோடு இருக்கிறேன்' என்று அவர் செய்த பிரசாரங்கள் மக்களைச் சிலிர்ப்பூட்டின. உள்ளூர் மக்கள் மட்டுமன்றி, வெளியூர் மக்களும் ரஸ்புடினைத் தேடிவர ஆரம்பித்தார்கள். காரணம் ரஸ்புடின் தனக்குக் கொடுத்துக் கொண்ட அடையாளங்கள். 'என்னால் வருங்காலத்தில் நடக்கவிருப்பதைக் கணித்துக் கூற முடியும். தீராத நோய்களைத் தீர்த்து வைக்க முடியும். இறைவனுடன் நெருங்கிப் பேச முடியும்.'

இத்தனையும் சொல்லி பிழைப்பு நடத்த ஆரம்பித்த ரஸ்புடின், பிராஸ்கோவியா என்ற பெண்ணைத் திருமணம் செய்துகொண்டார். அடுத்தடுத்து மூன்று குழந்தைகளைப் பெற்றுக் கொண்டார்.

வேறு சில பெண்களுக்கும் காதலனாகப் பணியாற்றினார். இன்னொரு பெண்ணுடைய குழந்தைக்கும் தகப்பன் ஆனார். 1901ல் 'இறைவனின் கட்டளைப்படி' புனித யாத்திரைக்குச் செல்லவிருப்பதாக ஊரைவிட்டு, உறவுகளைவிட்டுக் கிளம்பினார். கிரீஸ், ஜெருசலேம் என ரஸ்புடினின் பயணம் நீண்டது. 1903ல் செயிண்ட் பீட்டர்ஸ்பெர்க் வந்தடைந்தார். முதல் ரஷ்யப் புரட்சி நடைபெற்றுக் கொண்டிருந்த நேரம் அது. எங்கும் வன்முறை. நகரில் அமைதியில்லை; மக்கள் மனத்திலும்.

அந்தச் சமயத்தில் எங்கிருந்தோ கிளம்பி வந்த 'அமைதித் தூதர்'போல, அந்நகர மக்களுக்கு தன் பேச்சுகள் மூலம் மன அமைதியும், பிரார்த்தனைகள் மூலம் உடல் நலமும் அருள ஆரம்பித்தார் ரஸ்புடின். பீட்டர்ஸ்பெர்கிலும் அவரது புகழ் பரவ ஆரம்பித்தது. அப்போதுதான் 'ராஜ யோகம்' அவரைத் தேடி வந்தது.

ஜார் வம்சத்தைச் சேர்ந்த இரண்டாம் நிக்கோலஸ், அப்போது ரஷ்யாவை ஆண்டு கொண்டிருந்தார். அரசர் நிக்கோலஸுக்கும், அரசி அலெக்ஸாண்ட்ராவுக்கும் மொத்தம் நான்கு குழந்தைகள். நான்கும் பெண் குழந்தைகளாகிப் போனதில் ரஷ்யாவுக்கே கவலை. பின்னர் வேண்டி, விரும்பி, தவமிருந்து ஐந்தாவதாக ஒரு ஆண் குழந்தை பிறந்தது. அலெக்ஸி. ரஷ்யாவே கொண்டாடியது. நான்கைந்து வயது இருக்கும். அலெக்ஸிக்கு 'ஹீமோபிலியா' என்ற நோய் இருப்பது தெரிய வந்தது. அதாவது உடலில் ஏதாவது காயங்கள் பட்டால் போதும், ரத்தம் கொட்டுவது நிற்காது. ரத்தத்தில் உறைதிறன் இல்லை. இந்த விஷயத்தை வெகுரகசியமாக வைத்திருந்தனர். அலெக்ஸியைப் பொத்திப் பொத்தி பூபோல வளர்த்தனர். எந்த மருத்துவத்திலும் இதற்குத் தீர்வு கிட்டவில்லை. (அலெக்ஸி, பிரிட்டிஷ் ராணி விக்டோரியாவின் பரம்பரையில் வந்தவன். விக்டோரியாவுக்கும் இதே பிரச்னை இருந்தது.)

'அரசி, எனக்குத் தெரிந்த ஒரு சாமியார் இருக்கிறார். மக்களின் தீராத நோய்களை எல்லாம் தீர்த்து வைக்கிறார். நம் இளவரசரின் நோயை அவரால் குணப்படுத்த முடியும் என்று நம்புகிறேன்' - அலெக்ஸாண்ட்ராவின் தோழியான அன்னா, ரஸ்புடின் பற்றி சொன்னாள். அரசியிடமிருந்து ரஸ்புடினுக்கு ரகசிய அழைப்பு வந்தது. ரஸ்புடின் வந்தார். இளவரசரைப் பார்த்தார். மனமுருகப் பிரார்த்தனைகள் செய்தார். காக்கா உட்கார பனம்பழம் விழவில்லை; பனைமரமே விழுந்தது. இளவரசர் குணமடைய ஆரம்பித்தார்.

அரசரும் அரசியும் ரஸ்புடினைக் கொண்டாட ஆரம்பித்தனர். அவரைத் தங்களது வழிகாட்டியாக, மதகுருவாக, ஆலோசகராகக் கருத ஆரம்பித்தனர். எந்த முடிவு எடுப்பதென்றாலும் ரஷ்புடினை ஒரு வார்த்தை கேட்டுக் கொண்டனர். அரண்மனை வளாகத்தில் ரஸ்புடினின் அதிகாரம் வேர்விட ஆரம்பித்தது. போதாதா. எங்கிருந்தோ வந்த சாமியார் ஒருவன், அரச குடும்பத்தையே ஆட்டிவிப்பதா. திருச்சபையைச் சார்ந்த மதகுருமார்களால் இதனைப் பொறுத்துக் கொள்ள முடியவில்லை. தவிர, அரச குடும்பத்தின் பிற உறவினர்களுக்கும், பிற மந்திரிகளுக்கும் ரஸ்புடினின் திடீர்ப் புகழைச் சகிக்க முடியவில்லை. எவ்வளவோ எதிர்ப்பு அலைகள் கிளம்பினாலும் ரஸ்புடின், அலட்டிக் கொள்ளவில்லை.

அந்தச் சமயத்தில்தான் தன்னை தீர்க்கதரிசி என்று பிரகடனப்படுத்திக் கொண்ட ரஸ்புடினை, இன்னொரு தீர்க்கதரிசி சந்தித்தார். ரஸ்புடினுக்கு நிகழவிருக்கும் மரணம் குறித்து அவரிடமே வருணித்தார். அந்த தீர்க்கதரிசியின் பெயர் வில்லியம் ஜான் வார்னர் என்கிற செய்ரோ (Cheiro).

★

'ஒருவருடைய கடந்தகாலத்தை மட்டுமல்ல, வருங்காலத்தைக் கணிப்பதில் இந்தியர்களை மிஞ்ச யாரும் கிடையாது. கையில் இருக்கும் ரேகைகளை வைத்தே ஒருவருடைய முழு வாழ்க்கையையும் சொல்லி விடுவார்களாம்.'

இந்த விஷயம் பதின்வயதில் செய்ரோவின் ஆவலை ஏகத்துக்கும் தூண்டி விட்டது. இந்தியாவுக்கு வந்து கைரேகைக் கலையைக் கற்றுத் தேர்ந்துவிட வேண்டும் என முடிவெடுத்தார். பதின்வயதில் இறுதியில் பம்பாய்க்குக் கப்பலேறினார் செய்ரோ. அவர் பிறந்தது அயர்லாந்தின் டப்ளின்.

பத்தொன்பதாம் நூற்றாண்டின் இறுதியில் பம்பாய் துறைமுகத்தில் வந்திறங்கிய செய்ரோ, மகாராஷ்டிராவின் பல பகுதிகளுக்கும் சென்று தனக்கான குருவைத் தேடினார். இறுதியில் ஒரு சிறிய கிராமத்தில், ஒரு வயதான அந்தணர் நடத்தி வந்த குருகுலத்தைத் தேடிச் சென்றார். வயதான அந்தணர் செய்ரோவின் ஆர்வத்தைக் கண்டு, சோதிடக் கலையை அவருக்குச் சொல்லித் தர சம்மதித்தார். 'அந்தணர் ஒரு பொக்கிஷம் வைத்திருந்தார். ஆதிகாலத்தைச் சேர்ந்த புத்தகம் அது. அதுவும் மனிதத் தோலால் செய்யப்பட்ட புத்தகம். அதன் எழுத்துகள்

தங்கத்தால் ஆனவை. அந்தப் புத்தகத்தைப் படிக்க எனக்கும் அனுமதி கிடைத்தது' என்று செய்ரோ பின்னாளில் தனது சுயசரிதையில் (Cheiro's Memoirs: The Reminiscences of a Society Palmist) குறிப்பிட்டிருக்கிறார்.

தீர்க்கதரிசி செய்ரோ

இரண்டு வருடங்கள் குருகுலவாசம். தொழிலைச் செம்மையாகக் கற்றுக் கொண்ட செய்ரோ, குருவின் ஆசிகளோடு லண்டன் திரும்பினார். சோதிடராகத் தன் தொழிலை ஆரம்பித்தார். இருபதாம் நூற்றாண்டின் ஆரம்பத்தில் செய்ரோ, ஐரோப்பா அறிந்த 'பிரபல சோதிடர்' ஆனார். பின் அமெரிக்காவிலும் அவர் புகழ் பரவ ஆரம்பித்தது. பல நாடுகளின் அதிபர்கள் முதல் அரசர்கள் வரை செய்ரோவிடம் தங்கள் கையை நீட்ட ஆரம்பித்திருந்தனர். ரேகைகள் அமைத்துக் கொடுத்த பாதையில் செய்ரோவின் வாழ்க்கை செல்வச் செழிப்புடன் ஓடிக் கொண்டிருந்தது.

அப்போதுதான், ஜார் அரசர் நிக்கோலஸின் அழைப்பின் பேரில் ரஷ்யாவுக்குச் சென்றார் செய்ரோ (ஜனவரி 1905). அரண்மனையில் பலரது கைகளையும் பார்த்து சோதிடம் சொன்னார். நிக்கோலஸின் கரத்தையும் பிடித்து வருங்காலம் உதிர்த்தார். அந்தச் சமயத்தில் அங்கே ஒருவர் வந்தார். 'தீர்க்கமான கண்கள். ஆனால், முரட்டுப் பார்வை. பிரௌனும் ஒரு மாதிரி சிவப்பும் கலந்த அடர்ந்த தாடிக்குள் உதடுகளைத் தேட வேண்டியதிருந்தது. நடுவகிடு எடுத்து வாரப்பட்ட நீளமான கேசம். தரையைத் தொடும் அங்கி. கையில் ஒரு சிலுவை. அதிகாரம் நிறைந்த, அழுத்தமான, உரத்த குரல். அவர்தான் ரஸ்புடின் என்று தெரிந்துகொண்டேன்.'

நம்மையும் மீறி ஒருவன் இங்கே எதிர்காலத்தைக் கணிக்க வந்திருக்கிறானா என்ற தொனியில்தான் செய்ரோவைப் பார்த்தார் ரஸ்புடின். 'உங்கள் கைகளைப் பார்க்கலாமா?' - ரஸ்புடினைக்

கேட்டார் செய்ரோ. கொஞ்சம் தயக்கம், கொஞ்சம் முறைப்பு, கொஞ்சம் விதண்டாவாதத்திற்குப் பிறகே ரஸ்புடின் தன் கையை நீட்டினார். ரேகைகளைப் பார்த்ததுமே செய்ரோவின் முகத்தில் பலவிதமான உணர்வுகள் பிரதிபலித்தன. இது சாதாரணக் கையா? இல்லை, சாத்தானின் கையா?

'என் எதிர்காலத்தை நிர்ணயிக்கும் உரிமை எனக்கு மட்டும்தான் உண்டு. இந்த மக்களின் எதிர்காலம், ஏன் அரசரின் எதிர்காலம்கூட என் கையில்தான் உள்ளது' - கர்ஜித்தார் ரஸ்புடின். 'ஏதோ எனக்குத் தெரிந்ததைச் சொல்கிறேன். ஏற்றுக் கொள்வது உங்கள் சௌகரியம்' - அமைதியாகப் பதிலளித்தார் செய்ரோ.

'நீ சொல்லப்போவது எனக்கு சிரிப்பைத்தான் வரவழைக்கப் போகிறது. விதியை நிர்ணயிப்பவனின் விதியை நீ சொல்லப் போகிறாயா?' - ரஸ்புடினின் அதிபயங்கரச் சிரிப்பு, செய்ரோவுக்குள் அதிர்வுகளை ஏற்படுத்தியது. இந்த ஆள் நிஜமாகவே பைத்தியம்தான். இவனிடமா ரஷ்யா, சிக்கிக் கொண்டிருக்கிறது. தனக்குள் கவலைப்பட்டுக் கொண்ட செய்ரோ, அந்த ரேகைகளை உற்று நோக்க ஆரம்பித்தார்.

'அடிமட்டத்திலிருந்து இந்த அதிகார நிலைக்கு வந்தவர் நீங்கள். ஆனால் இந்த அதிகாரமெல்லாம் தீயவற்றுக்குத்தான் வழிவகுக்கின்றன. மேற்கொண்டு சொல்லவா?'

'நானே ஒரு தீர்க்கதரிசி. உன்னைவிடப் பெரியவன். நீ எனக்கு என்ன சொல்ல முடியும்?' - ரஸ்புடினின் கண்களில் கனல். செய்ரோ சில நிமிடங்கள் அமைதியாக இருந்தார். அங்கேயிருந்த அரசர் நிக்கோலஸும், அரசி அலெக்ஸாண்ட்ராவும் செய்ரோ என்ன சொல்லப் போகிறாரோ என்ற படபடப்புடன் காத்திருந்தனர். செய்ரோ, ரஸ்புடினின் கண்களைப் பார்த்து பேச ஆரம்பித்தார்.

'இந்த அரண்மனை வளாகத்திலேயே நிகழப் போகும் உங்களது கொடுமையான மரணம் என் கண்களுக்குத் தெரிகிறது. விஷமும் தோட்டாக்களும் கூர்மையான கத்தியும் உங்கள் உயிரைக் குடிக்கவிருக்கின்றன. குளிர் நிறைந்த நேவா நதியில் உங்கள் உடல் மிதக்கப் போகிறது.'

செய்ரோ சொல்லி முடிக்கவும் அறையில் சில நொடிகளுக்கு நிசப்தம். தன் கையைச் சட்டென விலக்கிக் கொண்ட ரஸ்புடினின் மூச்சில் அனல். எழுந்தார். உறுமினார். கோபத்தில் செய்ரோவைத்

பெண்கள் புடைசூழ ரஸ்புடின்

தாக்கிவிடுவாரோ என்றுதான் எல்லோருமே பயந்தனர். தன் கையிலிருந்த சிலுவையை நீட்டிய ரஸ்புடின், ரஷ்ய மொழியில் கோபம் பொங்கப் பொங்க ஏதோ சொல்லிவிட்டு அங்கிருந்து விருட்டென வெளியேறினார். அதன்பின் அங்கிருந்த மொழிபெயர்ப் பாளர், அதன் அர்த்தத்தை விடுவித்தார்.

'ரஸ்புடினின் மரணத்தைச் சொல்ல நீ யார்? ரஸ்புடினுக்கு மரணமே கிடையாது. விஷம், கத்தி, தோட்டா எதனாலும் எனது உயிரை எடுக்க முடியாது. நானே மக்களின் ரட்சகன். ஜார் பரம்பரையின் பாதுகாவலன். நான் ஜாருக்கும் மேலானவன்.'

ரஷ்யாவிலிருந்து கிளம்பும்வரை செய்ரோவுக்கு சிறு நடுக்கம் இருக்கத்தான் செய்தது. செய்ரோ மட்டுமல்ல; அரச குடும்பத்தினர் அனைவருமே ரஸ்புடினின் மாய சக்தியை நினைத்து கொஞ்சம் நடுங்கத்தான் செய்தனர். நிஜமாகவே அவருக்கு மாய சக்தி இருந்ததா என்பது டிரில்லியன் யூரோ கேள்வி. ஆனாலும் தனது ஆளுமையாலும்

244 / முகில்

பிளெக்ஸியும் இரினாவும்

சமயோசித புத்தியாலும் அரச குடும்பத்தைத் தன் கட்டுப்பாட்டில் வைத்திருந்தார். தவிர ரஸ்புடினையே 'புதிய மீட்பராக' எண்ணி வணங்கிய பக்தர்கள் அதிகம், அதிலும் பக்தைகள் எக்கச்சக்கம்.

பக்தைகளையும் ரஸ்புடி னையும் இணைத்து விதவித மான 'மஞ்சள் செய்திகள்' வெளிவந்த வண்ணம் இருந்தன. அந்த விவகார பக்தைகள் பட்டியலில் அரச குடும்பப் பெண்களும் உண்டு. ரஸ்புடினைத் தனது அந்தரங்கக் காரியதரிசியாக நியமித்துக் கொண்ட அரசி அலெக்ஸாண்ட்ராவும் அடக்கம். (1977ல் ரஸ்புடின் வாழ்ந்த வீட்டுத் தோட்டத்தைத் தோண்டிப் பார்த்தபோது சில மரப்பெட்டிகள் கிடைத்தன. அந்தப் பெட்டிகளில் இருந்தவை முகம் சுளிக்க வைத்தன. எல்லாம் பெண்களின் அந்தரங்கப் பகுதியிலிருந்து கத்தரிக்கப்பட்ட முடி.)

இப்படியாக மஜா சாமியாராக ஆட்சி செய்துவந்த ரஸ்புடினுக்கு ஒருபுறம் எதிர்ப்பும் வலுத்துக் கொண்டே போனது. திருச்சபைகளும், அரச குடும்பத்தில் சிலரும், அமைச்சர்கள் பலரும் ரஸ்புடின் சாவி கொடுத்த பொம்மையாக அரசி ஆடுவதையும், அரசியின் சொல்படி அரசர் நடப்பதையும் எதிர்த்துக் குரல் எழுப்ப ஆரம்பித்தார்கள்.

முதல் உலகப் போர் சமயம் (1914 - 1918). அரசர் நிக்கோலஸ், ரஸ்புடினால் கட்டாயப்படுத்தப்பட்டுதான் போர்முனைக்குச் சென்றார். அரசரில்லாத சமயத்தில் அரசியைக் கேடயம்போல வைத்து, தானே அதிகாரம் செய்ய ஆரம்பித்தார் ரஸ்புடின். அந்தச் சமயத்தில் அரசி அலெக்ஸாண்ட்ரா குறித்த பலவிதமான சர்ச்சைகள் எழ ஆரம்பித்தன. 'அலெக்ஸாண்ட்ரா ஜெர்மனியைச் சேர்ந்தவள்.

ரஷ்யாவின் அரசியாக இருந்துகொண்டு எதிரியான ஜெர்மனிக்காக உளவு வேலை பார்க்கிறாள். அதற்கெல்லாம் துணையாக இருப்பது ரஸ்புடின்தான்.'

1917. ரஷ்ய மக்களால் அதிகம் வெறுக்கப்படும் நபராக அலெக்ஸாண்ட்ராவும் ரஸ்புடினும் மாறிப் போயிருந்தார்கள். ரஸ்புடினைக் கொல்வதற்காக சில முயற்சிகளும் நடந்தன. அதிர்ஷ்டம் அவர் பக்கம் இருந்தது. 'ரஸ்புடினைக் கொன்றால்தான் அரசனையும் அரசியையும் மீட்க முடியும். ஜார் பரம்பரையின் ஆட்சியைத் தக்க வைத்துக் கொள்ள முடியும்' என்பதை அரச குடும்பத்தில் பலரும் உணர்ந்திருந்தனர். ஜார் பரம்பரையைச் சேர்ந்த இளவரசர்களுள் ஒருவரான பெலிக்ஸ் யுசுபோவ் (Felix Yusupov), ரஸ்புடினைக் கொல்லத் திட்டம் தீட்டினார்.

1917ன் கிறிஸ்துமஸ் தினங்கள். ரஸ்புடின் தனக்கான முடிவு நெருங்கிவிட்டதை உணர்ந்திருந்தார்போல. அதிக மன அழுத்தத்துடன்தான் திரிந்தார். 'இரவு விருந்து. வந்துவிடுங்கள்' - யுசுபோவின் மனைவி இரினாவிடம் இருந்து ரஸ்புடினுக்கு அழைப்பு சென்றது. அவர்களது அரண்மனையான மொய்காவுக்குச் சென்றார் ரஸ்புடின் (டிசம்பர் 29). மரியாதையான வரவேற்பு. டீ, பழரசம், ஒயின் என பரிமாறப்பட்டவற்றை எல்லாம் ரஸ்புடின் மறுத்துவிட்டார். 'கொஞ்சம் கேக்காவது சாப்பிடுங்கள்' என்று அவர்கள் அன்புடன் சொல்லவும், அதை எடுத்துக் கொண்டார். அந்த உணவுப் பொருள்கள் அனைத்திலுமே பொட்டாசியம் சயனைடு பொடி செய்யப்பட்டு கலக்கப்பட்டிருந்தது. சில துண்டு சயனைட் கேக்குகள், ரஸ்புடினின் தொண்டைக் குழிக்குள் இறங்கின.

விடிய ஆரம்பித்தது. சயனைடு ரஸ்புடினை எதுவும் செய்யவில்லை. பொறுமையிழந்த யுசுபோவ், தனது துப்பாக்கியைத் தூக்கினார். ரஸ்புடினின் முதுகுப் பகுதியில் தோட்டா பாய்ந்தது. சுருண்டு விழுந்த அவர், சுதாரித்து எழுந்து யுசுபோவைத் தாக்க வந்தார். பாதுகாவலர்களின் துப்பாக்கிகள் வெடித்தன. ரஸ்புடினின் உடலில் மேலும் மூன்று தோட்டாக்கள் பாய்ந்தன. அப்படியும் அவர் சாகவில்லை. துடித்துக் கொண்டிருந்தார். இரும்புத் தடி அவர் மேல் இறங்கியது. அவரது பிறப்பு உறுப்பு அறுக்கப்பட்டதாகவும் ஒரு குறிப்பு உண்டு. நீண்ட போராட்டத்துக்குப் பிறகு ரஸ்புடினின் உயிர் பிரிந்தது. இறந்து பல மணி நேரங்கள் கடந்த பின்னரும், அவரது உடல் வெதுவெதுப்பாக இருப்பதை உணர்ந்து அதிர்ந்தனர்.

உடலைக் கம்பளத்தில் சுற்றிக் கட்டி, அருகிலிருந்த நேவா நதியில் தூக்கி எறிந்தனர்.

ரஸ்புடினின் மரணம், செய்ரோவின் வார்த்தைகளின்படிதான் நிகழ்ந்தது. தன் மரணத்துக்கு முன்பாக ரஸ்புடின், அரச குடும்பத்துக்கு சாபம் விட்டிருந்தார். 'என் மரணம் சாதாரணமானவர்களால் நிகழ்ந்தால் நீங்கள் பிழைத்தீர்கள். அரச குடும்பத்தினர் என்னைக் கொன்றார்கள் எனில், ஜார் வம்சமே இந்த மண்ணில் வாழ முடியாத நிலை உண்டாகும். எல்லோருமே அழிந்து போவீர்கள்!'

அதுவும் நிகழ்ந்தது. ரஷ்யாவில் மக்கள் புரட்சியால் மன்னராட்சி அகற்றப்பட்டது. அரசர் நிக்கோலஸும் குடும்பத்தினரும் சிறை வைக்கப்பட்டனர். பின் கொல்லப்பட்டனர். அந்தக் கணத்தில் ரஸ்புடினின் ஆத்மா சாந்தியடைந்திருக்கக்கூடும்.

கருப்பு தாஜ்மஹால்

சொர்க்கத்தின் சந்தை என்றுதான் அதனைச் சொல்கிறார்கள். எங்கெங்கும் இளம் பெண்கள். விதவிதமான பொருள்களைக் கடைபரப்பியிருப்பார்கள். ஆனால் மறைமுகமாக விலைபோகவிருப்பது அவர்கள்தாம். அந்தச் சந்தையின் பெயர் மீனா பஸார். முகலாயப் பேரரசர் அக்பர் தன் காலத்தில் ஆரம்பித்து வைத்த திருவிழா. இளம்பெண்களால் மட்டும் நிரம்பிய அந்தச் சந்தைக்குள் விஜயம் செய்ய, பேரரசர், இளவரசர்கள், ராஜ குடும்பத்தின் சில ஆண் உறுப்பினர்களுக்கு மட்டுமே அனுமதி உண்டு. வளையல் வாங்குபவர்கள், வளையலுக்குச் சொந்தக்காரியின் வலக்கையையும் பிடித்து அழைத்து வந்துவிடுவார்கள், அந்தப்புரத்துக்கு.

அப்படி ஒரு மீனா பஸாரில்தான் இளவரசர் ஷாஜஹான், அந்தப் பெண்ணைப் பார்த்துக் கிறங்கிப் போனார். முழுநிலவு முகம். அளவான கண்களில் அழகு நிறைந்த பார்வை, செதுக்கிய நாசி, செவ்விதழில் புன்னகை, வசீகர தேகம். யாரிவள்?

'என்ன இளவரசரே, அப்படிப் பார்க்கிறீர்கள்? இந்த வைரக்கல் வேண்டுமா? ஒரு லட்சம் தந்தால் போதும்' - கலகலவென அவள் சிரித்தாள். அவளே கேட்ட பின் வாங்காமல் இருக்க முடியுமா. ஆனால் ஷாஜஹானிடம் கைவசம் அவ்வளவு பணம் இல்லை. சட்டென தன் கழுத்திலிருந்த முத்து மாலையையும்,

ஷாஜஹான் - மும்தாஜ்

வைரப் பதக்கம் பதித்த சங்கிலியையும் கழற்றிக் கொடுத்தார். அவள் திகைத்து நின்றாள். சுற்றி நின்ற பெண்கள் உண்டாக்கிய ஆரவார ஒலியில் அந்தச் சந்தையே குலுங்கியது.

அவள் பெயர் அர்ஜுமந்த் பானு பேகம் என்கிற மும்தாஜ். பேரரசர் ஜஹாங்கிரின் மனைவியான நூர்ஜஹானின் அண்ணன் மகள். நூர்ஜஹானின் ஏற்பாட்டின்படி, இளவரசர் ஷாஜஹானுக்கும், அவளது மருமகள் மும்தாஜுக்கும் திருமணம் நடந்தது. மும்தாஜ், ஹாஜஹானின் இரண்டாவது மனைவி. என்றாலும் அவர் மனத்தில் முதலிடம் அவளுக்கே. முகலாயப் பேரரசர்கள் அனைவருமே (ஹுமாயுனைத் தவிர) தம் தந்தைக்கு எதிராகக் கலகத்தில் ஈடுபட்டும், தம் சகோதரர்களை போரிலோ, வேறுவிதத்திலோ வீழ்த்தி விட்டும்தான் அரியணை ஏறியிருக்கிறார்கள். அப்படி இளவரசர் ஷாஜஹானும், தனது தந்தை ஜஹாங்கிருக்கு எதிராகக் கலகத்தில் ஈடுபட்டு திக்குத் திசையின்றி திரிந்துகொண்டிருந்தபோதும் கூடவே அலைந்தாள் மும்தாஜ். அவள், கர்ப்பிணியாக இருந்தபோதும்கூட.

ஷாஜஹானுக்கும் மும்தாஜுக்கும் பிறந்தது மொத்தம் பதினான்கு குழந்தைகள். பதிமூன்றாவது பிரசவத்துக்குப் பிறகு மிகவும் தளர்ந்து போயிருந்தாள் அவள். மீண்டும் கர்ப்பம். அந்த பதினான்காவது

பிரசவம் மிகவும் சிக்கலானதாக அமைந்தது. புர்ஹான்பூர் என்ற இடத்தில் ஒரு மாளிகையில் மும்தாஜ் பிரசவ வலியால் துடித்துக் கொண்டிருக்க, அதே இடத்தில் போர் ஒன்றில் ஈடுபட்டிருந்தார் ஷாஜஹான். அப்போது பிறந்தது பெண் குழந்தை.

ஷாஜஹான் அருகில் இருக்க மும்தாஜின் உயிர் பிரிந்தது. அது 1631, ஜுன் 17. அவளுக்கு அப்போது வயது வெறும் முப்பத்தெட்டு. 'இனி நீங்கள் யாரையும் திருமணம் செய்து கொள்ளக்கூடாது. இதுவரை இல்லாத அளவில் மிக அழகான கல்லறை ஒன்றை எனக்காக நீங்கள் கட்ட வேண்டும்' - மும்தாஜ், ஷாஜஹானிடம் சொன்ன கடைசி ஆசை இதுதான் என்பதும், அதனால்தான் ஷாஜஹான் தாஜ்மஹாலைக் கட்டினார் என்பதும் காலம் காலமாக உலவும் ப்ளாஷ்பேக்.

தாஜ்மஹால் எவ்விதம் கட்டப்பட்டது? அதனுள் புதைந்துள்ள சர்ச்சைகள் எவை? அதைச் சுற்றி நிகழ்ந்த அரசியல் என்னென்ன? தாஜ்மஹாலைச் சுற்றி உலவும் 'கதைகள்' எவை? பார்ப்போம்.

மும்தாஜுக்காக இரண்டு வருடங்கள் துக்கம் அனுஷ்டித்த ஷாஜஹான், தம் பொலிவை எல்லாம் இழந்து கிழவனாகிப் போனார். இருந்தாலும் தன் மனைவிக்காக 'காதல் சின்னம்' ஒன்றைக் கட்டி முடித்துவிட என்ற லட்சியம்தான் அவரைத் தொடர்ந்து இயக்க வைத்தது. காதல் சின்னமல்ல அது; இறைவன் வாழும் சொர்க்கத்தைக் குறிக்கும் சின்னம். தாஜ்மஹாலில் செதுக்கப்பட்டுள்ள குர்-ஆன் வாசகங்களே அதற்கு சாட்சி என்பது சில ஆய்வாளர்களின் கருத்து.

1632, ஜனவரியில் தாஜ்மஹால் கட்டுமானப் பணிகள் ஆரம்பித்தன. சரி, அதுவரை மும்தாஜின் உடலை எங்கே வைத்திருந்தார்கள்?

முதலில் மும்தாஜின் உடல் புர்ஹான்பூரில் ஸெய்னாபாத் தோட்டத்தில் தாற்காலிகமாக அடக்கம் செய்யப்பட்டிருந்தது. பின் இளவரசர் ஷா சுஜாவின் தலைமையில் முகலாய வீரர்கள் சூழ, மும்தாஜின் உடல் அடங்கிய பெட்டி ஆக்ராவுக்குக் கொண்டு வரப்பட்டது. வழியெங்கும் குர்-ஆன் வாசிக்கப்பட, ஏழைகளுக்கு தானங்கள் வழங்கப்பட்டன. ஆக்ராவில், தாஜ்மஹாலுக்கான பணிகள் நடைபெற்றுக் கொண்டிருந்த இடத்துக்குச் சற்று தள்ளி ஒரு கட்டடத்தில் மும்தாஜின் உடல் இரண்டாவது முறையாக அடக்கம் செய்யப்பட்டது.

தாஜ்மஹாலில் மும்தாஜின் சமாதி அமையவிருந்த இடத்துக்கான கட்டுமானப் பணிகள் மட்டும் ஆறு மாதங்கள் நடந்தன. பின் அந்த இடத்தில் சகல மரியாதைகளுடனும் மும்தாஜின் உடல் அடங்கிய பெட்டி, மூன்றாவது முறையாக அடக்கம் செய்யப்பட்டது (மே 26, 1633). அத்தனைக் காலம் மும்தாஜின் உடலை எப்படிப் பாதுகாத்தார்கள் என்பதற்கான சரியான தகவல்கள் இல்லை.

தாஜ்மஹாலின் மையம் என்பது மும்தாஜின் சமாதி அமைந்த கட்டடம்தான். அதன் கீழ்த்தளத்தில்தான் மும்தாஜின் உடலைக் கொண்ட நிஜ சமாதி இருக்கிறது. மேல்பக்கம், இருப்பது மும்தாஜின் அடையாள சமாதிதான் (அதைத்தான் பொதுமக்கள் பார்வையிட முடியும்). அதேபோல ஷாஜஹான் இறந்ததும் அவரது உடல், தாஜ்மஹாலில் மும்தாஜின் நிஜ சமாதிக்கு அருகிலேயே புதைக்கப்பட்டது. மேல்தளத்தில் அவருக்கும் ஓர் அடையாள சமாதி அமைக்கப்பட்டது.

தாஜ்மஹாலை உருவாக்கிய தலைமைச் சிற்பி இவர்தானென்று யாரையும் குறிப்பிட்டுச் சொல்ல முடியாது. ஷாஜஹானே முழுப் பொறுப்பையும், அல்லது முழு 'புகழையும்' எடுத்துக் கொண்டார். பேரரசின் பல பகுதிகளிலிருந்து வரவழைக்கப்பட்ட ஆயிரக்கணக்கான சிற்பிகள், கட்டடத் தொழிலாளர்கள், கூலித் தொழிலாளர்கள் வருடக்கணக்கில் ஆக்ராவில் தங்கி பணிபுரிந்தார்கள். பெண் தொழிலாளர்கள் உள்ளிட்ட மொத்தப் பணியாளர்களின் உத்தேச எண்ணிக்கை 20,000. அவர்களது 22 வருட உழைப்பில் உருவானதே தாஜ்மஹால். பணியின்போது நடந்த விபத்துகளில் 'உயிர் தானம்' செய்தவர்களும் எக்கச்சக்கம்.

தாஜ்மஹால் வெள்ளை வெளேரென எழுந்து நின்றதும், அதனைச் சிறப்பாகக் கட்டிக் கொடுத்த வல்லுநர்களுக்கு ஏகப்பட்ட பரிசுகள் கொடுத்து கௌரவித்தார் ஷாஜஹான். பின் அவர்களது கைகளைத் துண்டிக்கச் சொல்லி உத்தரவிட்டாராம். அவர்கள் தாஜ்மஹால் போன்ற வேறொரு பெருமைமிகு சின்னத்தை வேறெங்கும் உருவாக்கிவிடக் கூடாது என்பதற்காக அந்தத் துண்டிப்பாம். இதுவும் காலம் காலமாக உலவும் ஆதாரமில்லாத கதையே.

தாஜ்மஹால் அமைந்துள்ள இடத்தில் அதற்கு முன்பு இருந்தது என்ன? தாஜ்மஹாலைக் கட்டுவதற்காக ஜோதிடர்களின் ஆலோசனைப்படி யமுனை நதிக்கரையோரமாக, ஆக்ரா நகருக்குத் தெற்கே ஓர் இடத்தைத் தேர்ந்தெடுத்தார் ஷாஜஹான். அது அம்பர் ராஜா

ஷாஜஹான் மும்தாஜின் நிஜ சமாதிகள்

ஜெய்சிங்கின் வசம் இருந்தது. தான் வாங்கும் நிலத்துக்குப் பதிலாக வேறு நிலத்தை ஜெய்சிங்குக்குக் கொடுத்துவிட்டார் ஷாஜஹான் என்று சொல்லப்படுவதுண்டு. ஷாஜஹானின் நினைவுக் குறிப்புகளைச் சொல்லும் 'பாட்ஷாநாமா' நூலிலும் ஜெய்சிங்கிடம் அந்த இடத்தைப் பெற்றதற்கான குறிப்புகள் உள்ளன.

ஆனால், வேறொரு சர்ச்சையும் உண்டு. அந்த இடத்தில், ராஜபுத்திரர்கள் காலம் காலமாக வணங்கி வந்த சிவன்கோயில் (தேஜோ மஹாலயா) இருந்தது. அதனை அபகரித்துதான் தாஜ்மஹாலைக் கட்டினார் ஷாஜஹான். மும்தாஜின் சமாதி மட்டுமல்ல; ஹுமாயூன், அக்பர் உள்பட பல முகலாயர்களின் சமாதிகள், வெவ்வெறு கோயில்கள் இருந்த இடத்தை அபகரித்துக் கட்டியதுதான் என்கிறார் சரித்திர ஆசிரியரான பி. என். ஓக். அவர் எழுதிய புத்தகமான Taj Mahal: The True Story இந்தத் தகவல்கள் காணப்படுகின்றன. மும்தாஜின் முழுப்பெயர், 'மும்தாஜ்-உல்-ஜமானி.' பலரும் குறிப்பிடும்படி 'மும்தாஜ் மஹால்' என்பது கிடையாது. அதுபோக, 'மஹால்' என்ற சொல்லை முகலாயர்கள் உபயோகித்ததில்லை; முகலாய அவைக்குறிப்புகளில் அந்தச் சொல்லைக் காண முடியாது. 'தேஜோ மஹாலயா'தான் 'தாஜ்மஹால்' என்று மாற்றி அழைக்கப்படுகிறது என்பது ஓக்கின் வாதம்.

வெள்ளை தாஜ்மஹாலும், அமையவிருந்த கருப்பு தாஜ்மஹாலும்

தாஜ்மஹாலின் மேலிருக்கும் அந்தப் பெரிய டூமின் உச்சியில் தாமரையைக் கவிழ்த்துப் போட்டதுபோல அலங்கார அமைப்பு இருக்கிறது. அதன் மேல் தங்கக் கலசம் ஒன்றை வைத்திருந்தார்கள். அதை இந்துக்களின் கோபுரக் கலசத்திலிருந்து வேறுபடுத்திக் காட்டுவதற்காக உச்சியில் ஒரு பிறை நிலவையும் வடிவமைத்திருந்தார்கள். பத்தொன்பதாம் நூற்றாண்டின் ஆரம்பத்தில் அந்தத் தங்கக் கலசம் அகற்றப்பட்டு அதற்குப் பதிலாக, தங்கமுலாம் பூசப்பட்ட அதேபோன்ற வெண்கலக் கலசம் பொருத்தப்பட்டதாகச் சொல்கிறார்கள். 'கலசத்திலுள்ள பிறை, இஸ்லாமியர்கள் பொதுவாகப் பயன்படுத்தும் சாய்ந்த பிறைபோலன்றி, இரு முனைகளுமே மேல்நோக்கி இருக்கும்படி சமச்சீராக அமைக்கப்பட்டுள்ளது. அது பார்ப்பதற்கு சிவனின் கையிலிருக்கும் சூலாயுதத்தின் வடிவமாகத் தெரிகிறது.'

இதுபோன்ற சர்ச்சையான கருத்துகள் கொண்ட புத்தகம், மதக் கலவரங்களுக்குத் தூபம் போட்டுவிடக் கூடாது என்பதற்காக அப்போதைய பிரதமர் இந்திரா காந்தி, ஓக்கின் புத்தகத்தைத் தடை செய்தார். கடைகளில் விற்பனைக்கு வைக்கப்பட்டிருந்த அந்தப் புத்தகங்கள் பறிமுதல் செய்யப்பட்டன.

அடுத்த விடையற்ற கேள்வி, தாஜ்மஹாலைக் கட்ட எவ்வளவு செலவு ஆகியிருக்கும்? 1632ல் கணக்கிடப்பட்ட தொகை, 30 முதல் 40 லட்சம் வரை. முழுவதுமாகக் கட்டி முடிக்கப்பட்ட பின் ஆன செலவு சுமார் 50 லட்சம். ஷாஜஹான் பேரரசின் வருட வருமானத்தில் மூன்றில் ஒரு பகுதியை தாஜ்மஹாலுக்காகச் செலவிட்டார். வேறு சில மதிப்பீடுகளும் உண்டு. நிஜமாக ஆன செலவு எவ்வளவு என்பதற்கான உறுதியான விடை கிடையாது. ஆனால் தாஜ்மஹாலைக் கட்டுகிறேன் என்ற பெயரில், மக்கள் மீது கொஞ்சம்கூட அக்கறையின்றி, பொருளாதாரத்தையே ஷாஜஹான் சீரழித்தார் என்பது மட்டும் மறுக்கவே முடியாத உண்மை.

அடுத்த முக்கியமான சர்ச்சைக்கு வருவோம். ஷாஜஹானை, அவரது மகனான கொடுங்கோலன் ஔரங்கசீப் சிறையில் அடைத்தார். சிறையிலிருந்தபடி, அதன் ஜன்னல் வழியே தாஜ் மஹாலைப் பார்த்து அழுதபடியே தன் உயிரை விட்டார் ஷாஜஹான். இன்றைக்கு வரை முன்னணி எழுத்தாளர்கள்கூட இப்படித்தான் பிரசாரம் செய்து கொண்டிருக்கிறார்கள். நிஜம் என்ன?

பேரரசர் ஔரங்கசீப்

ஷாஜஹானுக்கு இன்னொரு பேராசையும் இருந்திருக்கிறது. தாஜ்மஹாலை ஒட்டிய யமுனையின் மறுகரையில் தனது சமாதிக்கென அதன் பிரதிபோலவே இன்னொரு தாஜ் மஹாலை எழுப்பவேண்டும். அதுவும் கருப்பு நிறத்தில். கருப்பு தாஜ்மஹாலுக்கான பணிகள் ஆரம்பிக்கப்பட்டதாகக் கூட சொல்லப்படுவதுண்டு.

பின் ஏன் தொடர்ந்து கட்டப் படவில்லை? தன் மக்கள் மீதும், பேரரசின் பொருளாதாரம் மீதும் ஏகப்பட்ட அக்கறை கொண்ட ஔரங்கசீப்தான் தடுத்து நிறுத்தினார். இதற்கு மேலும் ஷாஜஹானை விட்டு வைத்திருந்தால், முகலாயப் பேரரசு வீழ்வதை இறைவனால்கூட காப்பாற்ற முடியாது என்று உணர்ந்திருந்த ஔரங்கசீப், தன் தந்தைக்கு எதிராகவே களமிறங்க வேண்டிய சூழ்நிலைக்குத் தள்ளப்பட்டார். ஔரங்கசீப் தன்னை எதிர்த்த சகோதரர்களை வீழ்த்தி, ஷாஜஹானை ஒடுக்கி, முகலாய அரியணையைக் கைப்பற்றியதற்கு இதுவும் ஒரு முக்கியக் காரணம். ஔரங்கசீப், ஷாஜஹானைச் சிறையில் அடைக்கவில்லை. ஆக்ரா

கோட்டையில் ஓர் அரண்மனைக் கைதியாகத்தான் வைத்திருந்தார். ஔரங்கசீபின் மூத்த சகோதரி ஜஹானாரா அவரைக் கவனித்துக் கொண்டார். அங்கே இருந்து தாஜ்மஹாலுக்குச் சென்று வரவும் ஷாஜஹானுக்கு அனுமதிக்கப்பட்டிருந்தார்.

ஒருவேளை ஔரங்கசீபுக்குப் பதிலாக, ஷாஜஹானின் செல்ல புத்திரன் தாரா பேரரசராக ஆகியிருந்தால், இப்போது இரண்டு தாஜ்மஹால்கள் இருந்திருக்கலாம். ஆனால் அப்போதே முகலாயப் பேரரசு சீர்குலைந்து போயிருக்கும். இந்திய வரலாறும் வேறு மாதிரி இருந்திருக்கும்.

என்னைப் போல் ஒருவன்!

ஆஸ்கரைச் சந்தித்த கணத்தில் ஜேக் திகைத்து நின்றார். ஏதோ தன்னையே கண்ணாடியில் பார்ப்பதுபோல இருந்தது. ஆஸ்கரும் அப்படித்தான் உணர்ந்தார். சினிமாவில் அறியா வயதில் பிரிந்துபோன இரட்டைச் சகோதரர்கள் மீண்டும் சந்திக்கும்போது திகைத்து நிற்பார்களே, அது நிஜத்தில் அங்கு நடந்தது. 'நாமிருவரும் இரட்டையர்களாக இருப்போமோ?' - ஜேக் கேட்டார். ஆஸ்கர் அதே கேள்வியைத் தன் அம்மாவிடம் கேட்டார். அந்த அம்மா, பல சினிமாக்களில் நாம் பார்த்ததுபோலவே கண்கள் கலங்க ப்ளாஷ்பேக்கைச் சொல்ல ஆரம்பித்தாள்.

அவள் ஜெர்மனியைச் சேர்ந்தவள். அவளுக்கு ஒரு யூதர்மேல் காதல் பிறந்தது. ஜெர்மானியர்களுக்கு யூதர்களைக் கண்டாலே ஆகாது என்பது அரசியல். காதல் அதற்கும் அப்பாற்பட்டதல்லவா! அந்த யூதருக்கும் அவள்மேல் கொள்ளைக் காதல். திருமணம். கர்ப்பம். பிரசவம். அதில் பிறந்தன இரட்டை ஆண் குழந்தைகள். ஜேக், ஆஸ்கர் என்று பெயரிட்டார்கள்.

கொஞ்ச காலத்திலேயே காதல் கசந்தது. அன்னியோன்யம் அறுந்தது. அவர்களிடையே அன்பு அஸ்தமித்துப் போன சந்தர்ப்பத்தில் ஒரு ஜெர்மானியராக, ஒரு யூதராகப் பிரிந்து போனார்கள். அந்த ஜெர்மானியத் தாய் விவரமறியாத தன் மகன்

ஆஸ்கருடன் ஜெர்மனிக்கே திரும்பினாள். அந்த யூதத் தந்தை, இன்னொரு மகன் ஜேக்குடன் பாலஸ்தீனத்தில் வாழ்க்கையைத் தொடர்ந்தார். ஜேக்கும் சரி, ஆஸ்கரும் சரி தங்கள் 'பிறப்பு' ரகசியம் பற்றி தெரியாமல்தான் வளர்ந்தார்கள். காரணம்? அது உலகப் போர் காலம். ஹிட்லர், எழுச்சி பெற்றுக் கொண்டிருந்த சமயம். ஜெர்மானிய ரத்தமும், யூத ரத்தமும் தம் பிள்ளைகள் உடலில் ஒருசேரக் கலந்திருக்கிறது என்று வெளியில் தெரிந்தால் உயிருக்கே ஆபத்தல்லவா. ஆஸ்கர் - உண்மையான கத்தோலிக்கனாக, ஜேக் - முழுமையான யூதனாக வளர்ந்தார்கள். ஹிட்லரின் இளைஞர் படையில்கூட ஆஸ்கர் பங்கெடுத்திருந்தான்.

பின்னாளில் ஆஸ்கரும் ஜேக்கும் சந்திக்கும்போது அவர்களுக்கு வயது நாற்பதைத் தாண்டியிருந்தது. தம் பிறப்பு ரகசியத்தை அறிந்துகொண்ட இருவருக்குமே பேரதிர்ச்சியாகத்தான் இருந்தது. அடுத்தடுத்த சந்திப்புகளில் பல்வேறு ஆச்சரியங்களையும் உணர்ந்தார்கள். இருவரது உடல்மொழி, வெவ்வேறு மொழியாக இருந்தாலும் பேசும் தொனி, உடை உடுத்தும் விதம், தலை வாரியிருக்கும் ஸ்டைல், பிடித்த உணவு, விருப்பத்துக்குரிய பானம் முதற்கொண்டு பல விஷயங்கள் முழுமையாக ஒத்துப் போயிருந்தன. உலகம் எப்படிப் போனால் என்ன, அந்த இருவரும் ஜெர்மானியன், யூதன் என்ற அடையாளங்களைத் துறந்து 'சகோதரர்களாக' வாழ ஆரம்பித்தனர்.

மேற்படி இரட்டைச் சகோதரர்களின் வாழ்க்கை உலகுக்குத் தெரிய வந்தது, தாமஸ் பௌச்சர்ட் (Thomas Bouchard) என்ற அமெரிக்க ஆராய்ச்சியாளர் மூலமாகத்தான். பொதுவாகவே இரட்டையர்கள் குறித்து உலகில் பலவிதமான விநோத நம்பிக்கைகள் உண்டு. விடையறிய முடியாத பல கேள்விகளும் உண்டு. பௌச்சர்ட், எல்லாவற்றுக்கும் பதில் தேடும்விதமாகத் தன் ஆராய்ச்சியை ஆரம்பித்தார். 1979ல் அவர் சந்தித்த ஓர் இரட்டையர்கள்தாம், இந்த ஆராய்ச்சியில் இறங்க அவரைத் தூண்டியவர்கள்.

ஜிம் ஸ்பிரிங்கர், ஜிம் லூயிஸ் என்ற பெயர் கொண்ட அந்த இரட்டையர்கள், பிறந்து சில நாள்களிலேயே வேறு வேறு பெற்றோர்களுக்குத் தத்துக் கொடுக்கப்பட்டனர். வெவ்வேறு இடங்களில், வேறு வேறு சூழ்நிலைகளில் தொடர்பின்றி வளர்ந்தனர். மந்தையில் இருந்து பிரிந்த அந்த இரண்டு ஆடுகளும் தம் 39வது வயதில் சந்தித்துக் கொண்டபோது... பேசினார்கள். ஆச்சரியம் ததும்ப நிறைய பேசினார்கள். அவர்களுக்குள் பல ஒற்றுமைகள்

பின்னிப் பிணைந்திருந்தன. ஜிம் சகோதரர்கள் இருவருடைய முதல் மனைவியின் பெயர், ‘லிண்டா’. முதல் மனைவியை விவாகரத்து செய்திருந்தனர். பின் இரண்டாவது திருமணம் செய்திருந்தனர். இரண்டாவது மனைவிகளுக்கும் ஒரே பெயர்தான், ‘பெடி’. அந்த இரண்டாவது மனைவிகள் மூலமாக ஆளுக்கு ஒரு மகன் பிறந்திருந்தான். என்ன மாயமோ தெரியவில்லை. இருவருமே தம் மகன்களுக்கு ஒரே பெயர்தான் வைத்திருந்தார்கள், ‘ஜேம்ஸ் ஆலன்’. அந்த இரண்டு ஆலன்களுமே ஆளுக்கொரு நாய் வளர்த்தனர். அந்நாய்களின் செல்லப்பெயர்கூட ஒன்றுதான், டிராய்!

ஒன்றாகப் பிறந்து, பின் பிரிந்து, வெவ்வேறு சூழ்நிலையில் தொடர்பின்றி வளரும் இரட்டையர்களின் எண்ண ஓட்டங்கள் ஒரேபோலத்தான் இருக்குமா? அவர்களது வாழ்க்கை நிகழ்வுகளும் ஒத்திருக்குமா? பிறந்து சில காலத்திலேயே சூழ்நிலையால் பிரிக்கப்பட்டு, தனித்தனியே வளர்ந்து, பின் சேர்ந்த பல்வேறு இரட்டையர்களிடம் தன் ஆய்வை மேற்கொண்டார் பௌச்சர்ட்.

இரட்டையர்களில் ஒருவர் நல்லவராகவும் (கடவுள் குணத்துடனும்), இன்னொருவர் கெட்டவராகவும் (சாத்தான் போலவும்) இருப்பர். இது காலம் காலமாக உலகமெங்கும் நிலவும் நம்பிக்கை. இப்படிப்பட்ட புராணக் கதைகள் பல மொழிகளில் உள்ளன. ஆனால் அது உண்மை இல்லை என்பதைச் சொல்லத் தேவையில்லை. இரட்டையர்களில் முதலில் பிறந்த நபர் வழிநடத்துபவராக, ஆளுமை நிறைந்தவராகவும், இரண்டாவதாகப் பிறந்த நபர் அடிபணிந்து செல்பவராகவும் இருப்பார்கள் என்பது இன்னொரு நம்பிக்கை. இதிலும் நிஜம் கிடையாது. இரட்டையர்களுக்கு ஒரே சமயத்தில் பசிக்கும்; ஒரே சமயத்தில் தூக்கம் வரும்; மன ஓட்டம் ஒன்றுபோலிருக்கும். ஒருவர் மனத்தில் நினைப்பதை இன்னொருவர் சொல்லாமலேயே புரிந்துகொள்வார். ஒன்றுபோல நோய் தாக்கும். ஒரே காலகட்டத்தில் இறந்தும் போவார்கள். இதுபோன்ற பல ஒற்றுமைகள் சொல்லப்படுவதுண்டு. ஆனால் எந்த ஆராய்ச்சியாலும் இவற்றை ஆணித்தரமாக நிரூபிக்க இயலவில்லை. பௌச்சர்டாலும்தான். ஏனெனில் அவர் ஆராய்ச்சிக்கு எடுத்துக் கொண்ட ஒவ்வொரு இரட்டையரின் வாழ்க்கையிலும் ஏகப்பட்ட விசித்திரங்கள், எக்கச்சக்க விநோதங்கள். இரட்டையர்கள் குறித்து மிகப்பெரிய ஆராய்ச்சியை நடத்தியவர் என்ற அளவில் பௌச்சர்ட் முக்கியத்துவம் பெறுகிறார். இருந்தும் இரட்டையர் குறித்த பல கேள்விகள் சாகாவரத்துடன்தான் திரிந்து கொண்டிருக்கின்றன.

258 / முகில்

ராடிகாவும் தூடிகாவும்

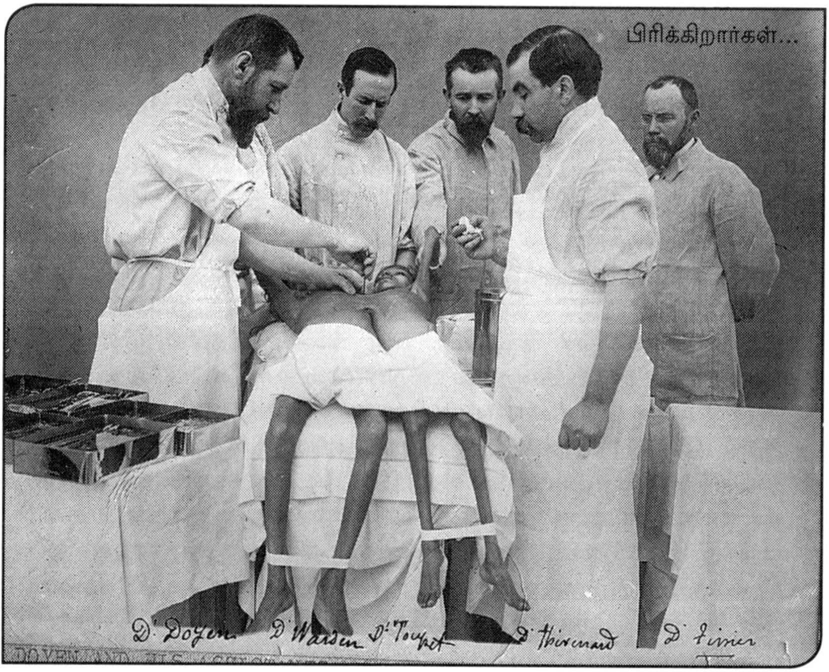

பிரிக்கிறார்கள்...

ஒரிஸ்ஸாவின் அந்தச் சிறிய கிராமத்தில் அந்த இரட்டைப் பெண் குழந்தைகள் பிறந்ததும் ஊரே வாய்பிளந்தது. வயிற்றுப் பகுதி ஒட்டிப்பிறந்த 'சயாமி இரட்டையர்கள்'. (1811ல் தாய்லாந்தின் சயாமி கிராமத்தில் பிறந்த இரட்டையர்களான சங்க் மற்றும் இங்க் மூலம் இந்தப் பதம் பிரபலமானது.) இதற்கு முன் இப்படிப்பட்ட குழந்தைகளை யாரும் அங்கே கண்டதில்லை. 'நாம் வணங்கும் பெண்கடவுள்தான் இப்படி அவதரித்திருக்கிறாள்!' என்று வியந்து வணங்க ஆரம்பித்தார்கள்.

'என் குழந்தைகள் இப்படி இருக்கக்கூடாது. நான் பிரிக்கப் போகிறேன்' - என இரட்டையர்களின் அறியா தந்தை, தன் கையாலேயே குழந்தைகளைப் பிரிக்கப் போவதாகக் கோபத்துடன் களமிறங்கினார். கஷ்டப்பட்டு தடுத்தார்கள். ஊரே சேர்ந்து அந்த 'தெய்வக் குழந்தைகளை' வளர்ப்பதாக முடிவெடுத்தார்கள், ஊர் பூசாரி, இரட்டையர்களுக்கு 'ராடிகா', 'தூடிகா' என்று பெயர் வைத்தார். பக்கத்து ஊர்களிலும் தெய்வக் குழந்தைகளின் புகழ் பரவ ஆரம்பித்தது. இவை எல்லாம் நடந்தது 1888ல்.

1893ல் அந்தக் கிராமத்துக்கு வந்த கோல்மேன் (Colman) என்பவர் வந்தார். அவர் லண்டனில், விநோதப் பிறவிகளை வைத்து வித்தை காட்டி பிழைப்பு நடத்துபவர். ராடிகா, தூடிகாவை விலைக்கு வாங்கினார். லண்டனுக்கு அழைத்துச் சென்றார். காட்சிகள் களைகட்டின. பீட்டர் என்ற மிகக் குள்ளமான மனிதருடன் சேர்ந்து வித்தைகள் காட்டிய ராடிகாவும் தூடிகாவும் 'ஒரிஸ்ஸா இரட்டையர்கள்' என பேரும் புகழும் பெற்றார்கள். கோல்மென், சகோதரிகளைத் தனது சொந்த மகள்களைப் போலத்தான் வளர்த்தார். அவர்களும் சந்தோஷமாகத்தான் வாழ்ந்தார்கள். 1902 வரை.

அப்போது தூடிகாவை காசநோய் தாக்கியது. அது ராடிகாவையும் பாதிக்குமல்லவா. அவளைக் காப்பாற்றும் நோக்கில், டாக்டர் லூயிஸ் டோயன் (Louis Doyen) என்பவர், இரட்டையர்களைப் பிரிக்கும் ஆபரேஷனைச் செய்தார். அதைப் படமும் பிடித்தார். ஆபரேஷன் வெற்றிகரமாக முடிந்தது. தூடிகா கொஞ்ச காலத்திலேயே இறந்துபோனாள். விஷயம் ராடிகாவுக்குத் தெரிவிக்கப்படவில்லை. 'தூடிகாவை சிகிச்சைக்காக வேறு இடத்துக்கு அழைத்துச் சென்றிருக்கிறார்கள்' என்று சொல்லி வைத்திருந்தார்கள். ஆனால் ராடிகாவால் அந்தப் பிரிவைத் தாங்க முடியவில்லை. அவளுக்கும்

முதலாம் உம்பர்டோ

காசநோய் அறிகுறிகள் தென்பட்டன. அடுத்த வருடமே ராடிகாவும் இறந்து போனதற்குக் காரணம் காசநோய் மட்டுமல்ல.

★

இத்தாலி. 1900. ஜூலை 28. அதன் அரசரான முதலாம் உம்பர்டோ (Umberto I), மோன்சா என்ற நகரத்துக்கு விஜயம் செய்திருந்தார். மறுநாள் அங்கே நடக்கவிருந்த விளையாட்டுப் போட்டிகளில் தலைமையேற்பதற்காக வந்திருந்த அரசர், ஒரு மாளிகையில் தங்கியிருந்தார். இரவு உணவை ஹோட்டலில் சாப்பிட நினைத்த அரசர், தன் பாதுகாப்பு அதிகாரி எமிலியோவுடன் கிளம்பினார்.

'என்ன சாப்பிடுகிறீர்கள்?' - மெனு கார்டைக் கொண்டுவந்து நீட்டிய நபரைப் பார்த்ததும் அரசருக்குத் தூக்கி வாரிப் போட்டது. என்னைப் போலவே ஒருவன்! ஒரேபோல உடலமைப்பு. முகச் சாயல். மீசைகூட அச்சு அசலாக. யாராக இருக்கும்? ஒருவேளை நாங்கள் இரட்டைப் பிறவியா? என் பிறப்பில் ரகசியம் புதைந்திருக்கிறதா?

அரசர் உம்பர்டோவுக்குள் ஏகப்பட்ட கேள்விகள். ஆர்டர் எடுக்க வந்தவர்தான் அந்த ஹோட்டல் முதலாளி. அவருக்கு, வந்திருப்பவர் அரசர் என்று அப்போதுதான் தெரிய வந்தது. நானும் அரசரும் ஒரே போன்ற தோற்றத்தில் இருக்கிறோமா!

'உங்கள் பெயர் என்ன?' - அரசர் கேட்டார். 'உம்பர்டோ' - என்று ஹோட்டல்காரர் சொல்லவும் அரசருக்குள் சில ரிக்டர் அதிர்வுகள்.

'எப்போது பிறந்தீர்கள்?'

'1844, மார்ச் 14. துரின் நகரில்.' அரசர் பிறந்ததும் அதே தேதியில்தான், அதே நகரத்தில்தான். அரசர், ஹோட்டல் முதலாளியை உட்கார வைத்துப் பேச ஆரம்பித்தார். மேலும் ஆச்சரியங்கள் பெருகின. ஹோட்டல் உம்பர்டோவுக்குத் தனது பிறப்பு குறித்த சரியான விவரங்கள் சொல்லத் தெரியவில்லை.

ஆனால் இருவருடைய மனைவிக்கும் ஒரே பெயர்தான். மார்கரிட்டா. 'ஆம் அரசரே! எனக்கும்கூட 1868ல், ஏப்ரல் 22ல்தான் திருமணம் நடந்தது.'

'எனது மகன் பெயர் விட்டோரியோ. உங்களுக்கு மகன் இருக்கிறானா?'

'அதே பெயருடன் எனக்கும் ஒரு மகன் இருக்கிறான்.'

'1878, ஜனவரி 9 அன்றைக்கு நான் இத்தாலியின் அரசராகப் பதவியேற்றேன். உங்கள் வாழ்க்கையில் அன்றைக்கு ஏதாவது முக்கியச் சம்பவம் நடந்திருக்கிறதா?'

'நான் இந்த ஹோட்டலை அன்றுதான் ஆரம்பித்தேன்.'

நீண்ட நேரம் பேசினார்கள். மறுநாள் தனது மாளிகைக்கு ஹோட்டல் உம்பர்டோவை வரச்சொல்லிவிட்டு, ஆச்சரியம் அகலாமல் அங்கிருந்து கிளம்பினார் அரசர் உம்பர்டோ. அடுத்த நாள். தனது ஜெராக்ஸின் வருகைக்காக ஆவலுடன் காத்திருந்தார் அரசர். பாதுகாப்பு அதிகாரி எமிலியோ சோகமாக வந்து நின்றார். 'அந்த ஹோட்டல் முதலாளியை யாரோ சுட்டுக் கொன்று விட்டார்களாம்.'

அரசர், அதிர்ச்சியில் உறைந்து உட்கார்ந்தார். என் இரட்டைச் சகோதரனா அவன்? அவனை இழந்துவிட்டேனா? ஒருவேளை எனது எதிரிகள், நான் என நினைத்து அவனைக் கொன்றுவிட்டார்களா? எனக்கும் அவனுக்கும் பல விஷயங்கள் ஒன்றுபோலவே நடந்துள்ளன. எனில், நானும் இன்று கொல்லப்படுவேனா? ஏகப்பட்ட எண்ணங்கள் உள்ளுக்குள் அலைபாய்ந்தன. அந்த உம்பர்டோவை இறுதியாகப் பார்க்க வேண்டும் என்று தோன்றியது. இறுதிச் சடங்குகளில் கலந்துகொள்ள கிளம்பினார். போகும் வழியில் அரசர் உம்பர்டோவின் இதயத்தில் இரண்டு குண்டுகள் பாய்ந்தன.

1900, ஜூலை 29. அவருக்கும் இறுதி தினம்.

செத்து விளையாடலாம், வா!

"என்னை நீங்கள் தாராளமாகப் புதைக்கலாம். சில மணி நேரங்கள் அல்ல; பல நாள்கள்கூட என்னால் மண்ணில் புதையுண்டு இருக்க முடியும். பின் நான் உயிரோடு மீண்டு வரும்போது நீங்கள் எல்லாம் எனக்கிருக்கும் இந்த அபூர்வ சக்தியைக் கண்டு வாய்பிளக்கப் போகிறீர்கள். நான் தயார். என்னை உயிருடன் புதைக்கும் தைரியம் உங்களுக்கிருக்கிறதா?'

தன்னைச் சுற்றியிருந்தவர்களைப் பார்த்து சவடால் விட்டுக் கொண்டிருந்தார் ஒரு ஜுஜுமன் (நமக்குப் புரியும் மொழியில் மந்திரவாதி). மேற்கு ஆப்பிரிக்காவின் டோகோ நகரைச் சேர்ந்த அந்த மந்திரவாதி, எப்போதுமே அப்படித்தான். தன்னிடம் ஏகப்பட்ட சக்திகள் இருப்பதாகவும், உலகத்தில் யாராலுமே செய்ய இயலாத பல விஷயங்களைத் தன்னால் மட்டுமே சாதிக்க முடியும் என்றும் உதார்விட்டுத் திரிபவர். அதன் உச்சமாகத்தான் ஊரைக் கூட்டி, பெரியவர்கள், அதிகாரிகள் முன்னிலையில் மேற்படி சவாலை விட்டார்.

அந்த ஜுஜுமேன், சவப்பெட்டியில் இறங்கிப் படுத்தார். 'ஆணி அடிக்கவேண்டுமென்றால் அடித்துக் கொள்ளுங்கள். சில நாள்கள் கழித்து உங்களைச் சந்திக்கிறேன்' என்று இறுமாப்புடன் சொல்லிவிட்டு கண்களை மூடினார். எதற்கு

வம்பென்று ஆணி அடிக்காமலேயே சவப்பெட்டியை வெறுமனே மூடி, குழிக்குள் இறங்கினர். மண் போட்டு மூடினர். மேலே கான்கீரிட் பலகைகளை அடுக்கினர்.

'அவர் ஜெகஜ்ஜால கில்லாடி. இன்னும் சில மாதங்கள் கழித்துதான் வெளியே வருவார்' என்று ஜுஜுமேனின் அடிப்பொடிகள் பெருமை பேசிக் கொண்டிருந்தனர். ஒரு மணி நேரம்கூட கடந்திருக்காது. புதைக்கப்பட்ட இடத்தில் அதிர்வுகள். சத்தம். என்ன, ஏதென்று தெரியாமல், அங்கிருந்தவர்கள் கான்கீரிட் பலகைகளை நகர்த்த, உள்ளிருந்து பிய்த்துக் கொண்டு வெளியே வந்து விழுந்தார் அந்த ஜுஜுமேன். அவர் கண்களில் மரண பயம். அடிப்பொடிகள், அன்னாருக்கு முதலுதவி செய்து கொண்டிருக்க, ஊர் கைகொட்டிச் சிரித்துக் கொண்டிருந்தது.

மேற்படி சம்பவம் நிகழ்ந்தது சென்ற நூற்றாண்டில் இறுதியில்தான். இன்றைய உலகில் ஆங்காங்கே இதுபோன்ற கேலிக்கூத்துகள் நடந்து கொண்டுதான் இருக்கின்றன. ஆனால், பல நூற்றாண்டுகளாக இந்தியாவில் வாழ்ந்த பல யோகிகள், சாதுக்கள், சித்தர்கள் கற்பனையே செய்ய இயலாத பல அபூர்வ விஷயங்களை நிகழ்த்திச் சென்றிருக்கிறார்கள். உணவின்றி, ஒரே இடத்தில் வருடக் கணக்கில் தவம், கூடுவிட்டுக் கூடு பாய்தல், முள் படுக்கையில் வாழ்க்கை, தவநிலையில் அந்தரத்தில் மிதத்தல், மனத்தின் சக்தி கொண்டு கொடிய மிருகங்களைப் பணிய வைத்தல் என்று ஏகப்பட்ட சித்து விளையாட்டுகள். இவையெல்லாம் நிஜமா, இல்லை மதம் சார்ந்த கற்பனைக் கதைகளா என்ற கேள்வியை எழுப்பி முடிவின்றி விவாதித்துக் கொண்டே போகலாம்.

இந்த அத்தியாயத்தின் நோக்கம் அது அல்ல. நம் இந்திய சாது ஒருவர் குறித்து வரலாற்றில் பதியப்பட்டிருக்கும் அபூர்வ நிகழ்வைப் பேசுவதுதான். அந்தச் சாது பதினெட்டு, பத்தொன்பதாம் நூற்றாண்டுகளில் பஞ்சாபில் வாழ்ந்தவர். இமயத்தில் திரிந்தவர். மக்களால் வணங்கப்பட்டவர். அவர் பெயர் ஹரிதாஸ்.

பல சாதுக்களின் வயது கணிக்க முடியாதது. நூற்றுக்கணக்கில் இருக்கலாம். ஹரிதாஸின் வயதுகூட அப்படித்தான். 1837ல் அவர் நிகழ்த்திய சம்பவம் மட்டும் இங்கே.

மரண நிலைக்குச் சென்று உயிருடன் மீண்டும் வரும் திறமை சாதுக்களுக்கு உண்டு. உடலை விட்டு ஆன்மாவை வெளியேற்றி, தேவைப்படும் சமயத்தில் மீண்டும் உடலுக்குள் புகுந்துகொள்ளும்

ஆணிப் படுக்கையில் சாது ஒருவர்

வித்தை சாதுக்களுக்குத் தெரியும். அப்படிப்பட்ட ஒரு சாதுதான் ஹரிதாஸ் என பஞ்சாபின் மகாராஜா ரஞ்சித் சிங் கேள்விப்பட்டார். மகராஜாவால் அதனை நம்ப முடியவில்லை. ஹரிதாஸின் சக்திகள் குறித்து கேள்விகள் எழுப்பினார்.

எல்லாவற்றையும் துறந்த சாதுவிற்கு, கோபமும் வராதல்லவா. ஹரிதாஸ் பதிலளித்தார். 'நாற்பது நாள்கள் ஆழ்ந்த தவத்திற்குச் செல்லவிருக்கிறேன். என் உடலை விட்டு ஆன்மா பிரிந்திருக்கப் போகிறது. வேண்டுமானால் அந்நிகழ்வை உங்கள் மகாராஜா பார்த்துக் கொள்ளலாம். தவிர, இதனை நிரூபிக்க வேண்டும் என்ற அவசியமெல்லாம் எனக்கு இல்லை.'

லாகூரின் அரண்மனையிலேயே ஹரிதாஸின் அந்த அபூர்வ நிகழ்வுக்கான ஏற்பாடுகள் நடந்தன. அந்தக் குறிப்பிட்ட நாளில் அதிகாலையிலிருந்தே மக்கள் கூட்டம் அரண்மனைத் தோட்டத்தை நோக்கிப் படையெடுக்க ஆரம்பித்திருந்தது. விஷயம் கேள்விப்பட்டு வெளியூர்களில் இருந்துகூட மக்கள் வந்திருந்தனர். பிரிட்டிஷ் அதிகாரிகள் பலரும், பிரெஞ்சு டாக்டர்கள் சிலரும் இந்த நிகழ்வுக்காக சிறப்பு விருந்தினர்களாக அழைக்கப்பட்டிருந்தனர். மகாராஜா

ரஞ்சித் சிங், தனது குடும்பத்தினருடனும் அமைச்சர்களுடனும் தோட்டத்துக்கு அருகிலுள்ள வராண்டாவில் காத்திருந்தார்.

இடுப்பில் ஒற்றைத் துணியுடன் இருந்த சாது ஹரிதாஸ், கூடியிருந்தவர்களை ஒருமுறை கனிவுடன் பார்த்தார். 'எனது ஜீரண சக்தியை தாற்காலிகமாக நிறுத்தி வைத்துவிட்டேன். சோதித்துக் கொள்ளலாம்' - ஹரிதாஸ் அறிவித்தார். ஒரு குவளையில் அவருக்கு பால் வழங்கப்பட்டது. அருந்தினார். சில நிமிடங்களில் அவரது கழிவுறுப்பு வழியாக பால் எந்தவித மாற்றமும் இன்றி வெளியேறியது.

ஹரிதாஸ், ஆழ்ந்த தவத்துக்குச் சென்றார். இறுக மூடப்பட்ட கண்கள், தொண்டைக்குழி நோக்கி உள்ளிழுக்கப்பட்ட நாக்கு. சுவாசத்தை நிறுத்தியிருந்தார். நாடித் துடிப்பு குறைந்து குறைந்து நின்று போனது. இதயத் துடிப்பும் நின்றிருந்தது. ஹரிதாஸின் உடல், உயிரற்ற நிலையை அடைந்து கொண்டிருந்தது. பிரெஞ்சு டாக்டர்களும், உள்ளூர் வைத்தியர்களும் உடலைப் பரிசோதித்தனர். 'இறந்த நிலையை அடைந்துவிட்டார்' - என்று அறிவித்தனர்.

தோட்டத்தின் நடுவில் ஒரு பெரிய சதுரக் குழி. அதன் நான்குபுறமும் செங்கலால் எழுப்பப்பட்ட சுவர். மகாராஜா உள்பட பலரும் அந்தக் குழியைச் சோதனையிட்டிருந்தனர். தப்பித்துச் செல்ல நிச்சயமாக வேறு வழி இல்லை. ஹரிதாஸின் உடலில் துணி சுற்றப்பட்டது. அதுவும் மெழுகு பூசப்பட்ட துணி. பிரியும் ஆன்மா மீண்டும் உடலுக்குள் புகும்போது அந்த உடலில் எந்தவித பாதிப்பும் இருக்கக் கூடாதல்லவா. எனவே பூச்சிகள் எதுவும் உடலைத் தின்னாமலிருப்பதற்காக மெழுகுத் துணி. ஹரிதாஸின் உடல், ஒரு பெரிய மரப்பெட்டிக்குள் உட்கார்ந்திருந்த நிலையில் வைக்கப்பட்டது. மரப்பெட்டி மூடப்பட்டது. அதைத் திறக்க இயலாதவாறு அதில் 'ராஜ முத்திரை'யும் வைக்கப்பட்டது.

குழிக்குள் மரப்பெட்டியை இறக்கினர். குழி மணலால் மூடப்பட்டது. புதைக்கப்பட்ட இடத்தின் மேலே சில விதைகளையும் தூவினர். நீர் தெளித்தனர். நடந்ததை எல்லாம் பார்த்த அதிர்ச்சியில் ஒரு சிலர் மயக்கம் போட்டு விழுந்தனர். மகாராஜா ரஞ்சித் சிங், அந்த இடத்தைப் பாதுகாப்பதற்காக 'சுழற்சி முறை'யில் காவலர்களை நியமித்திருந்தார். பிரிட்டிஷார் சிலரும், பிரெஞ்சு டாக்டர்களும் அரண்மனையிலேயே விருந்தினர்களாகத் தங்கிக் கொண்டனர். நாள்கள் ஒவ்வொன்றாகக் கரைந்தன. வாரங்களாக வளர்ந்தன. இடைப்பட்ட காலத்தில் குழி தோண்டப்படவில்லை. மகாராஜாவே

மகாராஜா ரஞ்சித் சிங்

அடிக்கடி வந்து அந்த இடத்தைப் பார்வையிட்டுச் சென்றார். விதைகள் முளைக்க ஆரம்பித்திருந்தன.

முப்பத்தொன்பதாவது நாள். மக்கள் கூட்டம் அப்போதே அரண்மனையை நோக்கி வர ஆரம்பித்திருந்தது. விடிந்தது. எதிர்பார்ப்புடன் மகாராஜா ரஞ்சித் சிங்கும் தோட்டத்துக்கு யானையில் வந்து இறங்கினார். பிரிட்டிஷாரும், பிரெஞ்சு டாக்டர்களும் கண்கள் விரிய புதைக்கப்பட்ட இடத்தையே நோக்கிக் கொண்டிருந்தனர்.

நன்றாக வேர்விட்டு முளைத்திருந்த தாவரங்கள் முதலில் பிடுங்கியெறியப் பட்டன. மண் வெட்டிகள் கவனமாக நிலத்தைப் பிளந்தன. மரப்பெட்டி வெளியே எடுக்கப்பட்டது. 'ராஜ முத்திரை' அறுத்தெறியப்பட்டது. பெட்டியைத் திறந்தனர். துணி சுற்றப்பட்ட உடல் அதே கோணத்தில்தான், உட்கார்ந்திருந்த அதே நிலையிலேயேதான் இருந்தது. தூக்கினார்கள். மெழுகுத் துணி பிரிக்கப்பட்டது.

சாது ஹரிதாஸின் வற்றிப்போன உடல், விரைத்த நிலையில் எந்தவிதச் சேதாரமும் இன்றி மீண்டும் காணக் கிடைத்தது. 'உயிரோடு இருக்கிறாரா, இல்லையா?' - பலருக்கும் ரத்த அழுத்தம் ஏறி, இறங்கிக் கொண்டிருந்தது. சில பணியாளர்கள், அந்த உடலைப் பழைய நிலைக்குக் கொண்டு வருவதற்கான வேலைகளைச் செய்ய ஆரம்பித்தனர். வெதுவெதுப்பான நீரில் உடல் கழுவப்பட்டது. கைகால் விரல்கள் நீவி விடப்பட்டன. மிதமான சூட்டில் எண்ணெயை கைகளில், கால்களில், காதுமடல்களில், கண்ணிமைகளில் தேய்த்தார்கள். உடலில் எந்தவித அசைவும் இல்லை.

பார்த்துக் கொண்டிருந்த மக்கள் உறைந்து நின்றனர். 'அய்யோ, சாது இறந்துவிட்டாரா?' - மகாராஜாவின் முகத்திலும் எந்தவிதச் சலனமும் இல்லை. சூடான கோதுமை ரொட்டியைக் கொண்டுவந்த ஒரு பணியாள், அதை ஹரிதாஸின் தலையில் வைத்தான். அடுத்த சில நொடிகளில் உடலில் ஒரு சிலிர்ப்பு. இமைகள் திறந்தன. ஆனால் கருவிழிகளைக் காணவில்லை. கண்களில் எந்தவித அசைவுமில்லை.

மீண்டும் ஒரு ரொட்டி சூடாக வைக்கப்பட்டது. கண்கள் உயிர்த்தன. சாது மீண்டும் உலகைப் பார்த்தார். சுவாசிக்கவும் ஆரம்பித்திருந்தார். நாடியும் இதயமும் மீண்டும் துடிக்க ஆரம்பித்தன. கை, கால்களில் அசைவுகள். பிரெஞ்சு டாக்டர்கள் வந்து ஹரிதாஸின் உடலைப் பரிசோதித்தனர். என்ன சொல்வதென்று தெரியாமல் அதிசயித்து நின்றனர்.

இறுகிக் கிடந்த வாயைப் பிளக்கப் பெரும்பாடுபட வேண்டிய திருந்தது. கைகளால் முயன்று தோற்றுப் போய், பின் தாடையைப் பிடித்து இழுத்து, பற்களுக்கிடையில் கத்தி ஒன்றைச் செருகி வாயைப் பிளந்தார்கள். உள்ளுக்குள் விரலை விட்டு, நாக்கைத் தேடிப் பிடித்து இழுத்தனர். மீண்டும் அது சுருண்டது. நாக்கை நெய்யால் சிறிது நேரத்துக்கு நீவி விட்டனர். அது இயல்பு நிலைக்குத் திரும்பியது. ஹரிதாஸும்.

அருகில் வந்து அமர்ந்த மகாராஜாவை ஏறெடுத்துப் பார்த்தார் ஹரிதாஸ். 'இப்போது நம்புகிறீர்களா?' - ரஞ்சித் சிங், தலை வணங்கினார். கூட்டம் ஆர்ப்பரித்தது.

சாது ஹரிதாஸின் இந்த அபூர்வ நிகழ்வை நேரில் கண்ட பிரிட்டிஷார் சிலர், தமது வாழ்க்கைக் குறிப்புகளிலும் புத்தகங்களிலும் பதிவு செய்துள்ளனர். 'சாது மீண்டும் உயிர்த்தெழுந்தார். அத்தனை நாள் உணவே இன்றி இருந்ததனால் ஒரு நோயாளிபோல சோர்ந்திருந்தார். நாற்பது நாள்கள் நிகழ்வில் எந்தவித பித்தலாட்டத்தையும் கண்டுபிடிக்க முடியவில்லை. அது நிஜம்தான். பேரதிசயம்தான்.'

'...நாற்பது நாள்கள் நீண்டதொரு கனவில் இருந்தேன். அந்த பரவச நிலையை நான் விவரிக்கப் போவதில்லை. அது விவரணைகளுக்கும் அப்பாற்பட்டது. என்ன, என் உடலை பூச்சிகள் தாக்கிவிடுமோ என்றுதான் பயந்து கொண்டிருந்தேன்' - இது மீண்டும் உயிர்த்தெழுந்த சாதுவின் ஸ்டேட்மெண்ட்.

சரி, இன்றைக்கும் இதுபோன்ற 'நிஜ சாதுக்கள்' இருக் கிறார்களா?

இருக்கலாம். நமக்குத் தெரியாது. காரணம் அவர்கள் 'புகழ்' தேடி அலைவதில்லை. தமக்கு 'அபூர்வ சக்தி'யிருப்பதாகச் சொல்லிக் கொண்டு ஆஸ்தி சேர்க்க நினைப்பதில்லை. தம்மை விளம்பரப்படுத்திக் கொள்வதுமில்லை. அந்த மெய்யான சாதுக்கள் மனிதர்களிடமிருந்து தனித்து வாழவே நினைக்கிறார்கள். தவிர அவர்கள் ஆசிரமமோ, பக்தைகளையோ கட்டிக் கொள்ள ஒருபோதும் விரும்புவதில்லை.

நீல வைரம்! நீளும் மர்மம்!

31

வில் ஒக்கும் நுதல் என்றாலும், வேல் ஒக்கும் விழி என்றாலும், பல் ஒக்கும் முத்து என்றாலும், பவளத்தை இதழ் என்றாலும், சொல் ஒக்கும்; பொருள் ஒவ்வாதால்; சொல்லல் ஆம் உவமை உண்டோ? நெல் ஒக்கும் புல் என்றாலும், நேர் உரைத்து ஆகவற்றோ!

எதனோடு ஒப்பிட்டு வருணித்தாலும், நெல்லை புல்லென வருணித்தது போலாகிவிடும். சீதையின் அழகு அப்படிப்பட்டது என கம்பர் தன் ராமாயணத்தில் வியந்திருக்கிறார். அந்தப் பேரெழில் சீதையினுடைய ஒரு சிலையிலிருந்துதான் அந்தப் பேரழகு 'நீல வைரம்' திருடப்பட்டதாம்.

தென்னிந்திய நதியான கொள்ளிடத்தின் கரையில் சீதையின் கோயில் ஒன்று அமைந்திருந்தது. அங்கிருந்த சீதாபிராட்டியின் சிலை அற்புத அழகைக் கொண்டது. அதிலும் சிலையில் கண்களுக்குப் பதிலாக இரண்டு நீல வைரங்கள் பதிக்கப்பட்டிருந்தன. அதில் ஒரு கண்ணினுடைய நீல வைரம்தான் யாரோ மர்ம நபரால் அல்லது நபர்களால் ஓரிரவில் திருடப்பட்டது. மறுநாள் கோயிலுக்கு வந்த பூசாரி, ஒற்றைக் கண் சீதையின் சிலை கண்டு வெலவெலத்துப் போனார்.

'சீதாதேவியின் கண்ணைப் பிடுங்கி எடுத்துச் சென்றவனை தீமைகள் சூழட்டும். அவனை மட்டுமல்ல; அந்த வைரத்தை யாரெல்லாம் வைத்திருக்கிறார்களோ அவர்கள் எல்லோருமே

நீல வைரம் (தற்போது)

துர்மரணத்தைச் சந்திப்பர். அந்த நீல வைரத்தைத் தொடுபவர்களுக்குக் கூட தீங்கு நேரட்டும்' - கோயிலின் பூசாரி மனம் நொந்து சாபம் விட்டார்.

மேற்படி 'நீல வைரம்' குறித்து இந்தியாவில் காலம் காலமாக உலவும் ப்ளாஷ்பேக் இது. இந்தச் சம்பவம் எப்போது நிகழ்ந்தது, அது எந்தக் கோயில், அந்த ஒற்றைக் கண் சீதை சிலை தற்போது எங்குள்ளது போன்ற தகவல்கள் இல்லை. அதற்காக இதை வெறும் கட்டுக்கதை என்று புறந்தள்ளி விடமுடியவில்லை. காரணம், பூசாரியின் சாபத்தை மெய்ப்பிப்பதுபோல, அந்த வைரத்தின் வரலாறு ஏகப்பட்ட மர்மங்களைத் தன்னுள் புதைத்து வைத்துள்ளது. தோண்டிப் பார்க்கலாம்.

கார்பன் வயது கணக்கின்படி நீல வைரத்தின் வயது சுமார் 1.1 பில்லியன் வருடங்கள். வரலாற்றின் தகவல்படி இந்த வைரம் கண்டுபிடிக்கப்பட்டது பதினேழாம் நூற்றாண்டில். தோண்டியெடுக்கப்பட்ட இடம், கோல்கொண்டா ராஜ்ஜியத்திலிருந்த கொல்லூர் சுரங்கம். பிரான்ஸைச் சேர்ந்த புகழ்பெற்ற பயணி தாவர்னீர் (Jean-Baptiste Tavernier). மிகப்பெரிய வைர வியாபாரியும்கூட. பதினேழாம் நூற்றாண்டில் இந்தியாவுக்கு ஐந்து முறை வந்து சென்றிருக்கிறார். முகலாயப் பேரரசர் ஷாஜஹான் அவையில்கூட சில காலம் இடம்பெற்றிருக்கிறார். தாவர்னீர்தான் முதன் முதலில் அந்த வைரத்தை விலை கொடுத்து வாங்கியவர் (இல்லை, திருடிக் கொண்டு போனார் என்றும் சிலர் சொல்கிறார்கள்). நீல நிறத்தில், 118 காரட் (24 கிராம்) எடையுடன் இருந்தது அந்த வைரத்தை தாவர்னீர், பாரிஸூக்குக் கொண்டு சென்றார். (போகும் வழியெங்கும் தாவர்னீர் பல துன்பங்களுக்கு ஆளானார். ரஷ்யாவில் நாய்களால் தாக்கப்பட்டு உயிருக்கே ஆபத்தான நிலையில்தான் பிரான்ஸ் வந்து சேர்ந்தார். காரணம் அவர் கையிலிருந்த சபிக்கப்பட்ட வைரம்தான் என்று சொல்லப்படுவதுண்டு.) புறா முட்டை அளவிலிருந்த அந்த

தாவர்னீர்

வைரத்தைக் கொஞ்சம் செதுக்கி மேலும் மெருகூட்டிய (115 காரட்,- 23 கிராம்) தாவர்னீர், அதனை விற்றுவிட முடிவு செய்தார்.

தாவர்னீரின் ரெகுலர் கஸ்டமர், பிரான்ஸ் மன்னரான பதினான்காம் லூயிஸ். 1669ல் ஆயிரக்கணக்கான சிறிய வைரக்கற்களுடன், இந்த நீல வைரத்தையும் மன்னர், தாவர்னீரிடம் நல்ல விலை கொடுத்து வாங்கினார். பின் அரண்மனை பொற்கொல்லர், வைரத்தை மேலும் பட்டை தீட்டினார். சுமார் பதிமூன்றரை கிராமாக எடை குறைக்கப்பட்டு, 'பிரெஞ்சு நீல வைரம்' என்ற திருநாமத்துடன் அது ராஜ நகைகளுடன் சேர்ந்து கொண்டது. லூயிஸ் அதை அடிக்கடி தன் கழுத்தில் அணிந்தும் அழகு பார்த்துக் கொண்டார். அவரது இறப்புக்குப் பின் பேரன் பதினைந்தாம் லூயிஸும் அணிந்து மகிழ்ந்தார்.

பதினான்காம், பதினைந்தாம் லூயிஸ்களை எதுவும் எதுவும் செய்யாத வைரம், பதினாறாம் லூயிஸ் அரியணை ஏறிய பின் அவரது விதியில் விளையாட ஆரம்பித்தது. அவரது ஆட்சிக் காலத்தில்தான் ஏகப்பட்ட அரசியல் குழப்பங்கள், படுகொலைகள், அயல்நாட்டுப் படையெடுப்புகள், அரியணையைக் கைப்பற்ற நடந்த சதிகள் என பிரான்ஸ் அமைதியிழந்து தவித்தது. 1792ல் பிரான்ஸில் மன்னராட்சி முடிவுக்கு வந்தது. குடியரசாக அறிவிக்கப்பட்டது. அத்தனைக் காலம் வைர நகைகள் அணிந்து மகிழ்ந்த மன்னர் பதினாறாம் லூயிஸ், ராணி மரியா அண்டோனியாவின் கழுத்துகள், கில்லட்டின் எந்திரத்தால் துண்டாடப்பட்டன. மன்னரின் இந்த நிலைக்கும், சபிக்கப்பட்ட வைரத்துக்கும் தொடர்பிருக்கிறது என்பது சிலரது கருத்து.

புரட்சி நிகழ்ந்தபோது, மன்னருக்குச் சொந்தமான செல்வங்கள், நகைகள் எல்லாம் 'டி லா மரைன்' என்ற இடத்தில்

பதுக்கி வைக்கப்பட்டன. ஆனால் சரியாகப் பாதுகாக்கப்பட வில்லை. ஆகவே, கொள்ளை போயின. இருந்தாலும் விரைவிலேயே பெரும்பாலான செல்வங்கள், நகைகள் மீட்கப் பட்டன. ஆனால் மீட்கப்பட்டதில் 'பிரெஞ்சு நீல வைரம்' இல்லை.

நான்காம் ஜார்ஜின் ஆசைநாயகி

1823ல் லண்டனில் நீல வைரம் கண் சிமிட்டியது. லண்டன் நகை வியாபாரியான டேனியல் எலையஸன் அதனைச் சொந்தமாக்கிக் கொண்ட போது, அது மேலும் செதுக்கப்பட்டு மெலிந்திருந்தது (45.5 காரட்) என்பது ஒரு தகவல். பாரிஸிலிருந்து லண்டனுக்கு அது யார் மூலம் பயணமானது, இடைப்பட்ட கதை என்ன என்பதில் தெளிவில்லை. டேனியலிடமிருந்து பக்கிங்ஹாம் அரண் மனைக்கு வைரம் கைமாறியது. கிங் நான்காம் ஜார்ஜ், அந்த நீல வைரத்தை கொஞ்ச காலம் கொஞ்சிக் கொண்டிருந்ததாக அதிகார பூர்வமற்ற தகவல்கள் சொல்கின்றன. ஆனால் ராஜ நகைகளில் வைரம் சேர்க்கப்படவில்லை. கிங்கின் கடைசி ஆசைநாயகியான Elizabeth Conyngham வசம் அந்த வைரம் இருந்தது. பாரிஸிலிருந்து லண்டனுக்கு வந்தது அதே நீல வைரம்தானா என்றுகூட சர்ச்சைகள் உண்டு. (2008ல் அது சில ஆய்வுகள் மூலம் நிரூபிக்கப்பட்டது.)

1830ல் நான்காம் ஜார்ஜ் இறப்புக்குப் பிறகு நீல வைரம் விற்பனைக்கு வந்ததாகத் தகவல்கள் உண்டு. அதற்கடுத்த அரை நூற்றாண்டுக்கு நீல வைரம், ஹென்றி பிலிப் ஹோப் பரம்பரையினர் வசம் இருந்தது. ஹென்றி பிலிப், ஹோப் அண்ட் கோ என்ற நிதி நிறுவனத்தை நடத்தியவர். விலையுயர்ந்த கற்களைச் சேகரிப்பதில் ஆர்வம் கொண்டவர். நீல வைரத்தின் துரதிருஷ்டக் கதைகளையெல்லாம் கேட்டு, அதன் விதியை மாற்றுவிதமாக அதற்கு 'ஹோப் வைரம்' (Hope Diamond) என்ற நம்பிக்கைக்குரிய பெயரைச் சூட்டினார். அதிலிருந்து கொஞ்ச காலத்திலேயே செத்துப் போனார்.

மேடைப்பாடகி மே யோ

பின் ஹென்றி பிலிப்பின் குடும்பத்தினரிடம், ஹோப் வைரம் வாழ்ந்தது. ஆனால் குடும்பத்தினருக்குத்தான் ஏகப் பட்ட பிரச்னைகள், எக்கச்சக்கக் குழப்பங்கள். ஏராளமான வழக்கு களையும் சந்திக்க வேண்டியிருந்தது. நிதி நிறுவனம் திவாலானது. எல்லாவற்றையும் எதிர்கொள்ள வேண்டிய நபராக அந்த குடும்பத்தைச் சார்ந்த பிரான்ஸிஸ் ஹோப் இருந்தார். அவர் வசம்தான் அப்போது (1884) ஹோப் வைரம் இருந்தது. தன்னுடைய ஆசைநாயகியான மேடைப்பாடகி மே யோ (May Yohe) கழுத்தில் அதனை அணிவித்திருந்தார். இருவருக்குமிடையே உறவு பலமாகத்தான் இருந்தது. ஆனால் வைரம் கழுத்தில் ஏறிய வேளையோ என்னவோ, காதலர்களுக்கிடையில் கசப்புகள். மே யோ, வேறொரு நபருடன் ஓடிப் போனாள்.

தன் பிரச்னைகளையெல்லாம் தீர்ப்பதற்காக, ஹோப் வைரத்தை விற்பதற்கு முடிவெடுத்தார் பிரான்ஸிஸ். ஆனால் நிதிமன்றத்தின் அனுமதியின்றி எந்தச் சொத்தையும் விற்கக் கூடாது என்ற சட்டச் சிக்கலில் மாட்டியிருந்தார் அவர். பெரும்பாடுபட்டுக் கெஞ்சிக் கூத்தாடி அனுமதி பெற்ற பிரான்ஸிஸ், ஹோப் வைரத்தை சைமன் பிரான்கெல் என்ற நகை வியாபாரியிடம் விற்றார் (அன்றைய மதிப்பில் 29000 யூரோவுக்கு).

பிரான்கெல் மூலமாக வைரம், லண்டனிலிருந்து நியு யார்க்குக்குப் பயணமானது. அவர் அதை அமெரிக்க செல்வந்தர்களிடம் காட்டினார். விற்றார். வாங்கிய நபர்கள் அனைவருமே, வைரத்தால் வதைபட்டு, ‘இந்தச் சனியனை நீயே வெச்சுக்கோ’ என பிரான்கெலிடமே திருப்பிக் கொடுத்துவிட்டதாகச் சொல்கிறது ஒரு குறிப்பு. அந்தச் சமயத்தில் பிரான்கெலுக்கும் வியாபாரத்தில் ஏகப்பட்ட நஷ்டம்.

ஒருவழியாக பிரான்கெல், 1908ல் நீல வைரத்தை துருக்கிய நகை வியாபாரியான சலிம் ஹபிப் என்பவரிடம் விற்றுவிட்டு நிம்மதிப் பெருமூச்சு விட்டார். சலிம், துருக்கிய சுல்தான் அப்துல் ஹமிதின்

ஏஜெண்ட். என்ன கொடுமை என்றால், சுல்தானின் கையில் வைரம் சென்று சேருவதற்கு முன்பாகவே துருக்கியில் புரட்சி வெடிக்க, ஹமிது அரியணையிலிருந்து அகற்றப்பட்டார் (1909).

வைரம் அணிந்த இவாலின்

பின் நீல வைரம், மேலும் சிலரது கைகளில் மாறி அவர்களது விதியிலும் விளையாடியது. இத்தனைப் பெரிய ரத்த சரித்திரத்தைத் தன்னகத்தே கொண்டிருந்தாலும், நீல வைரத்தின் மதிப்பு மட்டும் ஒவ்வொரு முறையும் அதிகமாகிக் கொண்டே போனதுதான் ஆச்சரியம். வாஷிங்டனில் வாழ்ந்த 'வாஷிங்டன் போஸ்ட்' பத்திரிகை அதிபரான எட்வர்ட் மெக்லீனையும் (Edward McLean), அவரது மனைவியும் சுரங்க அதிபருமான இவாலின் மெக்லீனையும் (Evalyn McLean), கார்ட்டியர் என்ற வியாபாரி 1910ல் தொடர்பு கொண்டார். வைரத்தின் வீர தீர சங்கட சாகசங்களையெல்லாம் சொல்லிய பின், அவர்களிடம் அதைக் காட்டினார். இவாலினுக்கு வைரத்தின் வடிவம் பிடிக்கவில்லை. எனவே வாங்க மறுத்துவிட்டார். சில காலம் கழித்து, வைரத்தை லேசாகச் செதுக்கிய கார்ட்டியர், மீண்டும் இவாலினை நாடினார்.

'மற்றவர்களுக்குத் துரதிருஷ்டமான பொருள்கள் எப்போதுமே எனக்கு அதிர்ஷ்டகரமானவையாக அமையும். நான் வாங்கிக் கொள்கிறேன்' என இவாலின் அப்போது மூன்று லட்சம் அமெரிக்க டாலர்கள் கொடுத்து நீல வைரத்தைச் சொந்தமாக்கிக் கொண்டார். விருந்துகளில் இவாலினின் கழுத்தில் நீல வைரம் ஜொலிப்பதைப் பலரும் கண்டுகளித்தனர். நீல வைரத்தைப் பாதுகாப்பதற்கென்றே தனி பாதுகாவலர்கள் நியமிக்கப்பட்டிருந்தனர்.

இவாலின் வாழ்விலும் சோகங்கள் சூழ்ந்தன. அவரது முதல் மகன் கார் விபத்தில் சிக்கி இறந்தான். வாஷிங்டன் போஸ்ட் பத்திரிகை வீழ்ந்தது. எட்வர்ட் மனநிலை பாதிக்கப்பட்டு இறந்துபோனார். அவர்களது ஒரு மகள் இளவயதிலேயே தவறான மருந்தால் இறந்து போனாள். அவர்களது பேரன் ஒருவன் வியட்நாம் போரில்

செத்துப் போனான். என்ன நடந்தாலும் வைரத்தைத் தன்னுடனேயே வைத்திருந்த இவாலின், தன் அறுபதாவது வயதில் நிமோனியாவால் பாதிக்கப்பட்டு இறந்துபோனார்.

இப்படி நீல வைரத்தைச் சொந்தமாக்கிக் கொண்டு அதனால் பாதிக்கப்பட்டவர்கள் பட்டியல் வெகு நீளம். 1958, நவம்பர் 10 அன்று வாஷிங்டனின் ஸ்மித்ஸோனியன் தேசிய அருங்காட்சியத்துக்கு, ப்ரௌன் நிற பார்சல் ஒன்று வந்தது. பிரித்துப் பார்த்த அருங்காட்சியகப் பொறுப்பாளர்களுக்கு ஆனந்த அதிர்ச்சி. உள்ளிருந்தது நீல வைரம்தான். வின்ஸ்டன் என்ற வியாபாரி அனுப்பியிருந்தார்.

மோனாலிசா ஓவியத்துக்கு அடுத்தபடியாக, அதிகம் பார்வையிடப் பட்ட நீல வைரம், இன்று வரை அதே அருங்காட்சியகத்தில்தான், ஒரு நெக்லெஸுடன் இணைக்கப்பட்டு மையம் கொண்டிருக்கிறது. 45.5 காரட் எடையுடன் இருக்கும் அந்த நீல வைரத்தின் இன்றைய மதிப்பு 200 முதல் 250 மில்லியன் டாலர்.

வாங்கும் எண்ணம் உங்களுக்கு இருக்கிறதா?

மர்மம்
பற! பற!

பொவாகப் பத்திரிகைகளுக்கென ஒரு கலாசாரம் உண்டு. பத்திரிகையின் சர்குலேஷன் கொஞ்சம் மந்தமாக இருக்கும் சமயத்தில் ஏதாவது ஒரு செய்தியைக் கிளப்பிவிட்டு, விற்பனையைச் சூடு பிடிக்கச் செய்வார்கள். தமிழ்நாட்டைப் பொருத்தவரை பத்திரிகைகளும் சரி, தொலைக்காட்சிகளும் சரி, ஏதோ பரபரப்பு வேண்டுமென்றால் யாரோ சாமியாரை ரவுண்ட்-அப் செய்வார்கள். அல்லது இருக்கவே இருக்கிறார் ரஜினி. 'ரஜினியின் வாய்ஸ் யாருக்கு?', 'சூப்பர் ஸ்டாரின் ருத்ராட்ச ரகசியம்', 'சொல்ல வேண்டிய நேரத்தில் அதைச் சொல்வேன் - ரஜினி கர்ஜனை' - இப்படிச் செய்திகளைக் கட்டமைப்பது சுலபமல்லவா.

நமக்கு எப்படி சூப்பர் ஸ்டார் செய்தியோ, அமெரிக்க, ஐரோப்பிய பத்திரிகைகளுக்கு UFO பற்றிய செய்தி. UFO - Unidentified Flying Object விளங்கும் தமிழில் சொன்னால் பறக்கும் தட்டு.

ஃபுளோரிடாவில் தனது பண்ணையில் அந்த அமெரிக்க விவசாயி செடிகளுக்கு மருந்து தெளித்துக் கொண்டிருந்தபோது வானத்தில் விநோதமான நீல நிற ஒளியைக் கண்டார். என்னவென்று அவர் அதை உற்றுக் கவனித்தபோது, அந்த ஒளி வானிலிருந்து அப்படியே கீழே இறங்கி வருவதைக் கண்டார். மிதக்கும் பிரமாண்டமான தட்டு ஒன்றிலிருந்துதான் அந்த நீல ஒளி பாய்ந்தது. அந்தத் தட்டு அவரது வீட்டை நோக்கித்தான்

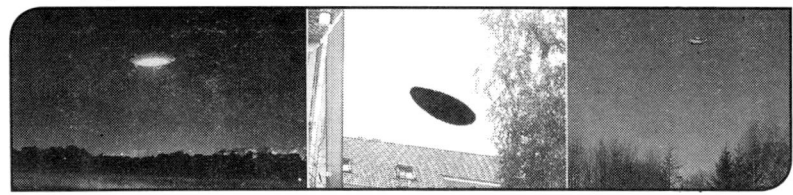

சில போலி புகைப்படங்கள்

இறங்கிக் கொண்டிருந்தது. அவசர, அவசரமாக தன் வீட்டுக்குள் சென்று பாதுகாப்புக்காக துப்பாக்கியையும், படம்பிடிக்க கேமராவையும் எடுத்துக் கொண்டு வந்த விவசாயி, அதிசயத் தட்டைத் தேடினார். நீல ஒளியின்றி அது மீண்டும் மேல் நோக்கிச் சென்று கொண்டிருந்தது. அப்போது விவசாயி எடுத்த புகைப்படம்தான் இது.

இதுபோன்ற பறக்கும்தட்டு செய்திகள், அமெரிக்க, ஐரோப்பியப் பத்திரிகைகளில் மண்டலத்துக்கு ஒன்றாவது வெளிவந்துவிடும். அதுவும் புகைப்படத்துடன். சரி, அது என்ன பறக்கும் தட்டு? வேற்றுக் கிரகத்திலிருந்து வரும் வாகனங்கள் அல்லது வேற்றுக் கிரக மனிதர்கள் பூமிக்கு வந்துசெல்ல உபயோகப்படுத்தும் விண்கலம் என்பது பொதுவான விளக்கம். அடையாளம் காண முடியாத, ஆச்சரியமான வேகத்தில் பறக்கக்கூடிய மாபெரும் தட்டு போன்ற வடிவமுடைய ராக்கெட்டுகள் என்று சொல்லலாம். இத்தனை அத்தியாயங்கள் கடந்து வந்துவிட்டோம். இன்னமும் பறக்கும் தட்டின் மர்மத்தைப் பற்றி இந்தப் புத்தகத்தில் பேசாவிட்டால் வேற்றுக் கிரகத்தில் அருள்பாலிக்கும் தாலிகாத்த ஏலியன் அம்மனின் கோபத்துக்கு ஆளாகிவிடக் கூடாது என்பதால்...

நூற்றுக்கணக்கான நாடுகளில், லட்சக்கணக்கான மக்கள், பறக்கும் தட்டுகளைத் தாங்கள் பார்த்ததாக வாக்குமூலம் கொடுத்துள்ளனர். அவை நிஜமா என்ற ஆராய்ச்சிக்குள் இறங்குவதற்கு முன், 'பறக்கும் தட்டு' என்ற விஷயம் வரலாற்றில் எப்போது இடம்பெற்றது என்பதைப் பார்த்துவிடலாம்.

'அது 22வது வருடம். மூன்றாவது மாதம். குளிர்காலம். அந்த நாளின் ஆறாவது மணி நேரம். நெருப்பு வளையம் வானில் தென்பட்டது. சூரியனைவிட பிரகாசமாகத் தெரிந்த அது எங்கிருந்து தோன்றியது என்று பிடிபடவில்லை. நெருப்பைக் கக்கிக் கொண்டு தென்திசை நோக்கிச் சென்ற அதற்கு வாய் இல்லை. மணம் இல்லை. சிறு சத்தம்கூட எழவில்லை.'

BERKELEY GAZETTE

Weather

Water rationing possibility here

Aerial artist's UFO encounter

Scholastic aptitude

BHS seniors rank third in state tests

INDIANAPOLIS NEWS

MONDAY EVENING, JULY 28, 1952

HUNDREDS IN STATE SEE 'FLYING SAUCERS'

Franklin 'Dogfight' Alerts State Troopers

சில UFO செய்திகள்

இதுவே 'பறக்கும் தட்டு' குறித்த முதல் வரலாற்றுக் குறிப்பு. போன நூற்றாண்டிலோ, அதற்கு முந்தைய நூற்றாண்டிலோ யாரோ எழுதி வைத்ததல்ல. 3400 வருடங்களுக்கு முன்னால் மூன்றாம் துட்மோஸ் என்ற மன்னரின் காலத்தில் ஆதி எகிப்தியர்களால், எழுதப்பட்டுள்ள பாபிரஸ் குறிப்பு இது. நம் இந்தியப் புராணக் கற்பனைகளும் இதற்குச் சற்றும் சளைத்ததல்ல. வேறு லோகத்தில் இருந்து இந்துக் கடவுள்கள் பலரும் பூலோகத்துக்கு பறக்கும் ரதங்களில், விமானங்களில் வந்துதானே இறங்கியிருக்கிறார்கள். பைபிளிலும் சரி, ரோமானியப் புராணங்களிலும் சரி, 'பறக்கும் தட்டு' போன்ற விஷயங்கள் வேறு பரிணாமங்களில் பதிவாகியுள்ளன.

பறக்கும் தட்டு குறித்த அச்சிடப்பட்ட முதல் அபூர்வ குறிப்பு, பிரான்ஸின் வெர்டன் நகரத்திலுள்ள அருங்காட்சியகத்தில் பாதுகாக்கப்பட்டு வரும் ஹார்ட்மேன் என்பவர் எழுதிய Liber Chronicarum என்ற புத்தகத்தில் இடம்பெற்றுள்ளது.

'அச்சமூட்டக்கூடிய, மிகவும் விநோதமான கோள வடிவிலான பொருள் ஒன்று, வானில் சூரியன் மறையும் திசையை நோக்கி மிக வேகமாகச் சென்றது' என்ற அந்தக் குறிப்பு, கையால் வரையப்பட்ட ஓர் ஓவியத்துடன், கிபி 1493லேயே அச்சிடப்பட்டிருக்கிறது.

நிச்சிரென் - பதிமூன்றாம் நூற்றாண்டில் ஜப்பானில் வாழ்ந்த, புகழ்பெற்ற புத்தத் துறவி. நிச்சிரெனின் கோட்பாடுகளின்படி அவரது பெயரிலேயே தனியே ஒரு புத்த மதப் பிரிவு உண்டு. நிச்சிரென், புத்தமதத்தின் சில பிரிவுகள் மீது கடுமையான

நிச்சிரெனும் பறக்கும் தட்டும்

விமரிசனத்தை முன் வைத்தார். ஜப்பானிலுள்ள புத்தமதப் பள்ளிகள் அனைத்தையுமே மாற்றியமைக்க வேண்டும் என்ற முயற்சிகளையும் எடுத்தார். அது அவருக்கு எதிரிகளைச் சம்பாதித்துக் கொடுத்தது. அரசால் கைது செய்யப்பட்டார். 1271ல் நடந்த விசாரணையில் நிச்சி ரெனுக்கு மரண தண்டனை விதிக்கப்பட்டது. செப்டெம்பர் 12. மரண தண்டனையை நிறைவேற்றுவதற்காக, காவலர்களும் அரசு அதிகாரிகளும் நிச்சிரெனை பொது இடத்துக்குக் கொண்டு வந்து நிறுத்தினார்கள். முகத்தில் எந்தவிதச் சலனமும் இன்றி நிச்சிரென், மரணத்தைத் தழுவக் காத்து கொண்டிருந்தார்.

காவலர்கள், அவரது கழுத்தைத் துண்டாக்குவதற்காக வாளை ஓங்கினார்கள். அச்சமயத்தில்... ம், அதேதான். நீங்கள் எதிர்பார்ப்பதுபோலவே ஓர் அதிசயம் நிகழ்ந்து, நிச்சிரெனின் உயிர் காப்பாற்றப்பட்டதுதான். அந்த அதிசயத்தை நிகழ்த்தியது புத்தர் அல்ல; பறக்கும் தட்டு.

வானில் நிலவைப் போல, ஒளி பொருந்திய பறக்கும் கோளம் ஒன்று தோன்றியது. அதன் ஒளி அங்கிருந்தவர்களின் கண்களை எல்லாம் கூசச் செய்தது. மிரண்டுபோன அதிகாரிகளும் காவலர்களும் நிச்சிரென்னை விட்டுவிட்டு தப்பித்து ஓடினர். பின் அந்தக் கோளம் கொஞ்சம் கொஞ்சமாக மறைந்துபோனது. நிச்சிரெனும் தலைமறைவாகி உயிர்தப்பித்தார். இச்சம்பவம், நிச்சிரெனின்

குறிப்புகளிலேயே காணப்படுகிறது. பறக்கும் தட்டு குறித்த முதல் ஜப்பானியக் குறிப்பு என்று இதனைச் சொல்லலாம்.

பறக்கும் தட்டு குறித்த ஐரோப்பியர்களின் பதிவுகள் பதினான்காம் நூற்றாண்டில் தொடங்கியது. அதன்பிறகு, அதிகப் பதிவுகளைச் செய்தவர்கள் ஐரோப்பியர்களும் அமெரிக்கர்களும்தான். 1762ல் சுவிட்சர்லாந்தில் மோன்ஸியர் என்ற வானியல் நிபுணர் பொழுதுபோகாமல் தொலைநோக்கி வழியாகச் சூரியனை 'சைட்' அடித்துக் கொண்டிருந்தார். அசுவாரசியமாக அவர் கொட்டாவிக்காக வாய் பிளந்த வேளையில், சூரியனை ஏதோ ஒன்று மறைப்பதாகத் தோன்றியது. கண்களைத் துடைத்துக் கொண்டு மீண்டும் தொலைநோக்கியில் பார்க்கும்போது, சுழல் வடிவத்தில் பறக்கும் பொருள் ஒன்று, கிரகணத்தின்போது சூரியனை மறைப்பதுபோல கடந்து செல்வதைக் கண்டார். மோன்ஸியர் அடுத்தடுத்த நாள்களிலும், பலமுறை அதே காட்சியைக் கண்டார். அவர் மட்டுமல்ல, அவரது நண்பரான இன்னொரு வானியல் ஆய்வாளரும் அதே காட்சியைக் கண்டிருந்தார். ஆனால், இவர்கள் சொல்வதை மூன்றாவது நண்பரான இன்னொரு வானியல் ஆய்வாளர் ஒப்புக் கொள்ளவில்லை. கேலி செய்தார். மோன்ஸியர், சிரமப்பட்டு தான் கண்ட காட்சிகள் குறித்த குறிப்புகளை, தெளிவான வரைபடங்களுடன் பாரிஸிலுள்ள ராயல் சயின்ஸ் அகாதெமிக்கு அனுப்பி வைத்தார். அங்கே அவை பாதுகாக்கப்படவில்லை என்பதே சோகம்.

சரி, வேற்றுக்கிரக வாகனமாக நம்பப்படும் இதனை Saucer என்று எப்போது குறிப்பிட ஆரம்பித்தார்கள்? 1878ல். அந்த ஜனவரி 24ல் ஜான் மார்ட்டின் என்ற டெக்ஸாஸ் நகர விவசாயி, வானில் தான் கண்ட விநோதத்தை அப்படி விவரித்தார். 'அளவிட முடியாத ஆச்சரியப்படுத்தும் வேகத்தில் வானில் கருமையான, சாஸர் போன்ற வடிவமுடைய பொருள் ஒன்று சொர்க்கத்தை நோக்கிச் சென்று கொண்டிருந்தது.' அவர் சொன்ன செய்தி, மறுநாள் டெனிஸன் டெய்லி ஹெரால்டு என்ற பத்திரிகையில் வெளியானது. அது முதல், வானில் என்ன விநோதப் பொருள் தெரிந்தாலும், அது குறித்த செய்திகள் சாஸரின் வடிவத்தை ஒட்டிய கற்பனை ஓவியங்களுடன் செய்திகளில் இடம்பெறத் தொடங்கின. இன்றுவரை ஹாலிவுட் படங்களில்கூட அந்த உருவ அமைப்பு மாற்றப்படவில்லை.

இருக்கட்டும். இந்த பறக்கும் தட்டு குறித்த செய்திகளில் எத்தனை சதவிகிதம் உண்மை இருக்கிறது? நான் பார்த்தேன், மிக வேகமாகச் சென்றது, என் வயலில் இறங்கியது என்றெல்லாம்

லட்சக்கணக்கானோர் வாக்குமூலம் கொடுத்திருக்கிறார்களே. அதில் எவ்வளவு சம்பவங்கள் நிரூபிக்கப்பட்டுள்ளன? பறக்கும் தட்டு புகைப்படங்கள், வீடியோக்கள் எல்லாம் இணையத்தில் எக்கச்சக்க மாகக் கொட்டிக் கிடக்கிறதே. அவை நிஜம்தானா?

எரிந்து விழும் விண்கற்கள், சில நட்சத்திரங்கள், போர் விமானங்கள், அதிக உயரத்தில் பறக்கும் ஜெட், காஸ்மிக் ஆய்வு - வானிலை ஆய்வுகளுக்காக செலுத்தப்படும் பலூன்கள் - இவை போன்ற பல விஷயங்களை வானில் கண்டு, பறக்கும் தட்டுகள் என தவறாகப் புரிந்துகொண்டவர்களே அநேகம். அதாவது நூற்றுக்கும் எண்பது பேர் இவற்றைத்தான் பறக்கும் தட்டு என தவறாகப் புரிந்துகொண்டுள்ளனர். புகைப்படங்கள், வீடியோக்களிலும் பெரும்பாலானவை போலியாகச் சித்தரிக்கப்பட்டவையே.

அதற்காக எல்லாமே கப்ஸா என்று ஒதுக்கிவிட முடியவில்லை. 'விவரிக்க முடியாத, மனிதனின் புரிதலுக்கு அப்பாற்பட்ட பொருள் ஒன்றை நிஜமாகவே நான் கண்டேன்' என்று மிகவும் நேர்மையுடன் சாட்சி சொன்ன விஞ்ஞானிகள், பெரிய மனிதர்கள், ஆராய்ச்சியாளர்கள், வானியல் நிபுணர்கள், பாமரர்கள் இருக்கிறார்கள். அவர்களைக் குறுக்கு விசாரணை செய்தபோதோ, ஹிப்னாடிஸ முறையில் பரிசோதனை செய்தபோதோ அவர்கள் 'பொய் சொல்லவில்லை' என்பதும் நிரூபிக்கப்பட்டிருக்கிறது. தவிர, பறக்கும் தட்டு குறித்த, தகிடுதத்த வேலைகளற்ற நிஜமான புகைப்பட ஆதாரங்களும், பிற ஆதாரங்களும் நிறையவே கிடைத்துள்ளன. பறக்கும் தட்டுகளில் இருந்து உடைந்து விழுந்த பகுதிகளைக் கூட சேகரித்து வைத்திருக்கிறார்கள்.

சரி, பறக்கும் தட்டுகள் நிஜம் என்றே வைத்துக் கொள்வோம். அவை ஏன் பூமியை நோக்கி வரவேண்டும்? வேவு பார்க்கவா? அவை எந்தக் கிரகத்தில் இருந்து வருகின்றன? பறக்கும் தட்டினுள் வேற்றுக் கிரகவாசிகள் இருப்பார்களா? இதுவரை ஏதாவது பறக்கும் தட்டு விபத்துக்குள்ளாகி பூமியில் நொறுங்கி விழுந்திருக்கிறதா? மனிதர்கள், இதுவரை ஒரு பறக்கும் தட்டையாவது சிறை பிடித்திருக்கிறார்களா? 'யூ ஆர் அண்டர் அரெஸ்ட்' என்று ஏலியன் எனப்படும் வேற்றுக்கிரகவாசிகளை நம் காவல் துறையினர் துப்பாக்கி முனையில் கைது செய்திருக்கிறார்களா? அல்லது, ஹாலிவுட் பட கற்பனைகள்போல, நிஜத்திலும் ஏலியன்கள், மனிதர்களைக் கடத்திச் சென்றிருக்கிறார்களா? பூமி மீது தாக்குதல் நடத்தியிருக்கிறார்களா?

மாரடைப்பு. நோயாளியான மார்ஷல் ஆப்பிள்வொய்ட் தன்னிலை இழந்திருந்தார். பிழைப்பதற்கு வழியில்லை என்றுதான் எல்லோருமே கருதினார்கள். நர்ஸ் போன்னி நெட்லெஸ், மருத்துவருடன் சேர்ந்து முடிந்தவரை போராடினாள். ஆப்பிள்வொய்ட் பிழைத்து கண்விழித்தபோது, அது அவருக்கு மறுபிறவி போலத்தான் தோன்றியது. நர்ஸ் நெட்லெஸ், அவரை அதிக அக்கறையுடன் கவனித்துக் கொண்டாள்.

ஆப்பிள்வொய்ட்

'எனது உடலை விட்டு உயிர் மட்டும் தனியே பிரிவதாகவும், அது எங்கோ மிதந்து செல்வதாகவும் தெரிந்தது. சொர்க்கத்துக்கும் நரகத்துக்கும் இடையே சிக்கிக் கொண்டு தவிப்பதாக உணர்ந்தேன். மரணத்தின் வாசலுக்குச் சென்று நான் மீண்டு வந்தது எப்படி என்பது மட்டும் புரியவில்லை. ஆனால், என் கண்ணில் சொர்க்கம் தெரிந்தது. மீண்டும் இந்த பூமிக்கு வந்ததை விதி என்றுதான் சொல்ல வேண்டும்.'

ஆப்பிள்வொய்ட் சொன்ன இந்த வார்த்தைகளைப் பரிபூரணமாக நம்பியது நெட்லெஸ் மட்டுமே. இருவருமே கிறித்துவ மதத்தின் மேல் தீவிரப் பற்றுடையவர்கள். கலிபோர்னியாவைச் சேர்ந்தவர்கள். 'நானும் நெட்லெஸும்தான் இந்த மனித இனத்தைச் சொர்க்கத்துக்கு அழைத்துச் செல்ல வந்த தூதுவர்கள்' என்று ஆப்பிள்வொய்ட் ஒருநாள் அறிவித்தார். மத இயக்கம் ஒன்றை ஆரம்பித்தார். அதில் கூட்டம் சேர்க்க வேண்டுமே. அதற்காக முதல் கட்டமாக மத போதனை புத்தகக் கடை ஒன்றை ஆரம்பித்தார். எடுபடவில்லை.

இருவருமே பெட்டி கட்டிக் கொண்டு அமெரிக்கா முழுவதும் சுற்றி வர ஆரம்பித்தார்கள். எழுச்சிக் கூட்டங்களை நடத்தினார்கள். எதைச் சொன்னாலும் ஏன், எதற்கு என்று யோசிக்காமல் நம்பும் கூட்டம்தான் எல்லா நாடுகளிலும் உண்டே. ஆப்பிள்வொய்ட்டை 'ரட்சகராக' நம்பி, அப்படி ஒரு கூட்டம் சேர ஆரம்பித்தது. 'ஹெவன்ஸ் கேட்' என்ற பெயரில் ஆப்பிள்வொய்ட்டின் இயக்கம் கொஞ்சம் கவனம் பெறத் தொடங்கியது.

'இதோ இந்த பூமி சீக்கிரமே புதுப்பிக்கப்படவிருக்கிறது. அப்போது உலகத்திலுள்ள உயிரினங்கள் அனைத்துமே அழிந்துபோகும். அச்சமயத்தில் நாம் தப்பிக்க ஒரே வழிதான் இருக்கிறது. உடனடியாக

இந்த உலகைவிட்டு நான் அகன்றுவிட வேண்டும். எப்படி? உடல் என்பது வெறும் பொருளே. அதனை இங்கேயே விட்டுவிட்டுச் செல்ல வேண்டியதுதான். எங்கே? வேற்றுக் கிரகமான சொர்க்கத்துக்கு, அதாவது இந்த வாழ்வின் அடுத்த நிலைக்கு. எப்படி? நம்மை அழைத்துச் செல்ல சொர்க்கத்தின் வாகனம் வரும்.'

இது ஆப்பிள்வொய்ட்டின் பிரசாரம். அதை அவரது பக்தநூறுகள் அப்படியே நம்பினார்கள் (பக்தகோடிகளெல்லாம் இல்லை, நூற்று சொச்ச பக்தர்கள் மட்டுமே). உடலை இங்கே விட்டுவிட்டு, உயிரை மட்டும் எடுத்துக் கொண்டு செல்ல வேண்டும் என்று ஆப்பிள்வொய்ட் சுற்றிவளைத்துச் சொன்னதன் அர்த்தம், 'வா, தற்கொலை செய்துகொள்ளலாம்.' ஏதோ வாகனம் வரும் என்று சொன்னாரே. அது என்னது? பறக்கும் தட்டு. 1997, மார்ச் 19-20ல் பறக்கும் தட்டு வந்து எல்லோரையும் பரலோகம் அழைத்துச் செல்லும் என்று தேதி குறித்தார் ஆப்பிள்வொய்ட்.

அது நிகழ்ந்ததா, அந்த பக்தப் பித்தர்கள் அதில் தம் உயிரை மட்டும் சுமந்துகொண்டு சொர்க்கத்தைச் சென்றடைந்தார்களா என்றெல்லாம் அறிந்து கொள்வதற்கு முன்னால், பறக்கும் தட்டு குறித்த வேறு சில தகவல்களைப் பார்த்துவிடலாம்.

நாம் ஓரளவு அறிந்தது வாழும் இந்த பூமியையும், அது சுற்றி வரும் சூரியனையும், மற்ற எட்டுகோள்களும் பிற துணைக்கோள்களும் அமைந்த இந்த சூரிய மண்டலத்தைத்தான். இதேபோல பிரபஞ்சத்தில் எத்தனையோ சூரிய மண்டலங்கள் இருக்கின்றன. அதில் எத்தனைக் கிரகங்களில் உயிர்கள் வாழ்கின்றன என்ற ரகசியம் நாம் அறியாதது. அறிந்துகொள்ளவும் முடியாதது. அப்படி ஒரு வேற்று சூரிய மண்டலத்திலுள்ள ஏதோ ஒரு கிரகத்திலிருந்துதான் பறக்கும் தட்டுகள் பூமியை நோக்கி வருகின்றன. அதன் வழியே வேற்றுகிரகவாசிகளும் பூமியை வந்தடைகிறார்கள் என்பது பலரது பரவலான நம்பிக்கை.

அவ்வாறு வருவது சாத்தியமா?

நமது சூரிய மண்டலத்தில் பூமி தவிர வேறெங்கும் உயிர்கள் வசிப்பதற்கான ஆதாரங்கள் இதுவரை உறுதியாகக் கண்டறியப்படவில்லை. எனில் இந்தப் பறக்கும் தட்டுகள் இந்தப் பிரபஞ்சத்தில் ஏதோ ஒரு பால்வெளியில் அமைந்துள்ள பெயரில்லா ஒரு கிரகத்தில் இருந்துதான் வரவேண்டும். அந்தக் கிரகம் எத்தனைக் கோடானு கோடி மைல்கள் தள்ளியிருக்குமோ. அங்கிருந்து பூமியை

அடைய வேண்டுமென்றால் எவ்வளவு காலம் பிடிக்கும்? நம் அறிவியல் அறிவுக்கு எட்டியவரை இருப்பதிலேயே வேகமாகப் பயணம் செய்யக்கூடியது ஒளிதான் (ஒரு நொடிக்கு 1,86,000 மைல்கள்). ஒளியின் வேகத்தில் ஆக்ஸிலேட்டரை முறுக்கினாலே ஒரு பால்வெளியில் இருந்து மிக அருகிலிருக்கும் பால்வெளியை அடைய பல தலைமுறைகள் பயணம் செய்ய வேண்டியதிருக்கும். எனில், பறக்கும் தட்டுகள் ஒளியை விடவும் வேகமாக இயங்கக் கூடியவையா?

இந்தக் கேள்விதான் பறக்கும் தட்டுகள் குறித்த சந்தேகத்தை வலுப்படுத்துகிறது. ஆனால், இதுவரை பறக்கும் தட்டுகள் குறித்து சேகரிக்கப்பட்டுள்ள ஆதாரங்கள், அதனைக் கண்டுள்ள நேர்மையான சாட்சிகளின் வாக்குமூலங்கள் இந்த மர்மத்தை உயிரோட்டத்துடன் வைத்திருக்கின்றன. பறக்கும் தட்டுகள் ஒளியை விட வேகமானவை. அதனால்தான் அவை ரேடார்களில் சிக்குவதில்லை என்பது சில ஆராய்ச்சியாளர்களின் வாதம். கடந்த நூற்றாண்டுகளில் மட்டுமல்ல, இந்த, எந்த நூற்றாண்டிலும் விலகாத மர்மமாக பறக்கும் தட்டுகள் இருக்கப்போகின்றன என்பது மட்டும் நிச்சயம்.

சரி, வேற்றுக்கிரகவாசிகளைக் கொஞ்சம் ரசிப்போம். மனிதனைப் போன்ற உருவ அமைப்பு கொண்ட வேற்றுக்கிரகவாசிகளை ஆங்கிலத்தில் Humanoid என்றழைக்கின்றனர். 'ஏலியன்' என்ற (பொருத்தமில்லாத) பதமும் அதிகம் உபயோகப்படுத்தப்படுவதுண்டு. வேற்றுக்கிரகவாசிகளும் மனிதனைப் போலவே உருவ அமைப்புடன் ஏன் இருக்க வேண்டும்? மனிதனின் உயரத்துடனே ஏன் வலம் வர வேண்டும்? ஆண் - பெண் பிரிவு அவர்களிடமும் ஏன் இருக்க வேண்டும்? அமெரிக்கர்கள் பார்த்த ஏலியன்களுக்கும், ஆசியர்கள் விவரிக்கும் ஏலியன்களுக்கும், ஐரோப்பியர்கள் உணர்ந்த ஏலியன்களும் குறைந்தபட்சம் ஆறு வித்தியாசங்கள் இருக்கின்றவே. எல்லோரும் அவரவர் கற்பனையில் உதித்தவாறு வருணிக்கிறார்களோ? இப்படி ஏகப்பட்ட விடைகாணா கேள்விகள் உண்டு.

இந்தக் கேள்விகள் மீதெல்லாம் வெளிச்சம் பாய்ச்சும்விதமாக நியு மெக்ஸிகோவில் ரோஸ்வெல் நகரத்தில் பறக்கும் தட்டுகளுக்கான சர்வதேச அருங்காட்சியகம் ஒன்று அமைந்திருக்கிறது. பறக்கும் தட்டு சம்பந்தமான ஏகப்பட்ட சாட்சிகளுடன், விவரங்களுடன், வேற்றுக்கிரகப் பொருள்களுடன் அந்தக் காட்சியகம்

பிரமிப்பூட்டுகிறது. 1947ல் விபத்துக்குள்ளாகி பூமியில் விழுந்ததாகச் சொல்லப்படும் பறக்கும் தட்டு ஒன்றையும் வைத்துள்ளார்கள். தவிர, பூமிக்கு வந்து இறந்துபோன, மனிதனைப் போலவே இருக்கும் வேற்றுக்கிரகவாசியின் உடலைக்கூட காட்சிக்கு வைத்துள்ளார்கள். அவை குறித்த தீராத சர்ச்சைகள் உண்டு. நாம் அடுத்த முக்கியமான கேள்விக்கு நகருவோம். வேற்றுக்கிரகவாசிகள் ஏன் பூமிக்கு வர வேண்டும்?

உயிர் வாழத் தகுதியுள்ள வேறு ஏதாவது கிரகம் உண்டா என்ற தேடல் மனிதனுக்கு உண்டல்லவா. அதே தேடல்தான் வேற்றுக்கிரகவாசிகளுக்கும். நீர்வளம், கனிம வளம், இயற்கை வளம் கொண்ட ஒரு கிரகத்தைத் தேடி வேட்டை நடத்தும் வேற்றுக்கிரகவாசிகள்தாம், பறக்கும்தட்டுகளில் பூமியை வந்தடைகிறார்கள். இங்கே வந்து சத்தமில்லாமல் ஆராய்ச்சிகள் நடத்திவிட்டுப் போகிறார்கள். பூமியின் வளங்களை மாதிரிகளும் சேகரித்துக் கொண்டு போகிறார்கள். அவர்களில் வெகு சிலரே மனிதர்களின் கண்களில் அகப்படுகிறார்கள் என்பது இன்றைய ஆய்வாளர்களின் கருத்து.

'வானிலிருந்து இறங்கி வந்த பறக்கும்தட்டிலிருந்து வெளிவந்த மூன்று உயரமான ஏலியன்கள், என்னையும், எனது நண்பரையும் அவர்களது விண்கலத்துக்குள் கொண்டு சென்றார்கள். அரைமயக்க நிலையில் எங்களைக் கிடத்தி, உடம்பில் ஏதேதோ பரிசோதனைகளைச் செய்தார்கள். மயக்கம் முழுமையாகத் தெளிந்து நாங்கள் கண் விழித்தபோது மீண்டும் எங்கள் காரில் கிடந்தோம்' - இது 1897ல் கர்னல் ஹெச்.ஜி. ஷா என்பவருக்குக் கிடைத்த ஏலியன் அனுபவம்.

'நான் வேற்றுக்கிரகவாசிகளால் கடத்தப்பட்டேன். என்னை ஓரிடத்தில் படுக்க வைத்து, ஆடைகளையெல்லாம் உருவி, என்மேல் ஏதோ திரவத்தைத் தடவினார்கள். என் ரத்த மாதிரியை எடுத்துக் கொண்டார்கள். பின் ஆடைகளற்ற ஏலியன் பேரழகுப் பெண்ணொருத்தி வந்தாள். அவள் இஷ்டப்படி என்னை ஆட்டுவித்தாள். அவளது பாலியல் இச்சைகளைத் தீர்த்துக் கொண்டாள்.' - இது 1957ல் பிரேசிலைச் சேர்ந்த அண்டோனியோ வில்லாஸ் என்ற 23 வயது இளைஞனுக்கு நேர்ந்த அனுபவம். ஆஸ்திரேலியாவில் பீட்டர் என்ற இளைஞன், இரண்டு ஏலியன் பெண்களால் தான் பலவந்தப்படுத்தப்பட்டதாகக் கூறியுள்ளான். அவனது உறுப்புகளிலிருந்து ஏலியன் பெண்களின் டிஎன்ஏ மாதிரிகள்

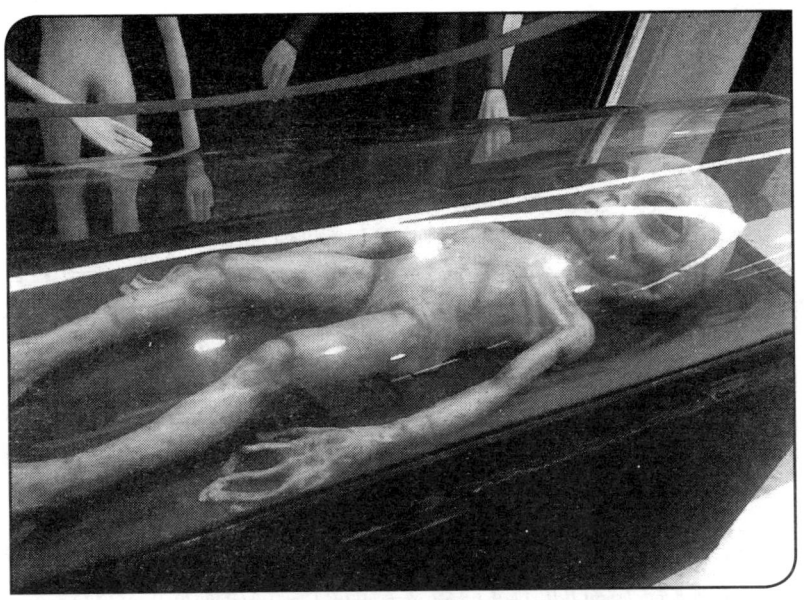

அருங்காட்சியகத்தில் ஏலியன்

எடுக்கப்பட்டதாகவும் கூறப்படுகிறது. இப்படி ஏலியன்கள் பறக்கும் தட்டின் மூலம் இறங்கி வந்து, பூமியில் அடித்த கூத்துகள் குறித்த கூற்றுகள், மனிதர்களின் வாக்குமூலங்களாக ஏராளமாகப் பதிவாகியிருக்கின்றன.

சரி, ஆப்பிள்வொய்ட்டும் அவரது பக்தநூறுகளும் பறக்கும் தட்டு எறினார்களா?

'சொர்க்கத்துக்குச் செல்ல இந்த உடல்கூட நமக்குத் தேவையில்லை. ஆகவே அனைத்தையும் கைவிட்டுவிட்டு என்னிடம் வாருங்கள். பழைய உடல் சார்ந்த எந்த விஷயம் தேவையில்லை. அந்த நினைவுகள்கூட உங்கள் மனத்தில் இருக்கக்கூடாது. பரிசுத்த ஆவிகளே என்னிடம் வாருங்கள்' - ஆப்பிள்வொய்ட் அழைப்பு விடுத்திருந்தார். அவரது பக்தநூறுகளும் நம்பி வந்தார்கள் - ஊரை விட்டு, உறவை விட்டு, உடைமைகளை விட்டு, அனைத்தையும் துறந்துவிட்டு. சொர்க்க கிரகம் செல்ல வேண்டுமல்லவா.

'இதோ இந்த பூமியில் வாழும் உயிரினங்களை எல்லாம் பல மில்லியன் ஆண்டுகளுக்கு முன்பு ஏலியன்கள்தான் வந்து விதைத்துவிட்டுப் போனார்கள். இப்போது அறுவடை செய்ய மீண்டும் வருகிறார்கள். பரிசுத்தமானவர்களுக்கு மட்டும் பறக்கும்

தட்டில் இடம் கிடைக்கும். பின் இந்த பூமி அழிக்கப்படும்' - இது ஆப்பிள்வொய்ட்டின் அடுத்த அறிவிப்பு. நம்பியவர்கள் காது கொடுத்தார்கள். உலகம் சிரித்தது.

ஆப்பிள் வொய்ட், சான் டியாகோவில் ஒரு பெரிய வீட்டை வாடகைக்கு எடுத்தார். அவரை நம்பி 38 பேர் வந்து இணைந்தார்கள். தலைக்கு பத்தாயிரம் டாலர் மதிப்பில் எல்லோருக்கும் சேர்த்து Alien Abduction Insurance எடுத்துக் கொண்டார். பறக்கும் தட்டு மண்ணை அடைவதற்கான நாளாக மார்ச் 19, 1997 குறிக்கப்பட்டது. நாள் நெருங்கியது. ஆப்பிள்வொய்ட் குழுவினர் அடுத்தகட்ட பரவச வாழ்க்கைக்குத் தயாராகினர்.

அந்த வசந்த காலத்தில், அந்தப் பகுதியில் சகிக்க முடியாத துர்நாற்றம் வீச ஆரம்பித்தது. சந்தேகமடைந்த போலீஸ், ஆப்பிள்வொய்ட்டின் வாடகை வீட்டுக்குள் புகுந்தது. அந்த 39 பேரும் அவரவர் படுக்கைகளில் கிடந்தார்கள், அழுகிய பிணங்களாக. எல்லோருமே கருப்பு நிற உடை அணிந்திருந்தார்கள். முடிகள் ஒட்டக் கத்தரிக்கப்பட்டிருந்தன. கத்தரிப்பூ நிற துணியால் போர்த்திக் கொண்டிருந்தார்கள். அனைவருமே கால்களில் வெள்ளைக் காலுறைகளும், நைக் டென்னிஸ் ஷூக்களும் அணிந்திருந்தார்கள். அந்த வீட்டில் சயனைடு உள்ளிட்ட விஷப்பொருள் கைப்பற்றப்பட்டன. அந்தத் தற்கொலைகளின் முடிவில் பறக்கும் தட்டு வந்து ஏற்றிச் சென்றதாக எந்தத் தகவலும் இல்லை. சொல்ல முடியாது, ஆப்பிள்வொய்ட்டும் அவரது பக்தர்களும் காலில்லாத ஆவியாக, பறக்கும்தட்டைவிட வேகமாகப் பறந்துசென்று ஏலியன் கிரகத்தை அடைந்திருக்கலாம். யார் கண்டது?

கோஸ்டா ரிகா கோளங்கள்

33

மாயக் குகை ஒன்றினுள் புகுந்த இண்டியானா ஜோன்ஸ், தங்கத் தலை வைக்கப்பட்டிருக்கும் அந்தப் பீடத்தை வெகு ஜாக்கிரதையாக அடைகிறார். கைக்கெட்டும் தூரத்தில் தங்கத் தலை. ஆனால் அத்தனைச் சுலபமாக எடுத்துவிட்டு அங்கிருந்து தப்பி வந்துவிட முடியாது. தங்கத் தலையை எடுத்தால், பீடம் உள்வாங்கிவிடும். யூகிக்கவே முடியாத பேராபத்தை உடனே எதிர்கொள்ள வேண்டியதுவரும்.

இண்டியானா ஜோன்ஸ், தன் இடுப்பிலிருந்து சுருக்குப்பை ஒன்றை எடுக்கிறார். அதனைத் திறக்கிறார். அதிலிருந்து ஒரு பிடி மண்ணை எடுத்து வெளியே போடுகிறார். பையின் எடை சரியாக இருக்கும் என்ற முடிவுக்கு வந்தவராக, அதனைத் தங்கத் தலையின் அருகில் கொண்டு வருகிறார். அரைநொடியில் தலையை ஒரு கையால் எடுத்து, மறுகையிலுள்ள பையை அங்கே இடம் மாற்றுகிறார்.

பீடம் உள்வாங்கவில்லை. இண்டியானா ஜோன்ஸ் நிம்மதிப் பெருமூச்சுவிட்டு தங்கத் தலையுடன் அங்கிருந்து நகர ஆரம்பிக்க... பலிபீடம் உள்வாங்க... ஏதோ நொறுங்கும் சத்தம் பலமாகக் கேட்க... குகையிலுள்ள பாறைகள் பொலபொலவென உதிர... குத்தீட்டியாக கற்கள் பல திசைகளிலிருந்து பாய... அதிர்ச்சியாகி ஓட ஆரம்பிக்கிறார்.

அதிசயக் கோளங்கள்

தன்னுடன் குகைக்குள் வந்த நபர், உடலெங்கும் கற்கள், ஈட்டியாகப் பாய்ந்திருக்க, நின்ற நிலையிலேயே உயிரிழந்து கிடப்பதைப் பார்த்து திகைத்து நிற்கக்கூட அவகாசம் இல்லை. உயிர் பிழைக்க வேண்டுமெனில் குகையிலிருந்து தப்பி வெளியே வர வேண்டும் என்ற சூழலில் அவர் பின்னால் ஏதோ உருண்டோடி வரும் சத்தம். திரும்பிப் பார்த்தால் பேரதிர்ச்சி.

மாபெரும் கல் கோளம் ஒன்று, அவரை நோக்கி உருண்டு வந்து கொண்டிருக்கிறது. தலைதெறிக்க ஓட ஆரம்பிக்கிறார். கல்லும் கடும்

வேகத்துடன் அவரை நசுக்க வந்து கொண்டிருக்க... சில நிமிட ஓட்டத்துக்குப் பிறகு, கல்லிடமிருந்து தப்பித்து குகைக்கு வெளியே தங்கத் தலையுடன் குதிக்கிறார் இண்டியானா ஜோன்ஸ். நிமிர்ந்து பார்க்கிறார், பழங்குடி மக்கள், வில்லில் பொருத்தப்பட்ட விஷ அம்புடன் அவரைக் குறி பார்த்தபடி சூழ்ந்து நிற்கின்றனர்.

அதற்குப் பின் என்ன ஆனது என்பதை இண்டியானா ஜோன்ஸ் கதாபாத்திரம் முதன்முதலாகத் திரையில் தோன்றிய Raiders of the Lost Ark திரைப்படத்தைப் பார்த்திருந்தால் உங்களுக்குத் தெரிந்திருக்கும். மேற்படி காட்சியில் இண்டியானா ஜோன்ஸை கொலைவெறியுடன் நசுக்க வந்த அந்தக் கல் கோளம், நிஜமாகவே இருக்கிறதென உலகில் பெரும்பாலானோர் தெரிந்துகொண்டது இந்தப் படத்துக்குப் பிறகுதான்.

அதுபோன்ற கல் கோளங்கள் எங்கே இருக்கின்றன? நமது கிராமங்களில் உள்ள மாப்பிள்ளைக் கல்போல இருக்கும் இந்தப் பாறைகளின் விசேஷம் என்ன? இதில் என்ன மர்மம் இருந்துவிடப் போகிறது?

கோஸ்டா ரிகா பக்கமாக எட்டிப் பார்த்தோமானால் பல விஷயங்களைத் தெரிந்து கொள்ளலாம். கோஸ்டா ரிகா - வட அமெரிக்கக் கண்டத்தையும், தென் அமெரிக்கக் கண்டத்தையும் இணைக்கும் வால்பகுதியில் அமைந்துள்ள லத்தீன் அமெரிக்கக் குடியரசு. உலகின் மிக அழகான கடற்கரைகள் இங்கும் உள்ளன. இயற்கையின் வனப்பும் வளமும் கூடுதலாக மிளிரும் பிரதேசம். கோஸ்டா ரிகாவின் வரலாற்றை - கொலம்பஸின் வருகைக்கு முன்னால், ஸ்பெயினின் காலனியாதிக்கத்தில், சுதந்தரத்துக்குப் பிறகு என்று மூன்று பிரிவாகப் பிரிக்கலாம். பத்தொன்பதாம் நூற்றாண்டில் கோஸ்டா ரிகாவின் பொருளாதாரத்துக்கு புஷ்டியளித்தது காபி ஏற்றுமதி. அந்த நூற்றாண்டின் இறுதியில் ரயில்வே பாதைகள் உருவான பின் ஏற்றுமதியில் ஏறுமுகம்.

இருபதாம் நூற்றாண்டில் காபிக்குப் போட்டியாக இன்னொன்றும் களத்தில் இறங்கியது. அம்மண்ணுக்கே உரிய உயரிய சுவைகொண்ட வாழைப்பழங்கள். அமெரிக்க முதலாளித்துவ நிறுவனமான ‘யுனைடெட் ஃப்ரூட் கம்பெனி’ - கோஸ்டா ரிகாவைக் குறிவைத்து அதனுள் 1930ல் காலடி எடுத்து வைத்தது. அதன் அஜெண்டா இதுதான்; கோஸ்டா ரிகாவில் விளையும் வாழைப்பழங்களை சல்லி சான விலையில் வாங்குவது, அதன் காடுகளைக் கபளீகரம் செய்து அதிக அளவில் வாழை விளைவிப்பது, அவற்றை அமெரிக்காவுக்கும்,

ஐரோப்பிய நாடுகளுக்கும் டன் டன்னாக ஏற்றுமதி செய்து லாபத்தில் திளைப்பது.

கோஸ்டா ரிகாவின் தெற்கேயுள்ள, லாஸ் போலாஸ் டெல்டா பகுதியில் காட்டை அழித்து வாழைத் தோட்டங்களை உருவாக்கும் பணியினை யுனைடெட் ஃப்ரூட் கம்பெனியினர் ஆரம்பித்தனர். மரங்களை வெட்டு. குப்பைகளை அகற்று. நிலத்தைச் சமதளமாக்கு. பாறைகள் தடையாக இருக்கின்றனவா? எடு, டைனமைட்டை. பாறைகள் சிதறின. அச்சமயத்தில் ஒரு சில கூலியாள்கள் மட்டும் மரங்களுக்கிடையிலும் புதர்களுக்கிடையிலும், பிற பாறைகளுக்கு மத்தியிலும் அந்த அதிசயத்தைக் கவனித்தனர்.

அட! இங்கே பாருங்கள் இந்தப் பாறைகளை. அழகாகச் செதுக்கப்பட்டதுபோல - கோளமாக! மிகக் கச்சிதமாகக் கோள வடிவில் பாறைகளை செதுக்க இயலுமா என்ன? யார் செய்திருப்பார்கள்? ஏதோ ஒன்றிரண்டு இருந்தால் பரவாயில்லை. வேறு வேறு அளவுகளில் நிறைய பாறைகள் அழகழகான கோளங்களாகக் காட்சியளிக்கின்றனவே!

அவை அதிசயக் கோளங்கள் என்று யுனைடெட் ஃப்ரூட் கம்பெனியினர் உணர்வதற்கு முன்பாகவே, புல்டோசர்களும் டைனமைட்டுகளும் சில கோளங்களைச் சிதைத்திருந்தன. அதற்குப் பின், வெகு ஜாக்கிரதையாக அங்கே பணிகள் மேற்கொள்ளப்பட்டன. இடைஞ்சலாக கோளங்கள் இருக்கின்றனவா? கவனமாக அவற்றை உருட்டி ஓரமாக வைத்துவிட்டு வேலையைப் பார்.

இதற்கிடையே அந்த கூலியாள்கள் மத்தியில் ஒரு கிசுகிசு பரவியது. 'கோளங்களுக்குக் கீழ் யாருக்கும் தெரியாமல் தோண்டிப் பாருங்கள். புதையல்கூட கிடைக்கலாம்.' வியர்வையால் நிலம் நனைந்ததே மிச்சம். 'இம்மாதிரியான பாறைகளின் உள்ளே தங்கம் இருக்குமாம். நான் கேள்விப்பட்டிருக்கிறேன்' - யாரோ ஒரு நபர் கிளப்பிவிட, மீண்டும் டைனமைட்டுகள் வெடித்தன. சில கோளங்கள் தூள் தூளாகின. தங்கமாவது, தகரமாவது!

கம்பெனியினர் கோளங்கள் பற்றி, ஆர்வத்துடன் பேச ஆரம்பித்த பிறகுதான், அப்பிரதேச மக்களே அவற்றைக் கவனிக்க ஆரம்பித்தனர் என்பதுதான் ஆச்சரியம். கம்பெனியின் மேலாளர் ஒருவரின் மகளான டோரிஸ், கோஸ்டா ரிகாவுக்கு வந்திருந்தாள். கோளங்கள் குறித்து தகவல்கள் சேகரித்தாள். American Antiquity என்ற தொல்லியல் பத்திரிகையில் ஒரு கட்டுரையை எழுதினாள் (1943). இந்தக் கல் கோளங்கள் பற்றி முதல் எழுத்து வடிவம் அதுவே. அது

தவிர பண்டைய குறிப்புகள், ஆதி கல்வெட்டுகள் என்று எதுவும் இன்றுவரை கண்டுபிடிக்கப்படவில்லை.

தொல்லியல் ஆய்வாளர்கள் மத்தியில், டோரிஸின் கட்டுரை கவனம் பெற்றது. 1948ல் ஹோவர்ட் பல்கலைக்கழகத்தைச் சேர்ந்த தொல்லியல் ஆய்வாளரான சாமுவேல் லோத்ரோப், தன் மனைவியுடனும், சிறு குழுவினருடனும் கோஸ்டா ரிகாவுக்குப் பெட்டி, படுக்கை கட்டிக் கொண்டு வந்தார், ஆய்வுகளுக்காக.

லோத்ரோப் குழுவினர், கோஸ்டா ரிகாவின் பல்வேறு மாகாணங்களுக்குச் சென்று கோளங்களைத் தேடினர். காடுகள், கடற்கரைகள், ஆற்றங்கரைகள், புல்வெளிகள், மலைப்பகுதிகள் என வெவ்வெறு இடங்களில், சிறியதும் பெரியதுமாக வேறு வேறு அளவுகளில் கோளங்கள் கண்டுபிடிக்கப்பட்டன. பாதிக்கும் மேற்பட்ட கோளங்கள், மண்ணில் பெரும்பாலும் புதைந்திருக்க, கவனமாகத் தோண்டியெடுத்தார்கள். கண்டுபிடிக்கப்பட்ட கோளங்கள் அனைத்துமே கன கச்சிதமாகக் கோள வடிவில் இருந்தன. எதுவுமே அரைகுறையாகவோ, வடிவம் தவறியோ இல்லை.

லோத்ரோப் குழுவினராலும் வேறு சில தொல்லியல் ஆய்வாளர்களாலும் அந்தக் கற்களின் வயதை கண்டறியும் (ரேடியோகார்பன் முறை) முயற்சிகள் நடந்தன. 'இங்கே சுமார் 10000 ஆண்டுகளுக்கு முன்பே மனித நாகரிகம் இருந்திருக்கிறது. கற்கள் அவ்வளவு பழைமையானதல்ல. சில, கி.மு. 200ஐச் சேர்ந்தவை. சில கற்கள் கி.பி. 600 முதல் கி.பி. 1000 வரையிலான காலகட்டத்தைச் சேர்ந்தவை. இந்த அளவீடுகள் எல்லாமே மிகச் சரியானவை கிடையாது. இந்தக் கோளங்களில் அதிகபட்ச வயது நிச்சயம் இரண்டாயிரத்து இருநூறு ஆண்டுகளுக்கும் மேல்.'

கோளங்கள் ஒவ்வொன்றின் வயதிலும் நூற்றாண்டுகால இடைவெளி இருந்ததால் அப்பகுதியில் வாழ்ந்த மக்களின் நாகரிகத்தை ஒப்பிட்டு எந்தவித முடிவுக்கும் வர முடியவில்லை. விதவிதமான யூகங்கள் மட்டும் வெளிவர ஆரம்பித்தன. 'தத்துவஞானி பிளேட்டோ சொன்னாரே. ஆதியில் அட்லாண்டிக் பெருங்கடலில் அட்லாண்டிஸ் என்றொரு கண்டம் இருந்தது. பிரளயம் உண்டாகி அந்தக் கண்டம் ஜலசமாதி ஆகிவிட்டது என்று. இந்தக் கோளங்கள் அந்தக் கண்டத்தைச் சார்ந்தவைதாம்' என்றார்கள் வரலாற்றாளர்கள். சிலர், 'வேற்றுக் கிரகத்திலிருந்து கீழே விழுந்த கற்கள் இவை' என்றார்கள். ஆதி மக்கள், உருவாக்கிய கலாசார அடையாளங்கள். இறந்தவர்களைப் புதைத்து, இறந்த மனிதர்களின் வயதுக்கேற்ற

அளவில் கல்லைச் செதுக்கி அடையாளமாக வைத்தார்கள். இப்படிப் பல யூகங்கள் உண்டு.

இன்றைக்கு கோஸ்டா ரிகாவில் சிறியதும் பெரியதுமாக சுமார் முந்நூறு கச்சிதமான கோளங்கள் வரை உள்ளன. எட்டு அடி விட்டமும் சுமார் பதினாறு டன் எடையும் கொண்ட கோளம்தான் கண்டறியப்பட்டதிலேயே மிகப் பெரியது. கால்பந்தைவிட சிறிய அளவு கோளங்களும் உள்ளன. இந்தக் கோளங்களில் சில மட்டுமே அவை கண்டெடுக்கப்பட்ட அதே இடத்தில் உள்ளன. சில கோளங்கள், அருங்காட்சியங்களும் கடற்கரைகளிலும் உள்ளன. பல கோளங்கள் ஹோட்டல், பூங்கா, மருத்துவமனை, பள்ளிக்கூடம், வீடுகள் என அலங்காரப் பொருள்களாகக் கொண்டு செல்லப்பட்டு விட்டன. இப்படியே இந்த அதிசயக் கோளங்கள் இல்லாமல் போய்விடக்கூடாதென கவலைப்பட்ட ஜான் ஹூப்ஸ் என்ற ஆய்வாளர், யுனெஸ்கோவின் கவனத்துக்கு இந்த விஷயத்தைக் கொண்டு சென்றார். 2010ல் யுனெஸ்கோ, இந்தக் கற்களைப் பாதுகாக்கப்பட வேண்டிய பொக்கிஷப் பட்டியலில் இணைத்து, பராமரிக்க ஒப்புக் கொண்டுள்ளது.

இந்தக் கோளங்கள் இயற்கையானவையா? இல்லை, எனில் செதுக்கப்பட்டவையா? ஆம் எனில், எதற்காக வெவ்வேறு அளவுகளில் செதுக்க வேண்டும்? அதற்குப் பின் உள்ள மர்மம் என்னவாக இருக்கும்? தொல்லியல் ஆய்வாளர்கள் காலம் முழுக்க, அந்தக் கோளங்களில் முட்டி முட்டி யோசித்தால்கூட விடை கிடைக்காதுபோல.

பொதுவாக இம்மாதிரியான அதிசயங்களுக்குப் பின்னால் ஒரு கதை இருக்கும். அது கலாசாரம் சார்ந்ததாகவோ அல்லது ஆதி மக்களின் மத நம்பிக்கை சார்ந்ததாகவோ சொல்லப்படும். கோஸ்டா ரிகா கோளங்களுக்கு அப்படிப்பட்ட கட்டுக்கதைகள்கூட இல்லாததே தனிச் சிறப்பு. வேண்டுமானால் நம் கற்பனை வளம் கொண்டு நாமே ஒன்றை உருவாக்கலாமா.

'அதாகப்பட்டது ஆதி காலத்திலே... விண்ணுலகில் கடவுளர்களும் அசுரர்களும் கூடி வாழ்ந்த சமயத்திலே... அவர்களுக்கிடையில் பகை மூண்டது. 'யார் வலிமையானவர்' என்ற ஈகோ யுத்தம் வெடித்தது. முடிவே இல்லாமல் நடந்த அந்த யுத்தத்திலே, கடைசி ஆயுதமாக கடவுளர்கள் கல் கோளங்களைக் கையில் எடுக்க... அவை அசுரர்கள் மேல் விழுந்து நசுக்க... அதிலே சில கல் கோளங்கள் தவறி பூலோகத்திலே கோஸ்டா ரிகாவிலே வந்து விழ...'

மீண்டும் உலகம் அழியப் போகிறது

எவனோ ஒரு வெள்ளைக்கார ஜோதிடன் தன் திருவாயை வைத்துக் கொண்டு சும்மா இல்லாமல், 'சீக்கிரமே இந்த உலகம் அழிஞ்சிரும்னு தோணுது' என்று கிளப்பி விட்டான். அதைக் கேட்ட மற்ற ஜோதிடர்களால் சும்மா இருக்க முடியுமா என்ன. லண்டனின் ஜோதிடர்கள், வானியல் சாஸ்திர நிபுணர்கள் மாநாட்டுக்கு ஏற்பாடு செய்தார்கள். 1523 ஜூனில் அதில் கூடிப் பேசினார்கள். அது இதுவென எக்கச்சக்கமாகக் கலந்துகட்டி விவாதித்த ஜோதிடர்கள், முடிவாக ஒருமித்த குரலில் தங்கள் கணிப்பை வெளியிட்டார்கள்.

'1524, பிப்ரவரி 1ல் இதுவரை உலகமறியாத அளவுக்கு பெரிய வெள்ளம் வரப்போகிறது. லண்டனில் ஆரம்பிக்கும் அது கொஞ்சம் கொஞ்சமாக இந்த உலகத்தையே மூழ்கடிக்கப் போகிறது.'

ஐரோப்பாவே நடுநடுங்கிப் போனது. அய்யோ, இன்னும் ஒரு வருடம்கூட இல்லையே. அவ்வளவுதானா வாழ்க்கை என்று விரக்தியில் சிலர் விழுந்தார்கள். வாழும் வரை மஜாவாக வாழலாம் என்று வாழ்க்கையைச் சிலர் கொண்டாட ஆரம்பித்தார்கள். 'நாம் மட்டும் எப்படித் தப்பிக்கலாம்?' என்று ரகசியமாகச் சுயநலத் திட்டம் தீட்டிய கனவான்கள், தம் செல்வங்களைப் பாதுகாப்பாகப் பதுக்குவதில் அக்கறை காட்டினார்கள். 'எல்லாம் பொய். ஒண்ணும் நடக்காது' என்று அசட்டையாக தம் வேலையைப் பார்த்த வெகுசிலரும் உண்டு.

ஒரு பணக்காரர், பெரிய, மிக உயரமான, வலிமையான கோட்டை ஒன்றை அவசர அவசரமாகக் கட்டினார். அதில் பல நாள்களுக்குத் தேவையான உணவைச் சேமித்தும் வைத்தார். 'என் கோட்டையில் யார் வேண்டுமானாலும் தஞ்சமடையலாம்' என்று அழைப்பும் விடுத்தார். 1954 ஜனவரி இறுதி வாரத்தில் கோட்டை நிரம்பி வழிந்தது. பிப்ரவரி 1. விடிந்தது. எல்லோரும் பயந்தபடி வானத்தைப் பார்த்தார்கள். சூரியன் சிரித்தது. ஒரு சிறிய கருமேகத்தைக் கூடப் பார்க்க முடியவில்லை. திடீரென மேகம் சூழ்ந்து மழை கொட்டலாம் என்ற பயத்துடன் பொழுதைக் கழிக்க ஆரம்பித்தார்கள். மதியம் வந்தது. மாலை கடந்தது. இரவும் கழிந்தது. அன்றைக்கு வானம், லண்டன் மேல் காறித் துப்பக்கூடவில்லை.

'அப்பாடா, எதுவும் நேரவில்லை' என்ற சந்தோஷம் ஒருபுறம் இருந்தாலும், மக்கள் ஜோதிடர்களைக் கோபத்துடன் முறைத்தார்கள். 'எங்கள் கணிப்பு முற்றிலும் தவறென்று கூற முடியாது. உலகத்தின் அழிவு மிகச்சரியாக நூறு வருடங்கள் தள்ளிப் போயிருக்கிறது என்று உணர்கிறோம். நல்லவேளை, 1624ல் அந்த அழிவைப் பார்க்க நாமெல்லாம் இருக்க மாட்டோம்' என்று அசட்டுத்தனமாகச் சமாளித்தனர் ஜோதிடர்கள். 1624, பிப்ரவரி 1லும் மக்கள் எதிர்பார்த்து பயந்திருக்க, அன்றைக்கும் வானம் 'உச்சா'கூட போகவில்லை.

★

'கிரகங்களின் அமைப்பு சரியில்லாத காரணத்தால் 1524ல் நிச்சயம் மக்களினமே அழிந்துபோகும்' என்று பல ஐரோப்பியக் கோடாங்கிகள் விதவிதமான உச்சரிப்புகளில் சொல்லி வைத்திருந்தார்கள். அதில் முதன்மையானவர் ஜெர்மானிய குறிசொல்லியான ஜோஹன்னஸ் ஸ்டோஃப்லர். 1499லேயே அவர், 'மகா வெள்ளத்தால் மானிடர்கள் மரித்துப் போவார்கள்' என்று அழுத்தமாகச் சொல்லியிருந்தார். அவர் குறித்திருந்த உலகின் இறுதி தேதி, 1524, பிப்ரவரி 20.

பயந்து போயிருந்த ஜெர்மானியர்கள் பலரும், வெள்ளத்திலிருந்து தப்பிப்பதற்காக படகுகளைத் தயாரிக்கும் பணியில் மும்முரமாக ஈடுபட்டனர். வான் இக்லெய்ஹெம் என்ற பிரபு, தனது உறவினர்கள், நண்பர்களோடு தப்பித்துச் செல்வதற்காக மூன்று அடுக்குகள் கொண்ட, வசதியான படகு ஒன்றைக் கட்டியிருந்தார். பிப்ரவரி 20

அன்று காலையிலேயே வானம் மேக மூட்டத்துடன் காணப்பட, லேசாக மழை பொழிய ஆரம்பிக்க, கொஞ்சம் மின்னலும் மின்ன, இடிச் சத்தமும் கேட்க... உயிரைக் கையில் பிடித்துக் கொண்டு மக்கள் கூட்டம் கூட்டமாக ரைன் நதியை நோக்கி ஓட ஆரம்பித்தார்கள். கிடைத்த படகுகளிலெல்லாம் ஏறினார்கள்.

இக்லெய்ஹெமின் படகு கிளம்புவதற்குத் தயாராக இருந்தது. கூட்டமாக மக்கள் ஓடி வருவதைப் பார்த்ததும் படகை வேகமாகக் கிளப்பச் சொன்னார் அவர். மக்கள் நீரில் இறங்கி, முண்டியடித்துக் கொண்டு படகில் ஏற முயற்சி செய்ய, இக்லெய்ஹெம் தன் வாளை உருவினார். 'யாராவது ஏறினா வெட்டிப்புடுவேன் வெட்டி...'

மழையும் விடவில்லை. உயிர் பயம். படகில் ஏற முடியாமல் போய்விடுமோ என்ற தவிப்பு. நெரிசல். அடிதடி. கிட்டத்தட்ட நூறு பேர் மிதிபட்டு, நசுங்கிச் செத்துப் போனார்கள். அந்தக் கலவரத்தில் இக்லெய்ஹெமினும் அடித்துக் கொல்லப்பட்டிருந்தார். அப்போது மழை விட்டிருந்தது. வானம் தெளிவடைந்திருந்தது. அந்தக் குறிசொல்லி ஜோஹன்னஸ், கொஞ்சம்கூட அலட்டிக் கொள்ளாமல் 1528ல் அடுத்த 'உலகின் இறுதி நாளை'க் குறித்தார். ஜெர்மானியர்களுக்குப் புத்தி தெளிந்திருந்ததுபோல; யாரும் அதனைச் சட்டை பண்ணவில்லை.

★

'நிகழவிருக்கும் இன்ன வருடத்தில் இன்ன தேதியில் இன்னென்ன காரணங்களில் இன்ன மாதிரி இப்பூமி அழியப் போகிறது' என்று குறி சொல்லி கிலி கிளப்புவது என்பது இன்று நேற்றல்ல, இயேசு பிறப்பதற்கு பல நூற்றாண்டுகளுக்கு முன்பிருந்தே காலம் காலமாக நடந்து கொண்டிருக்கும் விஷயம்தான். இதை ஆரம்பித்து வைத்தவர்கள் என்ற பெருமை ஆதி இன மக்களான அசிரியர்களைச் சாரும். 'இந்த உலகம் மிகவும் சீர்கெட்டுப் போக ஆரம்பித்துள்ளது. எங்கு பார்த்தாலும் குற்றங்கள். லஞ்சமும் ஊழலும் மலிந்து விட்டன. குழந்தைகள் பெற்றோர்களை மதிப்பதில்லை. இவையெல்லாம் உலகம் தன் இறுதிக் காலத்தை நெருங்குவதைத்தான் குறிக்கின்றன' என்று அசிரியர்கள், கி.மு. 2800லேயே கல்வெட்டு ஒன்றில் தம் கவலையைச் செதுக்கி வைத்திருக்கிறார்கள்.

ரோமானியர்களும் கிமு முதல் கிபி வரை பல சமயங்களில் 'உலக அழிவை' நினைத்து உயிர் நடுங்கிய சம்பவங்கள் நிறைய

வில்லியம் விஸ்டன்

உண்டு. கிபி 247ல் ரோம் தோன்றி ஆயிரமாவது ஆண்டு கொண்டாட்டங்கள் நிகழ்ந்து கொண்டிருந்தன. அப்போது அங்கே வாழ்ந்த கிறித்தவர்களுக்கு எதிரான கொடுமைகள் அதிகரித்திருந்தன. 'தீயவர்களை அழித்து நல்லவர்களை மீட்க, ரட்சகர் தோன்றுவார்' என்று ரோம் கிறித்துவர்கள் பிரசாரம் செய்தனர். அதனால் அவர்கள் கூடுதலாக துன்பத்தை அனுபவித்ததுதான் மிச்சம்.

இதேபோல இயேசு கிறிஸ்துவின் பெயரைச் சொல்லிப் பலரும் 'இறுதி நாளை'க் குறிக்க ஆரம்பித்தனர். 'இதோ உலகின் தீர்ப்பு நாள் நெருங்கி விட்டது. தேவன் வருவார். நம்மை ஆட்கொள்வார்' என்கிற ரீதியிலான 'பொய்யான கணிப்புகள்' நூற்றாண்டுகளெங்கும் விரவிக் கிடைக்கின்றன. பல்வேறு காலங்களில் வாழ்ந்து மறைந்த வானியல் நிபுணர்கள், ஜோதிட வல்லுனர்கள், தீர்க்கதரிசிகள் பலரும் தம் பங்குக்கு உலக அழிவு நாளைக் குறித்திருக்கின்றனர். அந்த குறிப்பிட்ட பீதி தினம் நெருங்க நெருங்க மக்கள் மரண பயத்தில் உறைவதும், அப்போது எதுவும் நிகழாமல் போனதும் சாதாரண நிலைக்குத் திரும்புவதும் 'மாறாத நடைமுறை' ஆகிப் போனது.

கிபி 2000ல் உலகம் அழிந்து போகும் என்று கிளம்பிய வதந்திகள்போல, கிபி 1000லும் கிளம்பின. 999 முடிந்து 1000 பிறக்கும் வேளையில் இயேசு நிச்சயம் வந்தே தீருவார் என்று அழுத்தமான நம்பிக்கையுடன் கிறித்துவர்கள் பிரசாரம் செய்ய, மற்றவர்களும் 'ஒருவேளை வந்துவிடுவாரோ' என்ற அரைகுறையாக நம்ப ஆரம்பித்தனர். விளைவு கிபி 999ல் மக்களின் நடைமுறை வாழ்க்கையே மாறிப்போனது. 'எப்படியும் அடுத்த ஆண்டு இந்த உலகம் அழிந்து விடும்' என்ற எண்ணத்தில் விவசாயத்தைக் கைவிட்டனர். பலர் தொழில் செய்யவில்லை. நிறைய பாவங்கள் செய்துவிட்டோமோ என்கிற பயத்தில் சிலர், ஏழைகளையும் பிச்சைக்காரர்களையும் தேடித் தேடி உதவி செய்ய ஆரம்பித்தனர். தேவாலயங்கள் எப்போதுமே பிஸியாக இருந்தன. தம் வீடு,

வாசல், சொத்துகளையெல்லாம் விட்டுவிட்டு மக்கள் கூட்டம் கூட்டமாக ஜெருசலேத்தை நோக்கி புனித யாத்திரை சென்றனர். ஜெருசலேம் நிரம்பி வழிந்தது. ஆண்டு 1000 பிறந்தது. 1001ம் வந்தது. வரவேண்டியவர்தான் வரவில்லை.

★

வில்லியம் விஸ்டன். பதினெட்டாம் நூற்றாண்டில் லண்டனில் வாழ்ந்த அறிஞர், கணிதவியலாளர். அவர் வார்த்தைக்கு எப்போதுமே சமூகத்தில் மதிப்பு இருந்தது. 1736ன் ஆரம்பத்தில், 'இந்த உலகின் அழிவுக் காலம் ஆரம்பித்துவிட்டது. விரைவில் பெரிய விண்கல் ஒன்று வந்து பூமிமேல் மோதப் போகிறது. மாபெரும் பூகம்பம் ஏற்படப் போகிறது. என் கணிப்பின்படி அக்டோபர் 13 அன்று லண்டன் நகரமே நீரில் மூழ்கிக் காணாமல் போகப் போகிறது' என்று கட்டியம் கூறினார் அவர்.

ஒரு பெரிய மனிதர் இப்படிச் சொன்னால் மக்கள் நம்பாமல் இருப்பார்களா. வெள்ளம் வரும்போது எங்கே ஏறி நிற்கலாம் என்று இடம் பார்த்து வைத்துக் கொண்டார்கள். அந்தக் குறிப்பிட்ட நாள் நெருங்கவும் கூட்டம் கூட்டமாக அருகிலிருந்த மலைமேல் ஏறிக் கொண்டார்கள். மழையும் பெய்யவில்லை. மண்ணாங்கட்டியும் மோதவில்லை. புலம்பிக் கொண்டே வீட்டை நோக்கி வந்த லண்டன்வாசிகளுக்கு பேரதிர்ச்சி காத்திருந்தது. ஆளில்லா வீடுகளில் திருடர்கள் தம் கைவரிசையைக் காட்டிவிட்டுப் போயிருந்தார்கள். 1752 வரை உயிர் வாழ்ந்த விஸ்டன், இந்தச் சம்பவத்துக்குப் பிறகு சாப்பிடுவதற்கும், கொட்டாவி விடுவதற்கும் மட்டுமே வாயைத் திறந்தார்.

★

ஒரு மனிதன் தன்னிலை இழந்து இருக்கும் நேரம். அவன் உடலில் ஏதோ ஒரு சக்தி புகுந்து, அவன் வழியாக ஏதோ ஒரு செய்தியை எழுதி வைத்து விட்டுச் செல்லும். அந்த மனிதனுக்கு நினைவு திரும்பும்போதுதான் அதில் என்ன எழுதப்பட்டிருக்கிறது என்பது தெரிய வரும். எழுதப்பட்டிருக்கும் மொழி புரியாமல்கூட போகலாம். இதனை ஆங்கிலத்தில் Automatic Writing என்கிறார்கள்.

'என் வழியாக கடவுள் ஒரு விஷயத்தை எழுதி வைத்திருக்கிறார். ஆம், இந்த பூமி வெகுசீக்கிரமே முடிவுக்கு வரப்போகிறது.

அதுவும் நீரால்.' சிகாகோவைச் சேர்ந்த பெண்மணியான டோரத்தி மார்ட்டின், 1954ல் இப்படி ஒரு செய்தியை வெளியிட்டார். டோரத்தி சாதாரண பெண்மணிதான். எனவே முதலில் அவரது வார்த்தைகள் கவனிக்கப்படவில்லை. '...இதோ கடவுள் அடுத்த செய்தியை எழுதி வைத்துவிட்டார். தன்னை நம்பி வருபவர்களையெல்லாம் கிளாரியான் என்ற கிரகத்துக்கு அழைத்துச் செல்லவிருக்கிறார். 1954, டிசம்பர் 21ல் உலகம் அழியப் போகிறது.'

டோரத்தியின் இரண்டாவது செய்தி, எல்லோரையும் திரும்பிப் பார்க்க வைத்தது. பலரும் அவளது வீட்டைத் தேடிச் செல்ல ஆரம்பித்தார்கள். எல்லோரிடமும் பொறுமையாக 'உலக அழிவு' குறித்த பிரசாரத்தை மேற்கொண்டாள் டோரத்தி. அவளது சொற்களை முழுமையாக நம்பும், அவள் கட்டளைகளுக்கு அப்படியே கீழ்படிந்து நடக்கும் ஒரு கூட்டம் சேர்ந்தது. பலர் தாம் பார்த்துக் கொண்டிருந்த வேலையை, தமது குடும்பத்தைக் கூட உதறிவிட்டு வந்து டோரத்தியின் சீடர்கள் ஆனார்கள்.

'வேற்றுக் கிரகக் கடவுளின் பிரதிநிதி' என தன்னை அறிவித்துக் கொண்ட டோரத்தி, கிளாரியான் கிரகத்தைச் சேர்ந்த தேவதூதன் சனண்டா தன்னிடம் தொடர்ந்து பேசி வருவதாகச் செய்தி சொல்லிக் கொண்டே இருந்தாள். 'டிசம்பர் 21, அதிகாலை 4 மணியளவில் சாஸர் வடிவிலான பறக்கும் தட்டு விண்ணில் தோன்றும். அதில் தேவதூதன் சனண்டா வருவார். தன்னை முழுமையாக நம்புவோரை மட்டுமே பறக்கும் தட்டில் அழைத்துச் செல்வார். அதன்பின் உலகம் ஜல சமாதி அடையும்.' இது டோரத்தி அந்த நாள் நெருங்கும்போது சொன்ன செய்தி.

'பறக்கும் தட்டில் பயணம் செய்யும்போது உலோகங்கள் உருகி விடும். எனவே அவற்றைத் தவிர்த்து விடுங்கள்' என்று டோரத்தி விநோதமான நிபந்தனை ஒன்றைச் சொல்லியிருந்தாள். எனவே ஆண்கள் ஜிப்பே இல்லாத உடைகளை அணிந்து வந்தனர். பெண்கள் தம் உள்ளாடையிலிருந்த உலோகங்களைக் கூட பிய்த்து எறிந்திருந்தனர். எல்லோருமே டிசம்பர் 20ன் இரவில் டோரத்தி வீட்டின் கொல்லைப் புறத்தில் குவிய ஆரம்பித்தனர். டிசம்பர் 21 பிறந்ததும், டோரத்தியின் தலைமையில் பிரார்த்தனைகளுடன் வாய்பிளந்தபடி வானத்தைப் பார்த்துக் கொண்டிருந்தனர். இதையெல்லாம் நம்பாத டோரத்தியின் கணவர், வீட்டினுள் குறட்டை விட்டுக் கொண்டிருந்தார்.

மணி அதிகாலை நான்கை நெருங்கியது. நான்கரையைத் தாண்டியது. விடிந்தும் விட்டது. எதுவும் வராத வெறுப்பில், பலர் டோரத்தியைத் திட்டியபடி கலைந்து சென்றனர். அதற்குப் பின்பும் டோரத்தியின் சீடர்களாக பலர் நீடிக்கவே செய்தனர். டோரத்தி மீண்டும் 'உலக அழிவு' குறித்தும், கிளாரியான் கிரகம் குறித்தும் பிரசாரத்தை ஆரம்பித்தாள். 'ஜெயில்லயோ, பைத்தியக்கார ஆஸ்பத்திரிலயோ பிடிச்சுப் போட்டிருவோம்' என்று அரசாங்கம் எச்சரித்தபின் வாய் பொத்திக் கொண்டாள்.

★

கூப்பை மேட்டில் தேமேவென மேய்ந்து கொண்டிருந்த ஒரு கோழியின் மேல் திடீரென 'மஞ்சள் வெளிச்சம்' பாய, அந்தக் கோழி மிரண்டு போனது. கோழி மட்டுமல்ல; கோழியைக் கண்டு மக்களும்தான். 'இதுதான் என் கோழி போட்ட புனித முட்டை. தேவன் வரப்போவதை என் கோழி மூலம் சொல்லியனுப்பி இருக்கிறார். அடுத்தடுத்த முட்டைகளில் அடுத்தடுத்த செய்தி வரும் என்று நினைக்கிறேன்' என அந்தக் கோழியின் சொந்தக்காரியான மேரி விழிகள் விரியப் பொதுமக்களிடம் பேசினாள். "Christ is coming" என்ற செய்தியுடன் கூடிய ஒரு முட்டையையும் காண்பித்தாள். இது நடந்தது 1806ல், இங்கிலாந்தின் லீட்ஸ் நகரத்தில்.

'இறுதித் தீர்ப்பு நாள் நெருங்கிவிட்டது' என்று செய்தி சொன்ன அடுத்த முட்டையையும் காட்டினாள். விஷயம் ஐரோப்பாவெங்கும் திகுதிகுவெனப் பரவியது. அச்சமயத்தில் புயல், மழை, சூறாவளி, அவற்றால் உயிரிழப்புகள் என்று இயற்கையும் விளையாட, கிறித்துவர்கள் பயப்பட ஆரம்பித்தார்கள். கோழியைத் தேடி ஓடி வருபவர்களது எண்ணிக்கை அதிகமாக ஆரம்பித்தது.

'என் கோழி விரைவில் தனது கடைசி முட்டையை இடப்போகிறது. அதில் இந்த உலகின் கடைசி நாள் குறிக்கப்பட்டிருக்கும். அந்த நாளில் இறைவனோடு சொர்க்கத்துக்குச் செல்ல நீங்கள் நினைத்தால் அதற்கான ரகசியச் சீட்டை என்னிடம் வாங்கிக் கொள்ளலாம்' என்று அறிவித்தாள். பலரும் முண்டியடித்து வந்தார்கள். பணம் குவிந்தது. 'கோழி புனித முட்டையிடுவதை நாங்கள் கண்ணால் பார்த்தால்தான் நம்புவோம்' என சிலர் எதிர்க்குரல் எழுப்பினார்கள். மேரி வேறு வழியில்லாமல் அதற்கு ஒப்புக்கொண்டாள்.

ஒருநாள் காலையில் சிலர், மேரியின் வீட்டுக்குப் பின்புறம் ஒளிந்திருந்தார்கள். மேரி, கையில் ஒரு முட்டையுடன் வந்தாள். கோழியைப் பிடித்து அதன் பிறப்புறுப்பில் முட்டையைத் திணிக்க முயற்சி செய்தபோது பிடிபட்டாள். முட்டையை வாங்கிப் பார்த்தார்கள். அதில் ஒரு வகை மையால் 'செய்தி' எழுதப்பட்டிருந்தது. முட்டையால் பலரையும் 'கூமுட்டை'யாக்கிய மேரி சிறையிலடைக்கப்பட்டாள்.

★

தேவதூதன் கேப்ரியேல் 1925, பிப்ரவரி 13 வெள்ளியன்று தோன்றப் போகிறார். அன்று உலகம் அழியப் போகிறது. பாவிகளை இங்கேயே விட்டுவிட்டு, பரிசுத்தமானவர்களை மட்டும் தன்னுடன் அழைத்துச் செல்வார். இப்படி ஒரு செய்தி அமெரிக்காவில் மூலை முடுக்குகளெங்கும் பரவ ஆரம்பித்தது. அந்த நாளை நினைத்து பயத்தில் சிலர் முன்னரே தற்கொலை செய்து கொண்டனர். ராபர்ட் ரெய்ட் என்ற பெயிண்டர், நியு யார்க் நகரில் வெளியாகும் பத்திரிகைகள் அனைத்திலும் விளம்பரம் ஒன்றைக் கொடுத்தார். 'நம்பிக்கையுள்ளவர்கள் என்னோடு வாருங்கள். காப்ரியேலிடம் நான் அழைத்துப் போகிறேன்.'

அன்றைய தினத்தில் உயிர் மேல் அதீதப் பிரியம் கொண்ட பலரும் ராபர்ட் தலைமையில் ஒரு மலை உச்சிக்குச் சென்றனர். பிரார்த்தனைகள் நிகழ்ந்தன. நள்ளிரவு வேளை. 'கேப்ரியேல்... கேப்ரியேல்...' - ராபர்ட் தன் கைகளை வானை நோக்கி உயர்த்தியபடி பெருங்குரலெடுத்துக் கத்த ஆரம்பித்தார். உடனிருந்தவர்களும் கத்தினர். சத்தம் நிற்கவில்லை. தொண்டை வற்ற, இரவு கரைந்தது. எல்லோருமே ஒருவரை ஒருவர் ஏமாற்றத்துடன் பார்க்க ராபர்ட் சமாளித்தார்.

'புகைப்படக்காரர்கள் பலர் குவிந்து விட்டனர். தவிர, நம்பிக்கையில்லாத பலரும் இங்கே வந்து விட்டனர். எனவேதான் கேப்ரியேல் வரவில்லை.'

★

'அன்றைய தினத்திலே எட்டுக் கிரகங்களும் மகர ராசியிலே ஒரே நேர்க்கோட்டிலே ஒண்ணு சேர்றது லோகத்துக்கு நல்லதுல்லே. துர்சம்பவங்களாலே லோகம் அழியறதுக்கு வாய்ப்பிருக்கு...' - இது

வெளிச்சத்தின் நிறம் கருப்பு / 301

மாயர்களின் காலண்டர்

இந்திய ஜோதிடர்கள் 1961ல் கணித்த ஜோதிடம். அவர்கள் உலக அழிவுக்குக் குறித்த நாள் 1962, பிப்ரவரி 2. குறித்த நேரம் பகல் 12.05லிருந்து 12.15க்குள். இதே விஷயத்தை ஐரோப்பியர்களும் அமெரிக்கர்களும் வேறு மாதிரி கணித்து, கண்களில் பயத்துடன் திரிந்தனர். இந்தியாவில் கோயில்கள் எல்லாம் பரபரப்பாயின. ஆங்காங்கே யாகங்கள், விசேஷ பூஜைகள் நடத்தப்பட்டன. பர்மாவின் பிரதமர் யூ நூ, சிறப்பு பூஜைக்கு ஏற்பாடு செய்திருந்தார். துர்சக்திகளை விரட்டுவதற்காக அவர் பலிகொடுத்த உயிர்களின் பட்டியல் : எருது 3, பன்றி 3, ஆடு 9, கோழி 60, வாத்து 60, புறா 120, மீன் 120, நண்டு 218.

பிப்ரவரி 2ல் எல்லோருடைய முகத்திலும் மரண பயம். பிரதமர் நேரு அறிக்கை விட்டார். 'எதுவும் நிகழப் போவதில்லை. எனக்கு சிரிப்புத்தான் வருகிறது.' மணி 12.15ஐக் கடந்தது. மக்கள் முகத்தில் கொஞ்சம் கொஞ்சமாக மிரட்சி குறைய ஆரம்பித்தது. பின் சொல்லிக் கொண்டனர், 'நம்ம பிரார்த்தனைகள் பலிச்சுருச்சு. கடவுள் நம்மளைக் காப்பாத்திட்டார்!'

★

உலகின் நம்பர் ஒன் கோடாங்கியான நாஸ்ராடாமஸும் உலகம் எப்போது அழியும் என்பது குறித்து சொல்லி வைத்திருக்கிறார். 'ஏப்ரல் 25, வெள்ளிக்கிழமையாக வரும் ஒரு வருடத்தில் உலகம் அழியலாம்' என்பது அதில் ஒரு குறிப்பு. நாஸ்ராடாமஸ் சொல்லிய பல விஷயங்கள் பலித்திருக்கின்றனவே. அவரது சொல்லை வலது காதில் வாங்கி இடது காதில் விட முடியாதல்லவா. கடந்த நூற்றாண்டுகளில் ஏப்ரல் 25ம் வெள்ளிக்கிழமையும் கைகோர்த்து சிலமுறை கடந்து சென்றுவிட்டன. வருகின்ற 2036ல் மீண்டும் அந்த தினம் வரவிருக்கிறது.

அதற்கு முன்பே 2012, டிசம்பர் 21 அன்று உலகம் அழிந்துவிடும் என்று மாயன் காலண்டரை வைத்து ஒரு கும்பல் பிரசாரம் செய்தார்களே. கொலம்பியா பிக்சர்ஸும், '2012' என்று படம் வெளியிட்டு, உலகம் அழிவதை கிராபிக்ஸில் தத்ரூபமாகக் காட்டி, கல்லாவும் கட்டிக் கொண்டதே. கடந்து போன டிசம்பர் 21ல்கூட பலர் தொங்கிப் போன முகத்துடன் 'இன்னும் ஒரு வருஷம்தான் உயிர் வாழப் போறோம்' என கவலைப்பட்டுக் கொண்டார்களே. இதன் பின்னணி என்ன?

முதல் காரணம், மாயர்களின் Aztec காலண்டர். மாயர்களின் காலம் என்பது கிறிஸ்து பிறப்பதற்கு சுமார் மூவாயிரம் ஆண்டுகளுக்கு முன்பே தொடங்கி, கிபியில் பதினைந்தாம் நூற்றாண்டு வரை என நம்பப்படுகிறது. மத்திய அமெரிக்காவிலும், மெக்ஸிகோ பகுதிகளிலும் வாழ்ந்த மாயர்கள், ஜோதிட சாஸ்திரத்திலும் வானியலிலும் வல்லவர்கள். கிமு 3113ல் தொடங்கும் அந்த காலண்டர் கிபி 2012, டிசம்பர் 21 தேதியுடன் முடிந்துவிடுகிறது. ஆக அதுவே உலகின் கடைசி தினமாக இருக்கும் என்பது பலரது கணிப்பாக இருந்தது.

மாயர்களின் ஒரு வருடம் என்பது 260 நாள்களைக் கொண்டது (அதாவது குழந்தையின் கர்ப்ப கால அளவு). அதில் பல்வேறு நுணுக்கங்கள் உள்ளன. அவர்கள் நீண்ட காலம் கொண்டதாக, குறுகிய காலம் கொண்டதாக மொத்தம் நான்கு வகை காலண்டர்களைப் பயன்படுத்தியதாகத் தெரிகிறது. தற்போது கருத்தில் கொள்ளப்படும் Aztec காலண்டரின் ஒரு சுழற்சி நிறைவுபெற்று, அடுத்த சுழற்சி ஆரம்பிக்கலாம். அல்லது நாமறியாத வேறொரு காலண்டரை அவர்கள் உருவாக்கி வைத்திருக்கலாம். ஆகவே மாயன்

காலண்டர்படி டிசம்பர் 21ல் உலகம் மயானமாகிப் போய்விடும் என்று பயப்படுவது அர்த்தமற்றது. இது பல அறிவியலாளர்கள், வரலாற்று ஆய்வாளர்களின் அழுத்தமான கருத்து.

இரண்டாவது காரணம், நிபுரு என்ற மர்மக் கிரகம். சுமேரியர்கள் கண்டுபிடித்ததாகச் சொல்லப்படும் இந்தக் கிரகம், கடந்த மே 2003லேயே பூமியின் மீது மோதப் போவதாகச் சொன்னார்கள். அது நடக்கவில்லை. சற்று தாமதமாக டிசம்பர் 2012 மோதும் என்றார்கள். ஆனால், 'எல்லாம் பொய். அப்படி ஒரு கிரகமே கிடையாது' என்று சத்தியம் செய்கிறார்கள் நாஸா விஞ்ஞானிகள்.

2012ன் இறுதியில் பூமிப் பந்து 180 டிகிரி திசை மாறி சுழல ஆரம்பிக்கும். இதனால் மாபெரும் பூகம்பம் ஏற்பட்டு, கடல் கொந்தளிப்புகளால் கண்டங்களெல்லாம் மூழ்கிப் போகும் என்கிறது Polar Shift Theory. இதையும் நாஸா விஞ்ஞானிகள் சொல்ல வேண்டாம், 2012ஐக் கடந்து வந்துவிட்ட நமக்கே தெரிந்திருக்கும் அதுவும் கப்ஸா என்று.

இதுவரை உலகம் அழியப் போகிறது என்று எத்தனையோ பேர் சொல்லி ஓய்ந்துவிட்டார்கள். சுமார் நான்கு பில்லியன் வயது கொண்ட நமது பூமி அமைதியாகச் சுற்றிக் கொண்டுதான் இருக்கிறது. ஆகவே, நாமும்...

சயனைடின் சுவை

சுமார் இருபது அடி நீளமுள்ள தடிமனான கயிறு அது. அதனைக் கையில் ஏந்தியிருந்த அந்த மாயவித்தைக்காரர் கண்களை மூடி தன் தலையைக் குனிந்திருந்தார். அவரது உதடுகள் ஏதோ மந்திரத்தை முணுமுணுத்தபடி இருந்தன. கூட்டம் அசுவாரசியமாக சலசலத்துக் கொண்டிருந்தது. மாயவித்தைக்காரர் கயிறைக் காற்றில் சுழற்ற ஆரம்பித்தார். வேகமாகச் சுழற்றியபடியே கயிறை வான் நோக்கி வீசினார். கூட்டத்தின் பார்வை மேல்நோக்கி உயர்ந்தது. மீண்டும் கீழிறங்கவில்லை. கயிறும்தான். வானுக்கும் நிலத்துக்கும் பாலமாக கம்புபோல விறைத்து நின்றது.

'ஏ பையா! ஏறு அதிலே!'

ஜிகுஜிகு உடையணிந்திருந்த மாயவித்தைக்காரர், தன்னைப் போலவே உடையணிந்திருந்த தன் கூட்டாளி சிறுவனை ஏவினார். அந்தச் சிறுவன் கூட்டத்தினரைப் பார்த்து கைகளை சந்தோஷமாக அசைத்தான். விறைத்து நின்று கொண்டிருந்த கயிறைப் பற்றினான். வாலில்லா குரங்குபோல சடசடவென கயிறில் ஏறினான். கயிறு வளையவோ, நெளியவோ, சுருண்டு விழவோ இல்லை. கயிறின் உச்சியை அடைந்தான். பறக்கும் விமானம் ஒன்று மேகத்துக்குள் மறைவதுபோல, காணாமல் போனான். கூட்டம் வாய்பிளந்தது.

35

மாயவித்தைக்காரர், பி.எஸ். வீரப்பாவின் ஜெராக்ஸ் சிரிப்பு ஒன்றைச் சிரிக்க, யாருக்கும் பதிலுக்குச் சிரிக்கத் தோன்றவில்லை. அவர், வாள் ஒன்றைத் தன் பற்களால்

கவ்வியபடி, கயிற்றைப் பிடித்தார். விறுவிறுவென மேலே ஏறினார். உச்சியை அடைந்தார். வாளைக் கையில் எடுத்தார். சூரிய ஒளி பட்டு வாளின் முனை பளபளத்தது. கூட்டத்தினர் கண்கள் கூச வான்நோக்கி மௌனமாக 'ஆ' உச்சரித்துக் கொண்டிருந்தனர்.

ஹாரி பிரைஸ்

மாயவித்தைக்காரர், தன் வாளை காற்றை வெட்டுவதாக சிலமுறை குறுக்கும் நெடுக்குமாக வீசினார். ஒரு சில நொடிகள் கடந்திருக்கும். மேலே ஏறிச் சென்று மாயமாகிப் போன சிறுவனின் உடல் பல துண்டுகளாகத் தரையில் விழுந்தது. கூட்டம் அதிர்ந்து சில அடிகள் விலகி நின்றது. சிலர் மயங்கிக் கூட விழுந்தனர். மாயவித்தைக்காரர், ரத்தம் சொட்டும் வாளைத் தன் பற்களால் கவ்வியபடி சரசரவென கயிற்றிலிருந்து கீழே இறங்கினார். கண்களால் கயிற்றுக்கு கட்டளை இட்டார். அது பெட்டிப் பாம்புபோல சுருண்டு விழுந்தது.

மீண்டும் அந்த வில்லச் சிரிப்பு. 'அடேய் படுபாவி கொலைகாரா' என்று சிலர் மாயவித்தைக்காரரை மனத்துக்குள் சபிக்க ஆரம்பித்திருந்தனர். அவரோ தன் வாளை உறைக்குள் சொருகிவிட்டு, அங்கே மடித்து வைக்கப்பட்டிருந்த ஒரு கம்பளத்தை எடுத்து உதறி, தரையில் விரித்தார். சிதறிக் கிடந்த அந்தச் சிறுவனின் உடல் துண்டுகளை அந்தக் கம்பளத்தில் ஓர் ஒழுங்குப்படி அடுக்கினார். அந்தக் கம்பளத்தைச் சுருட்டினார். மீண்டும் கண்களை மூடி ஏதோ மந்திரத்தை முணுமுணுக்க ஆரம்பித்தார். அடுத்து நிகழவிருப்பது அதிசயமா, அல்லது மீண்டும் அதிர்ச்சிதானா? கூட்டத்தினரின் கண்கள் விரிந்து கிடந்தன.

கம்பள மூட்டை அசைந்தது. படாரென கம்பளத்துக்குள் இருந்து அந்தச் சிறுவன், முழுமையான உடலுடன், எந்தவிதக் காயமும் இன்றி, பழையபடி சிரித்துக்கொண்டு எழுந்து நின்றான். கூட்டத்தினரை நோக்கிக் கையை அசைத்தான். எழுந்த ஆரவார ஒலியை, மாயவித்தைக்காரர் பெருமிதத்துடன் எதிர்கொண்டார்.

கயிறு வித்தை

இந்த வித்தை இந்தியாவிலும் ஆசியாவின் சில பகுதிகளிலும் நடத்தப்பட்டதுதான். இந்த மாயவித்தையை உருவாக்கியது யார், எந்தக் காலகட்டத்திலிருந்து அரங்கேற்றப்படுகிறது என்ற வரலாறு தெரியவில்லை. ஆனால், இந்தியாவுக்கு வந்த மார்க்கோ போலோ, இபின் பதூத்தா உள்ளிட்ட வெளிநாட்டுப் பயணிகள், இந்த கயிறு வித்தை குறித்து வியந்து எழுதி வைத்திருக்கிறார்கள். மகுடி ஊதினால், சுருண்டு கிடக்கும் கயிறு, பாம்பைப் போல படமெடுத்து எழுந்து, அப்படியே வானை நோக்கி உயரமாக வளரும் வித்தை குறித்தும் வியந்திருக்கிறார்கள்.

இவை எல்லாம் நிஜம்தானா அல்லது அந்தப் பயணிகள் ஒரு சுவாரசியத்திற்காக விட்ட கதையா? இந்தக் கயிறு வித்தை உண்மை எனில், அத்தனைச் சக்தி வாய்ந்த மேஜிக் மேதைகள் இந்தியாவில் வாழ்ந்தது நிஜம்தானா?

எல்லாம் உட்டாலக்கடி கண்கட்டுவித்தை என்று நிரூபிக்க பிரிட்டனைச் சேர்ந்த ஆய்வாளரான ஹாரி பிரைஸ் (Harry Price) சென்ற நூற்றாண்டின் ஆரம்பத்தில் களமிறங்கினார். '...வித்தையை நிகழ்த்த அவர்கள் தேர்ந்தெடுக்கும் இடம் பெரும்பாலும் அடர்ந்த மரங்கள் இருக்கும் பகுதியாகத்தான் இருக்கும். கயிறு விறைத்துக் கொண்டு நிற்பதில்லை. அது கண்ணுக்குத் தெரியாமல் மறைவாக, மரங்களுக்கிடையில் கட்டப்பட்டிருக்கும் கம்பிகளின் மூலம் தொங்கிக் கொண்டிருக்கும். வாளிலிருந்து சொட்டியது நிஜ ரத்தமல்ல. மேலிருந்து விழுவது பையனின் உடலல்ல; வேறு ஏதோ விலங்குகளின் தோலும் மாமிசமும்தான்...' -இவையெல்லாம் ஹாரி பிரைஸின் கருத்துகள். இந்தக் கயிறு வித்தையின் மர்மப் பக்கங்களை ஆராய்வதற்கென்றே பல ஐரோப்பியர்கள் பெட்டி கட்டிக் கொண்டு இங்கே வந்து சென்றுள்ளனர்.

'ஹாரி பிரைஸ் ஆராய்ந்த வித்தைக்காரர் வேண்டுமென்றால் அவரை அப்படி ஏமாற்றியிருக்கலாம். இந்தக் கயிறு வித்தையெல்லாம் சாதாரணம். உயிரை உடல் விட்டு உடல் மாற்றுவது உள்ளிட்ட பல அதிசயங்களை நிகழ்த்திய மாயவித்தைக்காரர்கள் இந்தியாவில் இருந்திருக்கின்றனர்' என்ற வாதங்கள் தொடர்ந்து கொண்டுதான் இருக்கின்றன.

★

ஆல்செனின் வீட்டில் அன்றைக்கு சிக்கன் குழம்பா அல்லது சிக்கன் பிரியாணியா அல்லது சிக்கன் அறுபத்தைந்தா, என்ன சமையல் செய்யவிருந்தார்கள் என்பது சரித்திரத்தில் எங்கேயும் பதிவாகவில்லை. ஆனால் வெட்டுப்பட்ட அந்தக் கோழி, 'சிக்கன் சூப்பர் ஸ்டாராக' இன்றைக்கு வரை சரித்திரத்தில் வலம் வந்து கொண்டிருக்கிறது. மைக் என்பது அந்தக் கோழியின் பெயர். அதற்குக் கிடைத்த புகழின் பின்னணி?

1945, செப்டெம்பர் 10. அமெரிக்காவின் கொலரடோ மாகாணத்தி லுள்ள ஃபுரூட்டா நகரைச் சேர்ந்த விவசாயி ஆல்சென், வீட்டில் ஹாயாக அரைத்தூக்கத்தில் இருந்தார். 'ஏனுங்க, ச்சும்மாதான ஒக்காந்துக்கிட்டிருக்கீங்க... போயி, ஒரு கோழியை அடிச்சு, உரிச்சு கொண்டாங்க. சமையல் பண்ணனும்' - என அவரது மனைவி அவருக்கு வேலை கொடுத்தாள். தட்ட முடியாது. தட்டினால் வசவு வார்த்தைகளைக் கொட்டிக் கொண்டே இருப்பாள் அந்தத் திருமதி. அதற்குப் பயந்தே எழுந்தார் ஆல்சென். நிதானமாகச் சோம்பல் முறித்துவிட்டு, கோடாரியைக் கையில் எடுத்துக் கொண்டு கொல்லைப் புறத்துக்குப் போனார். கோழிகள் மேய்ந்து கொண்டிருந்தன. எதை வெட்டுவது? அவருக்கு அவ்வளவாக ஆகாத கோழியான 'மைக்'கைப் பிடித்தார். வெட்டுவதற்கேற்ற கோணத்தில் அதனைப் பிடித்துக் கொண்டார். கோடாரியை ஓங்கினார். ஒரே வெட்டு...

மைக்ரோ செகண்டில் 'மைக்'கின் தலை துண்டாகியிருக்க வேண்டும். ஆனால் மைக், கழுத்தைச் சட்டென கொஞ்சம் உள்ளிழுத்துக் கொள்ள... கொண்டை, அலகு, கண்கள், ஒரு காது அடங்கிய முகத்தின் முன் பகுதி மட்டும் தனியே துண்டாக விழுந்தது. மூளையும் லேசாகச் சேதாரமடைந்திருந்தது. ஆனால், மூளைக்கும் இதயத்துக்கும் இடையில் ரத்தத்தைக் கொண்டு செல்லும் நாளங்கள் வெட்டுப்படவில்லை.

அதிசயக் கோழி மைக்

வெட்டுப்பட்ட மைக், கொஞ்சம் துடிதுடித்து அடங்கிவிடும் என்று ஆல்சென் நினைத்தார். ஆனால் அவர் பிடியிலிருந்து நழுவி, ரத்தம் சொட்டச் சொட்ட அங்குமிங்கும் ஓட ஆரம்பித்தது மைக், தலையில்லா முண்டமாக! ஆல்செனால் தன் கண்களை நம்ப முடியவில்லை. 'இத்தனைக்குப் பிறகும் உயிரோடு இருக்கிறதா!' தன் மனைவியை அவசர, அவசரமாக அழைத்தார். அவளோ அந்த அதிசயத்தை முதலில் உணராமல், 'ஒரு கோழியை ஒழுங்கா வெட்டத் தெரியுதா' என்ற கோணத்தில் அவரைக் கோபமாக முறைத்தாள்.

நேரம் கடந்தது. மைக் செத்துப்போகவில்லை. மரணத்தை முத்தமிட்டுத் திரும்பிய மைக்கை, அதற்குமேல் கொல்ல மனமில்லாத ஆல்சென், அதனைப் பிடித்து காயத்துக்கு வைத்தியம் பார்த்தார். 'தலையில்லாமல் இதனால் எத்தனை நாளைக்குத்தான் உயிர் வாழ முடியும்? காயம் ஆறிவிடுமா? இதற்கு எப்படி உணவு கொடுப்பது? சாப்பிடாமலேயே செத்துப் போய்விடுமோ?' - ஆல் செனின் கவலைகள் வெவ்வேறு திசைகளில் விரிந்தன. ஓரிரு நாள்கள் கடந்தன. மைக் சாகவில்லை. இங்க் பில்லர் மூலம் மைக்கின் தொண்டைக்குள் நீரும் பாலும் ஊற்ற ஆரம்பித்திருந்தார் ஆல்சென். விரைவில் காயம் ஆற, சிறுதானியங்களையும் அந்தத் துளையின் வழியே விழுங்க ஆரம்பித்தது மைக். தலையில்லாத அதிசயக் கோழி என அதன் புகழ், அக்கம் பக்கம், கிராமம், நகரம், நாடெல்லாம் பரவ ஆரம்பித்தது.

அப்போது, இரண்டு தலைக் கன்றுக்குட்டி ஒன்று காட்சிப் பொருளாக ஊர், ஊராக அமெரிக்காவெங்கும் வலம் வந்து கொண்டிருந்தது. அதனோடு ஆல்சென், தன் 'அதிசயக் கோழி மைக்'கையும் சேர்த்துக் கொண்டார். வெட்டுப்பட்ட அந்த முகப் பகுதியையும் ஒரு பாட்டிலில் போட்டு பாதுகாத்து, எடுத்துச் சென்றார். 'மைக்'கைத் தரிசிக்க ஒரு நபருக்கு 25 செண்ட் கட்டணம். டைம், லைஃப் போன்ற பத்திரிகைகளிலெல்லாம் இடம்பெற்ற மைக், புகழின் உச்சத்தில் மாதத்துக்கு 4500 அமெரிக்க டாலர் (இன்றைய மதிப்பில் 48000 அமெரிக்க டாலர்) தன் எஜமானருக்குச் சம்பாதித்துக் கொடுத்தது.

தலையில்லாத ஒற்றைக் கோழியே இவ்வளவு சம்பாதித்துக் கொடுக்கிறதே. இன்னும் இதேபோல பல கோழிகளை உருவாக்கினால்? மைக், கோடாரியை, பல கோழிகளின் தலையில் இறக்கினார். எல்லாமே பரலோக ராஜ்ஜியத்தை அடைந்தன. ஓரிரு கோழிகள் மட்டும், ஓரிரு நாள்கள் உயிருடன் இருப்பதாக பாவனை காட்டிவிட்டு செத்துப் போயின. ஆல்செனைப் போல பலரும் பேராசைப்பட்டு, 'அதிசய கோழிகளை' உருவாக்க முயன்று, தோல்வியடைந்து, கோழிக் குழம்புடன் திருப்தியடைந்தனர்.

1947 மார்ச். போனிக்ஸ் என்ற நகரில் ஒரு காட்சியை முடித்துவிட்டுத் திரும்பும் வேளையில், ஒரு மோட்டலில் மைக்குக்கு மூச்சுத் திணறல் ஏற்பட்டது. ஆல்சென், அள்ளிக் கொடுக்கும் தன் கோழியைக் காப்பாற்ற என்னென்னவோ செய்து பார்த்தார். பலனில்லை.

சுமார் பதினெட்டு மாதங்கள் தலையின்றி வாழ்ந்து, ஆல்செனை வாழ்வில் தலையெடுக்க வைத்த மைக், மரித்துப் போனது. பின் அதன் உடலையும் நல்ல விலைக்கு விற்றுவிட்டார் என்பது வேறு விஷயம். ஃபுரூட்டா நகரில் "Mike the Headless Chicken' என்றொரு அமைப்பு இன்றும் உள்ளது. ஆண்டுதோறும் 'மைக்'கின் நினைவாக, மே மூன்றாவது வார இறுதியில் 'மைக் டே' கொண்டாடுகிறார்கள். கோழிகளை வைத்து விதவிதமாக விளையாட்டுப் போட்டிகளையும் நடத்துகிறார்கள் என்பது கூடுதல் தகவல்.

★

வெட்டுப்பட்டு ரத்தம் சிந்தியதால் மைக் என்ற கோழி, விநோத ஜந்து ஆனது. ஆனால் பாவம் ஆடுகள். ஒரு விநோத விலங்கின் பற்களால் கழுத்தில் வெட்டுப்பட்டு, ரத்தம் இழந்து விநோத மரணத்தை எதிர்கொண்டன.

என்னதான் பாதுகாப்பு ஏற்பாடு செய்தாலும், இரவெல்லாம் கொட்டக் கொட்டக் கண்விழித்து காவல் காத்தாலும் அமெரிக்கர்களால் தங்கள் பண்ணை ஆடுகள், கழுத்தில் கடிபட்டு ரத்தம் உறியப்பட்டு பலியாவதைத் தடுக்க முடியவில்லை. கடந்த நூற்றாண்டிலிருந்து, முந்தாநேற்று வரை தொடரும் சம்பவம் இது.

'அது ஒரு விநோத விலங்கு.- ஒன்றரை மீட்டர் உயரமுடையது - பழுப்பு நிறம் - சிவந்த உருண்டைக் கண்கள். முதுகெல்லாம் கூரிய, வெள்ளை நிற கொம்புகள் முளைத்திருந்தன.- ஆடுகளைப் பிடித்து அதன் ரத்தத்தை மட்டும் வயிறு முட்டக் குடித்துவிட்டு மின்னலென மறைந்துவிடுகிறது.- நான் பார்த்தேன்.- புகைப்படம் எடுப்பதற்குள் மாயமாக மறைந்துவிட்டது.'

இதுபோன்று பதியப்பட்டுள்ள வாக்குமூலங்கள் எக்கச்சக்கம். இன்னும் சிலரது கற்பனைகளுக்கு இறக்கைகள் முளைத்திருக்கும். வானத்திலிருந்து ஆரஞ்சு சிற பறக்கும் தட்டு ஒன்று, தூரத்தில் இறங்கியது. அதிலிருந்துதான் அந்த விநோத விலங்கும் இறங்கியிருக்க வேண்டும். அது, மந்தைக்குள் புகுந்து ஆடுகளின் ரத்தத்தை உறிஞ்சிக் கொண்டு மீண்டும் அதே ஆரஞ்சு பறக்கும் தட்டுக்குள் ஏறி, மாயமாக மறைந்துவிட்டது. நிச்சயமாக அந்த விநோத விலங்கு வேற்றுக்கிரகவாசிகளின் செல்லப் பிராணியேதான்.

கண்டறிய முடியாத அந்த விலங்குக்கு அமெரிக்கர்கள் வைத்த பெயர் ஸுப்பாகேப்ரா (Chupacabra). 'நான் ஸுப்பாகேப்ராவைப்

பிடித்துவிட்டேன்' என்று ஏதோ ஒரு விலங்கைக் காண்பித்தவர்களும் உண்டு. அந்த விலங்குகூட அதுவரை விலங்கியலாளர்களால் அடையாளம் காணப்படாததாகவும் இருந்ததுண்டு. பின்லேடனையே போட்டுத் தள்ளிய அமெரிக்கர்களால் இதுவரை ஒரிஜினல் ஸுப்பாகேப்ராவைத்தான் பிடித்துக் காட்ட முடியவில்லை.

ஸுப்பாகேப்ரா

★

அறிவின் வெளிச்சத்துக்கு அப்பாற்பட்ட விநோதங்கள், அறிவியலின் வெளிச்சத்தில் அகப்படாத விசித்திரங்கள் எல்லாமே மர்மங்கள்தாம். இந்த உலகம் நீரால் மட்டுமல்ல, என்றும் தீராத மர்மங்களாலும் சூழப்பட்டதுதான். நம்மைச் சுற்றி கண்களுக்குப் புலப்படாமல் நிறைந்திருப்பது ஆக்ஸிஜன் மட்டுமல்ல, அமானுஷ்யங்களும்தாம். ஏழாம் அறிவால் விவரிக்க முடியாத, ஆனால் ஆழ் மனத்தால் மட்டுமே உணர முடிந்த மர்மங்களோடுதான் வாழ்ந்து கொண்டிருக்கிறோம். ஒரு பரிமாணத்தில் பார்த்தால் உலகில் எல்லாமே மர்மங்கள்தாம். இந்த உடல் முதல் எல்லாவற்றை சுமந்து கொண்டிருக்கும் பூமி, அது ஒட்டிக் கொண்டிருக்கும் பிரபஞ்சம் எல்லாம் எல்லாமே. 'இருந்தா நல்லாயிருக்கும்னு சொல்றேன்' என தசாவதார கமல் சொல்லும் கடவுள்கூட புலப்படாத மர்மமே. சயனைடைக் கடித்தவனால் அதன் சுவை குறித்து பேட்டி அளிக்க முடியுமா என்ன. ஆக, மர்மங்களும் சயனைடுதான்.

இந்தப் புத்தகம் மூலம், உலகம் சந்தித்த பலவிதமான மர்மங்களை வாசகர்களுடன் சுவாரசியமாகப் பகிர முடிந்ததில் மகிழ்ச்சி. இன்னும் பேசப்பட வேண்டிய மர்மங்கள் எண்ணிக்கையற்றவை. தொடர்ந்து எழுதினால் சில குண்டு என்சைக்ளோபீடியாக்கள் அளவுக்கு அவை நீண்டுகொண்டு போகலாம். ஆனால், மர்மங்களைத் தவிர மற்ற எதற்கும் முடிவு உண்டு அல்லவா.

●

பின்னிணைப்பு

உதவிய புத்தகங்கள்
The World's Last Mysteries : Reader's Digest

Mysteries of the Unexplained : Reader's Digest

World-Famous Unsolved Mysteries : Pustak Mahal, Delhi

100 Strangest Mysteries : Matt Lamy : Metro Books

Unsolved Mysteries : George P McCallum - Nelson

The Seven Lost Trails of Africa : By Hedley A. Chilvers - Cassell and Company Ltd.

The Complete Taj Mahal By Ebba Koch : Thames & Hudson, 2006.

Cleopatra - A Source Book by Prudence J. Jones - University of Oklahoma Press : Norman, 2006.

கட்டுரைகள்
The Story of Zombi in Haiti : By Louis P. Mars, M.D.

Dead Man Walking: Wade Davis and the Secret of the Zombie Poison By Patrick D. Hahn

Passage of Darkness: The Ethnobiology of the Haitian Zombie : By Wade Davis. Chapel Hill, The University of North Carolina Press. 1988

Haitian Zombie, Myth, and Modern Identity : Kette Thomas

ஆவணப்படங்கள்
The Mystery of Easter Island : BBC

Ferdinand Marcos And Imelda Marcos Downfall

In Search Of... The Diamond Curse :History Channel

Jack the Ripper: Phantom of Death - A&E Television Networks

Nasca Lines: Buried Secrets : National Geographic Channel

Pre-Columbian stone spheres of Costa Rica

Zombie : By Journeyman Pictures

The Mystery of the Taj Mahal - BBC

Cleopatra - A Portrait of a Killer - Directed by Paul Elston : BBC

இணைய தளங்கள்

http://thinkingparticle.com/articles/haunted-bhangarh-fort-ghost-town-rajasthan

http://www.weirdplacestovisit.com/asia/visit-haunted-bhangarh-india-for-ghost-travelers.htm

http://www.dancewithshadows.com/nuts/2008/08/26/bhangarh-haunted-city-where-government-tells-you-to-keep-off/

http://en.wikipedia.org/wiki/Bhangarh

http://www.vacationideas.me/asia/bhangarh-fort-ruins-in-rajasthan-india-haunted-by-ghosts/

http://quotationworld.com/famous/quotes-on-bhangarh-the-haunted-place/

http://articles.timesofindia.indiatimes.com/2010-08-21/india/28318033_1_ghost-town-ghost-story-tantrik

http://www.mysteriouschina.com/four-most-mysterious-ancient-china-mausoleums/

http://www.archaeology.org/1009/abstracts/cao_cao.html

http://www.chinancient.com/tomb-of-cao-cao/

http://www.chinadaily.com.cn/china/2010-02/10/content_9453568.htm

http://worldsamazinginformation.blogspot.com/2011/06/mystery-of-qin-shi-huangdis-mausoleum.html

http://www.mysteriouschina.com/tombs-of-song-dynasty-emperors/

http://thechina.biz/china-economy/excavation-of-ancient-chinese-empress-tomb-in-dispute/

http://www.67notout.com/2011/07/unbelievable-classic-coincidences.html

http://yoke.cc/coinci.htm

http://mandy.jimandy.com/coincidence.php

http://www.mindpowernews.com/15Coincidences.htm

http://coedmagazine.com/2011/05/13/3-extremely-unlucky-people-for-friday-the-13th/

http://shannonvandenzen.tripod.com/odd/id176.html

http://www.nspiredstory.com/en/chapters/

http://community.discovery.com/eve/forums/a/tpc/f/9741919888/m/2751962029

http://www.blogengage.com/story.php?title=the-mystery-of-the-great-fire-of-tokyo

http://www.dailycognition.com/index.php/2008/03/05/7-unluckiest-people-in-the-world.html

http://www.telegraph.co.uk/news/newstopics/howaboutthat/7721985/Frano-Selak-worlds-luckiest-man-gives-away-his-lottery-fortune.html

http://www.world-mysteries.com/newgw/10coincidences.htm

http://en.wikipedia.org/wiki/Joseph_Matth%C3%A4us_Aigner

http://azweird.com/history/5_incredible_coincidences-736.html

http://www.lfcreds.com/reds/index.php?topic=30053.0

http://en.wikipedia.org/wiki/D._B._Cooper

http://eteponge.blogspot.com/2007/08/veridical-cases-of-psychic-detective.html

http://cropseylegend.com/archives/357

http://articles.latimes.com/1999/dec/07/news/mn-41451

http://en.wikipedia.org/wiki/David_Berkowitz

http://crime.about.com/od/murder/p/sonofsam.htm

http://www.msnbc.msn.com/id/5351509/ns/dateline_nbc-newsmakers/t/did-son-sam-really-act-alone/

http://en.wikipedia.org/wiki/Dyatlov_Pass_incident

http://unitedcats.wordpress.com/2008/02/28/the-dyatlov-pass-accident/

http://www.sptimes.ru/index.php?action_id=2&story_id=25093

http://www.youtube.com/watch?v=8pp6POvlER4

http://www.aquiziam.com/dyatlov_pass_1.html

http://www.bbc.co.uk/science/horizon/2003/easterisland.shtml

http://www.qsl.net/w5www/easterisland.html

http://www.mysteriousplaces.com/Easter_Island/html/contro.html

http://www.mysteriousplaces.com/Easter_Island/html/contro2.html

http://en.wikipedia.org/wiki/List_of_dates_predicted_for_apocalyptic_events

http://www.abhota.info/end1.htm

http://www.randi.org/encyclopedia/appendix3.html

http://www.trivia-library.com/b/predictions-for-the-end-of-the-world-from-1736-1842.htm

வெளிச்சத்தின் நிறம் கருப்பு / 315

http://www.csmonitor.com/Science/2011/0518/Judgment-Day-Five-failed-end-of-the-world-predictions/December-21-1954

http://extraordinaryintelligence.com/2239/the-unexplained/doomsday-deflected-the-guardians-and-the-outer-space-subordinate/

http://www.trivia-library.com/b/predictions-for-the-end-of-the-world-from-1908-to-1954.htm

http://www.trivia-library.com/b/predictions-for-the-end-of-the-world-from-1954-to-1962.htm

http://www.nasa.gov/topics/earth/features/2012.html

http://www.unsolved.com/treasure.html

http://en.wikipedia.org/wiki/Rogelio_Roxas

http://en.wikipedia.org/wiki/Yamashita%27s_gold

http://www.thelifeofadventure.com/yamashitas-gold/

http://uniset.ca/other/cs6/969P2d1209.html

http://www.rense.com/general13/treasure.htm

http://archives.starbulletin.com/2000/02/29/news/story3.html

http://www.unsolved.com/treasure.html#

http://www.angelsghosts.com/haunted_light_houses

http://www.angelsghosts.com/haunted_lighthouses_plymouth_lighthouse

http://hauntedlights.com/haunted1.html

http://www.angelsghosts.com/haunted_lighthouses_seguin_island_lighthouse

http://jill-stefko.suite101.com/what-caused-the-eilean-mor-lighthouse-mystery-a162602

http://www.mahalo.com/maines-haunted-lighthouses/

http://en.wikipedia.org/wiki/Heaven%27s_Gate_%28religious_group%29

http://www.ufoevidence.org/topics/speedoflight.htm

http://history1900s.about.com/od/1950s/a/hopediamond.htm

http://www.wired.com/science/discoveries/news/2005/02/66560

http://en.wikipedia.org/wiki/Hope_Diamond

http://bizcovering.com/investing/the-hope-diamond-or-the-stolen-eye-of-sita

http://www.india-forums.com/forum_posts.asp?TID=931623

http://en.wikipedia.org/wiki/Jack_the_Ripper

http://www.awesomestories.com/flicks/from-hell/story-preface

http://www.ancienttreasurehunter.com/acontent/

http://www.unsolved-mystery.com/1076

http://unsolvedmysteries.wikia.com/wiki/Trabuca_Treasure

http://www.time.com/time/magazine/article/0,9171,850817,00.html

http://www.bulawayo1872.com/history/lobengula_FallofaKing.htm

http://african-angle.blogspot.com/2011/04/african-warrior-part-three-lobengula.html

http://en.wikipedia.org/wiki/Lobengula

http://en.wikipedia.org/wiki/Man_in_the_Iron_Mask

www.uip.com/ironmask/theman.htm

http://www.straightdope.com/columns/read/2047/who-was-the-man-in-the-iron-mask

http://www.msnbc.msn.com/id/16656433/ns/technology_and_science-science/t/mystery-napoleons-death-said-solved

http://www.livescience.com/1228-mystery-napoleon-death-solved.html

http://wso.williams.edu/~junterek/death.htm

http://www.grahamphillips.net/alexander/alexander_2.htm

http://historicmysteries.com/secret-tomb-of-genghis-khan

http://en.wikipedia.org/wiki/Tomb_of_Genghis_Khan

http://www.nazcamystery.com/nazca_overview.htm

http://en.wikipedia.org/wiki/Nazca_Lines

http://kadmiels.hubpages.com/hub/The-Nazca-Lines-Mystery

http://www.bench3.com/2010/02/mystery-behind-number-13-facts-about-13.html

http://en.wikipedia.org/wiki/HMS_Friday

http://EzineArticles.com/154472

http://en.wikipedia.org/wiki/Friday_the_13th

http://www.thevesselofgod.com/thirteen.html

http://www.mytechsecrets.com/the-number-13/

http://www.shyamsundergupta.com/unlucky13.htm

http://urbanlegends.about.com/cs/historical/a/friday_the_13th.htm

http://www.dailymail.co.uk/news/article-411038/Why-dogs-leapt-deaths-Overtoun-Bridge.html

http://en.wikipedia.org/wiki/Overtoun_House

http://strangeworldofmystery.blogspot.com/2011/03/overtoun-bridge-dog-suicide-bridge.html

http://www.dangerousminds.net/comments/mystery_dog_suicide_bridge/

http://library.thinkquest.org/C007446F/psychics.htm

http://en.wikipedia.org/wiki/Cheiro

http://historicmysteries.com/the-mysterious-death-of-grigori-rasputin

http://en.wikipedia.org/wiki/Grigori_Rasputin

http://www.powerofunknown.com/5_murder.php

http://www.powerofunknown.com/2_mystery.php

http://www.scss.tcd.ie/~peircen/xhtml/index.htm

http://web.ku.edu/~hoopes/balls/intro.htm

http://www.sciencedaily.com/releases/2010/03/100322143217.htm

http://en.wikipedia.org/wiki/Stone_spheres_of_Costa_Rica

http://www.world-mysteries.com/sar_12.htm

http://en.wikipedia.org/wiki/Clairvius_Narcisse

http://www.hauntedamericatours.com/zombie/Zombies.php

http://www.time.com/time/magazine/article/0,9171,952208,00.html

http://en.wikipedia.org/wiki/Titanic_alternative_theories

http://www.skygaze.com/content/mysteries/Titanic.shtml

http://www.unsolved-mysteries.com/unexplained_events/titanic_tragedy_foretold.html

http://www.bookyeti.com/facts.html

http://www.abovetopsecret.com/forum/thread717696/pg1

http://www.titanicandco.com/curse.html

http://www.catchpenny.org/titanic.html

http://en.wikipedia.org/wiki/Titanoboa

http://www.eurekalert.org/pub_releases/2009-02/stri-wls020209.php

http://www.telegraph.co.uk/science/science-news/4509284/Scientists-discover-fossilised-remains-of-worlds-longest-snake.html

http://en.wikipedia.org/wiki/Eunectes_murinus

318 / முகில்

http://scienceblogs.com/notrocketscience/2009/02/titanoboa_-_thirteen_metres_one_tonne_largest_snake_ever.php

http://www.sciencedaily.com/releases/2010/02/100202154408.htm

http://www.livescience.com/6046-45-foot-ancient-snake-devoured-crocs.html

http://naturalhistorymag.com/partner/when-ititanoboai-ruled-the-amazon

http://listverse.com/2011/04/06/top-10-strange-ufo-encounters/

http://www.darkgovernment.com/ufo-fact-and-myth.html

http://www.ufocasebook.com/nasafacts.html

http://www.hyper.net/ufo/hoaxes.html

http://www.eyepod.org/Nazi-Disc-Photos.html

http://greyfalcon.us/restored/UFOs.htm

http://www.ufoencounters.co.uk/where-aliens-come-from.html

http://www.victimsofthestate.org/MS/Purvis.htm

http://www.rootsweb.ancestry.com/~msalhn/Outlaws/purvis.htm

http://murderpedia.org/male.P/images/purvis_will/purvis.pdf

http://sentencedtolive.xanga.com/395517321/chapter-three-real-life-zombie-stories/

http://www.paranormalhaze.com/the-evolution-of-the-zombie/

http://iml.jou.ufl.edu/projects/spring05/charney-perez/notorious.htm

http://science.howstuffworks.com/science-vs-myth/strange-creatures/zombie.htm

http://faculty.vassar.edu/liparavi/article/WomenPossessed.pdf.

நன்றி

திரு. சுந்தரராமன்

திரு. எஸ்.பி. லட்சுமணன்

திரு. சரவணன்

திரு. தமிழரசு

மற்றும்

'தமிழக அரசியல்' இதழ் வாசகர்கள்

குறிப்புகளுக்காக